जिहाद

हुसेन जमादार

मेहता पब्लिशिंग हाऊस

Please contact us at **Mehta Publishing House,** Pune 411030.
✆ +91 020-24476924 / 24460313 / Mob. No. 9545000513
Email : production@mehtapublishinghouse.com
Website : www.mehtapublishinghouse.com

- *या पुस्तकातील लेखकाची मते, घटना, वर्णने ही त्या लेखकाची असून त्याच्याशी प्रकाशक सहमत असतीलच असे नाही.*

JIHAD by HUSAIN JAMADAR

जिहाद : हुसेन जमादार / आत्मचरित्र

Email : author@mehtapublishinghouse.com

प्रकाशक : सुनील अनिल मेहता, मेहता पब्लिशिंग हाऊस, १९४१, सदाशिव पेठ, माडीवाले कॉलनी, पुणे-४११०३०.

मुद्रक : पार्कसन्स ग्राफिक्स

मुखपृष्ठ : चंद्रमोहन कुलकर्णी

प्रकाशनकाल : १ मे, १९९३ / ऑक्टोबर, २००६ / एप्रिल, २००८ / पुनर्मुद्रण : ऑगस्ट, २०१६

किंमत : ₹ २९०

P Book ISBN 9788177667271

E Book ISBN 9788184989076

E Books available on : amazonkindle Apple Books Google Play Books

प्रतिकूल आर्थिक-सामाजिक परिस्थितीशी
दोन हात करीत,
जिद्दीने उभे राहण्याची धडपड करणाऱ्या
मुस्लीम तरुण तरुणींस

- हुसेन जमादार

किसी ध्येयकी सिध्दि के लिए
अपनी संपूर्ण शक्ति लगा देने और
जान तोड कोशिश करनेका नाम
'जिहाद' है ।
'जिहाद ' केवल
युद्ध करनेका नाम नही है ।
जो व्यक्ति हर समय
अपने उद्देश्य की धुन में लगा हो
अपना धन, अपनी वाणी और
अपनी लेखनी आदि से
उसके लिए प्रयत्न करता और
अपने आपको थकाता हो
वह वास्तव में
'जिहाद' ही कर रहा है ।

(कुरआन मजीद, प्रकाशक मुहम्मद अब्दुल हई
मक्तबा अल-हसनात, रामपूर (उ.प्र.) वरून.)

घर सुधारावे, समाजासाठी काही करावे
या ऊर्मी माझ्या मनात निर्माण होत गेल्या.
मला पोषक वातावरणाकडे आणण्याचे काम
'साधना' साप्ताहिक व यदुनाथजी थत्ते यांनी केले.
मला लिहितं करणारेही यदुनाथजीच.
'जिहाद' च्या वह्या पहिल्यांदा मी त्यांच्याकडे दिल्या.
''मी वाचले, आपले आपणच टीकाकार असतो.
तूच पुन्हा वाच व दुरुस्त्या कर,''
असा अभिप्राय देऊन त्यांनी वह्या माझ्याकडे परत पाठवल्या.
मग मी पुन्हा लिहिलेली प्रत त्यांच्याकडे पाठविली.
असे चार वेळा पुनर्लेखन झाल्यावर 'जिहाद' ला आकार आला.
यदुनाथजींचे आभार न मानता मी त्यांच्या ऋणात राहणेच पसंत करीन.
लातूरच्या श्रीमती मालती देऊळगावकर यांचा अभिप्राय घेण्यास
यदुनाथजींनी पाठविले. त्यांनी 'जिहाद' चे वाचन करून काही सूचना केल्या.
प्राचार्य राम शेवाळकरांनी १९९१ च्या 'श्री वत्स' दिवाळी अंकात
'जिहाद' चा काही भाग सर्वप्रथम छापला.
माझा सहकारी डॉ. बाबासाब काझी 'जिहाद' चा पहिला श्रोता.
श्रीमती सरिता पदकी यांचे जिव्हाळ्याचे मार्गदर्शन लाभले.
मानसन्मान प्रकाशनचे श्री. रवींद्र कुलकर्णी यांनी 'जिहाद'ची
पहिली आवृत्ती प्रकाशित केली. मेहता पब्लिशिंग हाऊस चे श्री. अनिल मेहता व
श्री. सुनील मेहता व त्यांचे कुशल सहकारी
यांनी 'जिहाद' ची दुसरी, तिसरी आवृत्ती आपल्यासमोर आणली. आता सुधारित
चौथी आवृत्ती येत आहे.
या सर्वांचा मी आभारी आहे.

- हुसेन जमादार

‘जिहाद’ पुस्तकाला मिळालेले पुरस्कार

भैरूरतन दमाणी साहित्य पुरस्कार - १९९३

महाराष्ट्र फौंडेशन (अमेरीका) पारितोषिक - १९९४

प्रबोधन चळवळ पुरस्कार - १९९५

'जिहाद' ची ही दुसरी आवृत्ती प्रसिध्द होताना मध्यंतरीच्या कालावधीमध्ये मुस्लीम समाजामध्ये बरीच स्थित्यंतरे झाली आहेत. मुस्लीम सत्यशोधक चळवळ ही प्रबोधनाची चळवळ आहे आणि मुस्लीम समाजाची ती गरज आहे. मुस्लीम स्त्रीला माणूस म्हणून अधिकार मिळावेत, यासाठी मुल्लामौलवींची पुरुषसत्ताक वृत्ती, तसेच मुस्लीम समाजातील मूलतत्त्ववादी नेतृत्व यांना आवडेल की नाही याचा विचार न करता प्रसंगी समाजाचा बहिष्कार सहन करून आम्ही ही चळवळ चालवीत आहोत.

मुद्दे अगदी साधे आहेत. मुस्लीम स्त्रीला शिक्षण घेता आले पाहिजे. तिला बुरख्याची सक्ती नको. मुस्लीम पुरुषाला मनमानी तोंडी तलाक देण्याचा अधिकार आहे तो रद्द व्हावा. सवतबंदीचा कायदा मुस्लिमांना लागू करावा. तलाक मिळालेल्या स्त्रीला पोटगी मिळाली पाहिजे. या मागण्यांना अग्रक्रम देऊन मुस्लीम सत्यशोधक चळवळ सुरू झाली. याबरोबरच मुस्लीम समाजाने आपल्या परिघातून बाहेर पडावे; पाकिस्तान हे इस्लामी राष्ट्र असले तरी भारतीय मुसलमानांनी त्यांच्याबद्दल प्रेम दाखविण्याचे कारण नाही; राष्ट्रीय चळवळीत मुस्लीम समाजाने सहभागी व्हावे; हिंदूमुस्लिमांतील दरी कमी व्हावी; कुटुंबनियोजनाचा मुस्लीम समाजाने स्वीकार करावा; उर्दू ही भारतीय भाषा आहे, तिचा भाषा म्हणून जरूर विकास व्हावा ; मुस्लिमांनी जरुर शिकावी; परंतु महाराष्ट्राची राज्यभाषा मराठी आहे, म्हणून महाराष्ट्रातील मुस्लिमांनी मराठीतून शिक्षण घ्यावे. इतर राज्यातील मुसलमानांनी त्या, त्या प्रादेशिक भाषेतून शिक्षण घ्यावे. छत्रपती शिवाजी राष्ट्रपुरुष आहेत, त्यांनी परकीयांविरुद्ध उभारलेला लढा धर्मनिरपेक्ष होता म्हणून मुस्लिमांनी त्यांचा आदर करावा. भारतातील विविध धर्म हे चातुर्वर्ण्य व्यवस्थेने केलेल्या अत्याचारांमुळे वाढले आहेत. भारतातील मुसलमान काही अरबस्तानातून आलेले नाहीत. येथीलच अनार्यांनी इस्लामचा स्वीकार केला आहे; म्हणून मुसलमान येथील भूमिपुत्र आहेत. तेव्हा इथे धर्माचा विचार न करता जो जो भारतीय वंशाचा आहे, त्या प्रत्येकाला भारतात राहण्याची व आपला विकास करुन घेण्याची संधी असली पाहिजे, अशी भूमिका घेऊन मुस्लीम सत्यशोधक मंडळ वाटचाल करीत आहे. हमीद दलवाई नास्तिक होते. ते त्यांचे व्यक्तिगत मत होते, मुस्लीम सत्यशोधक चळवळीने कधीही नास्तिकतेचा

पुरस्कार केलेला नाही; तसेच त्यांच्या मृत्यूनंतर त्यांच्या (दलवाईंच्या) इच्छेनुसार त्यांचे विद्युत्दाहिनीत दहन करण्यात आले, ही वस्तुस्थिती आहे. परंतु मुस्लीम सत्यशोधक चळवळीने त्याचा प्रचार केलेला नाही; पुरस्कार केलेला नाही. ज्याचे त्याचे व्यक्तिगत मत असू शकते असे मंडळ मानते. मूलतत्त्ववादी विचारांच्या मुस्लीम नेतृत्वाने व मुल्लामौलवींनी दलवाईंच्या नास्तिकतेचा डांगोरा पिटला व मुस्लीम सत्यशोधक चळवळीला बदनाम करण्यात ते यशस्वी झाले, हे खरे आहे.

मुस्लीम सत्यशोधक मंडळाने मांडलेले विचार व राबविलेले कार्यक्रमच आता मुस्लीम समाज स्वीकारताना दिसतो आहे. मुस्लीम सत्यशोधक मंडळाने २७ व २८ डिसेंबर, १९७१ रोजी पुण्यात मुस्लीम महिला परिषद घेतली. १७६ महिला उपस्थित राहिल्या. मुस्लीम स्त्रियांत समान हक्क, द्विभार्या प्रतिबंध, जुबानी तलाक रद्द करा इत्यादी विषयांवर चर्चा झाली.

ही महिला परिषद म्हणजे मुस्लीम महिलांनी एकत्र येऊन आपल्या हक्कांसाठी लढा उभा करणारी इस्लामच्या इतिहासातील व इस्लामी जगतातील पहिली परिषद ठरली.

यातूनच पुढे आता भारतातील दहा राज्यांत सुधारणावादी मुस्लीम महिलांच्या संघटना स्थापन झाल्या. त्यात 'आवाज-ए-निसवा' ही मुंबईतील संस्था सर्वांना एकत्रित करण्याचे काम करते आहे व त्यांच्या आंदोलनामुळेच ऑल इंडिया मुस्लीम पर्सनल लॉ बोर्ड मुस्लीम स्त्रीला अधिकार देण्याची भाषा करू लागले आहे.

मुस्लीम सत्यशोधक मंडळाने पुणे व कोल्हापूर येथे शिवजयंतीचे कार्यक्रम केले होते. तेव्हा मुस्लीम नेतृत्वाने नाके मुरडली होती. पण आता २००५ मध्ये कोल्हापुरात बाराइमाम तालीम मंडळाने मोठ्या प्रमाणात शिवजयंती साजरी केली व मुस्लीम समाजाने शिवजयंती साजरी करून राष्ट्रीय कार्य केल्याचा गाजावाजा केला.

याच कोल्हापुरात गेल्या वर्षी खाटिक चौक येथील मुस्लीम तरुण मंडळाने श्री. कादर मलबारी यांच्या नेतृत्वाखाली मुस्लीम तरुणांचा मोर्चा काढून पाकिस्तानचा ध्वज जाळला.

उत्तर प्रदेशातील लखनौ येथील श्रीमती शाहीत्ता अंबर यांनी मुस्लीम पर्सनल लॉ मध्ये स्त्रिया विषयी कायदे आहेत म्हणून त्यातील सुधारणा किंवा बदल स्त्रियांनीच निश्चित केले पाहिजेत. म्हणून ऑल इंडिया मुस्लीम महिला पर्सनल लॉ बोर्ड स्थापन केले आहे.

मुस्लीम महिलांना हा जो विश्वास प्राप्त झाला आहे, त्याचा पाया मुस्लीम सत्यशोधक मंडळाने घातला आहे.

प्रबोधनाची चळवळ ही क्रांती असते. दीर्घकाळाने का होईना, पण समाजाला त्या मार्गावर यावेच लागते; कारण त्यातच समाजाचा विकास असतो. ती समाजाची गरज असते व त्यासाठी राजकीय फायदे, तोटे न पाहता काहींना हे सतीचं वाण घ्यावं लागतं. ते आम्ही मुस्लीम सत्यशोधक चळवळीतील कार्यकर्त्यांनी घेतलं आहे. आम्हाला विश्वास आहे की, आणखी काही वर्षांतच मुस्लीम स्त्रीची धर्माच्या बंधनातून सोडवणूक होईल व ती मुक्तपणे श्वास घेऊ शकेल. यात जय पराजय काही नाही. समाजाच्या भल्यासाठी असे लढे देणे व त्याचे परिणाम भोगणे अपरिहार्य आहे. ते बिनीचे शिलेदार आम्ही झालो याचा आम्हाला सार्थ अभिमान आहे.

■

- १ -

आईचं ब्लडप्रेशर वाढलं. तिचा हात जड झाला. डॉक्टरांच्या सल्ल्यानुसार तिला सिव्हिल हॉस्पिटलमध्ये अॅडमिट केलं. तिथे ती आठ-दहा दिवस तशीच होती. एके दिवशी नर्स इंजेक्शन देत असता तिच्या अंगाची लाही झाली व तिला अर्धांगाचा झटका आला. तिची डावी बाजू लुळी पडली, ती बेशुद्ध झाली. आता तिच्याजवळ कोणाला तरी राहावं लागत होतं. तिला उठता येत नव्हतं. नुसता मांसाचा गोळा झाला होता.

आईजवळ राहण्यासाठी माझी थोरली बहीण गोरी, निपाणीहून आली. पत्नी आयेशा चार महिन्यांची बाळंतीण होती. त्यामुळे ती आईजवळ राहू शकत नव्हती, गोरीपेक्षा मोठी असलेली बहीण बडी बू मात्र आईजवळ राहायचं टाळत होती. मला तिचा राग आला. मी तिची कानउघाडणी केली.

"तेरे सब जचक्या अम्मा करे, अज्जी मरे तऊसुद्धा अम्मा तेरे जचकीकेवास्ते बंबईको अत्ती, उसकेवास्ते अज्जी बेवारशी सरका मरे. हमना उनका 'मुं' भी देखने मिल्या नई. यत्ता अम्मा तेरे वास्ते करे भी तू इत्ता अम्माकी सेवा करने पीछे सरकती?"

माझ्या खडसावण्यानं बडी बू रडू लागली व अज्जींच्या आठवणी सांगून हमसून हमसून रडू लागली. ती म्हणाली,

"अज्जीने मरतेवकत सुद्धा हमारी सेवा लिये नई, बहुत बडे दिलके अत्ते अज्जी."

"इसमे बडा दिल कायका? उने अपने गांवको जाको बेमार पडे, हमे उनके पास नत्ते, उनका क्या इलाज नत्ता करको एकलेच मरे."

"तुझे मालूम नई, अज्जी एकवकत मझे सारा बोलेते."

"क्या बोले?"

बोले, "इसे शादी करको लाया तऊ इने चार महिने की पेडसू अत्ती,उसका बाप मेरे पांऊसो सिरका पटका उतारको रख्याँ भी मेरी इज्जत बचाव कया. मैं बिचार

कऱ्या, इम्मी (मुलाची मुलगी) न्हन्नी अत्ती, उसे संभालने बायकोजात हुना, इने दिसनेभी गोरी चकोट अत्ती, करको मैं इसकेबरोबर शादी करनेको तैय्यार हुया, शादी कऱ्या सच, इसे होनेवाले बच्चेकी मझे मुश्किल आइती. दुनियाकु क्या बोलनेका? सच छोरी हुई भी हुयेबरोबर मरी, करको अच्छा हुया, दोनोभी छुटे."

बू कडून ही माहिती ऐकून मी हादरलो. अज्जी माझ्या नजरेत नाकर्ते होते, ऐतखाऊ होते. पण आता त्यांचं वेगळंच दर्शन झालं.

स्त्री हे एक काचेचं भांडं आहे, असे मानणाऱ्यांपैकी मी नव्हतो. पण एखाद्या स्त्रीला ती लग्नाआधी गरोदर असताना आधार देणारा पुरुष मोठ्या मनाचा असू शकतो आणि तो पुरुष माझा बाप होता!

मी आईलाच हीरो मानत होतो. तिनं हाडाची काडं केली. कोंड्याचा मांडा करून संसार केला, आम्हाला जगवलं. हे चित्र पालटलं आणि आई पार तळाला जाऊन पडली!

माझा बाप मला देवमाणूस वाटू लागला. मी स्वत:ला कोसू लागलो.

माझा बाप पायाचा दगड झाला होता. मी त्याची सेवा करणं तर राहूदेच, पण मी आईसाठी त्याच्यावर हात उगारला होता. मी आईलाच कळस समजत होतो.

बाप मेला तेव्हा मी अश्रूसुद्धा ढाळले नव्हते. त्याबद्दल मला गुर्मी होती. पण किती मोठा पहाड माझ्या बापानं छातीवर घेतला होता!

आईला सडू द्यावं नरकात. अज्जी बेवारसी मेले तसं हिला पण बेवारस मरू द्यावं, इथं दवाखान्यात सोडून पसार व्हावं, भोगू दे तिला तिच्या करणीचं फळ. हजार विचार माझ्या मनात आले. पण आईला दवाखान्यात ठेवून पळण्याइतकं माझं मन निर्ढावलेलं नव्हतं. ते केवळ अशक्य होतं. कारण मला हेही कळत होतं की, माझी आई घराण्याची इज्जत, पडदापद्धती, बालविवाह या सर्व रूढींची शिकार होती.

पूर्वीच्या प्रथेप्रमाणे ती दहा-बारा वर्षांची असताना लग्न झालं. तिच्या वयाच्या अठराव्या वर्षी तिला तीन मुलं होती! आणि विसाव्या वर्षी ती विधवा देखील झाली.

घराण्याचा बडेजाव आडवा आला व इस्लामला मंजूर असलेला स्त्रीचा पुनर्विवाह तिच्या वाट्याला आला नाही. ती माहेरी विधवेचं जीवन जगू लागली. तिचं पाऊल वाकडं पडलं आणि घरची मंडळी जागी झाली. त्यांच्या इज्जतीवर पहाड तुटून पडला. म्हणून कर्मठ म्हाताऱ्यांनी तिच्या शारीरिक गरजेचा विचार न करता एका पन्नाशी ओलांडलेल्या म्हाताऱ्याशी तिचं लग्न लावून दिलं.

सहा वर्षांत पाच मुलांना जन्म दिला तिनं. पण ती अतृप्तच राहिली, शरीरानं आणि मनानंही!

तिच्याकडून घडलेल्या घटना क्षम्य होत्या. मी नमाजला जाऊ लागल्यावर

मौलानांच्या प्रवचनातून मुलानं आपल्या आईचं लग्न लावून दिल्याचे 'हदीस'मधील दाखले ऐकले होते. मला तसं करता आलं असतं तर! असा विचार अनेक वेळा माझ्या डोक्यात येऊन गेला होता.

आईची अवस्था पाहून मी स्वत:ला सावरलं. सगळं विसरून जाण्याबद्दल मनाला बजावत होतो. पण एकेक प्रसंग माझ्यासमोर फेर धरू लागला. माझ्या मनाला जाणीवेनं स्पर्श केला तेव्हापासून आठवते, एक भव्य बिल्डिंग.......

आम्हा मायलेकरात काहीतरी कुरबुर झाली व अम्माच्या रागाला उपरोधाची झालर असली की अम्मा म्हणायची,

"कायकू मेरे पेटकू पैदा हुया?"

तेव्हा मी हमखास म्हणायचा,

"मैं तुम्हारे यहाँ पैदा हुयाच नई, मै बादलमेसे पड्या. मझे यो बिल्डिंग दिसी. बिल्डिंगमें जाना करको जीना ढुंढने यहाँ आया तो, तुम्हारा घर अत्ता."

बिल्डिंग म्हणजे चाळ नव्हे. एकाच मालकाची, एकच मोठं कुटुंब राहात असलेली, गावातली हीच एक पाच मजली बिल्डिंग. यांतल्या एक दोन मजल्यातच वावर असायचा. अनेक खोल्या रिकाम्या होत्या. एक मजला गेस्टरूम म्हणून राखीव होता व तो अनेकवेळा गजबजलेला असायचा. कायमच्या पाहुण्यांनी व्यापलेला असायचा. प्रत्येकाला स्वतंत्र खोली होती. आमची खोली हा त्या बिल्डिंगचाच एक भाग होता.

बिल्डिंगमध्ये जायला एक मुख्य जिना होता. त्या जिन्याच्या खाली आमची खोली होती.

दारात घोडी जुंपून तयार असलेला टांगा वाट पाहतो आहे. अज्जींनी मला हाक मारली, खुतबू ऽ ऽ व डोक्यावरचा पटका काढला व एक टोक माझ्या हातात दिलं. दुसरं अज्जींच्या हातात. पटका ताणवला.

आता अज्जींनी पटका डोक्याला गुंडाळला. अज्जी त्याला रुमाल म्हणतात, अज्जींच्या डोक्यावर रुमाल फुगीर, ऐटदार दिसू लागला.

शेठजींना वर जाऊन बराच वेळ झालेला. जिन्यावरून उतरण्याचा आवाज येऊ लागला. अज्जी उठले. खुंटीवरचं जाकीट त्यांनी अंगात घातलं. शेठ येणार म्हटल्यावर मी खोलीत पळालो. सगळ्यांच्या नजरा खाली झाल्या. पायजम्यावर शेरवानी शेठला शोभून दिसायची. चेहऱ्यावर पांढरी दाढी व डोक्यावर बोहरी लोक घालतात तसली नक्षीदार टोपी.

शेठ टांग्यात बसला आणि टांगा निघून गेला. टांग्याची चाकं फिरू लागल्यावर बिल्डिंगचं चक्र सुरू होतं. बिल्डिंगमध्ये अवखळपणा, मोकळेपणा येतो. अम्मा

पहाटेच उठून कामासाठी वर गेलेली असते. एव्हाना बिल्डिंगमधल्या सर्वांचा नाष्टा झालेला असतो.

आमच्या न्याहरीला एक दोन चपात्या घेऊन आई खाली येते. घरची आवराआवर करून ती वर गेली की, दुपारच्या जेवणालाच खाली येते.

टांगा पुन्हा दोन फेऱ्या मारून मुलांना शाळेत सोडतो व अज्जी जेवायला येतात.

अज्जी म्हणजे माझे वडील. त्यांना अज्जी का म्हणत असू ते आता कळतं. मुसलमानांत बायको आपल्या नवऱ्याशी बोलताना 'अजी सुने क्या?' अशी सुरुवात करते, 'अहो ऐकलं का?' च्या धर्तीवर. 'अजी आए क्या देख, 'अजी को बुला' असं ती मुलांशी बोलताना नवऱ्याला संबोधत असते. या अजीचं अज्जी झालेलं. आम्ही मुलं वडिलांना याच उपनावानं संबोधतो. माझ्या अनेक नातेवाईकांत सुद्धा अशीच प्रथा आहे.

आजची आई मात्र मुलाला 'अब्बाको बुला, अब्बाके पास जा.' असं सांगून आपल्या मुलांना अब्बा शब्दाची ओळख करून देते.

अज्जी, त्यांचा टांगा व शेठ यांचंच नेहमी जमतं. ते तिघे एकत्र असतात. घरात मात्र अज्जींचं अस्तित्व कुठेच दिसत नाही. आम्ही सर्वजण वाट पाहतो ती अम्मा येण्याची. घरात जे काय करते ते अम्माच.

टांग्यातून कधी कधी शेठाणी जाते, टांग्याला पडदा लावून. तिला आम्ही बडीबाय म्हणतो. घरातल्या सर्वच बायका गोऱ्यागोमट्या, नाजूक आहेत. त्यांना पाहिल्यावर वाटायचं, त्यांनी टांग्याला पडदा लावूनच फिरलं पाहिजे.

पण आश्चर्य म्हणजे माझी अम्मासुद्धा अगदी त्यांच्याच वळणाची. गोरीपान व नीटस, पण ती मात्र त्यांच्या घरात काम करायची. माझी आई सुंदर होती, एखाद्या राजघराण्यात शोभावी अशी.

ती म्हणायची, "आदमीको करेसो सब ह्यॉंच फेडको जाना लगतंय, मरनेके बादमें फेडना लगतंय, यो सच नई. योच जनममें एक हातसी करनेका भी दुसरे हातसी फेडनेका. इता मेराच देखो. राजा के राणीसरका राज करीसो मैं, आज मझे दुसरेके घरमे भांडे धोनेकी पाळी आयी!" असं जीवनाविषयीचं तिचं तत्त्वज्ञान.

मग ती आपल्या पूर्वायुष्याच्या आठवणी सांगायची. आई कर्नाटकातली. बेळगावी जिल्ह्यातील बस्तवाडची. तिचे आजोबा गावातील बडे प्रस्थ. त्या काळी त्यांच्याकडे ऊसाचे मळे होते व ते मळे पाहायला गावागावातून लोक येत असत. त्यांच्याकडे गुऱ्हाळ असलं की, जवळपासच्या गावांतील सर्वांना मोफत रस, गूळ वाटला जायचा. राजाचं राज्य करीत होते तिचे आजोबा. गावचे पंच तेच होते. येणारे जाणारे त्यांना नमस्कार केल्याशिवाय पुढे जायचे नाहीत. ते घरात नसले तर घराच्या

उंबऱ्याला नमस्कार करून जात.

गावची पंचगिरी त्यांच्याकडे असायची. गावात बहुसंख्य लिंगायत कुटुंबं, पण मुसलमानांकडे त्यांची भांडणं मिटत. कुणाला काय नडलं सवरलं तर त्यांचंच घर सर्वांना खुलं असे. अशा घरात ती वाढली. तिच्या वडिलांची ती दोन नंबरची मुलगी. तिचं लग्न पण एका मोठ्या घरात झालं. पोलिसांत जमादारपदांपर्यंत तिचा नवरा चढत गेलेला. इंग्रजांच्या राज्यात पोलिसांचा किती दरारा असायचा! सासरी पण तिच्या घरी नोकर चाकर होते. तिथे अम्मा गावची मालकीण होती.

आमचं पूर्वीचं आडनाव खलिफा व गावात वाजंत्री वाजवण्याचं काम आमच्या कुटुंबाकडे होते. पण आईला ते कमीपणाचे वाटल्याने तिनेच खलिफा ऐवजी जमाददार हे आडनाव लावायला सुरुवात केली.

पण हे वैभव तिच्या नशिबी फार काळ नव्हतं. एकाएकी तिचा नवरा वारला!

सुनेनं आपला मुलगा गिळला म्हणून सासू तिचा छळ करू लागली. विधवेचं आयुष्य आईच्या वाट्याला आलं. तिचा छळ पाहून तिच्या वडिलांनी तिला माहेरी आणलं. सासरच्या लोकांनी मुलं ठेवून घेतली. दोन मुली व एक मुलगा होता.

अज्जीबरोबर दुसरं लग्न होऊन ती कडलग्यास आली. अज्जींची पण ही दुसरी बायको होती. अज्जींचं वय झालं होतं. पण ते एकटे होते व त्यांच्या पदरात त्यांची नात म्हणजे मुलाची मुलगी होती. मुलगा वारल्यावर त्यांची सून मुलीला सोडून गेली होती. त्या इम्मीला सांभाळण्यासाठी अज्जींनी दुसरं लग्न केलं. इमामबी तिचं नाव तिला सर्वजण इम्मी म्हणत असत.

आई सांगायची, 'मेरी शादी होनेमें मैं तेरे बुड्ढेके घरकू आई, मझे देखको लोका कने लगे, यो कौवेके गल्लेमे चपाती बंदेसो है, इने रहनेवाली नई, न्हाटको जाईंगी.'

त्या वेळी अज्जी व्यापार करायचे. त्यांचा एक घोडा होता. घोड्यावरून तालुक्याच्या गावी जायचे. साखर, मिरची, चरबी अशा मालाचा व्यापार करीत असत.

त्यांच्या नवीन बायकोविषयी गाववाल्यांचा अंदाज ऐकून ते काळजी घेऊ लागले. व्यापाराला बाहेरगावी जाताना ते घराला कुलूप लावून जायचे. अज्जी परत येईपर्यंत आई कुलुपात बंद असायची. ती पूर्वीसुद्धा पडद्यात असायची, त्यामुळे ती तक्रार करायची नाही व गावातले लोक पण विचारायचे नाहीत. अज्जींनी तसं केलं नाही तर आई पळून जाईल, ही गावाची पक्की समजूत. असा आईनं संसार केला. दोन मुलींनंतर मी नवसानं तिच्या पोटी जन्मलो.

आई माझ्यावेळी बाळंत झाली तेव्हा घरासमोरची लगमव्वा आईला पहायला आली व माझं रुपडं पाहून उद्‌गारली, 'येन इद् खर्रग आग्येयत?' (कुठल्या या कावळ्याला जन्म दिलास?) मी जन्मलो तो अज्जींचा रंग घेऊन.

मी नवसानं जन्मलो म्हणून मी पाच-सहा वर्षांचा होईपर्यंत माझं जावळ काढलं नव्हतं. ते निपाणीच्या दर्ग्यात जाऊन बकरं कापून काढायचं होतं. पण अज्जींना ते करणं जमलं नव्हतं. आम्ही गाव सोडून कोल्हापुरला आलो तरी जावळ तसंच होतं. मुलीसारखे केस वाढलेले. मला इथे शाळेला घालायचं ठरल्यावर माझे केस कापले. पण शेंडीसारख्या आठ-दहा बटा तशाच ठेवल्या होत्या उजव्या कानावर. मुलं मला शेंडीवाला म्हणून चिडवायची. बामणावानी मध्यभागी शेंडी नसून उजव्या कानावर शेंडी होती. म्हणून शेंडीवाला मुसलमान म्हणत असत.

माझ्यानंतर एक मुलगी झाली आईला. त्या बाळंतपणात आईला त्रास झाला. कारण अज्जींचा व्यापार बंद झाला होता. उत्पन्नाचं साधन बंद झालं होतं. अज्जींची शेती होती पण ते ती करत नसत. कारण गावात बेरड लोकांचा फार ससेमिरा असे. ते पिकं कापून न्यायचे. ज्वारीला कणसं आली की फार जपावं लागे. नाहीतर एखाद्या रात्री बेरडांनी शेतातील सर्व कणसंच कापून नेलेली असत. त्यामुळे शेतीकडून उत्पन्न मिळत नसे.

अज्जींचा व्यापार घोड्यावरून चाले. त्यांचा स्वत:चा घोडा होता. ते घोड्यावरून संकेश्वरी मिरची कोल्हापुरला आणून विकत व कोल्हापुरहून साखर तिकडे नेत. त्यावेळी साखर खुल्या बाजारात मिळत नसे.

आपल्या व्यापारातील युक्त्या अज्जी रंगवून सांगत. 'साखर न्यायला परवानगी नसे म्हणून मी गोंधळ्यासारखा वेष करून घोड्यावर दोन्ही बाजूला वाळलेल्या गवताचे भारे बांधत असे व त्यांत साखरेच्या पिशव्या दडवत असे. गोंधळी चाललाय म्हणून पोलीस हटकत नसत.'

'एकदा बरीच साखर खरेदी केली होती. ती गवतात लपवणं शक्य नव्हतं. तेव्हा कुंभारवाड्यात जाऊन दोन मोठे रांजण खरेदी केले. व दोरीच्या शिक्यामध्ये घोड्यावर दोन्ही बाजूला अडकवून त्यांत साखर भरून निघालो. मी रातका राजा, सगळा प्रवास रात्री करत असे. नाक्यावरचे पोलीस दारूच्या नशेत असत. एका ठिकाणी पोलिसानं अडवलं व विचारलं,

'क्या ले जा रहा है?'

"जोरू जच्च्या हुयीए उसे न्हानेकू पानी गरम करने मटका लाया है." असं सांगून पोलिसांना ढाक दिली.

त्यावेळी अम्मा घरात किराणा मालाचं दुकान चालवायची. अज्जी घोड्यावरून सामान आणून द्यायचे. सुगीच्या काळात व्यापार चांगला चालायचा. लोक धान्य आणून द्यायचे व चहा, साखर, मीठ, गोळ्या, बिस्किटं न्यायचे. त्यामुळे शेत पिकत नसलं तरी घरी धान्य असायचं.

एकदा अज्जी कोन्नूर गावी माल आणण्यासाठी गेले असता घटप्रभा नदीच्या

पुलावरून येत होते. ट्रकला घोडा बुजतो म्हणून घोड्यावरून उतरून त्याचा लगाम हातात धरून येत होते. तर एका ट्रकच्या हॉर्नच्या आवाजाला घोडा बुजून उधळलाच. त्यानं एक दोन उड्या मारल्या, तिसरी उडी सरळ पुलाखाली कोरड्या पात्रात! घोडा पडल्या जागीच मेला. त्याला तिथेच माती देऊन अज्जी गावी परत आले.

घोडा मेल्यावर अज्जींचं सगळंच खुंटलं. व्यापार बंद. माल आणणं बंद. नवीन घोडा घ्यायला पैसे नव्हते, व गावात वाहन येण्याला मार्ग नव्हता. मग हळूहळू दुकान बंद. अज्जींना शेतीच्या कामाचा कंटाळा. त्यामुळे कर्ज झालं.

या काळातील आठवण आई सांगायची, 'पावसाळा संपताना बाळंत झाले. घरात खायला काही नसायचं. अज्जींना गांजा पिण्याचा नाद होता. गांजा प्यायचे व मध्यरात्रीला उठून जेवायचे.' त्यामुळे रोज मध्यरात्री आईला अज्जींना भाकरी करून घालावी लागे. त्या दिवसांत बाळंतीण आईलाच खायला मिळत नव्हतं, पण अज्जींचं गांजा पिणं बंद होत नव्हतं!

एकदा वरीचं पीक कापून आणलं होतं. अज्जी नेहमीप्रमाणे रात्री जेवायला उठले. घरात काही नव्हतं. आईनं मग वरीची कणसं काढून भाजून वरी काढल्या व भात करून अज्जींना वाढला. पुढे कसं कोण जाणे पण अज्जींचं गांजा पिणं बंद झालं होतं.

या सर्व ओढाताणीत आईला बाळंतरोग जडला. कर्ज वाढलं व अज्जींनी गाव सोडायचा निर्णय घेतला. अज्जी व्यापारानिमित्त कोल्हापुरला येत, तेव्हा येथील तय्यबअल्लीशेटची ओळख झाली होती. त्यांच्याकडे टांगा हाकण्याची नोकरी मिळाल्यावर अज्जींनी गावाला रामराम ठोकला. येताना देणेकऱ्यांनी गाडी अडवली, पण गावात घर, शेत होतं. त्यामुळे त्यांना पैसे परत मिळण्याची खात्री वाटली, व आम्ही कोल्हापुरला येऊ शकलो.

तय्यबअल्ली म्हणजे बडं प्रस्थ होतं. तय्यबअल्ली शिया पंथी मुसलमान होता. 'भोरी' त्याचं आडनांव. कोल्हापुरातला शाहू महाराजांकडील मोठा कॉन्ट्रॅक्टर होता. सर्व कामगार त्याच्याकडे कायम नोकरीवर होते. सुतार, गवंडी, मजूर इ. त्याची बिल्डिंगच्या कामाला लागणाऱ्या लाकडांची वखार होती. त्याच्या मालकीचं दोन सिनेमाथिएटर व एक तमाशा थिएटर होतं. अनेक इमारतींचा तो मालक होता. त्याचा फार मोठा कारभार होता.

कामगारांची राहण्याची व्यवस्थासुद्धा त्याच्याच जागेत असल्यामुळे आम्हाला पण त्याच्या बिल्डिंगमध्ये राहायला जागा मिळाली होती.

शेठनं पाच बायका केल्या होत्या म्हणे. सध्या त्याच्या दोन बायका होत्या. आम्ही राहात होतो त्या बिल्डिंगमध्ये बडी बाय राहात असे. ही शेठची थोरली बायको. हिला एकच मुलगी होती. तिचं लग्न झालं होतं व तीही त्याच बिल्डिंगमध्ये

राहात होती. जावई सासऱ्याचा कारभार पहात होता.

दुसरी बायको गावातच दुसरीकडे राहात होती. ती मुसलमानांपैकी सुन्नी पंथाची होती. शेठच्या घरी ती भांडी घासायला होती. शेठ तिच्यावर खूष झाला व तिच्याशी लग्न केलं. तिला मात्र पाच मुलगे व पाच मुली झाल्या होत्या. ती बाई आता पूर्णपणे शिया झाली होती. आमच्यातील बायका गोल साडी नेसत, तर बोहरी बायका फक्त लेंगा मोठ्या घेराचा परकर व ब्लाऊज घालत, वर ओढणी घेत. बुरखा पण वापरत.

शेठ दोन्ही घरांत येऊन जाऊन असे. पुढे शेठ वारल्यानंतर सर्व व्यवहार धाकट्या बायकोच्या मुलांकडे गेला व बडेबायचा सगळा थाट रसातळाला गेला.

शेठ पक्का व्यवहारी होता. सर्व नोकरांना तो पैसे देताना डाव्या हातानं द्यायचा. कामगारांच्या पगारातून आठ आणे 'खैरात'साठी कापून घ्यायचा व रमजानच्या महिन्यात दानधर्म करून स्वत: पुण्य मिळवायचा.

त्याचा कुणाबरोबर तरी कोर्टात दावा चालला होता; व त्यात शेठ हरला होता आणि त्याला फार मोठी रक्कम भरावी लागणार होती. त्याचा परिणाम म्हणून कामगार कमी केले गेले. माझ्या अज्जींना साठ रुपये दरमहा पगार मिळत असे. तो पण अनेक महिने थकला होता.

आम्ही प्रथम कोल्हापुरात आलो तेव्हा आई पूर्वीसारखी गोषात असे. बाहेर पडत नसे. त्यामुळे ती पांढरीफटक पडली होती. बडीबाय अज्जींना सांगे, 'तुम्हारे जोरू को गोषेमेंसे बाहर निकालो नहीं तो वह अंदर झीजको मर जाएगी.' पण अज्जी मनावर घेत नसत. हळूहळू बडीबाय आईला आपल्याजवळ बोलावून घेऊ लागली. असं करता करता आई त्यांच्याकडे चपात्या लाटण्याचं काम करू लागली.

अशाप्रकारे बडीबायने जसा आईचा गोषा तोडला त्याचप्रमाणे मी सारखा आजारी पडतो म्हणून माझं उपनाव खुतबुद्दीन असं ठेवलं. पुढे मला याच नावानं घरात सर्वजण संबोधत.

इथे आईनं माझ्या शेवटच्या बहिणीला जन्म दिला. बाळंतपण घरातच झालं. आम्हा मुलांना बाहेर काढून बायकांनी घराचा ताबा घेतला होता. भूतबाधा होऊ नये म्हणून मला बाहेर एक चाकू हातात घेऊन बसायला सांगितलं होतं. मी अगदी आज्ञाधारकपणे चाकू जरा सुद्धा खाली न ठेवता पहारा देत होतो. इतक्यात 'लडकी हुयी', 'लडकी हुयी' चा गलका झाला व माझा पहारा संपला.

आई बाळंत झाल्यावर घरात हळीवाची खीर केली जायची. खोबऱ्याची पंजोरी व्हायची. गरम तूप भात असायचा. आईबरोबर माझा द्रोण लागलेला असायचा.

एके दिवशी अज्जी घरात होते. घरात काही जेवण शिल्लक नव्हतं. मला फार भूक लागली होती. मी अज्जीकडे भूक लागलीय, असा लकडा लावला होता. मी गप्प बसत नाही, असं पाहून अज्जींनी फळीवरचा तुपाचा डबा काढला व त्यात

साखर घालून माझ्यासमोर ठेवला. मी व अज्जींनी तुपाचा डबा मोकळा केला. बाळंतपणात आईला खायला आणलेलं तूप आम्ही संपवलं!

अज्जींचा पगार थकल्यावर बडी बू खालामाकडे धुण्याभांड्याच्या कामाला जायची. खालामा खाराळ्यात राहायची. तिचा नवरा टॅक्सी चालवत होता. खालामाला मूलबाळ नव्हतं. त्यामुळे ती आम्हा मुलांचं फार कोडकौतुक करायची. तिच्याकडे आमची खाण्यापिण्याची चंगळ असायची. तिला मूल व्हावं म्हणून ती नेहमी फकीर खिलवायची. निपाणीच्या दस्तगीरसाबचा ऊरुस करायची. विशाळगडच्या मलिकध्यानबाबाला कोंबडा कापायची. तिच्याकडे असा कार्यक्रम असला की आम्ही सगळेजण हटकून जात असू.

आम्ही इथे राहात असताना मला शेठ रुईया विद्यालय या शाळेत घातलं. मी काही केल्या शाळेत जायला तयार नव्हतो. रडून आकांत करायचो. त्यात माझं जावळ मुलीसारखं वाढलेलं. मुलं चिडवत.

मी शाळेला जात नाही म्हणून गोरीला माझ्याबरोबर शाळेत घालण्यात आलं. गोरी म्हणजे माझी बहीण. तिच्या पाठचा मी. ती माझ्या आई सारखी रंगानं गोरी होती. म्हणून आम्ही सर्व तिला गोरी म्हणत असू.

एक वर्ष झाल्यावर गोरी पास होऊन दुसरीत गेली. मी मात्र पहिलीतच राहिलो. पुढे गोरी चौथीत गेली तरी मी दुसरीतच होतो.

आम्ही गाव सोडून आलो असलो तरी गावी शेत होतं. ते खंडानं दिलं होतं. फाळा आणायला अज्जी जायचे. या वर्षी त्यांनी मला पण बरोबर घेतलं होतं. गावात सगळेजण कन्नड बोलायचे. मला काही गाव आवडलं नाही. परत येताना अज्जी निपाणीत थांबले. तिथे अज्जींची भाची होती. जैतून तिचं नाव. आम्ही तिच्या घरी गेल्यावर 'मेरा मरद आया , मेरा मरद आया' म्हणून तिनं मला काखेत घेतलं व गल्लीत सर्वांना दाखवत फिरू लागली 'मेरा मरद देखो'!

जैतून म्हणजे चांगली मोठी बाई होती. तिच्या नवऱ्याचे केस पिकू लागले होते. माझ्या अत्तींची मुलगी म्हणून ती मला नवरा म्हणत होती. मी मात्र रडून दंगा घातला होता.

या जैतूनचा नवरा इरसाल होता. ताशा वाजवणारा एक नंबरचा. डोक्यावर फेटा असायचा, चेहऱ्यावर दाढी. त्यावेळी तबलीग जमात सुरू झाली होती. ते लोक मुसलमानांच्या घरी जाऊन नमाजला चला म्हणून परोपरीने बोलवायचे (आजही त्यात बदल नाही).

असे नमाजला बोलवायला आले असता जैतूनच्या नवऱ्याला म्हणाले, 'शाम को नमाजको आव.'

'मैं क्या गुना कऱ्या?' असे जैतूनचा नवरा म्हणाला.

इथेच आणखी कुणीतरी नातेवाईक होते. तिथे आम्ही गेलो. रात्री राहिलो असता गोरीच्या लग्नाचा विषय निघाला. त्या नातेवाईकाच्या पोराबरोबर अज्जींनी गोरीचं लग्न पण ठरवलं, एकमेकांनी तोंडात साखर घातली. रात्री डल्ल्या खाल्ल्या, त्या वेळी गोरी पुऱ्या सात वर्षाचीसुद्धा नव्हती!

कोल्हापुरला आल्याबरोबर गोरीचं लग्न ठरल्याचं मी आईला सांगितलं. ते ऐकून आई हादरली. पण अज्जी आपल्या निर्णयावर पक्के होते. रात्री आई व अज्जींचं भांडणं झालं. अज्जी जेवत बसले होते. अज्जी जेवायला बसायचे म्हणजे उकिडवे बसून डाव्या हातावर ताट घेऊन जेवत. बोलता बोलता दोघांचा वाद वाढला.

अज्जी म्हणाले, 'तेरे बापका क्या गया? देड सौ रुपय देनेवाले है, शादीकू क्या खर्चा आनेवाला नई.'

त्यावेळी हुंडा नव्हताच. उलट मुलग्याकडून पैसे मिळणार होते.

पण त्या दोघांचा वाद वाढला व ते अज्जींना सहन झालं नसावं. त्यांनी जेवणाचं ताट भिरकावलं. सगळ्या घरभर भात झाला.

हा वाद शेठजींपर्यंत गेला. बडीबाय वगैरे सगळेच अज्जीला बोलू लागले. शेठजी तर म्हणाला, 'इतनी छोटी बच्चीकी शादी करेगा तो मैं पोलिस बुलाके अटक कराऊंगा!'

पण अज्जीवर याचा काही परिणाम झाला नाही. लवकरच गोरीच्या लग्नाचा दिवस ठरला. फुलांचा शेरा गोरीला बांधल्यावर ती शेरा तोडून टाकून टाचा घासून रडू लागली. हळद लावणाऱ्या बायकांना ओचकारे काढू लागली. शेवटी तिला निपाणीला नेलं. आईच्या काखेत बसवून तिचं लग्न लावलं.

त्या लगीनघरात गोरीच्या नवऱ्याची आई की आज्जी एका मोठ्या पेटीची मालकीण होती. त्या भल्या मोठ्या पेटीत कानोले व सुवाल्या होत्या. मी सारखे कानोले मागून रडायचा.

'आरोस का भई कनोलेवास्ते रोतंय' असं कोणीतरी सांगायचं आणि मला कानोले मिळायचे.

लग्न झाल्यावर पाच दिवसांसाठी म्हणून गोरीला निपाणीत सोडून आम्ही परत आलो.

एके दिवशी अचानकपणे अम्माला शोधत दोन पाहुणे आले, अम्माच्या पहिल्या नवऱ्याचा तो भाऊ होता.

अम्माचा नवरा वारल्यावर त्याच्या मुलांना त्या लोकांनी फार छळलं म्हणे. अम्माचा मुलगा कष्टानं शाळा शिकत होता. त्याचवेळी दुसरं महायुद्ध सुरू झालं

व तरुण पोरांना मिल्ट्रीत भरती करण्यात येऊ लागलं. अम्माचा दीर मिल्ट्रीत पोरं भरती करणारा एजंट होता.

त्यानं आपल्या भावाच्या मुलाला भरती केलं. त्याचं वय फक्त १६ वर्ष होतं. त्याचा स्वत:चा मुलगा पण मिल्ट्रीत होता. पण पुढे तो मिल्ट्रीतून पळून आला व अम्माचा मुलगा तिथेच राहिला. वयाच्या बाविसाव्या वर्षी तो युद्धात मारला गेला. अविवाहित होता. वडील वारलेत, आई जिवंत आहे. त्यामुळे आईचं नाव वारस म्हणून लागलं.

आईच्या पहिल्या सासरच्या या लोकांनी आईशी काही संपर्क ठेवलेला नव्हता. मुलगा युद्धात मेला एवढंच तिला माहिती होतं. पण आईच्या नावानं पैसे आल्यानं ते आईला शोधत आले होते. मग रडारड झाली. 'मुलाचं सर्व दिरानं केलं आहे. त्यावर आपला हक्क नाही. शिवाय लढाईत मुलगा मेला. मला त्याचे पैसे नकोत.' असं आईनं सांगितलं.

आईच्या दिराला तेच हवं होतं. तो म्हणाला,'तसं लिहून द्या.' पण बडीबायनं आईला निरोप पाठवून बोलावून घेतलं. मग त्या दिवशी लिहिणं झालं नाही. पाहुणे राहिले. दुसऱ्या दिवशी चर्चा सुरू झाली.

पाहुणा म्हणाला, ''भावजमाँ, यो मेरा बेटा तुम्हाराच है ऐसा समझो, इने तुमना तुम्हारे बुढतपनमें देखंगा. पैसे और पेन्शन मझे मिलना ऐसा लिखो.''

अज्जी होते पण ते चर्चेत भाग घेत नव्हते. स्टँप लिहिणारा म्हणाला, 'या बाई जे सांगतील ते मी लिहिणार.'

आईला सगळ्यांनी भरीला घालून पैसे दोघांना निम्मे निम्मे मिळावेत अशा निर्णयावर आणलं होतं. तसं तिनं सांगितलं. शिवाय पेन्शन स्वत:ला मागितली.

आईचं म्हणणं ऐकून ते दोघे बापलेक गळ्यात गळा घालून रडू लागले. रडून झाल्यावर स्टँपपेपर घेऊन गेले.

आईनं जरी निम्मे निम्मे पैसे मिळावेत असं सांगितलं होतं तरी कायद्याप्रमाणे सर्व पैसे आईला मिळाले व पेन्शन पण आईच्याच नावानं झाली.

दोन हजार रुपये आले व महिना सोळा रुपये पेन्शन बसली.

हे पैसे आल्याचं कळल्यावर आईच्या पहिल्या नवऱ्याची एक मुलगी व जावई येऊन गेले. आईनं तिला साडी चोळी केली.

आईच्या पैशाबद्दल अज्जी उदासीन असले तरी पैसे मिळाल्यावर ते म्हणू लागले, 'आता नोकरी करण्यात अर्थ नाही, शेठकडून पगार मिळेनासा झाला आहे. मला पैसे दे. मी व्यापार सुरू करतो.'

आई या गोष्टीला नकार द्यायची व त्यातून भांडणं व्हायची. अज्जींना पैसे द्यायचे नाहीत म्हणून अम्मा गोकाकला मामाकडे जाऊन पैसे ठेवून आली. आई मामाकडे

जाईपर्यंत आम्हाला कोणी मामा आहे हे माहीत नव्हते.

आईनं आपल्या थोरल्या भावाला पैसे दिले. त्याबदल्यात मामानं काही शेती आईच्या नावे कब्जेगहाण म्हणून लिहून दिली. ती शेती पुन्हा अम्मानं मामालाच खंडानं लावली. फाळा म्हणून मामा वर्षाला ऐंशी रुपये देणार होता.

पैशांचा प्रश्न असा मिटला असला तरी घरात अज्जींचा पगार येत नसल्यानं शेठच्याच बिल्डिंगमध्ये राहात असलेल्या बर्फवाले या बोहरी कुटुंबाकडे आई कामाला जात होती. जेवण करण्यापासून भांडी, धुणी सर्व करायची. त्यांच्याकडे रोज सकाळी आई अद्रकचा मसाला वाटून ठेवायची. जेवणात तो नेहमी वापरला जायचा. चपात्यांना डालडा लावायचा, कपडेसुद्धा साबणानी नव्हे तर रिठ्यांनी धुवायचे. रिठे रात्री पाण्यात ठेवायचे. सकाळी फेस झालेला असायचा. त्या पाण्यात कपडे धुवायचे.

बर्फवाली बाय आईची फार माया करायची. तिला आपल्यातलं वाढून द्यायची, जेव म्हणायची, पण आई ते घरी आणायची. त्यामुळे आम्हाला रोज चवीचं जेवायला मिळायचं. कधी कधी बोहरी लोकांच्या मशिदीत जेवण असायचं. मग टांगा हमखास जायचा. टांग्याच्या पाच-दहा फेऱ्या मशिदीला व्हायच्या. बोहऱ्यांचं जेवण म्हणजे सगळ्यांनी मशिदीत जायचं. बायका बुरखेवाल्या, मुले विजार टोपी घालत. पुरुष मंडळी शेरवानी व बेलबुट्टीची धाग्यांनी विणलेली लांबुडकी टोपी घालत. थालमध्ये वीस पंचवीस माणसे एकत्र जेवत. थाल ठेवायला पितळेचं गोल स्टँड असे.

या त्यांच्या जेवणाच्या पद्धतीची आमच्यात नेहमी चर्चा असायची. घरातसुद्धा ही मंडळी अशीच एकत्र जेवत. नवराबायकोच काय, सासूजावई, सूनसासरा सगळे, एकत्र बसून जेवत, याचा आम्हाला अचंबा वाटे.

जेवणात गोश भरपूर मिळे. अर्थात बडे का गोश. डालडा भरपूर वापरून बिर्याणी बनविलेली असे. मशिदीत जेवण असलं की मी अज्जींच्या बरोबर जात असे. मोहरमच्या महिन्यात महिनाभर जेवणं असत. रोज एकाचं. या महिन्यात भोरी लोक मशिदीतच राहत.

आमच्या मशिदीच्या मानानं ही मशीद वेगळी वाटायची. इथे नमाज पढण्यापेक्षा जेवण्याझोपण्यासाठीच जागा मोठी होती. बाहेर छोटंसं दार, पण आत मशीद मोठी. पाण्याचा हौद, जेवण करण्याची खोली, भांडी, पाण्याची बॅरल्स, हात धुण्याचं तस्त अशी नाना प्रकारची भांडी असत. त्यांची मशीद म्हणजे मला जेवणघरच वाटे.

मोहरमच्या महिन्यात महिनाभर नमाज असे. दिवसा रोजे पण ठेवत. नमाज म्हणण्यापेक्षा 'गम' म्हणता येईल. कारण हे लोक 'या अली', 'या हुसेन' असं जोरजोरात म्हणत छाती बडवून घेत. पुरुष, बायका, मुलेसुद्धा व विशेष

म्हणजे रोज काहीजण तरी बेशुद्ध पडायचेच. त्यांना लगेच दवाखान्यात न्यायला गाडी तयार असे.

दिवसभर लोकांना सरबत आणि खिचडा वाटत व रात्री गम करत. या गमचं सुद्धा आम्हाला आश्चर्य वाटे. कारण आम्हा सुन्नी मुसलमानांत मोहरमच्या दहा दिवसांत पीर बसवत. गोड चोंगे करत. मलिद्याचा नैवेद्य पिराला पाठवत. पिराच्या दफनानंतर रोट करत, आंबील करत. रोट करणं म्हणजे फार पाळणूक असे. ज्यांच्याकडे रोट करण्याची प्रथा असे, त्यांना ती मोडता येत नसे म्हणे. कर्ज काढून का होईना, पण दरवर्षी ते केलेच पाहिजेत. आमच्या घरी काही रोट करत नसत. पण ज्यांच्याकडे असत ते आम्हाला रोट पाठवत. गव्हाच्या रव्यापासून तुपात केलेले रोट खायला फार चांगले लागत.

रोट कर, असं मी आईच्या मागे लागायचा तेव्हा आई सांगायची, 'तेरे घरमें करते नई, तू बडा होको मिलाने लग्या कतो तेरे शिरशी सुरू कर, वो एकदम सुरू करे कतो बंद करने आता नई. दर बरस जरा जरा बढानेच लगतंय.'

हे सांगताना मग सहजच ती आपल्या माहेरच्याकडे दहा पायलीचे रोट करत, हे सांगे व का बंद झाले याची माहिती देताना 'सिद्धी बसेर' ची अद्‌भुत कहाणी सांगे.

आईच्या पणजोबांच्या काळी फार भरभराट होती. त्यांच्या घरी एक 'जीन' होता. त्याला 'सिद्धी बसेर' म्हणत. आईच्या आजोबांचे भाऊ भूत काबूत आणायचे. जिन्नातला मंत्राच्या साहाय्यानं बाटलीत उतरवत. अशाच जिन्नातच्या आहारी गेलेल्या माणसाला, त्यांनी त्याच्या डोक्यात मंत्राचा खिळा मारून, आपल्या घरी गुलाम म्हणून ठेवलं होतं. त्यामुळे त्यांच्या घरी भरभराट होती. घरातील शेतीची कामं तो एकटा करत असे. रोज घरी पन्नास माणसं जेवत असत.

एकदा शेतातली तोडलेली झाडं त्यानं एकट्यानं घरात आणून टाकली व आईच्या पणजीकडे जाऊन म्हणाला, 'माझ्या डोक्यात काहीतरी घुसलं आहे, काढा.'

पणजीनं त्याच्या डोक्यातील खिळा काढला व तो जिन्नात त्यांच्या अंकित राहिला नाही. तो निघून गेला. जाताना घराला शाप देऊन गेला की, 'या घराचा वाढता वेल आता सुकत जाईल, वेलीला दोनच नर फळं लागतील.'

तेव्हापासून त्या घरात प्रत्येक पिढीत दोनच मुलगे होतात. आईच्या वडिलांना एकच भाऊ. आईला दोनच भाऊ. तिच्या भावाला दोनच मुलगे, भाच्याला पण दोनच मुलगे आहेत व 'सिद्धीबसेर' गेल्यापासून घर घसरतीला लागलं आणि आता आईच्या माहेरी रोट होत नाहीत.

बोहरी लोकांची मोहरम साजरा करण्याची प्रथा वेगळी असण्याचं कारण आता

कळतं. बोहरी शिया पंथाचे! इस्लामच्या इतिहासात त्याचं उत्तर मिळतं. पैगंबरांनी इस्लाम धर्माची घोषणा केल्यानंतर त्यांना विरोध होऊ लागला. विरोधकांनी त्यांच्यावर मारेकरी घातले. यातून स्वसंरक्षणार्थ त्यांना हातात तलवार घ्यावी लागली व पुढे चालून त्यांनी इस्लामचं राज्य निर्माण केलं.

त्यांच्या निधनानंतर एकमतानं खलिफा नेमण्यात आला, ते अबूबकर. अबूबकर नंतर उमर खलिफा झाले. पण या वेळी पैगंबरांचे जावई अली, यांनी गादीवर आपला हक्क सांगितला. पण उमर खलिफा झाले. पुढे हजरत उमरचा खून झाला. तेव्हा पुन्हा अलीच्या गटानं जोर धरला तेव्हा पण बहुमतानं उस्मान हे खलिफा झाले. त्यांचाही खून झाला व चौथे खलिफा अली झाले.

अलीच्या गटातील लोक खिलाफत ही पैगंबरांच्या रक्तातील लोकांच्याकडे जावी अशा मताचे होते. तो गट शिया. खलिफा हा लोकशाही पद्धतीनं निवडला जावा असं म्हणणारा गट तो सुन्नी. पुढे हे शिया व सुन्नी असे दोन पंथ इस्लाममध्ये कायम झाले.

शिया लोक पैगंबरानंतर मधले खलिफा मानत नाहीत. अलीलाच मानतात. लोकशाही पद्धत त्यांना मान्य नाही. म्हणूनच सैय्यदना या त्यांच्या धर्मप्रमुखाची त्यांच्यावर दादागिरी चालते.

मुआविया खलिफा असताना त्यानं 'इथून पुढे आपल्या घराण्यात वंशपरंपरेनं खिलाफत चालेल' असं जाहीर केलं व त्याच्या मृत्यूनंतर त्याचा मुलगा यजिद हा खलिफा झाला. तेव्हा अलीचा दुसरा पुत्र हुसेन यानं त्याच्याविरुद्ध लढा दिला. करबला येथे झालेल्या हत्याकांडात हुसेन व त्याचं सैन्य मारलं गेलं.

या कत्तलीत जे सापडले, त्यांची मुंडकी व पंजे भाल्यांच्या टोकांवर टोचून त्यांची मिरवणूक काढण्यात आली. त्याचीच प्रतिकृती म्हणजे आज साजरा होणारा मोहरम.

अलीचा पुत्र हुसेन मारला गेला. त्याचं दु:ख झालं; ते प्रकट करण्याचं साधन म्हणजे छात्या बडवून घेऊन गम करणे असं शिया मानतात. त्यांचा गमचा महिना असला म्हणजे आम्हाला मात्र दहा दिवस रोज बिर्याणी खायला मिळत असे. कारण गम नंतर रोज रात्री 'मजलीस' होऊन सामुदायिक जेवणाचा कार्यक्रम असे. पण लवकरच आम्ही याला मुकलो. कारण शेठजींची मोटरगाडी आली होती. त्यामुळे त्यांना टांगा चालवायला नोकर जड वाटू लागला. म्हणून त्यांनी अज्जींना नोकरीवरून काढलं व थकलेल्या पगारापोटी टांगाघोडा दिला.

नोकरीवरून कमी केल्यावर शेठजींना आमची अडचण वाटू लागली व त्यांनी आम्हाला घर सोडण्यास सांगितलं. अज्जींनी विनंती केली असती तर त्यांनी राहायला दिलं असतं. पण अज्जी म्हणाले, 'पगार थकवून टांगा घोडा गळ्यात

घालणाऱ्याला काही सांगण्यात अर्थ नाही.' आणि आम्ही उद्यमनगरात एक खोली भाड्यानं घेतली.

इथे रहायला आल्यावर मी खुशीत होतो, कारण माझ्या शाळेतला एक मित्र चाळीत राहत होता. गोरीचं लग्न झालं असलं तरी ती आमच्याकडेच राहायची. ती गळ्यात लच्च्या घालून शाळेत जायची. शाळेतील पोरी तिचा लच्च्या नेहमी हाताळायच्या. गोरी आठ-पंधरा दिवसांनी लच्च्या तोडून घेऊन यायची व त्याचे काळे मणी मिळतील तेवढे गोळा करून आणायची. मग आई पुन्हा ते मणी ओवून तिच्या गळ्यात लच्च्या बांधायची.

शिकण्यात गोरी माझ्यापुढे गेली होती. ती चवथीत गेली तेव्हा तिची शाळा बंद झाली. तिला सासरी घेऊन गेले. मी दुसरीतच होतो. दुसरीतलाच माझा दोस्त डवऱ्यांचा बाळू इथे राहात होता. बाळू माझ्यापेक्षा मोठा होता, समजूतदार होता.

त्याच्या घरचे लोक भांडी दुरुस्त करत. डबे बनवत. सकाळी सकाळी ही मंडळी पत्र्याच्या पेट्या एका खांद्याला अडकवून व पहारी दुसऱ्या खांद्यावर घेऊन काम शोधायला बाहेर पडत. बाळू मात्र घरातच बसून पत्र्याला भोके पाडून चाळण्या बनवायचा. मला त्याचं फार कौतुक वाटायचं. संध्याकाळी त्याचे आई वडील आले की, चाळणीला काठ बसवून देत. मग दुसऱ्या दिवशी बाळू ती चाळण घेऊन विकायला जात असे. चार आणे आले की तो राजा असायचा.

पावसाळ्यात छत्र्या दुरुस्तीचं काम बाळू करत असे. पुढे पुढे त्यानं शाळा सोडली व हेच काम तो करू लागला.

आपण बाळूसारखं काम करावं असं मला वाटे. छत्र्या दुरुस्त कराव्यात, पैसे मिळवावे असे वाटे. बाळूनं शाळा सोडल्यावर मी पण शाळेत जायला नाराज होतो. पण बर्फवाल्यांनी बुटाचा एक जोड मला दिला होता. शिकारी लोक घालायचे तसले ते बूट होते ते घालून मोठ्या हौसेनं मी शाळेत जात असे.

एकदा पावसात अज्जींनी मला एक जुनी छत्री शिवून दिली. मला घबाड मिळाल्याचा आनंद झाला. त्याच नादात मी शाळेत गेलो, शाळा केव्हाच भरली होती. मी वर्गाच्या दाराशी दाखल झालो.

सर्व वर्ग माझ्याकडे रोखून पाहत होता. शिक्षक उठून दाराशी आले व माझ्यावर ओरडले. मुलं हसू लागली तेव्हा मला भान आलं. छत्री मिळाल्याच्या आनंदात मी अंगात शर्ट न घालताच आलो होतो. फाटक्या चड्डीखाली शिकारी बूट व डोक्यावर ठिगळाची छत्री अशा वेषात मी शाळेला आलो होतो. भानावर आल्यावर मी जो पळालो, तो कित्येक दिवस शाळेला गेल्याचं आठवत नाही.

अज्जींची नोकरी सुटल्यापासून ते टांगा घेऊन भाडं करायला जात. आई मात्र

कामावर जायची. पण बर्फवाली बाय काही महिने बेळगावला असायची. त्यामुळे ती बेळगावला गेली म्हणजे आईचं काम बंद व्हायचं.

असं काम बंद असताना, घराजवळच म्हादबा मेस्त्रींचा कारखाना तयार होत होता. तिथे झाडलोट, साफसफाईच्या कामाला गल्लीतील बायका जात होत्या. आई पण जायची.

एकदा चाळीत आम्ही पोरंच होतो. सर्वजणांनी सिगारेटच्या पाकिटांचा खेळ मांडला होता. शांत्याकडे फारच पाकिटं होती. सुरेश खेळण्यात पटाईत होता. घरमालकाच्या अशोकनं भारी पाकिटं आणली होती. मी आपला प्रेक्षक होतो.

थोड्याच वेळात खेळ संपला आणि आमच्या आयांनी ठेवलेल्या भाकऱ्या काढून आम्ही जेवलो. या चाळीत एक कानडी कुटुंब राहायला आलं होतं. त्यांची एक मुलगी होती कमल नावाची. ती पण आमच्या बरोबर जेवली. जेवत असताना कमल म्हणाली, 'सगळ्यांनी जरा जरा भाकरी द्या म्हणजे आपण जेवणापाण्यानंच खेळू.' सर्वांना ते आवडलं.

जेवण झाल्यानंतर दगडांची चूल मांडून खेळ सुरू झाला. खापऱ्यांनी भांडी केली. कमल जेवण करणारी म्हणून मालकीण व सर्वात मोठा म्हणून शांत्या घराचा मालक. मी व सुरेश खानावळीत जेवणारे. बराच वेळ खेळ झाला. दोन तीनदा जेवल्यावर भाकऱ्या संपल्या. मग शांत्या म्हणाला आता रात्र झाली. झोपायचं. आम्ही ठीक आहे म्हणालो. घरातून पोती आणली. कमलसह सर्व झोपलो.

शांत्या एकेक कल्पना काढायचा. थोड्या वेळाने तो म्हणाला, 'आम्ही नवरा बायको.' ते दोघे एका पोत्यावर झोपले. आणि असा आमचा खेळ चालू असतानाच कमलचा मोठा भाऊ दिनकर आला. त्याला पाहाताच शांत्याने धूम ठोकली. मी व सुरेश तिथेच थांबलो. थोड्या वेळानं आमच्या आया आल्या. आमचं नवराबायको खेळणं त्यांना आवडलं नव्हतं. कमलच्या आईचं माझ्या व सुरेशच्या आईशी कडाक्याचं भांडण झालं. मला घेऊन आई खालामाकडे गेली.

झाला प्रकार ऐकून खालामा म्हणाली, 'बच्चा है वो. उसे क्या समझतंय? बच्चांके नादसे क्या तो कऱ्या अचिंगा. उसे मारू नको.' संध्याकाळी घरी येताना आई गंभीर होती. तिच्या चेहऱ्यावर राग होता, पण नेहमीच्या किरणा दुकानातून चहा साखर घेताना मला गोळ्या घेऊन दिल्या व घरी येईपर्यंत, काय काय घडलं हे माझ्याकडून काढून घेतलं.

घरी आलो तर इम्मी आली होती. आई गंभीरच होती. घरात गेल्या, गेल्या मला तिनं दोरीनं बांधलं व एका कोपऱ्यात टाकलं. मी रडत होतो.

इतक्यात माझी बहीण वखारीतून लाकडं घेऊन आली. ती चूल पेटवायला गेली. इम्मी आईला काय झालं? म्हणून विचारू लागली. आई म्हणाली, 'इसे जोरू

हुना हुईए ।' आणि एकाएकी जळणातले लाकूड घेऊन मला मारू लागली माझे हात पाय बांधलेले. वरून मार. मी ओरडत होतो. ओरडून ओरडून घसा बसला. आवाज फुटेना. शेवटी इम्मीनं सोडवलं. आई इतकी भडकली होती की, तिनं इम्मीला सुद्धा एक दोन फटके मारले.

रात्री सगळे जेवून झोपले तरी मला सोडले नव्हते. इम्मीनं मला सोडलं. माझे हातपाय सोडताना इम्मी सारखी हसत होती. ती मला बाप म्हणायची. ती माझ्या सावत्र भावाची मुलगी होती. मी तिचा चुलता. म्हणून ती मला बाप म्हणायची. मला मेल्याहून मेल्यासारखं झालं व अशा भानगडीत पुन्हा पडायचं नाही असं मी मनाशी ठरवलं.

शेतीचा हंगाम सुरू झाल्यावर आई गोकाकला शेतीचं पहिलं पीक आणायला गेली. धान्य आणण्यासाठी म्हणून अज्जींना यायला सांगितलं. आई गेल्यानंतर आठ दहा दिवसांनी अज्जी टांग्यानं निघाले. मी हट्ट धरल्यानं त्यांनी मला पण बरोबर घेतलं.

प्रवासाला निघालो तेव्हा बडीबूने भाकऱ्या बांधून दिल्या. शेंगदाण्याचा कूट करून त्यात गूळ घालून लाडू करून दिले. अज्जींना दात नव्हते, म्हणून असे लाडू अधून मधून घरी केले जात.

तसा मी अनेकवेळा टांग्यात बसलो होतो. पण इतका लांबचा प्रवास मी पहिल्यांदाच करत होतो. गावाबाहेर टांगा आल्यावर मी घोड्याचा लगाम हाती घेतला, पण घोडा हळू तरी चालायचा किंवा अज्जींनी 'ए चल' असा आवाज दिल्यानंतर जोरात तरी पळू लागायचा. अज्जींनी लगाम माझ्या हातात राहू दिला. बराच वेळ असाच प्रवास सुरू होता. घोडा आपल्याच तालात जात होता. शेवटी अज्जींनी लगाम आपल्या हातात घेतला.

अज्जींनी लगाम घेतल्यावर मी मागच्या बाजूला पाय लांब करून आडवा झालो. चंद्राचा प्रवास आमच्या बरोबर चालू होता. रस्त्याकडेला मोठमोठी झाडं होती. संपूर्ण रस्ता दोन्ही बाजूंनी झाडांनी झाकून गेला होता. एखादा ट्रक यायचा. तो आमच्यावर उजेडाचा व वाऱ्याचा झोत टाकायचा. समोरून बैलगाड्या येत होत्या. मागून ट्रकचे लाईट दिसत होते, मी समोर पाहात होतो. बैलांचे डोळे काचेप्रमाणे चमकत होते. मी ते काचेचे गोळे पाहून हरखून गेलो. मागचा ट्रक निघून गेला व ते लुकलुकणारे गोळे नाहीसे झाले. बैलगाड्या पण आम्हाला ओलांडून गेल्या. अज्जी आपले काही बोलत नव्हते. ते कसल्या तरी विचारात मग्न होते.

अज्जी एवढा कसला विचार करत असावेत असा मला प्रश्न पडला. पण मी त्यांना काही विचारलं नाही. तसे अज्जी इतर गप्पागोष्टी करत नसत. अम्मा व अज्जी बोलत बसलेत असं कधीच मी पाहिलं नव्हतं. त्यांची भांडणं मात्र अनेकवेळा पाहिली होती.

अज्जींनी "हो ऽ ऽ हो ऽ ऽ"अशी साद घालून घोड्याला थांबावलं. काय झालं म्हणून पाहू लागलो, तर काहीच दिसत नव्हतं. रस्त्याच्या बाजूला मात्र माळरान संपून गवत वाढलेलं दिसत होतं. त्यावरून मला अंदाज झाला. अज्जी गवत कापणार असतील. अज्जींनी टांग्यातील मागच्या गादीखालची पेटी उघडली. त्यातून विळा व दोरी काढली आणि ते गवत कापायला गेले. मी तसाच टांग्यात बसून राहिलो. बसल्या बसल्या मला भूक लागल्याची जाणीव झाली. जवळ भाकरी व शेंगदाण्याचे लाडू होते, पण अज्जींना विचारायचं धाडस झालं नाही. कारण अज्जींच्याजवळ आम्ही लाड प्यार करत नसू. बरेच गवत कापून अज्जींनी गवताचा भारा बांधला, टांग्यात ठेवला आणि त्यांनाच भूक लागली असावी. कारण त्यांनीहून लाडूचा डबा काढला. मला लाडू दिला व आपण पण खाल्ला.

पुढचा प्रवास सुरू झाला. गार वाऱ्यामुळे मला झोप लागली. जागा झालो तेव्हा टांगा थांबला होता. अज्जी कडी वाजवून गोरीच्या घरातील लोकांना उठवत होते.

आम्ही चांगल्या मध्यरात्री निपाणीला पोहोचलो होतो. गोरीच्या सासूनं जेवण केलं. आम्ही जेवून झोपलो. सकाळी उठून गोरीला पाहावं म्हटलं तर ती कुठे दिसतच नव्हती. अज्जींना शोधलं तर अज्जी चुलीला पाय लावून शेकत बसले होते. अज्जी येथे आले म्हणजे अगदी चुलीजवळ जाऊन बसत. गोरीची सासू बिड्या वळण्याचं सूप घेऊन त्यांच्याजवळ बसे व दोघे खूप गप्पा मारत. ती त्यांना मामू म्हणत असे.

बडेभई गोरीचा नवरा टेलरकाम करीत असे व गोरीचा सासरा ताशा वाजवत असे. त्याच्याबरोबर ढोल वाजवण्याचे काम पण बडेभई करत असत.

अज्जी शेताकडे जाताना नेहमी निपाणीस गोरीच्या घरी थांबत असत. अज्जी आले की गोरीच्या घरी हमखास मटण आणत. बडेका गोश असे. गोश शिजत असताना अज्जी चुलीजवळ बसलेले असत. गोरीची सासू म्हणजे फुफ्फू अज्जींना फिक्की डल्ली काढून देत असे. अज्जींना दात नव्हते, पण ते अर्धकच्च्या शिजलेल्या डल्ल्या लीलया खात. अर्थात त्यात माझा पण वाटा असे. तसा आज होताच.

थोड्या वेळानं गोरी पाण्याची कळशी घेऊन आली. एवढ्याश्या गोरीनं साडी नेसली होती. ती गोरी दिसण्याऐवजी पांढरी दिसत होती. गोरी दुसरी कळशी आणायला गेल्यावर मी पण तिच्याबरोबर गेलो. त्या वेळी निपाणीत पाण्याचा दुष्काळ होता. लहान लहान खड्डे असत. त्यातील पाणी वाटीनं खरडून कळशीत भरावं लागे व त्याला पण पाळी असे. मला त्या पाणी भरण्याची झीट आली.

गोरी घरातलं काम करायची. त्यानंतर फुफ्फूजवळ बसून विड्यांची तोंडं बंद करायची. बंडलं बांधायची. अज्जी व फुफ्फूच्या बोलण्यातून मला कळलं की, गोरी

मोठी झाल्यावर तिला गोषात ठेवणार आहेत. मोठी म्हणजे किती मोठी? मला प्रश्न पडला. पण कोणाला विचारलं नाही.

दुसऱ्या दिवशी सकाळीच आमचा प्रवास सुरू झाला. थोडा वेळ टांगा चालला. समोरून ऊन अंगावर येत होतं. गोड वाटणारं ऊन हळूहळू चटके देऊ लागलं. रात्री झोप झाली नसल्यानं मला झोप आली.

दुपारी कुठे तरी टांगा थांबला. आम्ही जेवलो. घोड्याला विश्रांती दिली. ऊन कमी झाल्यावर घोड्याला पाणी पाजून टांगा जुंपला.

"कऊ जानेवाले हमें गोकाककू?" माझा प्रश्न.

"रातका खाना खाने जाईंगे." अज्जी.

रात्री आम्ही गोकाकला पोहोचलो. तिथे थोरले मामा व धाकटे मामा जवळ जवळ राहत होते. धाकट्या मामांच्या घरी गडबड उडाली होती. त्यांची गाय व्याली होती. बादलीभर दूध निघाले होते. ते दूध पाहून माझे डोळे फाटले. इथे माझ्या नानीला मी प्रथम पाहिलं. ती आईसारखी सुंदर होती, पण तिला वेड लागलं होतं. म्हणून तिच्याशी बोलता आलं नाही. ती बाहेर गोठ्यातच झोपायची. तिची मातीची भांडी होती. त्यातच तिला जेवायला वाढत. आईला तिनं ओळखलं पण फार बोलली नाही.

नानी गोठ्यात झोपते हे आईला आवडलं नव्हतं. मामांच्या मुलांना ती सारखी म्हणत होती, "तिला एक झोपडी बांधून द्या. झोपडी झाल्याशिवाय मी कोल्हापुरला जाणार नाही."

दुसऱ्या दिवशी पहाटे मामेभाऊ खाजालालनं बैलगाडी जुंपली व झोपडीसाठी शिंदीच्या झाडांच्या झावळ्या आणायला निघाला. गाडीतून जायचं म्हणून मीही पहाटेच उठलो. गावापासून लांब ओढा होता. शिंदीचं बन होतं. तिथे आम्ही पोहोचलो. खाजालालनं झावळ्या तोडायच्या, आम्ही मुलांनी त्या गाडीजवळ आणून टाकायच्या. मी शहरातला म्हणून मला काम करू नको, काटे लागतील म्हणत होता. पण इतर मुलांच्यापेक्षा जास्ती झावळ्या मीच एकत्र केल्या. दुपारी घरी आलो व घराच्या भिंतीला लागून झोपडी तयार केली. आईनं झोपडीतील जमीन सारवली. नानीला त्या रात्री झोपडीत घेऊन आई झोपली. नानी वेडी होती, पण तिला झोपडी करून दिल्यावर ती रडू लागली. आईच्या गळ्यात पडून फार रडली. मला मात्र कळेना! नानी वेडी कशी?

दुसऱ्या दिवशी आम्ही टांग्यानं निघालो. शेतातील थोडं थोडं धान्य घेतलं होतं. त्याची अनेक गाठोडी टांग्यात घालून आम्ही अवघडूनच टांग्यात बसलो. आई मागच्या बाजूला बसली. येताना जसे मुक्काम झाले तसेच आता मुक्काम करत करत आलो. आईच्या सोबतीत कोल्हापुरपर्यंतचा प्रवास कसा झाला ते कळलं नाही.

गोकाकचा प्रवास करून झाल्यावर घोडा थकला असं अज्जी म्हणू लागले. कारण आता त्याला चंदी दिली जात नव्हती व भाड्यासाठी टांगा लावला तरी भाडं पण फारसं मिळत नव्हतं. घोड्यासाठी गवत आणण्यातच अज्जींना वेळ जात असे. म्हणूनच आईनं टांगा घोडा विकून टाका, असा अज्जींच्या मागे लकडा लावला.

घोडा अगदीच मरतुंगडा झाल्यावर अज्जींनी विकण्याचा निर्णय घेतला. एकानं घोडा नको, फक्त टांगा घेतो म्हटल्यावर ऐंशी रुपयाला टांगा दिला व घोड्याला घेऊन जनावरांच्या बाजारात गेलो. तिथे आमचाच तेवढा घोडा होता. बाकीचे लोक म्हशी, बैल विकत होते. संध्याकाळपर्यंत कोणी घोड्याला विचारलं नाही. आम्ही परत येताना घोडा ओढ्यात बसला. गार पाण्यात बसला असेल असं वाटलं, पण तो उठेना. मान लांबवून तसाच तो पडून राहिला. मग अज्जींनी दोन बांबू आणले. तोवर बरेच लोक जमले होते. सगळ्यांनी मिळून त्याला बांबूला बांधून उभा केला. पण तो जागचा हलेना. कसातरी ओढयातून वर आला व पुन्हा पडला. मग अंधार पडल्यावर अज्जींनी त्याला गवत आणून टाकलं व सकाळी पाहू म्हणून घरी आले. पहाटे त्याला पाहायला गेले तर घोडा ताठला होता. मग ढकलगाडीत घालून त्याला गावाबाहेर टाकून आले. घोडा मेल्यावर पहिल्या घोड्याच्या आठवणी निघाल्या. तो नदीच्या पात्रात मेला. हा ओढ्यात.

टांगा, घोडा गेल्यावर अज्जी मोकळे असत. मग ते मासे धरायला जात. गळाचे दोरे स्वत: तयार करत. एका दोऱ्याला पंधरा वीस गळ बांधत. त्याला गव्हाच्या पिठाचे गोळे किंवा दानवे लावत, झुरळं बांधत. याला दावण म्हणत. कोटीतीर्थच्या तळयात जाऊन बसत. बऱ्याच वेळा मी पण त्यांच्या बरोबर जात असे. गव्हाचं पीठ आमच्या घरात नसे. मग अज्जी जोंधळ्याचे पीठ लावत. पण ते चिकट नसल्यानं दावण पाण्यात फेकल्याबरोबर पीठ विरघळून जात असे. मग अर्थातच मासे मिळायचे नाहीत. पण अज्जी चिकाटी सोडत नसत. भल्या पहाटे उठून कोटीतीर्थावर जाऊन बसत, पण त्यांनी मासे आणल्याचे मला आठवत नाही!

अज्जी पोहायचे फार चांगले. मला त्यांनी पोहणं शिकवण्याचा एक दोन वेळा प्रयत्न केला. पण मला जमलं नाही व आईनं 'त्याला पाण्यापासून धोका आहे. पोहायला शिकवू नका.' असं सांगितल्यानं मला त्यांनी पुन्हा पाण्यात नेलं नाही. कोटीतीर्थतळ्याला लागून असलेल्या शाहू मिलमधून अकरा वाजता गरम पाणी सोडत असत. त्यात मी अंघोळ करीत असे.

डवऱ्यांचा बाळू माझ्या शाळेतला सोबती. माझ्यापेक्षा तो सात-आठ वर्षांनी मोठा होता. लवकरच त्याचं लग्न झालं. त्याच्या लग्नात एक अघटित घडलं. चक्क डुक्कर कापलं. त्याचं तोड बांधलं होतं. तरी ते जोरजोरात ओरडत होतं.

आम्ही लग्नाची पट्टी दिली होती. तरी आम्ही कोणी जेवायला गेलो नाही. आई, अज्जी म्हणाले,

'मुसलमानोंमें डुक्करका नाम लेना भी हराम है!'

मी मुसलमान असल्याची मला पहिली ओळख झाली ती तेव्हा.

मला ते काही कळलं नाही, पण जेवायला गेलो नाही. माझा आदर्श असलेला बाळू शाळेला यायचा बंद झाला व डबे दुरुस्तीसाठी जाऊ लागला. पुढे आम्ही ते घर सोडल्यावर बाळू मला दोन चार वेळा भेटला, तेव्हा त्याची बायकोपण बरोबर होती. त्याला तीन चार मुलं पण झाली होती. तो त्रासलेला, खंगलेला दिसत होता. त्याला पाहिल्यावर मला त्याची कीव आली. आपल्या लहानपणी आपला आदर्श असलेला बाळू असा वाया गेला, याचं मला वाईट वाटलं. मनानं त्या वेळीच एक घेतलं की, लवकर लग्न करणं बरं नव्हे. पुढे बाळू अधून मधून सुद्धा दिसायचा बंद झाला. कदाचित त्यांनी गाव सोडलं असावं.

आई कोंबड्या पाळायची, रवणी बसवायची. कोंबडी अंडी घेऊन कितीतरी दिवस बसायची. दाणे खायला सुद्धा बाहेर पडायची नाही. एकदाची पिल्ली निघाली की, आई त्यांच्यासाठी जोंधळ्याच्या किंवा तांदळाच्या कण्या दळून आणायची. ती पिल्ली पाहण्यात, त्यांना हातात घेण्यात जीव हरखून जायचा. पिलांना कोंबडी आपल्या पंखात घेऊन बसायची. जणू पिलं लपंडाव खेळतात असं वाटे.

हळूहळू पिल्ली मोठी होऊ लागली. तसं त्यांच्यासाठी दारात एक छोटसं घर बांधलं. माती मळून अज्जींनी तिचे चौकनी गोळे केले व छोट्या छोट्या भिंती केल्या. त्यावर मोडक्या डब्याचे पत्रे घातले. हे घर मुंगसाने उकरू नये म्हणून उद्यमनगरात मिळणारा लोखंडाचा कीस चिखलात घातला होता. असं आम्ही पिलांचं संरक्षण करत होतो, तर एकदा पिल्ली पटापट मरू लागली. आई त्यांना कांदा घाल, ताक घाल, असं करत असे. काही पिल्ली वाचत, मोठी होत, अंडी घालू लागली म्हणजे केलेल्या कामाचे फळ मिळाल्याचा आनंद सर्वांना होत असे. पण आई अंडी खाऊ द्यायची नाही, विकायची. दोन आण्याला एक अंडं. पुढे पुढे कोंबड्या वाढल्या व नेहमी अंडी विकत असू. एक माणूस आमच्याकडे अंडी नेण्यासाठी रोज यायचा. अगदी रतीबच लावला होता त्यानं.

मला अंड्याची पोळी आवडायची, पण आई करत नसे. त्या रोज अंडी नेणाऱ्या माणसाचं कौतुक वाटायचं. 'हा रोज अंडी कसा खात असेल? याच्याकडे किती पैसे असतील?' असा मला प्रश्न पडायचा. टायरच्या कारखान्यात तो मशीनवरचा साहेब होता म्हणे. पुढे पुढे त्याला आम्ही अंडेवाला म्हणत असू. आम्ही ह्या चाळीतले घर बदलेपर्यंत तो नेहमी अंड्यासाठी येत असे.

आता आम्ही रहामतअल्लीच्या चाळीत राहायला आलो. या घरावर पत्र्याचे

छप्पर होते म्हणून त्याला आम्ही 'पत्रेका घर' म्हणू लागलो.

इथली मुलं आता माझीही दोस्त झाली. इथल्या मित्रांच्या घोळक्यात पण एक म्होरक्या होता. सदा त्याचं नाव. अर्थात तो आम्हा सर्वांपेक्षा मोठा होता. सुताराचा रघ्या, वश्या, देसाई डॉक्टरांची सुमन. चाळीतली पोरं-पोरी एकत्र खेळत असू.

सदा पावाच्या बेकरीत काम करायचा. पिट्टी मळायची, आंबवायची, या पातेल्यातून त्या पातेल्यात ओतायची. अंडी, गूळ घालायचा. मी त्याचं काम पाहत बसायचा. मला तो पाव शेकायचे पत्रे पुसायला लावायचा. त्यामुळे मला बेकरीत मुक्त प्रवेश असायचा.

पिठाचे गोळे करायचे, पत्र्यावर लावायचे. बनपावाच्या गोळ्यावर अंड्याचा बलक कापडाच्या ब्रशनं लावायचा. भट्टी पेटवायची. रसरसणारे कोळसे भट्टीत पसरायचे. विटा गरम झाल्यावर पत्रे आत सोडायचे. पाव तयार झाले की पत्र्यातून काढून ठेवायचे. मला हे काम आवडायचं. मी रोज जात असे. शाळा जवळ जवळ बंदच होती.

माझा बराच वेळ बेकरीत व मुलांबरोबर खेळण्यात जात असे. सदा आमचा हिरो होता. तो फार पाचकट बोलायचा, पण आम्ही सगळे चवीनं ऐकायचो.

लौकरच शिमगा जवळ आला. गल्लीत होळी करायची म्हणून घरटी चार आणे पट्टी काढायची ठरली. शेणी व लाकडे पण जमवायचं ठरलं.

आम्ही घरोघर फिरत होतो. पांडूची आई म्हणून एक खाष्ट बाई होती. ती सगळ्या गावातून शेण गोळा करून आणायची व शेणी लावायची. तिच्याकडे शेणी मागायला गेलो, तर ती आमच्यावर खेकसली, म्हणाली, 'बेन्यांनो, मी गाव धुंडून शेण आणतो अन् तुमच्या मढ्यावर शेणी घालू व्हय? तुमच्या आई बा च्या गांडीची होळी करा जावा.'

ती फक्त नाही म्हणाली असती तर आम्ही गप्प बसलो असतो, पण तिने शिव्या द्यायच्या म्हणजे काय? सदा इरेला पडला; म्हणाला, 'व्हयमाली शेणी देत नाही, वर शिव्या देतीया. तिच्या आयला, तिच्या सगळ्या शेणीच पेटवू या.'

गटरीच्या पाण्याचा उपयोग करून जवळच्या शेतात बऱ्याच बायका शेणी लावायच्या. वाळलेल्या शेणींचा तिथेच कूड रचलेला असायचा.

तिथला कूड पेटवायचा म्हणजे दुसऱ्यांचे कूड पण पेटतील व नाही ती बैदा होईल, असं मी सदाला सुचवलं. मग परत इचार झाला आणि पांडूच्या आईचा कूड पळवून आणायचं ठरलं.

शिमग्याच्या दिवशी एरंडाचं झाड तोडून आणलं. विहिरीजवळ खड्डा काढून रोवलं. झाडाखाली चार आणे घातले. एरंडाभोवती शेणी रचल्या, लाकडं लावली. एरंडाला चिरमुऱ्याचे लाडू बांधले. एक दोन पोळ्या पण बांधल्या. आणि संध्याकाळ

होण्याची वाट पाहत बसलो. चांगला अंधार पडल्यावर पांडूच्या आईचा कूड फोडून सगळ्या शेणी चार पोत्यात भरून आणल्या. रात्री होळी पेटवली.

पोरांनी जाळावरून उड्या मारल्या. अनेकांच्या नावानं शंख झाले. शिमगा झाला. होळी थंड होईना. समोरच्या गल्लीतील पोरं आपली होळी संपवून आमच्या होळीकडं येत होती. सदानं शिवी दिली—

'दगडावर दगड कुच्चीचा, इकडं येणारी पोरं पुच्चीची.'

सगळीजणं त्याचा पुन्हा पुन्हा उच्चार करू लागले. पोरं बोंबलू लागली. ती पोरं यायची थांबली, माघारी गेली. आमचा जय झाला. आम्ही त्यांच्या नावानं अधिकच बोंब केली. रात्री फार उशिरा झोपायला गेलो.

सकाळी जागा झालो तो चाळीतल्या लोकांच्या ओरडण्यानं. सगळी आमच्या घराच्या मागच्या विहिरीवर जमली होती. विहिरीच्या कट्ट्यावरून संडासाची बुट्टी ओतली होती. आम्ही रात्री केलेल्या पराक्रमाचं उट्टं त्या पोरांनी काढलं होतं. आम्ही पोरं गपगार होतो; पण या आरडाओरडीत पांडूच्या आईच्या ओरडण्याकडे कोणी लक्ष दिलं नाही व शिमग्याला शिवीगाळ करणं यात काही चूक आहे असं न वाटल्यानं आम्हा मुलांना कुणी जाब विचारला नाही. चार दिवस दुसरीकडून पाणी भरलं. मग इंजिन आणून विहीर उपसली व पुन्हा पाणी भरणं सुरू झालं. पांडूची आई शिमगा झाल्यावर महिनाभर शेणी नेणाऱ्यांच्या आयांचा उद्धार करत होती. आम्ही मात्र तिला धडा मिळाला या मस्तीत होतो.

दुसऱ्या दिवशी आम्हा पोरांच्या कंपूत नवी चर्चा सुरू झाली. ती खातूनच्या लग्नाची. चर्चा करण्याचं कारण म्हणजे खातूनचं लग्न तिच्या मावशीच्या नवऱ्याबरोबर झालं. कालपर्यंत ती ज्याला 'खलई' म्हणून हाक मारत होती, त्याच्याशी.

ती आजपासून त्याची बायको झाली होती. खातूनची मावशी 'झोपाळू जैतून' म्हणून चाळीत प्रसिद्ध होती. तिचा नवरा ट्रकड्रायव्हर होता. तो बाहेर गेला तर चार-चार दिवस यायचा नाही. मग जैतून सगळा दिवस झोपून काढायची. खातून तिच्या थोरल्या बहिणीची मुलगी.

जैतूनला तीन मुली होत्या, आणि चौथ्या बाळंतपणात ती मेली. खातून दिसायला चांगली नव्हती, तिचं वयही बरंच होतं. तिचं लग्न ठरत नव्हतं. तिला एकदा बघून जायचे ते परत यायचे नाहीत. प्रत्येकजण खातूनला बघायला येताना केळी आणायचा म्हणून तिला 'केलेवाली खातून' असं म्हणत असत.

जैतून दिवसभर झोपायची. तिची मुलं खातून सांभाळायची व लहान मूल फारच रडू लागलं तर खाला, खाला असं ओरडून ती जैतूनला उठवायची. खातूनला या कामाबद्दल जैतूनचा नवरा ईदला साडी घ्यायचा.

ही जैतून चौथ्या बाळंतपणात गेली, तेव्हा तिची तिन्ही मुलं खातून सांभाळत

होती. जैतून दवाखान्यात गेली ती परत आलीच नाही. झालेली मुलगी मात्र परत आणली. अर्थात ती पण खातूनच्या गळ्यात आणि खातून तिचं सर्व करीत होती.

खातूनच्या वडिलांच्या डोक्यात काय आलं कोण जाणे, ते जैतूनच्या नवऱ्याला खातूनबरोबर लग्न कर म्हणून मागे लागले आणि ते कोणाला न कळता बाहेर जाऊन लग्न उरकून आले. जैतूनचं चाळीस दिवसांचं जेवण नुकतंच झालं होतं.

हा विषय लवकरच बंद झाला. कारण, खातूनबद्दल सर्वांना दया वाटत होती. कसं का असेना तिचं लग्न झालं हे ठीक झालं असंच सर्वजण म्हणत होते.

जैतून वारल्यावर कबरस्तानात चाळीस दिवस पहारा ठेवला होता. मुसलमानांच्या एका म्हाताऱ्याला ते काम दिलं होतं. पहारा म्हणजे त्यानं कबरस्तानात रात्री झोपायचं. अर्थात तिथे मशीद होती. त्या मशिदीत झोपायचं. कारण ही बाळंतीण मेली होती. जादूगार लोक मेलेल्या बाळंतिणीचा हात कापून नेतात व जादूसाठी उपयोग करतात, अशी चर्चा सगळ्या चाळीत होती.

या कबरस्तानात जायचा मला एकदा योग आला. ईदची नमाज या मशिदीत व्हायची. जागा फार कमी होती. आम्हा मुलांना बसायला जागा नव्हती. मागे, मागे उभे होतो. अज्जी पुढे गेले. ते धोतराचा काचा सोडून धोतर लुंगीसारखे नेसले. आम्ही येऊन कितीतरी वेळ झाला तरी नमाज सुरू झाली नाही. नमाज सुरू होण्यासाठी कोणाची तरी वाट पाहात होते. कोणी शेठ यायचा होता म्हणे.

कबरस्तान म्हणजे भितीदायक असेल असा माझा समज होता. कबरी दिसत होत्या पण तिथे बगीचा होता. झाडी भरपूर होती. मुलं इकडे तिकडे फिरत होती. या कबरस्तानात जैतून कुठे असेल याचा विचार करत होतो. तिचा हात जादूगारांनी नेला असेल का?

इतक्यात अज्जींनी हाक मारली. म्हणाले, 'चल'. अज्जींनी लुंगी केलेलं धोतर पुन्हा धोतरासारखं नेसलं. आम्ही निघालो.

नमाज पढायला आलो व नमाज न पढताच का जायचं ते मला कळेना. मी अज्जींना विचारलं,

"नमाज पढनेकी नई?"

"नमाज खुदाके वास्ते पढने की क्या पैसेवालेके वास्ते?"

अज्जींनी मलाच प्रश्न विचारला. पुढे तेच म्हणाले, "कोण शेठ आनेमे नमाज सुरू करनेवाले कते, चल."

मला पण नमाजला यायला वेळ लावणाऱ्या त्या पैसेवाल्याचा राग आला. आम्ही ईदची नमाज न पढताच परत आलो.

आम्ही नमाज न पढताच आलो म्हणून आई चिडली. पण अज्जीवर चिडण्यापलीकडे

ती काही करू शकली नाही. त्या दिवशी घरात चंगळ होती. आईनं रात्रीच खसखस पाण्यात भिजत घातली होती. आता नारळ फोडला. खसखस व खोबरं एकत्र करून पाट्यावर वाटत होती. एका पातेल्यावर कापड बांधून त्यावर वाटलेला लगदा घालायचा. त्यावर पाणी घालून चाळून काढायचं. खाली पातेल्यात त्याचं दूध जमा व्हायचं, त्यात गूळ, काजू, मनुके घालून मस्त शिरकुर्मा केला होता.

अज्जी गोश आणायला लष्करात गेले होते. सगळं जेवण तयार झाल्यानंतर ऊद घातल्यावर मगच आईनं जेवायला वाढलं. खुतब्यादिवशी नातेवाईक भेटायला येतात. पण इथे आमचं कोणी नसल्यामुळे कोणी येत नसत. मीच गल्लीतल्या एकदोन मुसलमानांच्या घरी हात मिळवून व खीर पिऊन आलो. सदा, रघ्या, वश्या, सुमनसुद्धा, आमच्याकडे खीर प्यायला आली. माझ्या बहिणीच्या लग्नात पण असेच सगळे जेवायला आले होते.

थोरल्या बहिणीला आम्ही बडी बू म्हणत असू. बडी बू भांड्याच्या कामाला जात होती. आई एका बोहऱ्याला डबा करून देत होती. अज्जी शेताकडचा फाळा आणायला वर्षातून दोन वेळा जात व साठ रुपयांपैकी तीस चाळीस रुपयेच आईकडे देत. त्यामुळे बडी बूचे लग्न ठरवायची चर्चा सुरू झाली तेव्हा, चांगलं स्थळ आपल्याला झेपणार नाही. त्याला खर्च कुठला करायचा? अशी चर्चा मी घरात ऐकत होतो.

बडीबू साठी पाहिलेलं स्थळ बीजवर होतं. आईनं त्यांच्या गल्लीत सगळीकडे चौकशी करून नादिष्ट नाही याची खात्री करून घेतली व लग्न ठरवलं.

लग्नाला बू च्या नवऱ्यानं पैसे दिले. ते त्यांच्या कुण्या नातेवाईकाकडे राहत होते. लग्न ठरलं तशी आई मामाकडे जाऊन आली. आईनं मामाकडे पैसे ठेवले होते. लग्नासाठी चारशे रुपये घेऊन मामा आले.

या लग्नापूर्वी माझी खत्ना केली होती. खत्ना करण्याचा प्रकार मी पाहिला होता. ज्याची खत्ना करायची त्याला त्याचा मामा किंवा कोणीतरी मोठा माणूस धरून बसतो. त्याचे पाय फाकवून ढुंगणाखालून हात घालून दोन्ही पायांच्यामधून वर घेऊन स्वारी भरल्याप्रमाणे त्याच्या माने भोवती बोटात बोटं रूतवायची. हात दुसरा कोणीतरी धरतो. काजी मुलाशी गप्पा मारत त्याच्या बुन्नीत समोरच्या चामडयात पांढरी काठी घालून धरतो व क्षणात धारदार चाकूने पुढचं चमडं कापतो. लक्षात येण्यापूर्वी बुन्नीतून रक्त वाहू लागतं. औषध लावून त्या मुलाला मोकळं करण्यात येतं.

त्या प्रकाराची मला फार भीती वाटत होती. पण आई माझी खत्ना घरात न करता दवाखान्यात करायची म्हणत होती. म्हणून माझी भीती कमी झाली होती.

गल्लीतील इतर मुसलमान, 'दवाखानेमें खत्ना करना 'नाजाईज' है, असं म्हणत होते. 'मौलानाच्या हातानंच खत्ना केली पाहिजे. मुर्दाडासारखे दवाखान्यात जाऊ नका' असे सगळेजण म्हणत होते. पण कुणाचही न ऐकता आई मला दवाखान्यात घेऊन गेली.

ऑपरेशन थिएटरमध्ये नेलं तेव्हा मी रडून दंगा केला. टेबलावरून उठून पळू लागलो, पण मला नर्सने पकडले व माझ्या तोंडावर काहीतरी ठेवले व मी सगळे विसरलो. जागा झालो तेव्हा घरात होतो.

संध्याकाळपर्यंत सगळी चाळ मला बघून गेली. बायका यायच्या. त्या माझी चेष्टा करायच्या म्हणायच्या,

"बकरा पड्या व्हय?"

"गांड काटे व्हय?"

"जच्च्या सोईया व्हय?"

असं विचारून मला भंडावून सोडत होत्या मी रडकुंडीला येत होतो. पण माझी खाण्यापिण्याची चैन होती. गव्हाची सोजी, चपाती, अंड्याची पोळी वगैरे.

बडी बू ला लग्नाची हळद लावणं सुरू झालं. लग्नाआधी पाच दिवस हळद सुरू होते. बू ला सर्वजणी हळद लावायच्या. मी मात्र अंथरुणात पडलेलो.

मला खत्ना करण्याअगोदर सांगितलं होते की, 'तेरी खत्ना हुयी कतो बू के शादीमें तेरा 'शरगत' काढनेका, घोडेपोशी बरात काढनेकी.' मी खुशीत होतो व त्या अटीवरच खत्ना करायला तयार झालो होतो. पण आता मात्र मला कोणीच विचारत नव्हतं. सगळेजण बडी बूचंच कौतुक करीत होते. तिलाच हळद लावत होते. मी रडणं सुरू केलं, 'मझे बी हल्दी लगाव.'

मी रडू लागलो की, बायका हसू लागायच्या. मग मी जास्तच चिडायचा. आदळाआपट करायचा. आई व बायकांची हसून पुरेवाट व्हायची.

बू ची हळद सुरू झाल्यावर तिसऱ्या दिवशी मला आंघोळ घालण्यात आली. एका बाईनं माझ्या तोंडाला हळद लावता लावता माझ्या तोंडातच हळद कोंबली. मी पुन्हा दंगा केला.

मामा आले होते. मग बाजार झाला. या लग्नाच्या निमित्तानं आईनं पाण्याचा गंज विकत घेतला. अडीच घागरीचा पितळी गंज एकोणतीस रुपयांत. मला सूट शिवला. पँट, कोट, बूट. माझा रुबाब वाढलेला. बू च्या नवऱ्याबरोबर घोड्यावरून वरात निघाली. लग्नाच्या वेळी त्यांच्या शेजारी बसलो. मला पण फुलांचा शेरा बांधला होता. सगळेजण माझं कौतुक करत होते.

लग्नानंतर बू सासरी गेली. अधूनमधून आम्ही तिच्या घरी जात होतो. पाहुण्यांची मुलं म्हणून आमचे लाड व्हायचे, पण आम्ही राक्षसासारखं खात असू. एकदा तर

बू भाकरी करत होती. मी व माझ्या बहिणी जेवत होतो. बू नं भाकरी भाजून बुट्टीत टाकली की आम्ही संपवायचो. शेवटी बू कावली व तिनं आम्हाला ताटावरून उठायला लावलं. मला या घटनेचं वाईट वाटलं. मी मनाला समजावलं, असं खाणं बरं नाही.

याच घरात बू ची एक देवरानी होती. ती आम्हा मुलांचे फार लाड करायची. आम्ही गेलो असता एके दिवशी ती बाजूला बसली होती. आम्हाला शिवून घेईना. मी सारखा तिच्याकडे झेपावयाचा पण ती लांब लांब पळायची.

"कल मझे पास लियेते भी आज की नजीक लेते नई?" माझा प्रश्न.

"मझे कव्वा मुटेय, इता चार दिन मेरे पास आनेका नई. मैं आंग न्हई कतो आनेका."

तिच्या उत्तरानं माझं समाधान झालं नाही. मी पुन्हा पुन्हा तिच्याजवळ जाण्याचा प्रयत्न करायचो. घरातील आजीबाई मला म्हणाली, "अरे, अुने बम्मननी है, उसे पकडू नको."

ती बामणीन आहे म्हटल्यावर मात्र मी तिला शिवण्याचा नाद सोडला. मला काय वाटलं कोण जाणे.

काही दिवसांनी बू च्या घरात भांडणं झाली व बडेभाइ व बू आमच्या घरी राहू लागले.

बडेभई जेलपोलीस होते. त्यांचा महिन्याला पगार यायचा. मग ते महिन्याचा बाजार करायचे व घरात खायला भरपूर असायचं. बडेभाईंनी माझ्या शाळेकडे पण लक्ष दिलं. मी पुन्हा शाळेत जाऊ लागलो. तिसरीत असेन. माझ्याबरोबरची मुलं फार पुढे गेली होती.

आम्ही राहत होतो ती खोली लहान होती व बडेभई राहायला आल्यानं अधिकच अडचण झाली. तेव्हा बडेभाईंनीच दुसरं घर पाहिलं व आम्ही तीन खोल्यांच्या घरात खासबागेजवळ राहायला आलो.

या घरात आम्ही चारपाच वर्षे राहिलो. इथे चांगले मित्र मिळाले. एकजात सगळे शाळेला जाणारे होते. माझी अजून तिसरीच चालली होती.

इथे राहत असतानाच मला शाळेची जाणीव आली व मी नियमित शाळेला जाऊ लागलो. मला अभ्यास कळू लागला होता. गणितं येत होती व त्यामुळे माझं शाळेत लक्ष लागत होतं. पुढे मी गणितात इतका पक्का झालो की, सरांचा आवडता विद्यार्थी झालो.

संसाराला मदत व्हावी म्हणून आईनं एक शेळी आणली होती. तिच्या सरबराईला अज्जी असत. गवत आणणं, दूध काढणं, लेंड्या गोळा करणं, सर्व

अज्जी करायचे.

आई कोंबड्यांचा व्यापार करायची. बाजाराच्या दिवशी कोंबड्या विकत घ्यायच्या व तिथेच विकायच्या. कोंबडीमागे आठ आणे, चार आणे, मिळायचे. दोन रुपयांपासून साडेतीन रुपयांपर्यंत दर असे. संध्याकाळी आई घरी आली म्हणजे सगळा हिशोब व्हायचा. चार पाच रुपये फायदा झालेला असायचा. मग मोठ्या समाधानानं आम्ही झोपी जायचो.

अलीकडे बडी बू मध्येच अमावस्या पुनवेला घुमायला लागायची. अंग चोरून बसून राहायची. रडायची. सगळ्यांना वाटलं तिला भुताने झपाटलं. बरेच उपचार म्हणजे मंत्र, तंत्र, ताईत, गंडे झाले. इतकंच काय बडेभईनी वेताची काठी विकत आणली व बू रडू लागली की, त्या काठीनं फटके मारायचे. वेतानं मारल्यास भूत जातं असं म्हणत. पण उपयोग झाला नाही.

बडेभई जेलमध्ये काम करायचे. तिथला एक कैदी त्यांचा मित्र झाला होता. तो पैलवान होता. खुनाच्या केसमध्ये त्याला शिक्षा झाली होती. 'माझा एक मित्र स्वामी नावाचा, मुगळी या गावी राहतो व तो यावर जालीम उपाय करतो' असं त्यानं सांगितल्यावरून आई व बडेभई तिकडे जाऊन आले. त्या स्वामीचा त्यांच्या मनावर फारच प्रभाव पडला होता. आई व बडेभई कोणत्या गाडीनं आले, रस्त्यात त्यांनी कुठे चहा घेतला वगैरे सर्व त्यानं ओळखलं होतं म्हणे. त्यानं दिलेला ताईत बू च्या दंडात बांधल्यावर फरक पडला होता. नंतर काही दिवस प्रत्येक अमावस्येला बू, बडेभई व आई तिकडे जात असत. त्या स्वामीसमोर बूच्या अंगातील भुतानं आपण कोटीतीर्थ तळ्यावरील असल्याचं कबूल केलं व बराच उतारा मागितला म्हणे.

एका अमावस्येच्या रात्री तो उतारा तयार केला गेला. पिवळा भात, मटण, अंडी, लिंबू, काळं कापड, काळ्या कापडाची एक बाहुली व गांजाची चिलीम. तो उतारा रात्री कोटीतीर्थावर ठेवण्याची जबाबदारी अर्थात अज्जींनी स्वीकारली. मला अज्जींचा फार अभिमान वाटला. भुताला ते भीत नाहीत याचंच मला कौतुक.

उतारा टाकल्यावरसुद्धा बू च्या अंगातील भूत गेलं नाही. मला अज्जींचा संशय येऊ लागला. अज्जींनी उतारा टाकला की स्वत:च खाल्ला? निदान गांजाची चिलीम तरी ओढली असणारच अशी माझी पक्की समजूत झाली. पण पुढे बू च्या अंगातील भूत गेलं, असं सर्वजण म्हणू लागले कारण तिचं रडणं, घुमणं बंद झालं होतं.

इथे ठीक चाललं असतानाच एकदा रज्जबअल्लीशेठचा माणूस आम्हाला शोधत आला. त्यानं आपल्या बिल्डिंगच्या मागे खोल्या बांधल्या होत्या भाड्यानं देण्यासाठी. बिल्डिंगच्या मागून ओढा वाहत होता व मोकळी जागा मोठी होती. त्यामुळे वातावरण भयानक भासायचं. म्हणून तिथे कोणी राहायला येत नव्हतं.

तेव्हा रज्जबअल्लीला आमची आठवण झाली व त्यानं निरोप पाठविला की, तुम्ही या जागेत पूर्वी राहत होता, तेव्हा नवीन बांधलेल्या खोल्यात येऊन रहा. तुमच्याकडून कमी भाडं घेईन. आम्ही राहायला गेलो की, इतर खोल्यांना भाडेकरू मिळणार होते. तीन खोल्यांच्या जागेला पंधरा रुपये भाडं, पण आम्हाला पाच रुपये सवलत देणार होता. बडेभाईंना सरकारी खोली मिळाली म्हणून त्यांनी आपलं बिऱ्हाड हलवलं. आम्ही संध्या टॉकीजजवळ (सध्याची उमा टॉकीज) रज्जबअल्लीकडे राहायला गेलो. आम्ही राहायला गेल्यावर रज्जबअल्लीच्या अंदाजाप्रमाणे इतर खोल्या भरल्या.

इथे बंड्या नावाचा माझ्या वयाचा मुलगा माझा मित्र झाला. त्यांची बैलगाडी होती, म्हैस होती. तो म्हशीच्या मागे असायचा. शाळेला जात नव्हता.

बंड्याच्या नादानं मी पण शाळेला न जाता त्याच्या म्हशीमागे भटकत होतो. ओढ्यात मासे पकड, खेकडे पकड, पाण्यात खेळत बस, असा आमचा वेळ जायचा.

बडेभई दुसरीकडे राहायला गेल्यामुळे घरी खर्चाचा प्रश्न निर्माण होऊ लागला. त्यामुळे अज्जींनी 'मामाकडे ठेवलेले पैसे आण' असा आईकडे तगादा लावला. त्यातून आईची व अज्जींची भांडणे होत.

आईनं मग धुणीभांड्याचं काम धरलं. ती एका मारवाडणीकडे कामाला जात असे. त्या मारवाडणीच्या जागेत एक मोटर गॅरेज होतं. तिथे आईने अज्जींसाठी पहारेकऱ्याची नोकरी मिळवून दिली.

अज्जी रात्री त्या कारखान्यात झोपायला जात असत. रोज दोन रुपये पगार.

एकदा त्या कारखान्यात चोरी झाली. टायर चोरीस गेले. अज्जी बिनघोर झोपलेले! सकाळी मालक आल्यावरच चोरी झाल्याचं लक्षात आलं. अज्जींची नोकरी गेली.

मग अज्जींनी पुन्हा आईला घेरलं, 'मला धंदा करायचा आहे. तुझ्या भावाकडे जाऊन पैसे आण.' आई ऐकेना तेव्हा अज्जींनी आईला झोडपलं. तेव्हा आई गोकाकला जाऊन आली. मामा पण आले. रात्री घरी पोहोचले. सर्वजण जेवून झोपलो. सकाळी जागा झालो तो भांडणाच्या आवाजानं. मामा व अज्जी जोरजोरात भांडत होते. मामू व आई चुलीजवळ. अज्जी मधल्या खोलीत अजून अंथरुणात होते.

अज्जींनी शेवटी कहर केला असावा. कारण मामू कोपऱ्यातली पहार घेऊन अज्जींना मारायला धावले. आईनं आडवलं. आम्ही मुलांनी रडून दंगा केला. आम्ही सगळे आत आईभोवती गोळा झालो होतो. बाहेर अज्जी एकटेच होते.

अज्जींची चूक आहे असं मला वाटत होतं. त्या वयात आईचंच बरोबर आहे,

असं का वाटतं कोणास ठाऊक!

नंतर मामा आपल्या गावी गेले व अज्जी शेताकडे गेले.

अज्जी महिन्यानी परत आले, त्यांनी बरेच पैसे आणले होते. गावातलं आमचं घर अज्जींनी बाराशे रुपयाला विकलं होते.

आमचं घर चांगलं आठ खणी होतं. अगदी रस्त्यावर. आम्ही गाव सोडल्यावर निंगव्वा नावाच्या बाईनं ते भाड्यानं घेतलं होतं. वर्षाला बारा रुपये भाडं. सुगीच्या दिवसात माकडं गावात धुडकूस घालीत व खापऱ्या फोडत. दरवर्षी त्या खापऱ्या घालण्यासाठी आम्हालाच पदरचे चार-पाच रुपये द्यावे लागत होते. तरी घर विकल्याचं कळल्यावर आई रडली. अज्जींनी आम्हाला कपडे व खाऊ आणला होता म्हणून आम्ही खूष होतो.

अज्जी दुसऱ्या दिवशी कुठं तरी गेले. दोन दिवसांनी आले, ते घोडा घेऊन. घोडा पाहून आम्हा मुलांना आनंद झाला पण आईनं अज्जींबरोबर भांडण काढलं. घरात दोन घोडी मेलीत व आता घर विकलेले पैसे असे उडवणार म्हणून आई भांडत होती.

'घोड्यावरून व्यापार करणार आहे' असे अज्जी म्हणाले.

ती पिवळट भुऱ्या रंगाची घोडी फार छान दिसत होती. फार उंच नव्हती. अज्जी तिच्यावर बसून समोरच्या आवारात फेरी मारण्याचा प्रयत्न करायचे. पण ती उड्या मारायची. लाथा झाडायची.

'गद्दे के लवडेकी', 'खोडील'! अशा अज्जी तिला शिव्या घालायचे. पण नंतर ती अज्जींना आपल्या पाठीवर बसू देऊ लागली.

अज्जी पुन्हा चार दिवस घोड्यासह व्यापारासाठी म्हणून बाहेरगावी गेले व परत येऊन आईला सांगू लागले, 'पयलेके दिना इत्ता न्हए नई, घोडेपोसे क्या बेपार करनेका समजता नई.' मग ते फक्त घोड्याला गवत आणत व बसून राहात.

एके दिवशी अज्जींच्या डोक्यात काय सणक आली कोण जाणे. ते रविवारी कोंबडी बाजारात गेले व लहान मोठी पिल्ली, तलंगा मिळून शंभर पक्षी घेऊन आले. बाहेरच्या खोलीत त्यांना कोंडले. दरवाजा उघडला तर कोंबड्या बाहेर जातील म्हणून अज्जी दाराशी बसून होते. कोंबड्यांना खाण्यासाठी 'मात्रं' आणलं. ते खोलीत टाकलं. पाण्याची दोन तीन पातेली भरून ठेवली.

संध्याकाळी आई बाजारातून आल्यावर आम्ही आत निघालो, तर घरात कोंबड्यांचा कुचकुचाट, पायात शीट व पाणी सांडलेलं, सगळा चिखल झालेला.

रात्री झोपणं मुश्कील झालं. अज्जी कोंबड्यांची सरबराई करत असत. आठ दहा दिवसांनीच कोंबड्या खाणे सोडून गपचीप उभ्या राहू लागल्या. कोंबड्याना रोग आला म्हणून आई कावरी बावरी झाली.

अज्जींनी कोंबड्यांसाठी औषध आणलं. ते औषध पाण्यात घातलं की पाणी लाल व्हायचं. कांदा, कोथिंबीर हे पण औषध म्हणून कोंबड्यांना देण्यात येऊ लागलं. पण तिसऱ्या दिवसापासून एकेक पिल्लू मरू लागलं. आई व आम्ही भावंडं तळमळू लागलो. शेवटी अज्जींनी ती पिल्लं विकण्यासाठी म्हणून आईच्या हवाली केली.

आम्ही डालगी भरून बाजारात गेलो. झिंगणारी पिल्ली पाहून इतर कोंबड्या विकणाऱ्या बायका जवळ बसू देईनात. आम्ही मुलं ती पिल्ली घेऊन बाजूला विकायला बसलो. तिथेच चार पिल्ली मेली. मग ते सगळं बाड उचलून घरी आणलं. दुसऱ्या दिवसापासून मेलेली पिल्लं ओढ्यात नेऊन टाकणं इतकंच काम अज्जींना होतं. आणि एके दिवशी सगळी पिल्ली संपली. अज्जी मोकळे झाले. आई मात्र हळहळत होती.

सगळ्या कोंबड्या मेल्याने अज्जी हबकले होते. मग अज्जी व आईनं बसून विचार केला आणि अज्जींनी कोकणात जावं. पानं, सुपारी, तंबाकू, विडी, चिरमुरे इ. ला आता सुगीच्या दिवसांत चांगली मागणी असते व त्याच्या मोबदल्यात भात मिळतं. हा व्यापार अज्जींना पटला. त्यांनी सिमेंटच्या पोत्यातून माल भरला व घोड्यावर बसून कोकणात निघाले. आईनं भाकरी बांधून दिली. भात आणण्यासाठी मोकळी पोती घेऊन अज्जींनी निरोप घेतला.

थोड्या दिवसांनी अज्जी परत आले. घोडा व अज्जी तांबडेलाल झाले होते. पोतंभर भात होतं.

आम्ही आनंदलो. पण अज्जी काही आनंदात नव्हते. म्हणाले, 'लोकां हुषार हुंई! पयलेसरका धान डालते नई, मालके मानशी कम धान मिले. यो धंदे मे भी क्या फायदा नई.' आई व अज्जींनी हिशोब घातला असता या धंद्यात तोटा आल्याचंच दिसलं. शिवाय घोड्याची दमणूक झाली याचं अज्जींना दु:ख होतं.

दुसरा कोणता धंदा करावा याचा पुन्हा विचार झाला व टांगा भाड्यानं लावण्याचं निश्चित झालं. अज्जींनी एक जुना टांगा विकत आणला.

घरात पुन्हा घोडा, त्याची चंदी, भुसा, त्याला आंघोळ घालणं, लीद काढणं वगैरे सुरू झालं. सुरुवातीला घोडी टांग्याला जुंपून घेईना. म्हणून अज्जी तो सराव देत होते घोडीला. एके दिवशी टांगा काढण्यासाठी अज्जी सज्ज झाले. डोक्याला पटका बांधून व जाकीट चढवून टांग्यात बसले. चाबूक वापरावयाच्या विरुद्ध अज्जी होते म्हणून त्यांनी चाबूक आणला नव्हता. घोड्याचा लगाम हाती घेतला, टाच दिल्यासारखा लगाम खेचला पण घोडी जागची हलली नाही. अज्जींनी पुन्हा लगाम ओढला. घोडीनं फक्त मान वर केली. 'चल!' म्हणून अज्जींनी पुन्हा लगाम ओढला. लगामाला हिसका दिला घोडी पुढे जाण्याऐवजी मागे सरकू लागली.

हो ऽ ऽ ऽ करून अज्जींनी तिला थांबवली. हातात शिल्लक असलेल्या लगामाचा चाबकासारखा उपयोग करून तिला मारलं तरी टांगा तिथचं.

अज्जी खाली उतरले. त्यांनी समोरच्या झाडाची काठी तोडली व घोडीला सपासप फटके दिले. घोडीनं पवित्रा घेतला व ती जोरात पळाली. समोरच्या मोकळ्या मैदानात सैरावैरा धावू लागली. टांग्यात कोणीच नव्हतं. टांग्यातल्या गाद्या खाली पडल्या. समोरच्या वाळूच्या ढिगावर टांगा चढला, तेव्हा ती थांबली.

अज्जींनी तिला धरून आणले. तोवर शेजारी गोळा झाले. सगळ्यांनी सल्ला दिला. 'तिला अजून सराव द्या!' मग घोडीला मोकळं केलं. त्या दिवशी धंद्याला जाणं रद्द झालं.

आता घोडीला ट्रेनिंग देण्याचं काम सुरू झालं. एके दिवशी तिला रस्त्यावरून फिरवून आणलं. पण ती मोटारींना बुजू लागली. अज्जी निराश झाले आणि त्यांनी गावी जाऊन येण्याचं खूळ काढलं.

टांगा तिथेच ठेवून अज्जी घोड्यावरून गावी गेले, अज्जी गावी गेले म्हणजे महिना काय, दोन महिने काय, केव्हा येतील याचा नेम नसे. पत्र धाडणे वगैरे प्रकार असतो, हे आम्हा कुणालाच माहीत नव्हतं.

पांड्या एक नवीन कसब शिकला होता, लोखंड गोळा करण्याचं. जुन्या बाजारात लोखंड विकत घेतात आणि उद्यमनगरात फिरलं की लोखंड मिळतं. तेव्हापासून आम्ही दोघे पिशवी घेऊन लोखंड, खिळे, तारा जे मिळेल ते गोळा करायचो व जुन्या बाजारात विकून आलेल्या पैशांचे भजीपाव खायचो.

एकदा पांडूनं बातमी आणली. लोखंडाच्या वड्या असलेला ढीग पडलाय उद्यमनगरात. एकेक वडी आणली तरी सिनेमापुरते पैसे निघतील. मग आम्ही उद्यमनगराकडे मोर्चा वळविला. तारेच्या कंपाऊंडच्या आत वड्या कापल्यासारखे लोखंडाचे तुकडे पडले होते. पांडू म्हणाला, 'ते हाणून न्यायचे.'

प्रथम पांडू पुढे गेला. मला लांब उभं रहायला सांगितलं. तारेच्या कंपाऊंडजवळ लघवीला बसायचं निमित्त करून त्यानं एक वडी बाहेर काढली, शर्टाखाली धरली व हळूहळू आला. मी पण त्याच्याप्रमाणे एक वडी आणली. बरंच वजन होतं तिचं. तसेच लोखंडाच्या बाजारात गेलो. त्या वड्या पाहून दुकानदार खूष झाला व वजन न करताच त्यानं आम्हाला एकेक रुपया दिला. आणखी आणा, जास्ती पैसे देतो म्हणाला.त्या दिवशी आम्ही सिनेमा, भजी, भेळ, गारेगार अशी चैन केली. दुसऱ्या दिवशी पुन्हा आम्हाला त्या लोखंडी वड्यांचं वेड लागलं. उद्यमनगरात गेलो तर तिथे पहारेकरी होता. हात चोळत परत आलो. नंतर नेहमीच तिथे पहारेकरी दिसायचा. शेवटी आम्ही उद्यमनगरचा नाद सोडला.

पांडूच्या म्हैशीमागेच आम्ही फिरत असू. कोल्हापुरची देवी टेंबलाई. आषाढ महिन्यात टेंबलाईला पाणी जायचे. आषाढाचे दिवस सुरू झाल्यावर आम्ही पोरं एकत्र जमत असू.

जयंती नाल्यात ज्या पुलाजवळ आमच्या बैठकीचा अड्डा असायचा, त्या पुलावरूनच टेंबलाईकडे पाणी जायचं. प्रत्येक तालीम मंडळाचं पाणी वाजत गाजत जायचं. पुढे बैलगाड्या. लेझीमहलगीच्या तालावर गुलालाने माखलेली पोरं माणसं नाचायची. त्यांच्या मागे देवी अंगात आलेली बाई नाचत असायची. मागे डोक्यावर पाण्याच्या कळश्या घेतलेल्या बायका किंवा कावड घेतलेली माणसं.

ओढ्यावर ही मंडळी आली की, नारळ फोडायची व दोन्ही बाजूला दोन वाट्या टाकल्या जायच्या. मगच पाणी पुढे जायचं. आमची गँग संपूर्ण नारळ मिळवण्यासाठी दोन्ही बाजूला विभागून बसत असे. नारळ फोडून टाकला की, आम्ही तो वाट्टेल ते करून मिळवत असू. मग पुलाजवळच्या देवळात बसून सामुदायिक खाणं, कुणीतरी गूळ आणलेला असे, किंवा आमच्यातले एक दोघे शाहूपुरीत गूळ मार्केटमध्ये आधीच गूळ आणायच्या मोहिमेवर गेलेले असायचे.

एकदा असंच पाणी चाललं होतं. हलगीच्या तालावर देवी अंगात आलेली बाई नाचत होती. मधूनच 'टेंबलाबाईच्या नावानं चांगभलं' अशी म्हणायची. लोक पण तिच्या सुरावर 'चांगभलं' म्हणायचे. हलगीचा जोर वाढला आणि ती बाई अधिक जोरानं नाचू लागली. नाचाचा जोर ओसरला की, पाणी पुढे जायचं. आम्ही नारळासाठी टपून बसलो होतो. पण यांचं नाचणं चालूच होतं. पुन्हा पुन्हा हलगीचा जोर वाढायचा. बाई लिंबू दातांनी तोडून टाकायची, नाचायची, घुमायची. आमची सगळी गँग तिच्याभोवती गोळा झाली होती. नाच रंगात आला होता आणि एकाएकी त्या बाईचं पातळ फिटलं व तिच्या कमरेवरून सरळ जमिनीला लागलं. एका क्षणात तिच्या कमरेखालच्या भागाचं दर्शन झालं व काय होतंय हे कळायच्या आत ती बाई नाचायची थांबली व पटकन खाली बसली. मग इतर बायांनी तिला पातळ गुंडाळलं. हलगीवाला मात्र जोराजोरात हलगी बडवत तिच्या भोवती नाचतच होता.

आम्ही सगळे एकत्र जमलो तेव्हा तो एकच विषय चर्चेत होता. नरू नावाचा एक आमच्या मानाने मोठा मुलगा होता. तो म्हणाला, 'रांडंनं शेटं बी काढली नव्हती आणि म्हणं हिच्या अंगात देवी येतीया! उगीच नाचत होती म्हणून लुगडं फिटल्यावर खाली बसली.' पुढे आठ-दहा दिवस तोच विषय पुरला.'

अज्जी चार-सहा महिन्यांनी आले. आल्यावर त्यांनी टांगा भाड्यासाठी काढलाच नाही. एके दिवशी टांगा विकून टाकला.

एकदा खालामा आम्हाला शोधत आली. मध्यंतरी ती आपल्या गावी हुबळीला

गेली होती. म्हणाली, 'कितने दिनोशे मैं तुमना ढूँढ रही. कितने घर बदले?' मग आम्हा सगळ्यांना ती आपल्या घरी घेऊन गेली. तिच्याकडे बराच बदल झाला होता. आतल्या खोलीत देव्हारा मांडला होता. यल्लामाचा 'जग' दिसत होता. माडीवरल्या खोलीत पडदा घालून दोन खोल्या केल्या होत्या. तिच्याकडे दोन नवीन बाया दिसत होत्या. त्या बऱ्याच झकपक दिसत होत्या. त्यांच्या चेहऱ्यांवर नट्टापट्टा दिसत होता. घरात पुरुष मंडळींची वर्दळ दिसत होती. खालामाकडे दुसऱ्या दिवशी टेंबलाईची जत्रा होती. म्हणाली 'सुबकू सब आव.'

खालामा बऱ्याच दिवसांनी आलेली. त्यामुळे आम्हा सगळ्यांना आनंद झाला होता. तिचं सगळं काम अघळपघळ असे. आमच्या घरी आली तर दोन-तीन प्रकारची मिठाई घेऊन यायची. कधीपण तिच्या घरी गेलं तरी हॉटेलची पावभाजी असायचीच. निर्वासितांच्या हॉटेलात तिचं खातं होतं.

माझ्यावर तिचा जीव होता. तिला मूल नसल्यानं ती माझ्यावर माया करायची. मी कधी तिच्या घरी गेलो व तिच्याकडे इतर कोणी असलं तरी 'क्यो रे खुतबो? आ बैठ.' म्हणायची. मला जवळ घ्यायची. भजी पाव मागवून द्यायची . स्वत: मात्र सारखी पान खात असायची. मला पण बारकंसं पान बनवून द्यायची.

तिचं यात्रेचं निमंत्रण असल्यानं आम्ही सकाळी चहा प्यायलाच तिच्या घरी गेलो. टेंबलाईच्या टेकडीवर जायला टांगा आणला होता. खालामा, तिच्याकडे असलेल्या दोन बाया, एक भटजी, व मी इतकेच टांग्यातून निघालो. खालामाच्या घरातलं काम करायला आई थांबली होती. मरगाईला कापायला एक कोंबडा पण घेतला होता. मी खालामाजवळ बसण्याचा आग्रह धरल्यानं मागच्या बाजूला तिघी असल्याने खालामाच्या पायाजवळ मी बसलो होतो. माझ्या काखेत कोंबडा. त्या काळी टेंबलाई टेकडी म्हणजे अगदी गावाबाहेर. खालामाने दुधाचा डबा हातात धरला होता. कच्च्या रस्त्यावरून टांगा जात होता त्यामुळे धक्के बसून त्यातलं दूध माझ्या डोक्यात पडत होतं. टेकडी येईपर्यंत माझं डोकं चिकट झालं होतं. टेकडीवर गेल्यानंतर खालामानं माझं डोकं धुतलं. टेंबलाई टेकडी ओकी बोकी होती. मोठमोठे दगड सगळीकडे पसरले होते. दोन टोकाला दोन देवळं होती. डोंगरावरून लांबचं दिसायचं. सगळीकडे ओसाड.

आमच्या बरोबर आलेल्या भटाने पुजाऱ्याला बोलावून आणलं. दूध दिलं. नैवेद्य म्हणून आणलेलं ताट दिलं. देवीसमोर हात जोडून खालामा म्हणाली, 'मझे बच्चा देगे आई, मझे बच्चा दे ....'

त्या पुजाऱ्यानं देवळापासून दूर कोंबडा कापायला सांगितलं. बरोबर आलेला भट म्हणाला, 'आणा, मी कोंबडा कापतो.' खालामा म्हणाली, 'आम्हाला तुमच्या हातचं चालत नाही. मुसलमानानं कापायला पायजे.' मग माझ्याकडे वळून खालामा

म्हणाली, 'खुतबो, तू काट मुर्गा.' सुरी व मुर्गा माझ्या हातात दिला.

मी अवाक् झालो. कोंबडा कसा कापतात हे मी बघितलंसुद्धा नव्हतं. मी कोंबडा कापणार कसा? 'अरे मुसलमान होको, डरतय क्या? तू हात लगा मै छुरी दबातींव.' मी चाकू पकडला, खालामानंच माझा हात कोंबड्याच्या मानेवरून फिरविला. रक्ताची धार लागल्यावर त्याला लांब फेकला. कोंबडा धडपडू लागला. झेपावत उडत लांबवर गेला, मला कळेना, मान कापलेला कोंबडा कसा उडतो? पण जिवाच्या आकांतानं उडत डोंगराच्या पायथ्याशी जाऊन तो शांत पडला. भटाने त्याला उचलून आणला. त्याची पिसं उपटून पोट फाडून त्यातून काय काय बाहेर काढलं व त्याला तसंच पिशवीत भरलं. खालामाने बांधून आणलेलं जेवण झाडाखाली बसून आम्ही जेवलो. दुपारी टांगा आल्यावर घरी परतलो.

कोंबड्याचं मटण शिजवायचं होतं. खालामा म्हणाली, 'खुतबो, बैठ, तू मूर्गा काटेय, तू पयले खाने हुना!'

कोंबडा शिजेपर्यंत रात्र झाल्यानं मी झोपलो. पण खालामा जेवण झाल्यावर भटजीला म्हणाली, "उसे घरकू छोडको आव, यहाँ थिएटर पास है।" त्यानं मला घरी सोडलं. अशा घटनांनी खालामावरची माझी मर्जी वाढत गेली. पण पुढे कितीतरी दिवस माझ्या नजरेसमोर फडफडणारा कोंबडा दिसत होता.

रविवारचा बाजार आटोपून येताना आईनं एक मोठा कोंबडा आणला होता.

"खप्या नई क्या?" मी विचारलं.

"विशाळगडकू जानेका है, मलिकध्यानबाबाकी कंदुरी करनेकी है।"

"कऊ करनेकी?"

"यहाँ नई, विशाळगडकू जानेका है जुमेरातको."

"कोन कोन जाने का?"

"मै भी तू."

मी आनंदलो. प्रवासाची स्वप्नं रंगवू लागलो. मला प्रवास फार आवडायचा.

गुरुवारी आम्ही विशाळगडला निघालो. एस.टी.त सगळ्यांच्याकडे कोंबडे होते. कोंबड्यांनी गाडीत कुचकुचाट सुरू केला होता. आमचा कोंबडा पांढरा होता. सगळेजण म्हणू लागले

"उजला मुर्गा मलिकध्यानबाबाको चलता नई."

आई म्हणाली, "उसपो लाल ठिपका है, करको मैं लई. उजला चलता नईसो मझे मालुम है."

मग इतर सुद्धा म्हणाले,

"लाल काला ठिपका अच्यातो चलतय."

बराच प्रवास झाला. झाडीतून, डोंगरातून आल्यावर एका भल्यामोठ्या डोंगरासमोर गाडी थांबली. उतरल्यावर सगळे पाणी प्यायला धावले. मी पण गेलो. पाहिलं तर फक्त एक डबकं. त्यात सर्वजण पाणी पीत होते. काही जण घागरीपण भरत होते. एखाद्या बुट्टी एवढं डबकं होते. तिथं झरा होता व कितीही पाणी काढलं तरी संपत नव्हतं.'

पायऱ्या पायऱ्या चढत आम्ही वर निघालो. मध्येच खोकलाबाईचं देऊळ लागलं. तिथे सगळ्यांनी नारळ फोडले. आईनं पण नारळ फोडला. वर गेल्यावर गार वाटत होतं. छोटासा दर्गा होता. त्याच्याभोवती मुजावरांची घरं होती. तिथेच आम्ही उतरलो. पाणीवाल्याकडून मातीची घागर मागून घेतली. तिथे पाणी लांबून आणावं लागायचं व पैसे घेऊन पाणी आणून देणारे लोक होते. त्यांच्याकडून पाणी विकत घेतलं. आणलेली भाकरी खाल्ली. संध्याकाळ होत आली होती.

आई म्हणाली, 'हमारी कंदुरी कल करनेकी है, जा, जरा दर्गामें जाको अल्ला अल्ला करते बैठ जा.'

मी दर्ग्यात गेलो. बरीच गर्दी होती. लोक नैवेद्याची ताटं देत होते. नारळ फोडत होते. ऊद जाळत होते. मोठ्या समईत सर्वजण तेल घालत होते. दर्ग्यातला एकजण मोरपिसं सर्वांच्या डोक्यावरून फिरवत होता. दर्ग्याच्या दाराशी गर्दी कमी झाल्याने मी आत डोकावलो. मजार दिसत होती.

मजारीवर काचेची झुंबरं अडकवली होती. सर्वत्र भात मलिदा पसरला होता. नारळांचा ढीग दिसत होता. मुजावरनं माझ्या हातावर बचकभर मलिदा ठेवला. तोवर एक दोघे जण दर्ग्यात घुसले. एकानं तिथले नारळ पोत्यात भरले. दुसऱ्यानं समाधीवरच्या फुलांच्या जाळ्या काढल्या व ते दोघे दर्ग्याच्या आवाराबाहेर असलेल्या दुकानात आले. त्यांनी तिथल्या नारळाच्या ढिगात पोत्यातले नारळ ओतले. फुलांच्या जाळ्या वर अडकवल्या. भक्त त्यांतलेच नारळ व जाळ्या विकत घेत होते. माझ्या श्रद्धेला धक्का बसला. हे काही ठीक नाही असं वाटलं.

दुसऱ्या दिवशी बेड्यावाल्यांचा ऊरुस होता. आईनं मला कोंबडा कापून आणायला पाठवलं. चार आण्यात कोंबडा कापून मटण तोडून देत. एक मोठा खड्डा होता. त्यात कापलेला कोंबडा टाकत. तो फडफडत राहायचा पण खड्ड्याबाहेर यायचा नाही. तो शांत झाला की, तोडून देत होते.

मी कोंबडा तयार करून आणल्यावर आई म्हणाली, "खुदबू, मुजावर कोण दिसतंय क्या बुला?" मी मुजावरला बोलवायला दर्ग्यात गेलो तर कोणी येईना. सगळे नारळ, मलिदा गोळा करत होते. आईला तसं सांगितलं. तेव्हा आमच्या शेजारी उतरलेलं एक कुटुंब होतं. त्या बाईला आई म्हणाली,

"मझे आज बेडी पेननेकी है, सच मैं बेनमाजी हुयी, इता क्या करना खाला?"

"वो क्या तुमारे हातमें है? तुम्हारे बेटेको बेडी पिनाव."

आईने मनाशी काही ठरवलं. मला म्हणाली, "खुतबू तू बेडी पेन." मग आईनं मला आंघोळीसाठी नेलं. आंघोळ पण पैसे देऊन करावी लागली. तिथून दर्ग्यात आलो.

तिथं बरेच जण बेडी पेहनत होते. बेडी म्हणजे दोन्ही हातांत व दोन्ही पायांत लोखंडी बेड्या घालतात. हातांतल्या व पायांतल्या बेड्या एका सळीनं जोडलेल्या असतात. गोल बेडीचे नालेसारखे दोन भाग पायाभोवती दोन्ही तोंडे एकत्र करून त्यात तार गुंडाळून सोडतात. मग हातात नारळ, पेटलेल्या उदबत्त्या घेऊन त्या दर्ग्याभोवती फेऱ्या मारायच्या. पाच फेऱ्यांत बेडी आपोआप खुलते.

दर्ग्यात नारळ दिला. सव्वा रुपया ठेवला. बेडीचे पाच रुपये मुजावरनं वेगळे घेतले. बेडी पेहनवली. बेडी पेहनताना कशासाठी बेडी घालता आहात हे सांगायचं असतं. कोणी बच्चे वास्ते, छोरी की शादीके वास्ते, वगैरे कारण सांगत होते. माझी बेडी कशासाठी असं मुजावरनं विचारल्यावर आईनं, "माझ्या बदली मुलग्याला नेसवते आहे," असं सांगितलं. कारण मात्र मुजावरला हळू आवाजात सांगितलं. मला काही ऐकू आलं नाही.

हातातला नारळ व बेडी सांभाळत मी चालू लागलो. लांब पाय टाकता येत नव्हता. हाताला ओढ लागायची किंवा पायाला कचायचं. हळू हळू चालू लागलो.

'मलिकध्यानबाबाके दोस्तारो द्दिन ऽ ऽ ऽ'

अशी प्रत्येक जण आरोळी ठोकायचा. मी पण तसं ओरडत फिरू लागलो. माझ्या मागे आई होती. ती पण हळू आवाजात म्हणत होती. त्याला 'दिन' जगाना असं म्हणतात. मला आई सारखी 'दिन जगा' म्हणत होती व मी' मलिकध्यान बाबा की दोस्तारो द्दिन ऽ ऽ ऽ म्हणत होतो.

एक फेरी पूर्ण झाल्यावर दर्ग्याच्या तोंडाशी नमस्कार केला. आईनं पण केला. ती पण दिन जागवत फिरत होती. दुसरी फेरी पूर्ण झाल्यावर बेडीच्या खुलन्याविषयी आईला काळजी वाटू लागली. 'बेडी जल्दी खोल दे मलिकध्यान बाबा' अशी तिनं देवाला विनंती केली. हात जोडले. माझी तिसरी फेरी सुरू झाली. बेडी पहिल्या दुसऱ्या फेऱ्यात सुटली पाहिजे, नाहीतर आपलं काहीतरी चुकलं असं मानतात.

मी आईसाठी बेडी घातली होती. ती लवकर सुटावी असं मनोमन वाटत होतं. मी मनातल्या मनात मलिकध्यान बाबाची आळवणी केली.

चौथ्या फेरीला माझी बेडी खुलली. आईचा जीव भांड्यात पडला. खुललेली बेडी हातात घेऊन पाच फेरे पूर्ण झाल्यावर आम्ही दर्ग्याच्या दाराशी जाऊन उभे राहिलो. मुजावरांनी दुसरी बेडी काढून घेतली. माझ्या बरोबर फिरणारा एक मनुष्य होता. पाच फेरे झाले तरी त्याची बेडी सुटली नाही. मुजावर म्हणाला,

"क्या चुक्या क्या? देखो! याद करो, माफी मंगो."

त्या माणसानं व त्याच्या बायकोनं दर्ग्यासमोर पालथे पडून दंडवत घातला. गालावर हात मारून तोबा तोबा केलं. मग दंड म्हणून पाच रुपये गादीवर ठेवा असं मुजावरनं सांगितलं. त्यांनी मुजावरकडे पाच रुपये दिले. मग त्याला दुसरी बेडी घालण्यात आली. त्याच्या सुदैवानं दुसऱ्या फेऱ्यातच त्या दोन्ही बेड्या सुटल्या.

मी थोडा जाणता झाल्यानंतर बेडी सुटणं व न सुटणं यातील गोम माझ्या लक्षात आली. ती अशी, बेडीची दोन्ही तोंडं एकत्र करून असलेल्या छिद्रात एक स्प्रिंगवजा तार अडकवून गुंडाळलेली असते; पायांच्या हालचालींमुळे ती स्प्रिंगवजा तार आपोआप ढिली होते व बेडी खुलते. ही तार योगायोगाने कठीण असली तर पाच फेऱ्यानंतरही ती सुटत नाही.

आईनं कोंबड्याचा रस्सा केला. दर्ग्यात नैवेद्य पाठवला व संध्याकाळ होताना गडाच्या दुसऱ्या टोकाला असलेल्या एका समाधीकडे आम्ही निघालो. तिथे एका दरीत एक कडा तुटलेला दिसतो. त्यात लहानमोठे उंचवटे आहेत. त्या उंचवट्याबद्दल आख्यायिका सांगितली जाते!

कोणा एकानं 'माझं लग्न होऊ दे ; मी वरातीसह तुझ्या दर्शनाला येईन,'अशी मन्नत मलिकध्यानबाबाला केली होती. त्याप्रमाणे त्याचं लग्न झालं. नवस बोलल्याप्रमाणे तो दर्ग्याकडे यायला निघाला. पण दर्गा अजून मैलभर असताना पहाटेचा कोंबडा आरवला व ही वरात त्याच ठिकाणी दगडाची झाली म्हणे.

लोक या दरीतील एकेक उंचवटा दाखवून, तो बत्तीवाला, तो घोड्यावरचा नवरा, ती मागची वऱ्हाडी मंडळी, असं एकमेकांना सांगत होते. मला एक प्रश्न पडला. तो नवरा देवाला भेटायला येत होता. मग वेळ झाला तर देवानं एवढी डोक्यात राख कशाला घालून घ्यावी? त्याला दगड का बनवावं? बरं त्या नवऱ्याचं एक ठीक, पण त्या वरातीतल्या इतर मंडळींनी देवाचं काय बिघडवलं होते की, त्यांना सर्वांना दगड बनवावं? अनेक प्रश्न मनात आले, पण विचारणार कोणाला? रात्री दर्ग्यात कर्बलाचा खेळ होता. लोखंडी सळ्या, मुरशद शरीरात, डोक्यात घुसवून घेतात. पण रक्त येत नाही. हेही माझ्या मनास पटेना. कारण अंगाला साधं काही खरचटलं तर रक्त येतं. मग सळी खुपसून रक्त कसं येत नाही? यात काही तरी गोम असणार नक्कीच.

रात्री बारा वाजता दर्ग्याचा दरवाजा आपोआप उघडतो; ते पाहत बसलो होतो. दोन तासांपूर्वी दर्ग्याचा दरवाजा बंद झाला होता. बारा वाजता ऊद जळल्याचा वास व धूर बंद दारातून येऊ लागला व खाळकन आवाज झाला व एक दरवाजा झटक्यात आत उघडला. बरेच लोक पाहायला बसले होते. त्यांनी दार उघडल्यावर भक्तिभावानं हात जोडले. पण मला वाटत राहिलं आतून कोणी दार ओढलं नसेल

कशावरून?

सकाळी परत निघताना आईनं एक मोठ्ठा पेढ्यांचा पुडा काढला व दर्ग्यातून मुजावरकडून फात्या पढवून आणला. मारवाडणीनं तो पुडा दिला होता. मुजावरनं त्यातले थोडे पेढे काढून घेतले. त्यात फुलं व उदी घातली व फुंकर मारून दिले. ते पेढे आईनं तीन कप्प्याच्या जेवणाच्या डब्यात ठेवले. दोन पेढे मला खायला दिले. पेढ्यांची चव तोंडात बराच वेळ राहिली. मी ती चव विसरू शकत नव्हतो. आणखी पेढे खावेसे वाटत होते.

डोंगर उतरताना आईनं तो डबा माझ्या हातात दिला. मी तो सांभाळत उतरत होतो. माझा हात दुखेल म्हणून आई माझ्याकडून डबा मागत होती, पण मी दिला नाही. कोल्हापुरला येईपर्यंत मी डब्यातले पेढे निम्मे केले. प्रत्येक पेढा खाताना हा आता शेवटचा, यानंतर खायचा नाही, असा निर्धार मी करत होतो व पुन्हा खात होतो. आईनं डबा तसाच मारवाडणीकडे पाठविला. त्यामुळे माझं पितळ उघडं पडलं नाही.

एकदा तर एक नवीनच पाहुणा आमच्या घरी आला. माझा मावस भाऊ म्हणे तो. पाकिस्तानातून आला होता. कोणाचं तरी ऐकून तो पाकिस्तानात गेला होता. तो आता आठ-नऊ वर्षांनी आईवडिलांना भेटायला म्हणून आला होता. आई त्याला मन्सूर म्हणून हाक मारायची. आता तो परत जाणार नव्हता. पण पोलीस मागं लागल्यानं तो आम्हाला हुडकत आला होता. हुबळी त्याचं गाव.

त्याच्याकडे बरेच पैसे असावेत. कारण आम्ही कधी न पाहिलेली संत्री, सफरचंद, मोसंबी अशी फळं तो आम्हाला खायला आणायचा. लवकरच तो आपल्या गावी जाणार होता.

एकदा पोलीसच आमच्या घरी आले. पण तो घरात नव्हता. पोलीस त्याच्या नावाची चौकशी करून गेले. नंतर त्याला पोलीस आल्याचं कळल्यावर त्यानं तडकाफडकी आमच्या घरातील मुक्काम हलवला.

पुढं त्याचं काय झालं कोण जाणे? दहा-पंधरा वर्षांनी आई व मावशीची भेट झाली. तेव्हा त्या दोघी मन्सूरची आठवण काढून रडत होत्या. त्याला पोलिसांनी पकडून पाकिस्तानात नेलं होतं म्हणे.

अज्जी आता बाहेरच्या खोलीत झोपून असायचे. घोड्याला गवत घालणं, एवढंच त्यांना काम होतं. एके दिवशी अज्जी मला म्हणाले, ''घोडे को नालेमें चरने लेको जा.''

मी व पांडू घोड्याला घेऊन गेलो. घोड्याला लगाम नव्हता. पांडू घोड्यावर

बसायला उत्सुक होता. त्यानं एका कठड्याच्या बाजूला घोडा उभा केला व तो कठड्यावरून घोड्यावर बसला. घोडा पळू लागला. त्याच्या गळ्यातली दोरी ओढून तो काही थांबला नाही. त्याच्या मानेवरचे केस धरून बसलेला पांडू खाली पडल्यावरच घोडा थांबला. पांडू गवतावर पडल्यामुळे फक्त मुक्या मारावर निभावलं.

पांडू म्हणाला, "आयला बोचा चेचलाय चांगलाच."

पुढे घोड्याला चरायला नेणं, हे आमचंच काम झालं. आता आम्ही त्याला लगाम घालून नेत असू. मग मीही घोड्यावर बसायला शिकलो.

इतर काही पोरं आमच्याकडे घोडा मागायला येऊ लागली. मग पांडूनं एक युक्ती काढली. म्हणाला, "घोडं भाड्यानं द्यायचं." चार आणे तास आणि घोडं भाड्यानं देऊन आम्ही वडा पाव खाऊ लागलो.

पांडूनं एकदा बातमी आणली की, पलीकडच्या गल्लीत दारूचं दुकान सुरू होणार आहे. उद्या सत्यनारायणाची पूजा करून दारूचं दुकान सुरू करणार हैत. पहिल्यादिवशी दारू फुकट देणार हैत.

दुसऱ्या दिवशी पांडू म्हणाला, 'चल येतो का फुकट दारू प्यायला?'

मी क्षणात नाही म्हणालो. दारू वाईट असते अशी मनात होते. दुपारी पांडू खरंच दारू पिऊन आला. त्याच्या तोंडाला वास येत होता.

त्याला कुठूनतरी अंड पैदा केलं होतं. दारू प्यायल्यावर असलं खायचं असतं म्हणाला. तो अंड्याची पोळी करायला गेला. मी मात्र घरला परत आलो होतो.

असे मजेत दिवस जात असतानाच पांडूच्या वडिलांनी त्याला मिल्ट्रीत भरती केलं आणि मी पांडूपासून दुरावलो. मी एकटा झालो. मला करमेना आणि एके दिवशी माझ्या मनात आलं. आपण आता शाळेत जावं. आई मला शाळेत सोडायला आली. मास्तरनं आम्हाला खुळ्यात काढलं. म्हणाला, "आता दोन महिन्यांवर परीक्षा आली आहे. संपूर्ण वर्षभर आला नाही. आता काय उपयोग?'

आईनं मास्तरांकडे गयावया केल्यावर फक्त वर्गात बसण्याची परवानगी मिळाली. परीक्षेला बसता येणार नव्हतं. पण मी शाळेला जाऊ लागलो.

शाळेत एका धड्यानं मला मोहित केलं. पाणी न मिळणाऱ्या लोकांसाठी आपली विहीर मोकळी करणाऱ्या फेटेवाल्याबाबाचा तो धडा होता.

आम्ही राहत असलेल्या तय्यबअल्लीच्या बिल्डिंगच्या पुढे लक्ष्मीपुरीत म्युनिसिपालटीचे झाडूकामगार व भंगीकामगार राहत असत. त्यांच्या घराजवळ म्युनिसिपालटीचा पाण्याचा हौद होता. आम्ही त्या हौदाचे पाणी भरत असू. मला कळशीनं पाणी आणावं लागायचं. जरी हा हौद या कामगारांसाठी होता, तरी तो वरच्या जातीच्या लोकांनी बळकावला होता व ते लोक घाण काम करतात म्हणून त्यांना इतर लोकांच्याबरोबर पाणी भरायला मिळत नव्हतं. इतर बायका मला पण

त्यांच्यातील समजत व त्यांचं पाणी भरून होईपर्यंत मला जवळ येऊ देत नसत. त्यामुळे त्या फेटेवाल्या बाबाबद्दल मला आपुलकी वाटली. त्याच्या त्या चांगल्या कामाशी माझ्या मनाची तार जुळली होती.

मला आता शाळेत गोडी वाटत होती. मी ठरवून टाकलं. आता आपण शाळा चुकवायची नाही. आपण शिकायचं. मोठं व्हायचं. मी मनातल्या मनात मलिकध्यानबाबाला म्हणालो, 'या मलिकध्यानबाबा, मैं तुमना हात जोडतूं, मझे साल शिकाव, मझे साल शिकनेकी है.'

हात जोडले, डोळे मिटले व पुन्हा पुन्हा घोकत राहिलो. 'मझे साल शिकाव. मझे शिकनेका है, मझे शिकनेका है.'

जूनमध्ये शाळा सुरू झाल्यावर मी पुन्हा चौथीतच बसलो. मन लावून शाळेला जाऊ लागलो. अभ्यासात रमलो. त्या वेळी चौथीला केंद्राची परीक्षा होती. बेलबागेतल्या शाळेत माझा नंबर पडला होता. पेपर झाले. निकाल लागला. आणि मला कळलं की, मी शाळेत दुसऱ्या नंबरनं पास झालो आहे! माझा आनंद गगनात मावेना. शाळेच्या बक्षीस समारंभात मला दोन पुस्तकं बक्षीस मिळाली. माझं नाव पुकारलं तेव्हा मी स्टेजवर गेलो. झेंड्याला नमस्ते करतात तसं पाहुण्यांना नमस्ते केलं. पाहुण्यांनी दिलेली पुस्तकं घेऊन ऐटीत जाग्यावर येऊन बसलो. या कार्यक्रमाला जोडूनच मुलांचं नाटक होतं. ते पाहण्यासाठी आई आली होती. तिला स्वर्ग दोन बोटं उरल्यासारखं झालं. पुढे कितीतरी दिवस ती माझं कौतुक ज्याला त्याला सांगत होती.

एके दिवशी बू आमच्याकडे राहण्यासाठी आली. ती गरोदर होती. तिचं पहिलं बाळंतपण. शिवाय बडेभाईंच्या घरी दुसरं कोणीच नव्हतं. ती राहायला आल्याच्या दुसऱ्याच दिवशी तिच्या पोटात दुखू लागलं. आईनं तिला दवाखान्यात नेलं. रात्री उशिरापर्यंत आई तिथंच होती.

कुणीतरी अज्जींना बोलवायला आलं. बू बाळंत झाली. मुलगी झाली होती; पण ती लगेच मेली इतकं मला कळलं. मी व धाकट्या बहिणी जागत बसलो. आई व अज्जी मुलीचं प्रेत घेऊन आले. लगेच अज्जींनी ओढ्याकाठी खड्डा खणला. बडेभई, मी, अज्जी व शेजारचा एक माणूस, मुलीचं प्रेत घेऊन पुरायला गेलो.

अज्जीनी प्रेत खड्ड्यात ठेवलं. नव्या पांढऱ्या कपड्यात मुलीला बांधलं होतं. अज्जींनी त्याचं कापड सोडून कंदिलाच्या उजेडात तोंड दाखवलं व कापड बांधताना स्वतःच रडू लागले. लवकरच त्यांनी रडू आवरलं. पण मला आश्चर्याचा धक्काच बसला. अज्जी कधी रडतील असं मला स्वप्नातही वाटलं नव्हतं. त्यांना मनच नाही असं वाटायचं.

लौकरच आम्हाला हे घर सोडावं लागलं. तय्यबअल्लीनं त्याची ही अफाट जागा, बिल्डिंग सगळं एका निर्वासिताला विकलं. पन्नास हजाराला. तो आकडा ऐकूनच आमची छाती दडपली.

या निर्वासितांनी सगळ्या भाडेकरूंना घरं सोडायला लावली. घरं सोडायला पन्नास शंभर रुपये पण दिले. आम्हाला पण पन्नास रुपये मिळाले. कुठे जाणार? असा आम्हाला प्रश्न पडला. बडेभई म्हणाले, 'आमच्यात येऊन राहा.' मग आम्ही सगळं सामान बिंदू चौकात बुरुजावर असलेल्या बडेभाईंच्या घरात हलवलं. अज्जींच्या घोड्याचा प्रश्न निर्माण झाला. अज्जींनी मग पुन्हा गाव गाठलं.

मी शाळेला जात होतो. इथे कोणी मित्र नसल्यानं मोकळ्या वेळी मी खालामाकडे जात असे. तिच्याकडे खाण्याची चंगळ असायची, हे कारण होतंच. तिनं आता एक मुलगी सांभाळायला आणली होती. तिच्या डोक्यात जटा होत्या. कोल्हापुरातील यल्लमाच्या देवळात ती खालामाला सापडली होती. मुलगी दिसायला लहानपणी गोरी गोमटी होती. खालामा नेहमी तिला बाटलीने दूध पाजायची व तिच्या डोक्यातल्या जटा सोडवत असायची, खालामानं तिचं नाव नूरजहाँन ठेवलं होतं. पण आता खालामा पूर्वीची राहिली नव्हती. तिच्या घरात अनेक बायका, पोरी असायच्या. वरचा मजला आता आम्हाला बंद असायचा. बरेच लोक यायचे, ते वर जायचे. खालामा त्या लोकांकडून पैसे घ्यायची. ह्या उंडग्या आहेत हे मला कसं कोण जाणे पण कळलं होतं.

खालामा आमच्याशी पूर्वीसारखीच वागायची. आमच्याकडे पाहुणे आले की, त्यांना जेवायला बोलवायची. गोरीचा सासरा आला की, खालामाकडे जायचा, रात्री खालामा व फुफा दारू प्यायचे, मग मी फुफांना सांभाळत घरी आणत असे. अज्जी कधी खालामाकडे जायचे नाहीत पण खालामा अज्जींना फार मानायची.

मी एकदा सकाळीच खालामाच्या घरी गेलो होतो. तिचं व कपडेवाल्या निर्वासिताचं भांडण जुंपलं होतं. साड्यांची उधारी वसूल करण्यासाठी तो आला होता. दोघांच्या हिशोबात फरक पडत होता. तो वाद वाढला व तो निर्वासित खालामाला रंडी म्हणाला. खालामाचा पारा चढला. तिनं त्याच्या शर्टाला धरून त्याला बाहेर ढकललं. तर त्यानं तिचे केस पकडले व दोघांची झोंबाझोंबी सुरू झाली. पण खालामा कसची गप्प बसते? तिने, निर्वासिताच्या लिंगावर लाथ हाणली. तो धोतरात हात घालून विव्हळत खालीच बसला. लोक जमले होते. पण कोणी सोडवायला गेले नाहीत. शेवटी तोच निघून गेला. खालामा, नुस्ती शिव्यांच्या लाह्या फोडत होती. "मेरे बाल पकडतय सुवर! लंडपे कैसी लाथ बैठी?" विजयी स्वरात खालामा पुन्हा पुन्हा म्हणत होती. एवढा तमाशा पाहिल्यावर मी खालामाकडे

पुन्हा यायचं नाही असं ठरवूनच परत आलो व ती पण अगदीच धंदेवाली झाल्यामुळे आमच्याकडे येईनाशी झाली.

मी व्यवस्थित शाळेला जात होतो. अभ्यासात मन लागत होतं. या शाळेबरोबरच माझं 'जूज' शिकणं चालू झालं. बडेभाईंच्या घरी एक मौलाना यायचे, बडी बू ला कुराण पढवायला. मला पण 'त्याच्याकडे शीक' असे बडेभाईंनी फर्मावलं व मी बसू लागलो. मौलाना पांढऱ्या दाढीचे, दिसायला शांत वाटायचे. हात पाय धुऊन उदबत्ती लावून चटईवर बसावे लागे. जूज ठेवायला ऱ्हियाल होते.

'अलीफ, बे, ते, से' माझा पाठ सुरू झाला. मौलाना चार ओळी सांगत. माझ्याकडून म्हणून घेत. मग 'यह कल याद करके आना' असं सांगत.

दुसऱ्या दिवशी ते म्हणून दाखविले की, पुढचा पाठ. फक्त अक्षरावर बोट ठेवून पाठ म्हणता आले की संपलं. लिहिणं, समजून घेणं, काही भानगड नाही! मला ते आवडलं. पुढे जोडशब्द आले. 'अलीफ दो जर अन, अलीफ दो जेर इन, अलीफ दो पेश ऊन...' त्याच्यापुढे मला आठवेना. मौलाना म्हणाले, "आगे?"

मला 'आगे' जाता येईना. मी गप्पच, तसा मौलानांचा आवाज चढायला लागला. माझ्यात काहीच फरक नाही. पुढचं लक्षात असलेलं सुद्धा विसरलो. मौलाना ओरडले तसा मी रडायच्या घाईला आलो. त्यांनी उच्चार सांगितला तो पण स्पष्ट म्हणता येईना. मौलाना म्हणाले,

"मेरे पास आनेवाल्यांकी ऐस्सीच गांड घाबरी होतीए."

त्यांच्या या बोलण्यानं मौलानांबद्दलचा माझा सगळा आदर संपला. मी किती मानत होतो त्यांना! हा मनुष्य कधी वाईट शब्द तोंडातून काढेल, असं वाटत पण नव्हतं. मौलानांबद्दल माझा अपेक्षाभंग झाला व मी मौलाना यायच्या वेळी घराबाहेर राहू लागलो. पुढे पुढे तोच यायचा बंद झाला. कारण 'बू' ची जूज शिकण्यातली प्रगती अगाधच होती!

घरातले माझे जूज पढनं बंद झालं तरी घराजवळच असलेल्या बडी मसजीदमध्ये मी जूज पढायला जाऊ लागलो. त्याला कारण माझ्या वर्गातला मित्र ईस्माईल शेख. तो त्या मशिदीसमोर राहायचा. त्याचे वडील कोणा पठाणाकडे वसुलीच्या कामावर होते. ईस्माईलचे घर आमच्या मानानं सुस्थितीत होतं. त्याच्या घराला पडदा लावलेला असायचा. त्याला शाळेचे दोन दोन ड्रेस होते. शाळा तपासणीच्या वेळी मी त्याचाच इस्त्रीचा ड्रेस घालून गेलो होतो. त्याची आई मला फार प्रेमाने वागवायची. तो रोज फजरच्या व ईशाच्या नमाजला जायचा. सकाळी जूज पढायला मी पण त्याच्याबरोबर जात असे. मला नमाजला जाण्यासाठी आईनं एक विजार शिवली होती.

फजरच्या नमाजाला जाताना मला प्रसन्न वाटत होतं. नमाजपूर्वी हात पाय धुण्याला 'वजू करणे' म्हणतात. वजू करताना कोणता भाग कधी धुवावा याचा क्रम ठरलेला आहे. सुरुवातीला हाताचे पंजे, मग चूळ भरायची, नंतर चेहरा, मग कोपरापर्यंत हात धुवायचे, डोक्यावरून हात फिरवायचा व शेवटी घोट्यापर्यंत पाय धुवायचे. तसंच लघवीला गेल्यावर विटेच्या किंवा खापरीच्या तुकड्यानं लघवीचा शेवटचा थेंब टिपायचा. नंतर पाण्यानं लिंग धुवायचं. याला 'ढेला सुकाना' म्हणतात, हे पण मी शिकलो.

फजरच्या नमाजला फारशी गर्दी नसे. दोन तीन रांगाच पूर्ण होत. इस्माईल म्हणे, "आपून पयले सफ मे नमाज पढे कतो जादा सवाब मिलतंय." पण मोठी माणसं आम्हा लहान मुलांना मागच्या रांगेमध्ये उभं करत. नमाजसाठी 'सुरे' पाठ केले होते. जूज शिकवायला नमाज पढवणारेच मौलाना होते. आम्हा नमाजला जाणाऱ्या मुलांवर त्यांची मेहेरनजर असे. फारसे रागावत नसत; पण इतर मुलांसाठी छडी वापरत. मुली पण जूज शिकायला येत. त्यामुळे शाळेसारखेच वाटे.

शाळेत माझा आणखी एक मित्र होता. सिकंदर पटेल. सिकंदर म्हणजे वल्ली होती. तो प्यालेलं पाणी पुन्हा तोंडावाटे बाहेर काढायचा. आम्ही सगळे त्याच्याकडे आदराने पाहत असू. माझ्या वर्गात एक मुसलमान मुलगी होती. ती माझ्याशी बोलायची, कारण माझ्या शाळेला येण्याच्या रस्त्यावर तिचं घर होतं. कधी कधी आम्ही मिळून येत असू.

एकदा सिकंदरने मला बाजूला घेऊन विचारलं. 'का रे हुसेन, तू ममतीबरोबर लग्न करणार हैस? अरे ती कलावंतीणीची हाय, ती आपल्यात चालत नाही.' का चालत नाही? याचं उत्तर त्याला पण माहीत नव्हतं; पण याची फार चर्चा नको म्हणून मी तिच्या घरावरून येणारा रस्ता सोडून दुसऱ्या वाटेने शाळेला येऊ लागलो. तरी तिच्या आठवणी यायच्या. पुढच्या वर्षी आम्ही वेगवेगळ्या वर्गात गेलो.

बाबू शेख नावाचा एक गोरापान, गोबऱ्या गालाचा पोरगा माझ्या वर्गात आला. त्या वर्षी आम्हाला इंग्रजी हा विषय शिकवायला नवीनच सुरुवात झाली होती. ते इंग्रजी शब्द बाबू फाडफाड बोलायचा. त्याचं अक्षर फारच छान होतं. त्याचे वडील विड्या बांधायचे; पण वर्गात आम्हां सर्वांचा तो हीरो होता. दादागिरी पण करायचा, आम्ही सगळे त्याला भीत असू.

एकदा त्यानं वर्गात धमाल केली. आमचे हेडसर पोद्दार नावाचे होते. ते मराठी शिकवायचे. ते फार चांगले शिकवत. धड्यातल्या संदर्भावरून 'तो आपल्या कर्तव्याला जागला नाही.' याला पर्यायी शब्द म्हणून त्यांनी तो 'कर्तव्यच्युत' झाला असं सांगितलं आणि बाबू एकाएकी खॉक खॉक करून हसू लागला. सगळ्या वर्गात स्मशान शांतता पसरली होती. हेडसरांचा दरारा होता आणि हा जोरजोरात

हसतो आहे! सगळा वर्ग स्तंभित झाला. हेडसर गडबडले. कुणालाच कळेना काय झालं. हेडसरांनी दरडावून विचारलं. "शेख काय झालं?" तो सांगेना. तोंड दाबून हसतच होता. 'च्युत' हा शब्द त्याला गुदगुदल्या करत होता.

ज्या शब्दाबद्दल तो हसतो आहे, त्याचा अंदाज आल्यावर मला भीती वाटू लागली, बाब्या कदाचित त्या शब्दाचा अर्थ सांगेल म्हणून. पण बाब्यानं काही सांगितलं नाही. तो हसतच होता. तेव्हा सरांनी त्याला छड्या दिल्या. तरी त्याचं हसणं बंद होईना. मग त्याला वर्गाबाहेर जावं लागलं व पालकांना बोलावून आणायला सांगण्यात आलं. त्याचे वडील काही आले नाहीत व तोही आला नाही. पुढे त्याची शाळाच बंद झाली. शाळा बंद व्हायला आणखीही काही कारणं असतील, पण त्याची सुरुवात अशी झाली होती.

हेडसरांना त्याची आठवण यायची. आम्हाला बोलवायला पाठवायचे. पण तो आलाच नाही. त्यानंतर एकदा मला बाब्या भेटला. तेव्हा "शाळेला का येत नाहीस?" असं मी विचारलं. तर म्हणाला, 'क्या रांडके, व्हाँ गांड, च्यूत शिकानेवाले क्या शिकनेका?' पुढे तो रिक्शा ड्रायव्हर झाला. सध्या तो कोल्हापुरात दिसत नाही.

जूज शिकण्यात मला काहीच नाविन्य वाटेना. अर्थ नव्हता की लिहिणं नव्हतं. फक्त पाठ झालं की पुढे. त्यामुळे मी जूज वाचायला जाणं सोडलं. पण इस्माईलच्या संगतीनं मी नमाज पढायला मात्र शिकलो. परमेश्वराशी एकतर्फी का होईना मनातले बोलता येते हे मला आवडलं. मी अधूनमधून नमाजला जात असे. तरीही सिकंदरच्या दोस्तीमुळे इस्माईल माझ्या मैत्रीतून कधी कमी झाला हे मला कळलंसुद्धा नाही.

सिकंदरकडे पैसे असायचे. त्याचे वडील सुतारकाम करायचे, त्यामुळे त्याच्याकडे चांगला चिनीदांडू होता. त्याच्याकडे पैसे मिळविण्याच्या आयडिया आहेत असे तो म्हणायचा.

एके दिवशी तो मला म्हणाला, "हुसेन, तुझे पैसे हुना क्या? फिर चल मेरेबरोबर." मी शाळा चुकवून त्याच्याबरोबर गेलो. म्हणाला, "तू पाळीमें ठेरको सिनेमाके तिकीट काढको दे. मैं तिकीट बिकातूं. तुझे एक तिकीट को चार आने देतूँ."

चार आणे म्हणजे मला फार मोठी कमाई वाटली. दिलीपकुमारचा 'आन' चित्रपट चालू असलेल्या पद्मा टॉकीजवर मी त्याच्याबरोबर पाळीत उभा राहिलो. सेकंडचं तिकीट काढलं. दहा आण्याचं तिकीट सिकंदरनं रुपायाला विकलं. मला चार आणे मिळाले. मग त्यातील दोन आणे दोघांनी हॉटेलात खाल्ले. पाच वाजेपर्यंत त्याच्याबरोबर फिरत राहिलो व घरी परतलो. शाळा चुकवली हे कुणाच्या लक्षात आलं नाही. माझ्या मनाला मात्र ते मानवलं नाही. तरी मी दोन दिवस त्या

पैशात चैनी करत होतो.

बडेभईंची बदली होणार आहे याची कुणकुण लागली. त्यांची बदली झाली तर आपण कुठे राहायचं असा प्रश्न निर्माण होणार होता. आपणाला भाड्याचं घर परवडणार नाही, असा विचार करून आईनं कबजेगहाण घर घेण्याचा बेत केला. अज्जींच्याकडे असलेले पैसे या निमित्ताने काढून घेता आले. मामाकडचे थोडे पैसे आणले. मंगळवार पेठेत बालगोपाल तालमीजवळ एक जुनं घर कबजेगहाण घेतलं, दीड हजारला. घराच्या मातीच्या भिंती पडक्या होत्या. आई व आम्ही महिनाभर खपून ते घर राहण्यायोग्य बनवलं. आम्ही या घरात राहायला आल्यावर अंडेवाला अधून मधून घरी येऊ लागला.

अज्जींचा घोडा या घरात पण होता. अज्जी बाहेरच्या खोलीत बाजल्यावर पडून असायचे. बाहेर अंगण होते. त्या अंगणात घोड्याचे छप्पर घातले होते. रोज घोड्याची लीद गोळा करून मागे परड्यात साठवत. थोड्या दिवसांनी ती लीद कुस्ती मैदानाकडे नेऊन त्याच्या शेणी लावत. गल्लीतली पोरं आमच्या घोड्यामुळे अज्जींना शाहू महाराज म्हणून चिडवायचे. पुढे मी तिथल्या मुलांमध्ये मिसळू लागल्यावर त्यांनी चिडवायचं बंद केलं. गल्लीतली मुलं फुटबॉल, क्रिकेट खेळायची. मला त्यातलं काहीच जमायचं नाही. म्हणून मी फारसा या मित्रांत नसे.

बालगोपाल तालीम मंडळाची फुटबॉल टीम जोशात होती. कोल्हापुरातील फुटबॉल खेळ पाहील तो मानू लागेल की फुटबॉल हा आपला राष्ट्रीय खेळ आहे. इथे अनेक तालीम मंडळांचे फुटबॉल संघ आहेत. त्यासाठी के. एस. ए. हे एक खास मैदान आहे. आता तर शिवाजी स्टेडियम व वरुणतीर्थ मैदानावरही फुटबॉल सामने होतात. तर त्यावेळी रोज सामना असायचा. सामना नसला तरी बालगोपालचे दोन संघ प्रॅक्टिससाठी रोज के. एस. ए. मैदानावर जायचे. तोही खेळ पाहण्यासाठी प्रेक्षक जमत. तेव्हा मी कुठे राहतो हे सांगायची पाळी आल्यास 'बालगोपाल तालमीजवळ राहतो' असं सांगण्यात अभिमान वाटायचा.

बडेभईंची मुंबईला बदली झाली. ते बू ला घेऊन गेले. आम्हाला त्यांचा आधार वाटायचा. घरखर्चात थोडी बहुत मदत व्हायची. आता आई फक्त रविवारचा कोंबड्यांचा बाजार करायची. धाकटी बहीण महाबूबबी बोहरीकडे धुणीभांड्यांच्या कामाला जायची. तिचे महिना सात रुपये यायचे. आईला पेन्शन तीस रुपये मिळत होती. घरखर्च ओढाताणीचा असायचा. आम्हा पाच जणांचा खर्च आई कसा चालवायची ते तीच जाणे.

आपण पैसे मिळवावेत असं वाटायचं. पण मार्ग काही दिसत नव्हता.

अधूनमधून नवीन सिनेमा आला की सिकंदरला तिकीटं विकण्याची हुक्की यायची. मग एकदोन दिवस चैन असायची. एक वेळ मी सिनेमाचं तिकिट विकून आठ आणे आईला दिले होते. तिनं विचारल्यावर सिकंदरबरोबर सिनेमाची तिकीटं विकल्याचं सांगितलं. आई म्हणाली होती 'कायकू जातंय ऐसा काम करने?' पण तिनं पैसे ठेवून घेतले होते, म्हणून जायला हरकत नाही असं मी मनाशी ठरविलं. पण सिकंदरशिवाय मी हे काम करणं शक्य नव्हतं. एकदा मीच त्याच्या मागे लागल्यावर आम्ही तिकिटं काढायला गेलो. शाळेत याचा पत्ता कसा लागला कोण जाणे; पण वर्गातली चार-पाच मुलं आम्हाला शोधत आली व आम्ही पळून गेलो.

दुसऱ्या दिवशी शाळेत काही विशेष झालं नाही. कारण ती मुलं दुपारच्या सुट्टीत जेवून जाताना थिएटरकडून निघाली होती व आम्ही दिसल्यानं आमच्याकडे येत होती. पण आम्ही पळून गेलो होतो. त्यामुळे शाळेत कुणाला कळलं नव्हतं, पण आमच्या मनात भीती बसल्यानं आम्ही थिएटरकडे जाणं बंद केलं.

सिकंदर नेहमी कोणत्याही कामाला पुढे असायचा. शाळेत कसला तरी कार्यक्रम होता व प्रत्येक वर्गानं एखादं नाटक करावं असं ठरलं होतं. आमच्या वर्गाचा कार्यक्रम ठरला. सिकंदरनं जबाबदारी घेतली व त्यानं मला पण त्यात घेतलं. पंपूशेठचा संवाद होता. सिकंदर ढोबळा असल्याने पंपूशेठ झाला व त्याच्या नोकराचं काम मला होतं.

तालमी सुरू झाल्या. सहामाही परीक्षेचा शेवटचा पेपर झाल्यावर हा कार्यक्रम होणार होता व दोन दिवस हे कार्यक्रम चालणार होते. नाटकांत आपल्याला काम करायला जमणार नाही म्हणून मी भीत होतो. याबद्दल सिकंदरला काही बोलणं शक्य नव्हतं. मीच ठरवलं की, मुलांच्या समोर आपली फजिती होण्यापेक्षा आपण कार्यक्रमाला जायचंच नाही. पेपर टाकून यायचं. पण नंतर वाटू लागलं, शेवटच्या दिवशी शाळेकडे न फिरणंच उत्तम. मग मी सकाळच्या पेपरला गेलो नाही. घरात सांगितलं कालच परीक्षा संपली.

दुसऱ्या दिवशी सिकंदर घरी आला. घरी कोणी नव्हतं. त्यानं मला शिव्या घातल्या. नाटक झालं होतं. प्रमोद चव्हाण नावाच्या मुलानं माझं काम केलं होतं. दोन-तीन मिनिटांचं काम होतं, पण त्यासाठी मी सकाळचा पेपर चुकवला होता. याबद्दल सिकंदर मला फार बोलला. परीक्षेत नापास होईन अशी भीती घातली व ताबडतोब जाऊन हेडसरना भेट म्हणजे काहीतरी मार्ग निघेल म्हणाला. मला घेऊनच शाळेत गेला. सरांनी कारण विचारलं. घरी पाहुणे आल्याची थाप मारली. त्यांना ती पटली नाही. पण मला पेपर लिहिण्यास दिला.

मी एका मोकळ्या वर्गात बसून पेपर लिहिला. माझ्या वर्गातली मुलं अधून मधून येऊन मला उत्तरे सांगून जात. पण मला नंतर 'भित्रा' म्हणून सर्वजण चिडवू

लागले.

पुढच्या वर्षी सातवी म्हणजे केंद्राची परीक्षा. म्हणून मी व सिकंदरनं सुट्टीत अभ्यास करण्याचं ठरविलं.

सिकंदरनं एका शनिवारी कसबा बावड्याला चिंचा काढायला जाण्याची योजना मांडली. पिशवीभर चिंचा झाल्या की एक रुपयाला विकता येतात. आम्ही शाळा सुटल्यावर सरळ कसबा बावड्याचा रस्ता धरला. न्यू पॅलेसजवळ दुतर्फा चिंचेची झाडं होती. सिकंदर झाडावर चढला व भराभर चिंचा पाडू लागला. मी पिशवी भरत होतो. सिकंदरनं तीन पिशव्या तरी भरायच्या असं ठरविलं होतं. तो एक झाड झालं की दुसऱ्या झाडावर चढायचा. अनेक झाडं झाल्यावर दोन पिशव्या भरल्या व भूक लागल्याचं जाणवलं म्हणून जवळच असलेल्या गुऱ्हाळावर गेलो. रस प्यालो. ऊस घेतला व परत फिरलो.

बिंदू चौकात एका चिंचा विकणाऱ्याला दोन रुपयाला चिंचा विकल्या. थोड्या दप्तरात ठेवल्या, चिंचा व ऊस घेऊन मी घरी निघालो. पिशवीत चिंचा, हातात ऊस. मी गल्लीत आल्यावर प्रत्येक घरातील लोक मला पाहायला बाहेर येत होते. जणू मी पराक्रम गाजवून आलो आहे.

घरी आई नव्हती, ती मला शोधायला बाहेर पडली होती. 'आत्ताच गेली. पळ बोलव जा .....' असं गल्लीतल्या बायकांनी सांगितलं. मी पळत पळत बाराईमाम मोहल्ल्याच्या दुसऱ्या टोकाला धावलो. आई दिसली. मी तिला हाक मारली. माझी हाक ऐकून ती थांबली. स्तब्ध उभी राहून माझ्याकडे पाहत होती. मला तिच्या नजरेची भिती वाटली. शांतपणे घरी आली. जेवणार आहेस का विचारलं. मी 'हो' म्हटल्यावर जेवायला वाढलं. मी जेवेपर्यंत गप्प बसली. माझं जेवून झाल्यावर एकाएकी जोरजोरात रडू लागली. खूप रडली. मी अवघडून बसलो.

शाळा सुटल्यावर मी तासाभरानं सुद्धा घरी न आल्यानं तिची काय अवस्था झाली, ते ती रडतच सांगू लागली. बारा वाजले तरी मी न आल्याचं पाहून तिला काळजी वाटली. ती शाळेकडे गेली. तिथे शुकशुकाट पाहून शाळेजवळच्या पोरांच्या घरी चौकशी केली. कुणी काही सांगू शकले नाही. मग कुणा पोरांबरोबर आंघोळीला कोटीतीर्थ तळ्याकडे गेला का पाहून आली. परत घरी आली. दोन वाजले तरी मी आलो नाही. मग तिला धीर धरवेना व तिला रडू कोसळलं. तिनं रडून घर डोक्यावर घेतलं. सगळी गल्ली गोळा झाली. कोणी काय, कोणी काय तर्क करू लागले. शेवटी माझे एक सर सदरबझारला राहत होते. तिकडे चौकशीसाठी निघाली होती. इतकं सांगून झाल्यावर पुन्हा रडत म्हणाली,

"ऐसा करू नको बाबा, तू एकला है, मेरी सब भीस्त तेरेपे है । तू ऐसा कऱ्या तो हमें कायके आधारपो जीनेका?"

आईची मला दया आली. आई तशी आम्हा मुलांना काटेकोर वागवायची. तिच्या माझ्यात फारसा मोकळेपणा नव्हता. त्या मानानं तिचं आजचं वागणं मला हलवून गेलं. आईची आपल्यावर भिस्त आहे. आपण असं चुकूनसुद्धा वागता कामा नये. आपल्यावर जबाबदारी आहे. आपल्या दोन लहान बहिणी आहेत. आपण तिला मदत केली पाहिजे. घर चालविलं पाहिजे. काहीतरी केलं पाहिजे, असं मला राहून राहून वाटू लागलं.

त्याचवेळी अज्जींविषयी मनात घृणा निर्माण झाली. ते काही नोकरीधंदा करायचे नाहीत. नुसते बाजल्यावर पडून असायचे. खोकायचे. बेडका थुंकायलासुद्धा उठून बाहेर जायचे नाहीत. बेडका हातात धरून छपराला लागून असलेल्या खिडकीतून बाहेर फेकायचे. थुंकी कधी बाहेर घोड्याच्या छपरावर पडे तर कधी नेम चुकला तर त्याच खोलीतल्या छपराच्या पत्र्याला चिकटून बसे. असे अनेक बेडक्यांचे डाग त्या पत्र्यावर होते.

अंडेवाला घरी येतो त्याचे अज्जींना काहीच कसं वाटत नाही, याचंही मला आश्चर्य वाटायचं. वाईटही वाटायचं, रागपण यायचा.

मामा नवीनच लग्न झालेल्या आपल्या मुलीला व जावयाला घेऊन आले. नवी जोडी आली म्हणून आईनं शेवयांचा जर्दा केला, मटण आणलं. 'पण असं अचानक कसं लग्न झालं?'म्हणून आईनं मामाला विचारलं. मामा म्हणाले, "क्या करना मा, इने शादीके पयलेच पेडसू कऱ्या इसे."

त्याने आपल्या जावयाचा पराक्रम सांगितला. हा जावई मामांच्या नात्यातलाच होता. त्याला मामांनी आपल्या शेतीत काम करण्यासाठी ठेवून घेतला होता व नंतर त्याला जावई करून घ्यायचा प्रस्तावही मांडला होता.

मियाँसाब त्याचं नाव. त्याचे आईवडील नव्हते, भाऊ होते. मामा त्यांच्याशी मियाँसाबच्या लग्नाबद्दल बोलले. आम्ही पैसे देतो, करूया त्याचं लग्न, असं भाऊ म्हणत होते. या गोष्टीला वर्ष झालं तरी ते पैसा गोळा करू शकले नाहीत.

एके दिवशी मामीच्या लक्षात आलं की आपली मुलगी गरोदर आहे. आणि मियाँसाब आपल्या भावाकडे जाऊन बसला व म्हणाला,

"आत्ताच्या आत्ता माझं लग्न करा ... नाहीतर एकेकाचा जीव घेतो." तेव्हा अचानक ते लग्न पार पडलं. लग्नापूर्वी मुलगी गरोदर आहे याचा बभ्रा गावात व्हायला नको म्हणून मामा त्यांना कोल्हापुरात ठेवायला घेऊन आले होते. त्याला घर बघून द्यायचं आईनं कबूल केलं. नोकरी शोधायचा प्रश्न नव्हता. कारण कर्नाटकातील आमचे सर्व नातेवाईक ट्रकच्या एकमेव धंद्यात होते. कोणी ड्रायव्हर, मेकॅनिक, कुणी क्लिनर.. त्यामुळे हा कुठल्यातरी गॅरेजमध्ये कामाला जाईल, असं

मामा म्हणाले. सुरुवातीला मामा त्यांना धान्य आणून देणार होते.

हा मियाँसाब घुमा होता, बोलायचाच नाही; पण त्याच्या अंगात नाना कळा आहेत, असे मामा सांगत होते. गोकाकला एक डोंगर आहे. त्या डोंगरावर इसामोद्दिनचा दर्गा आहे. त्या डोंगराला 'इसामोद्दिन' चा डोंगर म्हणून ओळखतात. त्या डोंगरावर एक गुहा आहे व त्यात खजिना आहे, सोन्याच्या विटा आहेत. अशी चर्चा चालत असे. शिवाय कोणी त्या गुहेत जाण्याचा प्रयत्न केल्यास जगत नाही, गेलेला परत आलेला नाही, असंही बोललं जात असे.

मियाँसाब हा आपल्या भावापेक्षा वेगळा. चार बुकं शिकलेला होता. मोटारगाड्यांचे कामपण जाणत होता. गोव्याला राहून आला होता. कुठंही काहीही करता आलं नाही. शेवटी मामाकडे शेतात काम करत होता. त्याने त्या गुहेतल्या सोन्याच्या विटा आणायचं वेड डोक्यात घेतलं. त्याला कुणीतरी सांगितलं की, 'मजहबी ज्ञान असेल तर कुराणातील 'सुरे' वाचून त्याच्यात शक्ती प्राप्त होईल व तो गुहेमध्ये सहज प्रवेश करील.' त्यामुळे त्यानं जूज कुराणाचा अभ्यास केला व एकदा खराच गुहेत जाण्याचा प्रयत्न केला. त्याच्याबरोबर एक मित्र होता. तो बाहेर थांबला व हा सुरे वाचत आत शिरला, दिसेनासा झाला. मित्र बाहेर वाट पाहत बसला. तब्बल दोन तास तो वाट पाहत होता. हा काही येईना. मग तो डोंगरावरून खाली आला. त्यानं लोकांना गोळा केलं. दिवट्या घेऊन ते गुहेत निघाले; तर दहा पावलावर हा सुरे वाचत बसलेला, समाधी लागल्यासारखा! त्याला सर्वांनी उचलून आणला. दिवट्यांच्या उजेडात दिसलं की, आत भुयार वगैरे काही नाही. पुढे जायला रस्ताच नाही!

मामानं त्याला हत्यारं घेऊन दिली. तो कावळा नाकयावरील पेट्रोल पंपावर जाऊन बसू लागला. सदरबाजारात खोली पाहून त्याचा संसार थाटून दिला, आणि मामा गावी गेले.

मियाँसाब शोधायला गेलेल्या सोन्याचं खरं नसलं तरी मामांनी सांगितलेली आपल्या शेतात मिळणाऱ्या सोन्याची कहाणी मात्र पुराव्यामुळे आम्हाला पटली. मामांच्या वाट्याला पडीक जमीन चार-पाच एकर आली होती. त्या शेतात काही पिकत नव्हतं, दगड फार होते. त्याला मड्डी म्हणायचे. तरी त्यात काही भागात भुईमूग पेरायचे. तिथे कष्ट करायला कोणी जात नसे; पण मामा मात्र त्या शेतात राबायचे. एकटेच काम करायचे. दगड काढायचे, खुदाई करायचे. असंच काम करीत असताना त्यांना एक पिवळी गोळी मिळाली. छोटीशी वजनदार होती, ओबडधोबड होती. त्यांनी कुतूहलानं घरी आणली. सगळ्यांचं मत पडलं की सोनं असावं. सोनाराकडे तपासलं तर खरंच सोनं होतं!

असं कसं सोनं मिळालं? दागिना नव्हे. एखादा मणीपण नव्हे. नंतर सर्वांनी ते रान शोधलं, उकरलं पण कुणालाच काही मिळालं नाही. दगडच दगड. नशीब

चांगलं म्हणून मामांना सोनं सापडलं. ती गोष्ट सगळे विसरून गेले. काही वर्षांनी याच शेतात सकाळी फेरी मारताना तशीच आणखी एक चपट्या आकाराची पिवळी वस्तू मिळाली. तेही सोनं होतं. मग मामांनी 'आलीम' माणसाला याबद्दल विचारलं तर आपल्या मजहबी ज्ञानाच्या शक्तीवर त्या आलिमनं सांगितलं की, "शेतात 'माल' आहे, एक गुजरीण सोन्याच्या झोपाळ्यावर झोके घेत आहे. तीच तुम्हाला इशारा देण्यासाठी असं सोनं टाकते. योग्य वेळी तुम्हाला त्याचा लाभ होईल." त्यानंतर अधून मधून त्या शेतात असं दोनतीन वेळा वर्ष सहा महिन्यांच्या अंतरानं सोनं मिळत होतं.

अशी एक चपटी, गोलाकार असलेली ओबडधोबड दिसणारी पिवळी सोन्याची गोळी मामांनी आणली होती. ती आईला दिली. आम्ही मामांना सोनं मिळतं अशी चर्चा ऐकली होती. पण आज ती गोळी प्रत्यक्ष पाहत होतो. या गोष्टीवर विश्वास बसत होता, आणि नव्हताही. पण सोन्याची गोळी आमच्यासमोर होती. नंतर आईनं त्या सोन्यापासून गळसरी बनवली. पावलीभर वजन झालं. थोडे पैसे आईनं घातले.

मंत्र तंत्र करून ते सोनं का काढत नाही? असा प्रश्न आईनं मामांना विचारला. पण मामा समाधानी होते. ते स्थितप्रज्ञासारखे म्हणाले, "अपने नशीबमें अचंगा वक्ता मिलंगा, यो चौथे बार मझे मिल्या. भी मझेच मिलतंय, दुसरे किसे मिलता नई. खुदा देतंय वक्तेपो समाधान मानना."

मामा इतक्या शांतपणे व ठाम बोलत होते की, मला सुद्धा त्यांच्यासारखं समाधान वाटलं.

पुढे मामांच्या थोरल्या मुलाचं लग्न झालं. तेव्हा मामूंनी मोठ्या थाटात लग्न केलं. सगळ्या गावाला जेवण घातलं होतं. वाडीतल्या प्रत्येक बाईला चोळीचा खण व पुरुषाला गांधी टोपीचा आहेर केला होता. सगळ्या नातेवाईकांना कपडे केले होते. मामांनी काहीतरी जादूमंत्र करून शेतातलं सोनं काढलं व त्यामुळेच हे लग्न झोकात केलं असं सर्वजण आपापसांत चर्चा करीत होते. खरे पाहता मामांनी शेतीवर कर्ज काढून आपल्या पोझिशनला शोभेल असं लग्न केलं होतं.

हे सोनं काढण्याचा प्रयत्न मामांनी कधीच केला नाही. मामांनी शेतीतलं लक्ष काढलं व गावात येणाऱ्या तबलीग जमाअतीबरोबर फिरत ते सगळा वेळ नमाज पढण्यात घालवत.

मुलांच्या हातात कारभार आल्यावर शेतीत आता काही राम नाही म्हणून थोडी थोडी करून त्यांनी शेती विकली. ट्रकचा व्यवसाय करायचा प्रयत्न केला. काही न जमल्याने थोरला क्लीनर म्हणून काम करू लागला बेळगावला राहून, तर धाकटा तयार कपडे विकण्यासाठी गावोगावचे बाजार फिरू लागला. बेळगावसारख्या शहरात खर्च परवडत नाही म्हणून थोरला पुन्हा गावी आला. शिल्लक असलेला

शेतीचा तुकडा विकला व गाडीबैल घेतले. भाड्यासाठी, गोकाकच्या बाजारात गाडी फिरवू लागला, तोवर त्याला पाच मुली झाल्या होत्या. थोरली मुलगी लग्नाला आली. तिच्या लग्नासाठी 'मड्डी' विकायला काढली; पण कुणी ते शेत घ्यायला पुढं आलं नाही.

या काळात मामांना अर्धांगवायू झाला. त्यांचे हाल झाले व ते त्यातच गेले. ते गेल्यावर वर्षभरानं त्यांच्या गावाला साखर कारखाना झाला व त्या पडीक जमिनीला एकदम भाव आला. पाच एकर जमीन पाच हजाराला द्यायला कोण तयार नव्हतं, तीच आता कारखाना जवळ झाल्यानं मामांच्या मुलांना सव्वा लाख रुपये देऊन गेली.

मामांच्या मुलांनी त्यातलं सोनं काढण्याचा प्रयत्न केला. कोल्हापूर जिल्ह्यात उदगाव येथे एक मौलाना होता. तो तंत्रमंत्र करायचा, त्याच्याकडे ते गेले. सोनं मिळत होतं. ही हकीकत सांगितल्यावर मौलाना मी ते काढून देतो म्हणाला.

स्पेशल गाडीनं त्याला नेलं. त्याची साधना करून पूजा मांडायला म्हणून त्यानं त्यांच्याकडून पाच हजार रुपये काढले व शेवटी म्हणाला, 'इत्ता इस खेतमें माल रह्या नई, उसने जगह बदली है ।'

मला मामेभावांच्या वेडेपणाचं हसू आलं. ते मौलानाकडे जाताना माझ्याकडे येऊन गेले होते, मला ते बोलले नाहीत. पण माझ्या बहिणीकडून कळलं की, ते कुणा मौलानांना त्यासाठी भेटायला निघालेत. तेव्हा मीहून त्यांना म्हणालो,

"अरे जी जमीन मातीमोल किंमतीनं कोणी घ्यायला तयार नव्हतं. त्याच जमिनीमुळे आज तुम्हाला सव्वा लाख रुपये मिळणार आहेत याचा अर्थ ते धन मिळालं असं समजा व समाधानी व्हा."

तर म्हणाले, "इता जमीन बेचनेचवाले हैं तो एकबार कोशिश करको देखने क्या हरकत है?"

त्यांनी पैसे घालवूनच आपलं समाधान करून घेतलं!

मामाच्या शेतातलं हे सोनं आपल्याला मिळाल्यास अज्जींची लाचारी संपवता येईल असे विचार माझ्या डोक्यात येत असत. पण ते होणार नाही, हेही मला कळत होतं. पण या काळात अज्जींचे एकेक दोष डोळ्यांसमोर येत होते. आईच्या मानानं ते अगदी म्हातारे होते. आई सांगायची "मेरेशी शादी हुयी तऊच उनके दात नत्ते." अज्जी कुणाचे ऐकायचे नाहीत. स्वत:च्या मनात येईल तेच करायचे. ते आम्ही पण पाहत होतो.

कुणाला न सांगता त्यांनी घर विकलं व व्यापार करायचा म्हणून घोडा आणला. घोड्यावरून व्यापार करण्याचे दिवस आता राहिले नाहीत हे त्यांना कसं कळलं

नसावं? बरं तो बिनकामाचा घोडा अद्यापि बाळगला आहे. त्याची सगळी घाण दारात. अलीकडे काही पोरं घोडा बसायला भाड्यानं न्यायची. दोघेतिघे त्यावर बसत व घोड्याला काठीनं बडवीत. त्याला खायला वेळेवर मिळत नसे. त्याचेही हाल.

हे सगळे कमी होते म्हणून की काय, त्यांनी अलीकडे एक नवा उद्योग सुरू केला होता. ते सकाळी कपिलतीर्थ भाजीमार्केटमध्ये जायचे. भाजीचा लिलाव झाला की, कचऱ्यात पडलेला भाजीपाला, लोकांनी टाकलेली कुजकी नासकी वांगी, बटाटे काय मिळेल ते गोळा करून आणायचे. बाहेरच्या सोप्यात बसून त्यातला चांगला भाजीपाला निवडून चिरून घ्यायचे, जेवणघरात न बोलता आणून ठेवायचे व जेवणाची वाट पाहत बसून राहायचे. सुरुवातीला आई त्यांना शिव्या घालत होती.

'इने दात कोरको पेट भरलेवाला, ऐसा संसार कोण कऱ्याता क्या?' असा मनस्ताप करून घ्यायची. काय, काय बोलायची. याचा अज्जींवर काही परिणाम व्हायचा नाही. ते एक शब्द बोलायचे नाहीत. रोज सकाळी आपले भाजीला जायचे.

अज्जी येताना दिसले की, गल्लीतल्या बायका "ताजी भाजी आली" असं आईला टोकायच्या. पुढे पुढे अज्जींनी आणलेल्या भाजीतील पुन्हा निवड करून आई भाजी करीत असे. भाजी करत असताना अज्जींच्या नावाने वटवटायची. बसून खातात म्हणून अज्जींना घालून पाडून बोलायची. अज्जींचं कौतुकच वाटायचं. ते कान नसल्यासारखे वागायचे; त्यांच्यावर काही परिणाम होत नसे. उलट ते आपल्या वागण्यानं आईवर कडी करायचे.

अज्जींना पूर्वीपासून नाश्त्याची सवय होती. अज्जींना दात नसले तरी ते दोन दिवसांची शिळी भाकरी सहज खात. हल्ली रात्री जेवण राहत नसे. त्यामुळे त्यांना सकाळी शिळी भाकरी पण मिळत नसे. म्हणून रात्री जेवतानाच अज्जी अर्धी भाकरी जादा मागून घेत व ती भाकरी कालवणाच्या वाटीत दुमडून घालत व ती वाटी माझ्याकडे किंवा बहिणीकडे देत सांगायचे, "यो रोटी रख, मैं फजर खातूँ."

अज्जींनी तसं केलं की, आईची वटवट सुरू व्हायची. पण ती भाकरी कोणी खात नसत. सकाळी चहा पिताना अज्जी ती भाकरी खात व नाष्टा झाला की घोड्याचं आवरून निघाले भाजीला. दुपारचं जेवण झालं की, घोड्याला गवत आणायला घोड्यावरून जायचे. ते संध्याकाळी यायचे. आईची किटकिट फारच वाढली तर घोड्यावरून गावी निघून जायचे.

पूर्वी अज्जी जाकीट घालायचे. डोक्याला तलम पटका बांधायचे. भाकऱ्या बांधून घेऊन गावी जायचे. पण आता बोडक्या डोक्यानं, आहे त्या मळक्या कपड्यावर भाकरी वगैरे न घेताच गावी जायला निघायचे. मात्र घोड्याला चारा म्हणून बराच चगाळा घोड्याच्या दोन्ही अंगावर बांधून घ्यायचे. त्यांचे हे गोंधळ्यासारखे

जाणे पाहायला सर्व गल्ली गोळा झालेली असे.

जाताना ते बाहेरून ओरडून सांगत,

"खुतबू, मै गांवकू जाको आतूँ."

अज्जी गेले की, दोन चार महिने यायचे नाहीत. फाळ्याचे पैसे घेऊन तिथंच खात बसत. अज्जी नसले की घर मात्र शांत असे.

सिकंदरनं एक बातमी आणली. म्हणाला, 'आठ दिवस कामाला येतोस? चिखलीला 'म्हाई' आहे. माझा दोस्त सोडा लेमनचं दुकान लावणार आहे. जेवून खाऊन रोज आठ आणे पगार. मी आईला विचारलं. तिनं होकार दिल्यावर शाळा बुडते वगैरेचा विचार न करता मी जाण्याचं निश्‍चित केलं.

सर्व साहित्य ढकलगाडीवर लादून आम्ही प्रयाग चिखली गाठली. मांडव घालून दुकान तयार केलं. पार्टिशन कापडाचं होतं. सोडा काढण्यासाठी गॅसचं सिलिंडर बसवलं. रात्री झोपलो. मालक म्हणाला, 'सगळा माल पडलाय. हुषार झोपा.'

सगळी रात्र मला झोप लागली नाही. जरा कुठं खुट्ट झालं तरी मी जागा होत असे. मालक व सिकंदर घोरत होते. मी पहाऱ्यावर असल्यासारखा जागा होतो.

दुसऱ्या दिवशी दुकान सुरू केलं. सोडा काढायचं काम सिकंदर करायचा. पाण्यानं भरलेल्या बाटल्या मशिनमध्ये घालून अठरा फेरे द्यायचा. सिलिंडरमधला गॅस सोडायचा, की बाटल्या विकायला तयार. पहिले दोन दिवस चांगला व्यापार झाला.

म्हाईच्या दिवशी जवळ जवळ प्रत्येकाच्या घरी बकरे व सगळे लोक दारू पिऊन सुस्त. दुकानात घोळक्यानं यायचे. डायजेस्टिव्ह मागवायचे. असाच पाच-सहा जणांचा एक घोळका आला. डायजेस्टिव्ह प्याले व सगळ्यांनी ग्लास बाहेर रस्त्यावर फेकले. दुकानात मी व सिकंदरच होतो. आम्ही घाबरलो व त्यांची गयावया करू लागलो. तर ते म्हणाले, 'पोरांनो तुम्ही काळजी करू नका. पैसे घ्या, ऽ ऽ, ग्लासासकट पैसे घ्या!'

त्यांनी दहा रुपयांची नोट दिली. सिकंदरनं जादाच पैसे घेतले व मला म्हणाला,

"हुसेन इथं काय बोलायचं नाही. इथं आज असंच." पण आता आम्ही काळजी घेतली. दुसरीकडे दुकान लावून बसलेल्या मालकाकडून सिकंदरनं ॲल्युमिनियमचे ग्लास आणले.

थोड्या वेळानं मघासारखाच एक घोळका आला. त्यांनीपण डायजेस्टिव्हची ऑर्डर दिली. अर्धा लिंबू पिळायचा, अर्धा चमचा मीठ टाकायचं व सोडा ओतला की, झाला डायजेस्टिव्ह तयार.

आम्ही ग्लास भरून टेबलावर ठेवले. त्यांनी तसेच उचलले व रस्त्यावर

भराभरा फेकले व त्यांचा म्होरक्या म्हणाला,

"मघाशी आलेल्या लोकांनी जितके पैसे दिले होते त्यांच्यापेक्षा एका ग्लासचे जास्त पैसे घ्या."

मी आश्चर्यचकित, पण सिक्यानं पैसे मोजून घेतले व बेरकीपणे मला म्हणाला,

"हुसन्या चल, ते रस्त्यावरचे ग्लास आण, धुऊन ठेव. मी प्रत्येक ग्लासचे आठ-आठ आणे घेतल्यात. आता आपली चैन हाय."

त्या दिवशी चांगला व्यापार झाला.

इथे आठ दिवस दुकान होतं. म्हाईनंतर व्यापार कमी झाल्यानं पाचव्या दिवशीच मालकानं आम्हाला जायला सांगितलं; पण या कामात सिकंदरच्या चलाखीमुळे मला एकूण नऊ रुपये मिळाले. आईला आनंद झाला. सोडा काढायला, डायजेस्टिव्ह, लेमन बनवायला इथेच शिकलो. अशी कामं करून आईला मदत करावी, असं मी मनोमन ठरविलं.

माझ्या धाकट्या मामाचा मुलगा शरपुद्दीन. त्याला काही कामधंद्याला लावा म्हणून धाकट्या मामाने आणलं. हा काहीही शिकलेला नव्हता. वयानं माझ्यापेक्षा लहानच असेल. आई म्हणाली,

"इसे क्या काम मिलनेवाला ह्याँ?"

"यो शहर है, यहाँ हमाली करकोसुद्धा आदमी पेट भर सकतंय." इति मामा.

आईनं त्याला एका फळविक्रेत्याकडं कामाला लावलं. पगार नव्हता. फक्त जेवण दोन वेळचं.

मे महिन्यात आंब्याचा सीझन होता. शरपूच्या मालकाला आणखी एक मुलगा हवा होता. शरपू मला बोलवायला आला. म्हणाला, 'भैय्या तू हमारे मालकके यहाँ कामकू आतंय क्या? रोज आठ आने देतंय.' सुट्टीपुरतं म्हणून मी तिथं कामाला गेलो.

शिवाजी मार्केटमध्ये त्याचं गोडाऊन होतं, लिलावात घेतलेल्या आंब्याच्या पेट्या तिथे आणल्या जायच्या. तिथे पिकलेले व कच्चे आंबे वेगळे करायचे, सहा डझनांच्या पेट्या भरून ठेवायच्या, लागलेले आंबे काढून वेगळे ठेवायचे. पेट्यांचा हिशोब ठेवायचा. गाडीवर विकायला आंबे पाठवायचे. गाडीवर उभं राहून आंबे विकायचे आणि पेट्यांची ने-आण सुद्धा करायची.

एके दिवशी दुपारी गोडाऊन बंद करून मी घरी जेवणासाठी निघालो होतो. इतक्यात समोरच्या दुकानदारानं हाक मारली व म्हणाला, 'बाळ , एवढी पेटी या साहेबांच्या घरी पोचवून ये.'

ते ऐकून मी कचवचलो. तसे पेटी खरेदी करणारा गृहस्थ म्हणाला, 'अरे बाळ,

इथे जवळच लक्ष्मीपुरीत घर आहे, चार आणे हमाली देतो.'

माझा होकार नकार ऐकायच्या आधीच त्या दुकानदारानं पेटी माझ्या डोक्यावर ठेवली. नाईलाजानं मी त्या माणसाच्या मागे मागे चालू लागलो. 'हमाली' हे शब्द मला डीवचू लागले. मार्केटच्या बाहेर पडल्यावर मला शहारल्यासारखं झालं. उगीचच इकडे तिकडे नजर जाऊ लागली. कोणी आपल्याला पाहत तर नाहीना म्हणून मी चोहो बाजूला पाहू लागलो. झटपट घर गाठावं म्हणून त्या माणसामागे पळू लागलो. पेटीचं वजन बरंच होतं. मला असह्य होत असल्याचं जाणवू लागलं; पण मी नेट लावून तसाच चालू लागलो. पेटीच्या वजनापेक्षा आपल्याला हमाली करताना कोणी पाहू नये, याचंच वजन मनावर पडलं होतं. त्या माणसाचं घर आलं व मी सुटलो. परत येताना चार आण्यांनी माझा श्रमपरिहार झाला होता.

आईला त्या प्रसंगाचं काही वाटलं नाही. तिनं मुकाट्यानं चार आणे घेतले; मग मीच मनाची समजूत काढली, 'काम करायला कशाला लाजायचं?'

अजून पंधरा दिवस सुट्टी शिल्लक असतानाच हे काम सुटलं. पण दुसऱ्याकडे काम मिळालं. गाडीवर उभं राहून आंबे विकायचे. एकदा लाज मोडल्यावर जोरजोरात ओरडून आंबे विकू लागलो.

रविवारी बाजारचा दिवस. या दिवशी म्युनिसिपालटीजवळ गाडी लावायची, पैसेही बरेच हातात असत. एकदोन रुपये वरच्यावर मिळत. पगार मात्र रोज आठ आणे.

पाऊस सुरू झाल्यावर आंब्याचा व्यापार थांबला. आता माझा सातवीचा अभ्यास होता. मी शाळेकडे वळलो. शरपूला बूकडे मुंबईला पाठविण्याचे ठरले होते. कारण तिथे घरकामासाठी मुलांना चांगल्या पगारावर मागणी होती. बडेभई जाताना शरपूला घेऊन गेले.

एके दिवशी आई पेन्शन घेऊन आली व घरात आल्या आल्या जोरजोरात रडू लागली. तिला पेन्शन वाढली होती व फरकाची रक्कम मिळाली होती. तिच्या मुलग्याची आठवण काढून ती रडत होती. 'तो काहीही आयुष्य न उपभोगता मेला व माझी जन्माची सोय करून गेला.' असं म्हणत ती फार रडली.

मला फार वाईट वाटलं. ज्याला आपण कधी पाहिलं नाही, त्यानं आपला जीव दिला व आईची सोय करून गेला. आईची आपल्यावर जबाबदारी आहे. आपण तिचे पांग फेडले पाहिजेत, असं मनोमन ठरवून मी मिळेल ते काम करून जमेल ती मदत आईला करत होतो. परंतु एका प्रसंगानं आईविषयीची आपुलकी संपवली.

अंडेवाला प्रकरणाचा अर्थ आता आम्हा भावंडांना कळायचा. मी व बहिणी अस्वस्थ असायचो. बहीण धुणीभांडीच्या कामावर जायची. धाकटीची मात्र शाळा

चालू होती. बहिणीचं काम बंद करण्यावरून विषय निघाला.

बहिणीनं हे काम करावं, हे मला आवडत नव्हतं. हे आईला सांगत असताना अंडेवाला इथे येतो हेही मला आवडत नाही असं मी बोलून गेलो आणि प्रकरणाला तोंड फुटलं.

बरेच दिवस सगळं प्रकरण चाललं होतं. तरी अशी समोरासमोर चर्चा आज झाली होती. आई एकदम गंभीर बनली. सगळा दिवस ती तशीच होती. संध्याकाळी तिनं चूल पेटवली नाही. त्या दिवशी कोणता तरी सण होता. म्हणून दोघी बहिणी बोहऱ्याकडे जेवायला गेल्या होत्या. मी घरात आल्यावर आई म्हणाली,

''फजर जो बोल्या उसके वास्ते मेरे पवां पढको माफी मंग,''

मी सर्दच झालो. मला आता आईची भयंकर चीड आली. चूक तिची व माफी मी मागावी? मला जाम वैताग आला; पण मी गप्प बसलो. जागचा हललो नाही. तिला खाऊ की गिळू असं मला वाटू लागलं, म्हणे हिची माफी मागा.

ती पुन्हा म्हणाली, ''माफी मंग.''

मी स्वत:ला सावरत गप्प.

तिच्या रागाचा पारा चढत होता. चेहरा लाल झाला होता. मीच तिच्याकडे पाहण्याचं टाळलं आणि तिनं आपला पवित्रा बदलला.

''माफी मंगतंय क्या मैं जाऊँ?''

क्षणभरानं ती खरंच घराबाहेर पडली. मला कळेना मी काय करावं. थोड्या वेळानं बाहेर जाऊन पाहिले तर ती लांब गेलेली.

मी धावतच तिच्या मागे गेलो. मला पाहून म्हणाली,

''आंऊ नको मेरे पिछे, जातूं मैं कोटीतीर्थमें जान देने'' आणि भरभर निघाली.

मी तिची गयावया करत तिच्या मागे निघालो.

''अम्मा चलो तो घरकू!''

''माफी मंगतंय?''

''मंगतू!''

मग ती परत आली. मी स्वत:ला आवरू शकलो नाही. हमसून हमसून रडू लागलो. थोड्या वेळानं बहिणी आल्या.

आईनं गोड चोंगे केले होते. मला जेवणाची इच्छा नव्हती; पण मी ताटावर बसलो. या प्रसंगापासून माझ्यात आणि आईत दरीच निर्माण झाली. घरात दोघंही गप्प गप्प असू.

या गोष्टीला कारणीभूत असलेल्या रांडेच्याला घरी येण्याचं बंद केलं पाहिजे, हे मी मनोमन ठरवून टाकलं. हे कसं करायचं हा भला मोठा प्रश्न माझ्यासमोर होता. मी बरेच दिवस एकच विचार करून चरफडत होतो. आईचे व्यवहार शांतपणे चालू

होते. ती कोंबड्यांच्या बाजाराला जायची. आपण त्यात लक्ष घालावे का? मोठ्या प्रमाणात व्यापार होतो का पाहावं, म्हणून मी आईबरोबर बाजाराला जाऊ लागलो.

आम्ही सकाळी आठलाच जात असू. तसा बाजार अकराबारानंतर गच्च भरायचा. पण आम्हाला कोंबड्या विकत घ्यायच्या असत. खेड्यातील लोक दहापंधरा कोंबड्या एकदम आणत. त्यातील कोंबड्या खरेदी करायच्या. मग आठ आणे फार तर रुपाया फायद्यानं विकायच्या.

मी आता कोंबड्या घेऊन आईच्या शेजारी बसू लागलो. दिवसभरात दोनतीन रुपये मिळायचे. एकदा आईने तलंगा खरेदी करून आणल्या व माझ्याकडे विकण्यासाठी दिल्या. अडीच रुपयाला एक याप्रमाणे आईनं घेतल्या होत्या. तीन रुपयांपर्यंत वीक म्हणाली.

पक्षी चांगले होते. गिऱ्हाईकांना घ्यायचा मोह होत होता. बरी किंमत येईल असं मला वाटलं. साडेतीन रुपयाला नग विकायचा असं मी ठरवून बसलो होतो. तीनच्या वर कोणी मागेना. मी चिकाटी सोडली नाही; पण दुपारच्या उन्हानं त्यातली एक तलंग कोलमडली, ताठलीच.

मी पाणी पाजण्याचा प्रयत्न केला; पण ती संपली होती. आईला बोलावलं. तिनं शब्दांचा भडीमार सुरू केला.

''उन्हात कशाला ठेवलीस? सावलीत बसायचं होतास. तलंगा नाजूक होत्या.''

आणखी काय काय बोलली व सगळ्या कोंबड्या आपणच विकत बसली. मी हिरमुसला होऊन घरी परतलो. पुन्हा त्या व्यापारात मला रस वाटला नाही.

आमच्या गल्लीत एक न्हाव्याचं दुकान होतं. तिथेच मी केस कापायला जायचा. त्यामुळे ओळख होती. त्याच्या दुकानात 'दै. पुढारी' यायचा. वाचण्यासाठी म्हणून मी रोज एक चक्कर लावत असे.

तिथे गवळी लोक असायचे. ते चारचार घागरी दूध खेड्यावरून आणत व विकून संध्याकाळी परत जात. महिन्याकाठी त्यांच्याकडे बरेच पैसे येत. त्यांचा हिशेबसुद्धा मी करून देत असे. मला वाटू लागले, हा धंदा बरा आहे. आपण करावा, पण त्याला सायकल हवी. बाहेरगावी जाऊन दूध आणलं पाहिजे व मुख्य म्हणजे पैसे कोण देणार?

सातवीचा अभ्यास आहे म्हणून सिकंदरसुद्धा फारशा भानगडी करीत नव्हता. मीच त्याला म्हणालो,

''अरे घरात अडचण आहे, कुठेतरी काम बघून दे.''

त्याप्रमाणे त्याने दोन दिवसांनी मला विचारले,

"पॅलेस थेटरमध्ये (केशवराव भोसले नाट्यगृह) चहाच्या हॉटेलात कामाला येतोस का? आता नाटकं सुरू झाली आहेत. रोज आठ आणे पगार. च्या फुकट. शिवाय मी तुला आठ बारा आणे वरच्यावर मिळवून देतो."

संध्याकाळी पॅलेस थेटरमध्ये जाताना चहाच्या हॉटेलात काय काम करावं लागेल याचा मी अंदाज बांधू लागलो. कपबश्या धुवाव्या लागतील, टेबल पुसावे लागेल, त्या तयारीनंच गेलो.

सिकंदरनं मालकासमोर मला उभं केलं. बुटकासा माणूस, विजार शर्टात, हॉटेलात काम करणारा माणूस असावा, असं मला सुरूवातीला वाटलं.

"काम येतंय का?" मालकानं विचारलं. मी बोलायच्या आत सिकंदर म्हणाला, "येतंय."

"हे बघ बाळ, इथं सोडा, लेमन, च्या, पानदुकान, सायकल स्टँड, कुठं बी काम करावं लागलं. नाटक असंल त्या रात्री काम, पगार आठ आणे आणि दोन वेळा च्या फुकट."

एका दमात मालकानं सगळ्या अटी सांगितल्या. मी कामाला लागलो. पहिल्या दिवशी मला सिकंदरकडे काम करायला सांगितलं. तो सोडा काढायचा. मी बाटल्या धुऊन पाणी भरून द्यायला बसलो. एक मोठा टब होता. त्यात बाटल्या ब्रशनं घासून धुवायच्या व नळाचे पाणी भरून खोक्यात ठेवायच्या. नंतर नाटकाची इंटरवल झाली. बाहेर चहाचं टेबल लावलं होतं, मला तिथे कपबशा धुण्याचं काम होतं. रात्री नाटक संपल्यावर सगळी आवराआवर करून घरी परतलो, आठ आणे पगार घेऊन.

नाटक असेल तेव्हा मी कामाला जाऊ लागलो. कधी चहा, कधी सोडा, लेमन, तर कधी सायकल स्टँड माझ्याकडे असे. एके दिवशी सोडा काढायचा होता. नळाला पाणी नव्हतं. टबमध्ये दोन दिवसांचं शिळं पाणी होतं. मालकानं सांगितलं

"तेच पाणी बाटल्यात भरा व झटपट सोडा काढा, आज नाटकाला गर्दी हाय."

मी म्हणालो, "परवाचं हे पाणी आहे. हे सोड्यासाठी वापरायचं?"

सिकंदर म्हणला, "तुझ्या बाचं काय जातंय, भरून दे."

पण मला मालक म्हणाला, "तू तिकडे च्याकडे काम कर. दिलीपला इथे पाठव."

त्या दिवसापासून कपबशा धुण्याचं काम माझ्याकडं आलं. अंक पडला की, मनोहर चहा द्यायला उभा राहायचा व मी कपबशा गोळा करून धुऊन ठेवायचा.

या कामात फायदा होता. मनोहर पाण्याच्या बारडीत पैसे दडवून ठेवायचा, व पाणी टाकायला जाऊन मी ते काढून ठेवायचा. त्यामुळे मला चार आणे मिळायचे.

मालक चहा कपानी मोजून किटली भरून द्यायचा. तरी मनोहर पैसे कसे मारतो हे मला कळलं होतं.

कप कमी भरायचा. गर्दीत कुणी विचारत नसतं. पण एकदा मालकानं त्या घाण पाण्याच्या बादलीत हात घालून त्यात पैसे आहेत का, हे तपासून पाहिलं; पण त्यात चार आण्याचं नाणं असूनसुद्धा त्याला हे मिळालं नव्हतं.

मालकाचा कुणावर विश्वास नसायचा. शंका आली तर तो खिसेपण तपासायचा. पोरं शेरास सव्वाशेर असायची. कुठंतरी दगडाखाली पैसे ठेवायची. मालकाचा मुलगा मात्र पान, सिगरेटच्या दुकानावर बसायचा. तिथे फार गल्ला असायचा.

बरेच दिवस मी हे काम करत होतो. या कामाबरोबरच एखाद्या दिवशी थेटरात खुर्च्या लावायचं किंवा थेटर लोटण्याचे काम मिळायचे व रुपयाभर मिळून जायचा. त्यावेळी पॅलेस थेटरमध्ये खुर्च्या नव्हत्या. ओटा मोकळाच होता. कार्यक्रमाच्या दिवशी नाटकवाले किंवा संयोजक भाड्यानं खुर्च्या आणून लावायचे.

थेटरचा एक शिपाई होता. चव्हाण म्हणून. त्याच्या ओळखीने खुर्च्या लावण्याचं व काढायचं काम कधी कधी आम्ही हॉटेलातली पोरं करत असू. माझं घर थेटरजवळ होतं. त्यामुळे चव्हाणाची माझी चांगली ओळख झाली होती. थेटर लोटण्याचं काम त्याच्याकडे असे. तो थकलेला होता. कधी कधी मला थेटर लोटायला सांगायचा व आठ आणे द्यायचा.

संपूर्ण थेटर, वरची गॅलरी, स्टेज व मेकअपरूम लोटताना पाठीचा कणा मोडून जायचा. गॅलरीच्या पायऱ्या इतक्या उंच उंच होत्या की, कसरत करावी लागे ; पण मी अनेक वेळा पॅलेस थेटर लोटून आठ आणे मिळवले आहेत.

सातवीचं वर्ष असलं तरी काम सोडून अभ्यास करावा असं कधीच वाटलं नाही. तरी रुपया-दोन रुपयानं कोणतेच प्रश्न सुटत नाहीत हे मला कळू लागलं. घरखर्चाला मदत होत होती. पण अंडेवाल्याला घरी येण्याचं बंद करण्याइतकी कमाई करत नव्हतो.

माझ्या कामावर मालक खूष होता कारण सहा महिन्यांपर्यंत त्याच्याकडे टिकणारा मी दुसरा होतो. पहिला सिकंदर. पण तो आता तिथे कामाला येत नव्हता. तो मोटर गॅरेजमध्ये कामाला लागला होता. त्यानं आता शाळा पण सोडली होती. त्यामुळे मालकानं माझ्यावर नवीन जबाबदारी सोपवली होती. नाटक कपंनीवाल्यांना मेकअपरूममध्ये चहा, कॉफी, सोडा, लेमन पुरवायची. तिथं काम कमी असायचं. स्टोव्ह घेऊन आत बसायचं. अंक पडला की, चहा, कॉफी गरम करून द्यायची. नटनट्या पाहायला मिळायच्या. त्यावेळी बाळ कोल्हटकरांचं 'वेगळं व्हायचंय मला' हे नाटक फार गाजत होतं. त्याचे सारखे प्रयोग व्हायचे.

नाटक व प्रत्यक्ष यांत किती फरक असतो हे मी इथेच अनुभवलं. ऐतिहासिक

नाटक होतं. कोल्हापुरच्याच संस्थेचं, गर्दी फारशी नव्हती. शिवाजी, जिजाबाई व मुसलमान सरदार अशी पात्रे होती.

नाकात नथ घातलेली, कपाळावर चंद्रकोर, भरजरी साडी नेसलेली, धीरगंभीर चेहऱ्याची जिजाबाई पाहिल्यावर माझ्या मनात तिच्याबद्दल आदर निर्माण झाला होता.

अंक पडल्यावर मी जिजाबाईला चहा दिला. कप परत घेतला, तर कपाला सगळी ओठांची लाली लागलेली. दुसऱ्या अंकासाठी साडी बदलली होती. पायात ती घट्ट बसावी म्हणून पिंढऱ्याला तिने क्लिपा लावल्या; तर शिवाजी झालेल्या नटाने सिगारेट पेटवली होती. नाटक संपल्यावर त्या मुसलमान सरदारानं चहाचं बिल मागवलं व माझ्यासह जिजाबाईचं काम करणाऱ्या बाईचे कामाचे पैसे दिले.

हे काम रात्रीचं होतं. मी शाळा करून हे काम नियमित करीत होतो. या मालकाची गावात कोल्ड्रिंकची दोन दुकानं होती. आझाद चौकात नवीनच दुकान चालू केलं होतं. केशवराव भोसले नाट्यगृहात कँटीनमध्ये काम करणारा एक पोऱ्या तिथे मॅनेजर म्हणून बसत होता. तो गल्ल्यावर बसलेला असायचा. मला त्याचा अभिमान वाटायचा. शाळेतून येताना मी त्या दुकानात जाऊन बसत असे.

असाच एकदा गेलो होतो. मॅनेजरच्या टेबलावर काचेखाली सुंदर चित्र लावलं होतं. मी ते पाहण्यासाठी काचेवर हात ठेवून वाकलो. माझ्या हाताच्या दाबानं ती काच सरकली व सरळ खालच्या फरशीवर आदळली. तिचे तुकडे तुकडे झाले. संपूर्ण टेबलभर असलेली जाडच्या जाड काच फुटली. त्याची किंमत किती असेल? ती आपण कुठून भरायची?

माझ्यासमोर अंधार दिसू लागला व मी तिथून पळालो. घर गाठलं. कोणी तरी घरी आपल्याला शोधत येईल, असं सारखं वाटत होतं. पण मी बचावलो. कोणी माझ्या घरी आलं नाही. त्या दिवसापासून मी कँटीनमध्ये कामाला जाणं सोडलं. कारण मालक अतिशय चिक्कू होता. तो एक पैसा कोणाला सोडायचा नाही. मी जर कामावर गेलो तर तो काचेचे पैसे वसूल केल्याशिवाय मला सोडणार नाही, या भीतीनं मी त्या कामावर जाणं सोडून दिलं.

त्या वेळी मिरजेचे बडेभई आमच्याकडे राहत होते. त्यांना माझं कामावर न जाण्याचं कारण कळल्यावर, 'मी सांगतो त्या मालकाला थोडे बहुत पैसे देऊ त्याला.' म्हणाले.

मी काही ते कबूल केलं नाही. हे बडेभई कस्टमऑफिसात शिपाई होते. त्यांची बदली कोल्हापुरला झाली होती. म्हणून ते आमच्याकडे राहायचे.

निपाणीवाल्या बडेभईचा धाकटा भाऊ रमजान टेलरकाम शिकत होता. तो पण जरा धडपड्या होता. वडिलांकडे काम शिकत शिकत तो चहाची गाळणी तयार करून विकायचा. दुकानदाराकडे जाऊन कसर लागलेलं, किंवा थोडे बहुत फाटलेलं तलम धोतराचं पान कमी दरात विकत आणायचा. त्यातलं थोडंही कापड वाया न घालवता चहाची गाळणी शिवायचा. हॉटेलवाले त्याच्या दुकानात येऊन गाळणी घ्यायचे, ते पैसे मात्र त्याला मिळायचे.

त्यात पैसे मिळतात असं पाहिल्यावर तो तशी गाळणी तयार करून कोल्हापुरात घेऊन यायचा. मग तो व मी हॉटेलातून फिरून ती गाळणी विकत असू. दोन-तीन दिवस फिरून सर्व हॉटेल्स पालथी घालत असू. आठ-दहा डझन पिशव्या खपवत असू. मग सिनेमा पाहणं, हॉटेलात खाणं अशी चैन असायची. तो महिन्यातून एखादी फेरी मारायचा.

तसं काम आपण शिकावं असं मला वाटत नव्हतं. कारण त्याचे शिलाई दुकान म्हणजे, एका कापडाच्या दुकानात बाहेरच्या फळीवर मशीन लावायचं. विजार, शर्ट शिवणं इतकंच काम त्यांना येत होतं. त्यावर त्यांचं घर चालत नसे.

त्यांच्या घरात ताशा वाजवण्याची परंपरा होती. पुढे तो टेलरिंग व्यवसाय शिकायला म्हणून माझ्या बू कडे मुंबईला गेला. वर्षभर राहून पँट, शर्ट कटिंग करायला शिकून आला व त्यानं निपाणीत टेलरिंगचं दुकान काढलं. निपाणीचे बडेभई पण काही दिवस टेलरकामासाठी मुंबईला बूकडे राहिले होते. पण त्यांनी कधी कटिंग शिकण्याचा प्रयत्न केला नाही. परंतु बडेभई मात्र दाबात राहायचे. ते वाजवायला जायचे, पण जाकिट वगैरे घालून दाबात असायचे. कपड्याची घडी मोडू द्यायचे नाहीत. फारशी हालचाल न करता ढोल वाजवायचे.

मिरजेच्या बडेभईनी मला मुस्लीम समाजाची ओळख करून दिली. आम्ही राहत होतो तिथून जवळच बाराईमाम हा मुस्लीम मोहल्ला होता. मोहल्ल्याची जमात असते. मोहल्ल्यातील प्रत्येक घर या जमातीचं सभासद असतं. सभासदाकडून वर्गणी दरमहा घेतली जाते. त्या वर्गणीतून, नमाज पढवायला मौलाना असतो, त्याचा पगार, बांगीचा पगार, दिवाबत्ती, फाळापट्टी वगैरे मशिदीचा खर्च चालवतात. या जमातीतर्फे लग्नं लावणं, मयत झाल्यास सर्व जमातीला वर्दी देणं, क्रियाकर्म पार पाडणं वगैरे समाजोपयोगी कामे चालत असतात.

आम्ही जमातीचे सभासद नव्हतो. बडेभईनी ते व्हायला लावलं. सभासद झाल्यावर मोहल्ल्यातील लग्नपत्रिका आमच्या घरी येऊ लागल्या, जेवणाची निमंत्रणं येऊ लागली. बडेभई मला म्हणायचे,'तू जमात के काममे भाग लेता जा.'

मी कमालीचा बुजरा. मी जात नसे व अज्जींना जा म्हणून कोणी सांगत नसत.

जमातीत ते गेल्यास आपलीच लायकी जाईल असं वाटे. नोकरी धंदा न करणारा एकलकोंडा माणूस. घोड्यामुळे अज्जी म्हणजे टवाळकीचा विषय.

अज्जी मात्र जवळपासच्या गल्लीत कुणाचं लग्न असलं, मांडव दिसला तर तिथे जेवणाच्या आशेनं जाऊन बसायचे. एक मात्र खरं की, मुसलमानांच्या मांडवात मात्र ते असे कधी गेल्याचं आठवत नाही. आमच्या घराबद्दल चर्चा होऊ नये असं त्यांनाही वाटत असावं. मांडवातून ते जेवून येत पण भिकाऱ्याप्रमाणे. ते पाहून मला मेल्याहून, मेल्यासारखं व्हायचं. अज्जींना सांगून काही उपयोग होत नसे. ते शब्दच करत नसत.

मी जमातीत जात नाही म्हटल्यावर बडेभई एकदोनदा मला आपल्याबरोबर जेवण्यासाठी घेऊन गेले होते. म्हणायचे,

'तू गया तो जमात तुम्हारे शादी मेजवानीकू आईंगी, तुम्हे कोण गये नही तो तुमना जमातके बाहर निकालेंगे.'

ह्यानंतर मी अधूनमधून जात असे. लग्न, बारसं किंवा मेलेल्या माणसांचे दिवस अशी जेवणं असत. दिवसांच्या जेवणाला कसं जायचं? असा मला प्रश्न पडायचा, पण ते जेवण चुकवू नये, अशी जमातीत घरीदारी चर्चा असे. ज्यांच्या घरी मयत झाली त्यांनी जमातीला जेवण का द्यायचं? माझ्या प्रश्नाला उत्तर मिळत नसे.

चारसहा महिने बडेभई होते. पुन्हा त्यांची बदली झाली. बडेभई असताना अंडेवाला घरी यायचा. त्याची बडेभाईंशी ओळख झाली होती. दोघे गप्पा मारत बसायचे. मला वाटायचं आपण बडेभाईंना सांगावं की, 'अंडेवाल्याला आमच्या घरी येऊ नको म्हणून सांगा' पण हे विचार मनातल्या मनात विरायचे. हे बडेभई म्हणजे माझ्या सावत्र बहिणीचे पती. चांदबी त्या बहिणीचं नाव. हिचा नंबर तिसरा. पहिला मिल्ट्रीत वारलेला. दुसरी अम्माजान. आईच्या पहिल्या नवऱ्याची मुलं. या दोघींची लग्नं त्यांच्या काकांनी केली. सुरुवातीला आईला त्यांचा पत्ता माहीत नव्हता व त्यांना आईचा. मामा आमच्याकडे येऊ लागल्यावर मामाकडून बहिणींना आमचा पत्ता कळला व एकदा हे बडेभई बू ला घेऊन अचानक आले, तेव्हा पंधरा वर्षांनंतर मायलेकींची भेट झाली होती. मध्यंतरी मी तिच्या गावी गेलो होतो; पण तिनं माझं खरं नातं कुणाला सांगितलं नाही. 'लांबचा नातलग आहे' म्हणाली. मी त्याबद्दल बू ला विचारलं तर ती म्हणाली,

"क्या करना बाबा, तेरी माँ सिधा रही नई, हमें माँ मरी समजको बिसरको छोडे ते. सच उने कोल्हापुरको है, करको समझनेमें दिल रह्या नई, करको मैं मिलने अइ."

त्यावेळी मला तिच्या बोलण्याचा अर्थ कळला नव्हता व बू तिच्या घरात गोषात असायची. त्यांचं घर मोठं होतं. बू ची सासू फार ताठ म्हातारी होती. तिन्ही सुना तिच्या शब्दात होत्या. घरचा सगळा माल तिच्या ताब्यात असायचा. रोज पीठ,

डाळ काढून द्यायची. जेवण तयार झालं म्हणजे प्रथम ती व तिचा थोरला मुलगा म्हणजे माझे बडेभई जेवायचे. मग इतर सगळे.

घरात कोणी जोरात बोलायचं नाही. सगळा कारभार इशाऱ्यावर चालायचा. तिन्ही सुना मात्र सासूच्या विरोधात होत्या, पण त्यांचे नवरे म्हातारीच्या शब्दात होते. त्यामुळे त्या घरात अगदी एकहुकमी कारभार होता. तिन्ही सुनांना दोन-दोन मुलं होती. सर्व मुलांना तिघी सारख्या वागवायच्या. पण त्यातल्या मुलग्यांना दूध-दहीभात मिळे. मुलींना ते मिळत नसे. इथे तिघीजणी माझं कौतुक करायच्या.

सकाळी चहाच्या वेळी तिघींपैकी एकजण चुलीजवळ असायची. ती माझ्या चहात दूध व साय घालायची. खुणेनेच 'जल्दी पी' म्हणायची. दुपारी जेवणाच्या वेळी दुसरी. ती दही, तूप वाढायची.

म्हातारी सगळ्यांना कायद्यानं वागवायची. मी पण फारसा तिच्यापुढे गेलो नव्हतो. पहिल्यांदा मी बू च्या घरी गेलो तेव्हा तिनं मला म्हातारीच्या पाया पडायला लावलं होतं. म्हातारीला मी बू चा भाऊ आहे हे माहीत होतं. तिनं मला एकदा विचारलं,

"कैसी है बा, तेरी माँ?"

एवढाच प्रश्न तिनं विचारला, पण त्या प्रश्नात खोच आहे असं मला वाटलं होतं. बू जेव्हा शेजारच्या बायकांना हा आमचा लांबच्या नातेवाईकाचा पोरगा आहे असं सांगायची, तेव्हा मला अवघडल्यासारखं व्हायचं. मनात यायचं 'आई तसलीच आहे.'

बू म्हणायची :

'हमारे यहाँ कडक गोषा है, जमातमें हमारा घर बडा है, भारके आदम्याँकू हमारे बायकांका नखसुद्धा दिसता नई.'

मला वाटायचं त्यांचं घराणं मोठं आहे. बायका गोषात असतात व माझी आई दुसऱ्याच्या घरी भांडी घासते म्हणून यांना कमीपणा वाटत असेल. ही बाई आपली आई आहे असं सांगायला किंवा आईचं दुसरं लग्न झालं आहे हे त्या घरंदाज बायकांना आवडत नसेल म्हणून असं सांगत असतील असंसुद्धा वाटायचं.

नंतर मला कळू लागल्यावर बू चा राग यायचा. नाकानी कांदे सोलणाऱ्यांच्याकडे मी जायचं टाळत असे. तरी कोणी मला 'किती भावंडं?' असा प्रश्न विचारला तर मला सहा बहिणी आहेत, असंच मी सांगत असे. आमचा पत्ता कळल्यावर ही भेटायला तरी आली. थोरली त्यानंतर पाच-सहा वर्षं आमच्याकडे आली नव्हती.

थोरले बडेभई कर्नाटकात हिडकल डॅमवर सरकारी नोकर होते. जीपड्रायव्हर म्हणून. ते आईच्या पहिल्या नवऱ्याचे भाचे. असे जवळचे नातलग होते. ते थोरल्या बू ला घेऊन आमच्या घरी आले तेव्हा माझ्या बूपेक्षा त्यांनाच अधिक आनंद झाला होता. आई व बडे भाई जुन्या आठवणी काढत बसले होते. बू मात्र हरवल्यासारखी

बसून असायची. बडेभईनी व बू नं मला सुट्टीत हिडकल डॅमला येण्याविषयी आग्रह केला होता. आईनं पण मला पाठवलं होतं.

त्यावेळी हिडकल डॅम ही नवीनच वसाहत होती. मी कंटाळून दोन दिवसांत परत जातो म्हणालो.

बडेभईचा एक सहकारी ड्रायव्हर काही साहित्य आणण्यासाठी तुंगभद्रा नदीच्या धरणप्रकल्पावर जाणार होता. बडेभईनी त्याच्याबरोबर मला व त्यांचा मुलगा खाजाबेगला पाठवलं. मी मनात सुखावलो. औषध एजंटांना देशभर फिरायला मिळतं हे मी ऐकून होतो. आपण मनसोक्त प्रवास करावा असं वाटायचं. त्यांच्याबरोबर मी हजार मैलांचा प्रवास केला.

तुंगभद्रा नदीवरील धरण पाहिलं. धरणातील पाण्याच्या कडेकडेनं आमचा प्रवास होत होता. सृष्टीसौंदर्याची उधळण होत होती.

परतीच्या प्रवासात आमचा ट्रक एका गावातून जात होता. बरेच लोक कपडे करून सजून धजून चालले होते. रस्त्यानं अनेक लोक तसे भेटत होते. ट्रक शहरात आल्यावर रस्ता बंद असल्यानं आम्ही थांबलो. पाहिलं तर समोर पटांगणात लोक ओळीनं बसलेले. दाढीवाले, टोपीवाले, पटकेवाले अनेक दिसत होते. हे लोक नमाजसाठी जमलेले होते.. पोलीस बंदोबस्त होता. हळूहळू आमचा ट्रक पुढे सरकत होता. नंतर आमच्या लक्षात आलं की, आज 'बकरी ईद' आहे.

आज ईद आहे व आपण घरी नाही, अंघोळ नाही. सर्वात महत्त्वाचे म्हणजे नमाज नाही. चहाला थांबलो तेव्हा मला वाटलं, 'झटपट आंघोळ करून नमाजला जाऊ या,' असे ड्रायव्हर म्हणेल पण त्याला त्याची काहीच काळजी नव्हती. मी आठवण केली तर म्हणाला,

''हमारी हरेक ईद ऐसीच किदरभी रस्तेमें हुतीया,''

काही लोकांची ईद ही अशी पण असते हे मला तेव्हाच कळलं. आमचा ट्रक जात असता अद्यापि लोक सायकलनं, बैलगाडीनं, चालत जातच होते. नमाजची जागा सोडून तासभर झाला होता. हे लोक का जातात? यांना आता ही नमाज मिळणार आहे का? ही नमाज सर्वांनी एकत्र पढायची असते.

काही लोक उशिरा येतात. त्यांच्यासाठी पुन्हा वेगळी जमात करून नमाज पार पाडली जाते. मुसलमान एरवी मशिदीकडे फिरकत नसला तरी वर्षातल्या दोन नमाजांना मात्र हमखास जातोच. आपणाला ही नमाज मिळाली नाही हे काही बरं नव्हे. मला वाईट वाटू लागलं व एकाकीपण जाणवू लागलं. मी उदास झालो. ईदच्या दिवशी उशीरा रात्री आम्ही हिडकलला पोहोचलो. दोन दिवसांनी मी कोल्हापुरला आलो.

एकदा आईला आपल्या मुलीचा संसार पाहावासा वाटल्यानं मी व आई

हिडकल डॅमला गेलो होतो. त्यावेळी बू घाबरली होती. आईच्या पूर्वायुष्याच्या छायेत ती अद्यापि होती. आईला म्हणाली,

"मझे यहाँ जिंदगी काढनेकी है, तू भार पडू नको माँ, तेरे सासघरके लोकां यहाँ आतेजाते, न्हतंय उनके सामने मेरा पानी उतार होने नको."

बू चं ते बोलणं मला हृदयहीन वाटलं. आईनं दुसरं लग्न केलं व लग्नापूर्वीचा प्रकार हे तिला कमीपणाचं वाटत असावं. पण म्हणून बू नं आईला असं बोलावं हे मला आवडलं नाही.

आई पण गंभीर झाली. तिच्या डोळ्यांत आसवं आली. ती मुळूमुळू रडत होती. मला आईची दया आली. मला वाटलं. आईनं इथं कशाला झक मारायला यायचं?

बू असं वागली तरी बडेभई घरी आले म्हणजे सगळं वातावरण खेळकर व आनंदी बनायचं. बडेभाईंनी आठ-दहा दिवस ठेवून घेतलं. या काळात आई अजिबात घरातून बाहेर पडली नाही.

एके दिवशी आईचा अगोदरचा चुलत सासरा आला. तेव्हा बू ने आईला जेवणघरातच बसून राहायला सांगितलं. आई अवघडली होती. एखाद्या नव्या नवरीसारखी भिंतीकडे तोंड करून खाली मान घालून बसली होती. ती अतिशय धीरगंभीर दिसत होती. मला आईचं ते रूप विलक्षण वाटलं.

मी सातवीची बोर्डाची परीक्षा दिली. शाळेच्या परीक्षा व्हायच्या होत्या; पण मला बू कडे मुंबईला जायचं होतं. एक शेजारी मुंबईला जाणार होता. मला केंद्रात पास होण्याची खात्री होती म्हणून मी शाळेची परीक्षा न देताच बू कडे मुंबईस आलो.

मुंबई फिरत बघत राहिलो. कोल्हापुरास आलो. तेव्हा सगळी हायस्कूलं चालू झाली होती. कोणत्याही चांगल्या हायस्कूलमध्ये प्रवेश मिळाला नाही. आमच्या शाळेतील निगवेकर नावाचे एक शिक्षक नवयुग हायस्कूलला शिक्षक म्हणून लागले होते. त्यांनी मला बोलावून घेतले. आमच्या हायस्कूलमध्ये ये, मी मदत करतो. पुस्तकं देतो. असं सांगून मला त्यांनी नवयुग हायस्कूलमध्ये दाखल करून घेतलं.

छोट्या हायस्कूलमध्ये जाण्याचे जे तोटे होतात ते सर्व तोटे माझ्या वाट्याला आले. आम्ही मराठी शाळेत असताना इंग्रजी हा विषय सुरू झाला. पण आम्हाला त्याचा पेपर नसायचा. त्यामुळे तो विषय शिकवला जायचा नाही! हायस्कूलला आलो तेव्हा 'अशोक रिडर' नावाचं पुस्तक शिकवत असत. मला तर ए,बी,सी,डी, पण येत नव्हती. त्यामुळे इंग्रजी चांगलं होऊ शकलं नाही.

या हायस्कूलमध्ये एक नवीन मित्र भेटला, बाबू ताटे. त्याच्या नादानं लेखकांची व पुस्तकांची ओळख झाली. खांडेकर, फडके वाचू लागलो. ताटेला नाटकाचं वेड. केशवराव भोसले नाट्यगृहाचा माझा अनुभव. त्यामुळे आम्ही नाटकं पाहायचो,

त्यावर चर्चा करायचो.

'दुर्वांची जुडी' या नाटकानं आम्हाला मोहून टाकलं होतं. हायस्कूलच्या वार्षिक स्नेहसंमेलनासाठी या नाटकाचे दोन अंक आम्ही बसवले होते. पण स्नेहसंमेलनच रद्द झाल्यानं ते नाटक करू शकलो नाही.

बाबू ताटे व माझ्यात अनेक विषयांवर चर्चा होत असे. दोघांनी मिळून वाचनालयात नाव घातलं होतं. नवनवीन पुस्तकं वाचत असू. ताटेची चित्रकला फार चांगली होती. तो पावडर शेडिंगचे फोटोवरून जसंच्या तसं चित्र काढायचा. त्याला अभिनयाचंही अंग होत.

ताटे आपल्या चुलत्याकडे असायचा. त्याचे आईवडील नव्हते. पैसे मिळवण्यासाठी म्हणून आम्ही एकदा ग्रामीण भागातील शाळेतून नकलांचा कार्यक्रम करण्यासाठी गेलो होतो. कोल्हापुरच्या पश्चिमेस असलेल्या 'केर्ले' या गावी.

प्राथमिक शाळेच्या हेडसरांना भेटलो. नकला नाट्याभिनय असा कार्यक्रम करण्याचं ठरलं. शाळेत नोटीस फिरली. शाळेतील सगळी मुलं व त्यांचे पालक सुद्धा आमचा कार्यक्रम पाहायला आले, कार्यक्रम एकटाच 'ताटे' करणार होता. मी अधूनमधून त्याचे संवाद अडल्यास प्रॉम्प्टिंग करणार होतो.

'दुर्वांची जुडी' नाटकातला एक प्रसंग ताटेनं करून दाखवला. ताई व सुभाष अशी पात्रे त्यात होती. दोन्ही संवाद तोच म्हणू लागला, तसा मुलांनी व लोकांनी गलका केला. त्यांना वाटत होते की मी व ताटे कार्यक्रम करणार आहे.

त्यानं आणखी दोन नकला केल्यावर सर्वजण 'आता तुझा कार्यक्रम होऊ दे' असं माझ्याकडे पाहत म्हणू लागले. मी काहीच करणार नव्हतो.

पुन्हा त्यानं 'कला ही कलेसाठी असते' हा संवाद तरुणी व तरुणाच्या आवाजात सुरू केला व मुलं गलका करू लागली. त्यांना त्या संवादात रस नव्हता. 'गाणं म्हणा' अशी फर्माइश आली. दोघांनाही गायला येत नव्हतं. सगळा कार्यक्रम पंचवीस मिनिटांचा झाला होता. आमच्याकडचं भांडवल संपलं होतं. आमचं चांगलंच हसं झालं!

कार्यक्रम पाहायला आलेल्यांचा विरस झाला, पाच दहा पैसे हेडसरांनी अगोदरच गोळा केले होते ते मात्र त्यांनी ताटेला दिले. चार रुपये गोळा झाले होते. त्यातले दोन्ही सायकलींचं भाडंच दोन रुपये झालं होतं. झालेली फजिती बास म्हणून पुन्हा आम्ही कार्यक्रम करायला गेलो नाही.

पुढे ताटे एस्.एस्.सी. नापास झाला तेव्हा तो म्हणाला,

''आमचं वाचन एवढं आहे, बुद्धी आहे, जगाचं ज्ञान आहे. पण पेपर लिहू शकत नाही व फक्त पेपर तपासण्याची कारकुनी करणाऱ्या बोर्डाचे सर्टिफिकेट मिळवावं असं मला वाटत नाही.''

म्हणून त्यानं शाळा बंद केली व मुंबईला गेला. चित्रकलेच्या जोरावर चित्रपट व्यवसायात काम मिळवता येईल असं त्याला वाटलं होतं, पण तो सर्वोदय संघटनेत गेला. तो आता आदिवासी लोकांत काम करतो. आदिवासी मुलीबरोबर लग्न करून ठाणे जिल्ह्यात तो राहत आहे.

मी आता अधूनमधून जमातीत लग्नाला वगैरे जात होतो. शाळेला जाण्याचा रस्ता बारा ईमाम मोहल्ल्यातून जायचा. त्यामुळे जाता येता काही मुस्लीम मुलांच्या ओळखी झाल्या होत्या. मी हायस्कूलला जातो म्हणून ते माझ्याकडे आदराने पाहत होते. मोहल्ल्यात सगळी बजबजपुरी होती. जागोजागी मुलं पत्ते खेळत असायची. पैशांचे डाव मांडले जायचे. बायका विड्या वळत असायच्या, तर मुली सुई दोऱ्यानं कापडी बटनं करत असायच्या. दारिद्र्याचं दर्शन घराघरांतून होत होतं.

अल्लाबक्ष नावाचा एक वायरमन होता. तो वयानं माझ्यापेक्षा मोठा होता, पण त्यानं माझी ओळख वाढवली होती. तो नमाजला जायचा. मलासुद्धा तो फजरच्या नमाजला बोलावण्यास येऊ लागला.

मी सुरुवातीला सकाळी नमाजला जात होतो. सकाळी लवकर उठणं माझ्या जिवावर यायचं, म्हणून तो बोलवायला आला नाही तर मी जात नसे.

एके दिवशी मला त्यानं अडवलं व म्हणाला,

'खुतबुद्दिन, नमाज चुकानेकी नई. चुकाया तो मै डोली लेको घरकू आऊँगा भी डोलीमें सुलाको मशिदमें लिजाऊँगा!'

डोली म्हणजे प्रेत नेण्याची पेटी. मला त्याच्या सांगण्याचा राग आला व मी अजिबात मशिदीकडे फिरकेनासा झालो. त्याची दोस्तीपण तुटली. पुढे एक प्रसंग असा घडला की, त्यामुळे मी आपणहून नमाजला जाऊ लागलो.

आमच्या एका लांबच्या नातेवाईकाचं लग्न होतं. त्यांच्या घरात कोणी वयस्क माणूस नव्हतं. लग्नातील सारे रीतिरिवाज व्यवस्थित व्हावेत म्हणून जाणकार या नाते त्यांनी आईला चार दिवस अगोदर बोलावून नेलं. आम्ही भावंडं पण तिथंच होतो.

लग्नाच्या दिवशी नवरदेवाला पाच बायकांनी अंघोळ घातली. मग पुरुष मंडळींनी त्याला सूट चढविला. तोशा पटका बांधला. पटक्यावर सेहरा बांधला. फुलांच्या लांब जाळीत चेहरा लपला. घोड्यावरून तो वाजत गाजत निघाला. लग्नापूर्वी नमाज पढून लग्न घडवून आणल्याबद्दल परमेश्वराचे आभार मानण्यासाठी 'शुक्रानेकी नमाज' पढायची असते व तिथून नवरा मंडपात येत असतो.

मशिदीजवळ बँड व वरातीमंडळी थांबली. नमाजसाठी वजू करण्यास नवरदेव गेला. त्यानं फक्त हातपाय धुतले. नमाज पढवणारे मौलाना म्हणाले, "जनाब वजू

करो!'' तेव्हा तो नवरदेव म्हणाला, ''मझे वजू आता नई!''

मौलानाने वजू कसा करायचा ते सांगितलं. नमाजला उभे राहिल्यावर मौलाना पुन्हा म्हणाले, ''नमाज भी आती नचनेवाली? वजू आता नई, नमाज आती नई भी शादी करने चले!''

मौलानानं नमाजची पद्धत सांगितली, 'दो रकात शुक्रानेकी नमाज अदा करता हूँ मैं, वास्ते अल्ला तालाके, मुँह मेरा तरफ काबेशरिफके, ताबे इस इमाम के ऐसा दिलमें बोलनेका और 'अल्लाहू अकबर' बोलके कानतक हात उठाके हात बाँध लेनेके, बादमे मैं करता हूँ वैसा करो!'

त्याची नमाज झाली. पण माझ्या मनाला ती गोष्ट लागली. सर्वांसमोर त्याचा अपमान झाला हे मला आवडलं नाही. आपणाला नमाज येत नाही, आपला असा अपमान झाला तर? आणि मी ठरवून टाकलं की, आपण नमाज शिकायची.

मराठीत असणारं एक नमाजचं पुस्तक मी आणलं. नमाज पढण्याची पद्धत त्यात होती. मी कधीमधी नमाजला जाऊ लागलो.

आमच्या शेजारी एक मैयत झाली. मी मशिदीत जात असल्यानं मयताविषयींची माझी भीती मोडली होती. म्हणून मी मयतीला गेलो. पाच पाच पावलावर खांदा बदलायचा. चालताना मनात मंत्र म्हणायचे. मी पहिल्यांदाच अशा मयतीला गेलो होतो म्हणून मी खांदा न देता मागून चालत होतो. कबरस्तानात पावसामुळं चिखल झाला होता. पाय घसरत होते. गवत वाढलं होतं. मध्येच एक ओढा वाहत होता.

कबर तयार होती. पावसाळ्यात अगोदरच कबरी तयार करून ठेवलेल्या असतात. त्या खड्डयात पाणी भरलं होतं. पावसाची रिपरिप चालू होती. खड्ड्यातील पाणी काढलं जात होतं. पाणी निघालं पण सगळा चिखल होता. त्या चिखलातच मैयत उतरवली. मयताचं नवं कापड केव्हाच चिखलानं माखलं होतं. वरून तिरक्या फळ्या लावल्या तरी आतून पाण्याचा उमाळा येतच होता. तो माणूस मेल्याचं दुःख मला झालं नव्हतं, पण त्याच्या प्रेताला चिखलात घातलेलं पाहून मला हुंदका आला. वाटलं यापेक्षा जाळलेलं काय वाईट!

परत येताना मी मरणाविषयी विचार करत होतो. अज्जी म्हातारे आहेत. ते गेले तर? हा म्हातारा गेला तेव्हापासूनचं सगळं चित्र माझ्या डोळ्यासमोर उभं राहिलं, व एक विचार मनात आला, 'अज्जींचं मरण इथं नको.'

अज्जी गावी जातात तिकडेच घडलं तर ....! मला सुटल्यासारखं वाटलं व मी विशाळगडबाबाला साकडं घातलं.

'या मलिकध्यानबाबा तुमे हात जोडतूं अज्जी ह्या मरंदे नको, गाँवतरफ जाको मरंदे!'

पुन्हा पुन्हा म्हणालो, पुन्हा पुन्हा हात जोडले, काही दिवस मी मयतेचा प्रसंग

आठवत राहिलो व मलिकध्यानबाबाला विनंती करत राहिलो.

एके दिवशी शाळेतून परतलो तर घोडा आडवा झाला होता. टाचा घासत होता; त्यातच गेला.

अज्जी खिन्न होते. आमच्या घरातलं हे तिसरं घोडं मेलं होतं. आईने आधीच्या दोनही घोड्यांच्या आठवणी काढल्या. चार दिवसांनी अज्जीनी घोड्याचं छप्पर उतरवलं.

गोरी दुसऱ्या वेळी गरोदर होती. बाळंतपणासाठी म्हणून तिला आमच्याकडे आणून सोडलं होतं. पहिल्या प्रमाणेच तिला चालता येत नव्हतं. पांढरीफटक पडलेली होती. ती लहान असतानाच सासरी गेली होती. मोठी झाल्यावर तिच्या सासरच्या लोकांनी तिला गोषात ठेवली होती. घराबाहेर पडायचं नाही. त्यांच्या घरात जेवणघर व बाहेर एक सोपा होता. गोरीचा सगळा वेळ आतल्या खोलीत जायचा.

जेवण करायचं व सासूबरोबर विड्या बांधायच्या यातच तिचा दिवस जायचा. याचा परिणाम ती चालणंच विसरली. तिच्या पायातील ताकदच गेली. सगळे व्यवहार बसूनच खुरडत खुरडत करायची.

तिचे पाय गेले म्हणून आमच्याकडं आणून सोडलं होतं. सरकारी दवाखान्यात दवापाणी केलं होतं. डॉक्टरांनी बडेभईंना शिव्या घातल्या होत्या. त्यातच ती गरोदर राहिली होती. सहा महिने औषधपाणी केल्यावर मग कुठे तिला चालता येऊ लागलं. पण फार वाकडी तिकडी चालायची. बाळंतपणात तिला फार त्रास झाला.

पहिला मुलगा तीन वर्षांचा होता. तो अजून उभासुद्धा राहत नव्हता. डोकं व पोट मोठं होतं. हातपाय अगदी बारीक होते. डॉक्टर म्हणाले, 'त्याला मुडदूस झालाय.' फक्त बसून असायचा. त्याबद्दल गोरी म्हणायची,

'कायशी छोरेकी तबेत अच्छी होनेवाली? बेमार पडे तो डॉक्टर वो घरकू मालूम नई, दर्गामेकी उदी लाको लगानेकी. योच दवा उनको मालूम है, बच्चा चूप बैठना करको जारीके दाने उसके सामने सटनेके. मुर्गी सरका वो खाते बैठनेके बच्चेने, फिर उसे मुडदूस होना को क्या हुंगा?'

त्या मुलावर पण सरकारी दवाखान्यात औषध उपचार करत होतो. दवाखान्यात गर्दी मरणाची असायची. सकाळी आठपासून बारापर्यंत गोरीचा औषध आणण्यात वेळ जायचा. तीन महिनेपर्यंत लाईटचा शेक त्या मुलाला देत होते.

एके दिवशी गोरीच्या पोटात दुखू लागलं. तिला दवाखान्यात नेलं. संध्याकाळी डॉक्टरांनी सांगितलं, 'ऑपरेशन केल्याशिवाय बाळंतपण होणार नाही.'

बाळंतपण करणारी नर्स बडेभाईंना शिव्या देऊ लागली. म्हणाली,

'तुम्हाला काय बायकोच्या जिवाची काळजी आहे की नाही? गेल्या बाळंतपणातच सांगितलं होतं की हिचं बाळंतपण सोपं नाही. तुम्ही ऑपरेशन करून मुलं बंद करून

टाका.’

बडेभई फक्त हात जोडून गयावया करत होते. शेवटी डॉक्टरांनी सांगितलं, ‘ऑपरेशन करावं लागणार. रक्ताची सोय करा.’

“रक्त कुठून आणायचं?” बडेभई.

“ब्लड बँकेतून रक्त विकत आणा.” डॉक्टर.

हात जोडून बडेभई म्हणाले,

“साहेब आम्ही गरीब माणसं, विकत आणायची ताकद नाही.”

“अहो बायको मरतीया याची काळजी नाही तुम्हाला? पैशाची व्यवस्था करा नाही तर तुम्ही कुणी तरी रक्त द्या.” सिस्टरचं बोलणं ऐकून मला बाजूला घेऊन आई म्हणाली,

“तेरा खून देव बोले तो नई करको बोल, नई तो तू घरकू जा. जा तू घरकू जा. इधर आऊ नको.”

माझं रक्त घेतल्यास मला काही तरी होईल, असं आईला वाटलं.

आम्हा सर्वांनाच गोरीबद्दल कणव वाटायची.

तिची परिस्थिती चांगली नव्हती. तिला त्रास सहन करावा लागायचा. तिला रक्त हवं असेल तर आपण द्यावं असं वाटत होतं. परंतु आईनं मला घरी पाठवलं.

सकाळी कळलं, ऑपरेशन झालं व मुलगा झाला. त्यानंतर तिचं मुलं बंद होण्याचंही ऑपरेशन झालं.

गोरी सासरी निघाली की, प्रत्येकवेळी रडायची. तिच्या सासरचं गाऱ्हाणं निघालं की, उद्वेगानं आई म्हणायची, ‘तू मरी कतो मैं लोटाभर दूध पितू देख.’

गोरी महिनाभर आमच्याकडे राहिली व नंतर निपाणीस गेली.

मी शाळेला मन लावून जात होतो. आता मॅट्रिक होऊन नोकरी करायची असं ठरवून मी शांतपणे शाळा करत होतो.

आमच्या शेजारी जयसिंग आबदार यांचं कुटुंब राहत होतं. जयसिंगराव मुंबईस लता मंगेशकरकडे ड्रायव्हर होते. ते वर्ष सहा महिन्यातून कोल्हापुरला यायचे. त्यांच्या आईंना आम्ही तारुआई म्हणत होतो. आई, पत्नी व तीन मुलं इतकं त्यांचं कुटुंब होतं. त्यांच्या घरचे सणवार आम्हीच करत असू. गणपतीउत्सवात एकदा त्या बाहेर गेल्या होत्या. रात्री उशीरा आल्या. मला उठवलं. तारुआई म्हणाल्या,

“अरे खुदबू, आज गणपतीची आरती केली नाही. तू कर ये.”

मी म्हणालो,

“मला पाठ नाही. मी कशी करणार?”

“अरे मला पाठ हाय. तू पुरुष माणूस पुढं उभा राहा. सुरू कर. आम्ही

म्हणतोच.''

त्या रात्री मी गणपतीची तारुआई सांगेल तशी यथासांग पूजा करून आरती म्हटली. तारुआईंना आरती बुडाली नाही याचं समाधान मिळालं. मला सुद्धा नवलाई वाटली.

शाळेत कार्यक्रम असले की, शिक्षक मुलांची नावं पुकारायचे मग त्या मुलांनी भाषणं करायची अशी पद्धत होती. एकदा सरांनी माझं नाव पुकारलं. मी कधीच भाषण केलं नव्हतं. मी ''नाही'' म्हणालो.

सर म्हणाले.

''मुलांची भाषणं ऐकत उभा राहा. मग तुला पण भाषण करता येईल.''

असं सांगून त्यांनी मला मुलांसमोर उभं केलं. मला ते अपमानास्पद वाटलं. पण त्या दिवशी भाषण केल्यावरच त्यांनी मला सोडलं. तेव्हापासून शाळेत कार्यक्रम असला की, मी स्वत:च नाव देऊ लागलो व भाषणं करू लागलो. पुढे मी वर्गाचा सेक्रेटरी म्हणून निवडून आलो.

मी दहावीला असताना एका प्रसंगानं मी मुलांचा विश्वास संपादन केला. एस्. के. कुलकर्णी नावाचे नवीन शिक्षक आम्हा मुलांत बरेच प्रिय झाले होते. ते ज्या कॉलेजमध्ये शिकले होते, त्या राजाराम कॉलेजमध्ये त्यांना नोकरी मिळाली. त्यामुळे त्यांनी शाळेची नोकरी सोडण्याचं ठरविलं. त्यातून संस्थाचालक, मुख्याध्यापक त्यांच्यावर चिडून होते.

त्या शिक्षकांना येऊन वर्ष दीड वर्ष झालं होतं. पण त्यानी मुलांवर आपली छाप पाडली होती. मुलांत मिळूनमिसळून वागायचे, शिकवायचे पण चांगले. ते नोकरी सोडणार आहेत, असं आम्हाला कळल्यावर मुलांनी त्यांना निरोप देण्याचा कार्यक्रम करण्याचं ठरविलं. वर्गणी जमवली. त्यांना भेट देण्यासाठी त्यांचा एक फोटो ताटेनं पावडर शेडींगनं बनविला. शेवटच्या दिवशी कार्यक्रम करण्याचं आम्ही ठरविलं. मुलंमुलं मिळूनच हा कार्यक्रम करणार होतो. कुणा शिक्षकांना आम्ही कळू दिलं नव्हतं, पण दुपारीच ही बातमी हेडसरांना कळली.

त्या सरांना भेट देण्यासाठी तयार केलेला फोटोच हेडसरांनी आपल्या ताब्यात घेतला. कार्यक्रम घडवून आणण्यात मी व ताटे आघाडीवर होतो. फोटो हेडसरांच्याकडे गेला ही बातमी मुलांत पसरल्यावर सगळी चिडीचीप झाली.

बी.ए. जमादार नावाचे हेडसर होते. त्यांचा दरारा मोठा होता. जिल्हामुख्याध्यापक संघटनेत ते सेक्रेटरी होते. शाळा तपासायला येणाऱ्या सायबालासुद्धा म्हणायचे,'चला, पुरे झाली तपासणी. चहा गार होतोय.'

या माणसाबद्दल आदरयुक्त भीती वाटत होती. तासाला ते यायचे त्या व्यतिरिक्त

अधिक घसट नव्हती व ज्या शिक्षकावर ते नाराज आहेत, त्यांचा निरोपसमारंभ आम्ही करत होतो.

आता आली का पंचाईत? कोण जाणार त्यांच्याकडे फोटो मागायला?

सगळी मुलं माझ्याभोवती जमा झाली. मी वर्गशिक्षकांच्या कानावर घातलं. ते म्हणाले, ''हेडसरांच्याकडे जावा, मी काही करू शकत नाही.''

मी मनाची तयारी केली व मुलांना घेऊन ऑफिसमध्ये गेलो. दोघेच माझ्याबरोबर आत आले. मी सरांना फोटो देण्यासाठी विनंती केली. त्यांनी विचारलं,

''हा कार्यक्रम कोणाच्या परवानगीनं ठरविला?''

माझ्याकडे उत्तर नव्हतं. मी म्हणालो, ''चूक झाली सर.''

पुढे काय बोलायचं मला कळेना. पण सर शांत झाले होते. त्यांना पण काय बोलावं कळेनासं झालं असावं.

मी लगेच म्हणालो, ''चूक सुधारायची संधी द्या. तुमच्या अध्यक्षतेखालीच आता हा कार्यक्रम होईल.''

हेडसर काही बोलण्यापूर्वीच आमचे वर्गशिक्षक म्हणाले,'मुलांची विनंती मान्य करा.' हेडसरांनी मूक संमती दिली व आम्ही कार्यक्रमाच्या तयारीला लागलो. खेळकर वातावरण निर्माण झालं. आम्ही एकच हार आणला होता. आता हेडसर अध्यक्ष झाले. त्यामुळे पुन्हा हार आणण्यास पाठविलं. तो हार आणणारा लवकर आला नाही. तेव्हा वर्गशिक्षकांनी हेडसरांना सांगितलं, 'हार येईपर्यंत कार्यक्रम लांबवायचा आहे. तेव्हा अध्यक्षांनी प्रदीर्घ भाषण करावं' आणि हसतहसत हेडसरांनी मुलांना भाषणाची मेजवानी दिली. हेडसर मुलांत इतके मिसळतात हे प्रथमच आम्हाला कळलं. या प्रकरणानं मुलांमध्ये माझं वजन एकदम वाढलं.

मुंबईवाल्या बू चं तिसरं बाळंतपण होतं. तिचं या खेपेला मुलं बंद होण्याचं ऑपरेशन व्हायचं होतं. म्हणून आई मुंबईला गेली होती. आई तीन महिने राहणार होती. अज्जींनी तरी लवकर यावं असं वाटत होतं; पण अज्जी मात्र गावीच रमायचे. त्यांचं कर्तृत्व जाणणारे लोक गावी होते. त्यांचे मित्र होते. त्यांच्याशी ते तासन् तास कानडीत गप्पा मारत बसायचे.

शेती दीड एकर होती. वर्षाला ऐंशी रुपये फाळा यायचा. माझा चुलत भाऊ हसन ती शेती करायचा. हा चुलत भाऊ चांगलाच म्हातारा होता. त्याची दाढी व केस पिकलेले होते. त्याच्या मुलांना मुलं झाली होती. त्याची मुलं मला चाचा म्हणायची व त्यांची मुलं मला दादाजी म्हणायचे.

या हसनविषयी आई चांगलं बोलायची नाही. तो अज्जींची शेती हडप करायला टपलेला होता म्हणे. अज्जींनी आईला लग्न करून आणल्यावर तिला पहिल्या दोन

मुलीच झाल्या. तेव्हा तो म्हणायचा,

"पोरी काय, दुसऱ्या घरची धन. यांना मीच वारस आहे." पण माझा जन्म झाल्यावर त्याची निराशा झाली होती.

आम्ही गाव सोडल्यावर आता हे परत येणार नाहीत व आपल्याला शेत मिळेल, या आशेनं तो अज्जींना जवळ करायचा. आता तोच आमची शेती करायचा; पण अज्जी नेहमी गावी जात असल्यानं पीकपाणी अज्जी आपल्या नावानं लावत असत. अज्जींबरोबर आई मला कडलग्यास पाठवत नसे.

एकदा अज्जींनी मला नेलं होतं, तेव्हा आईनं मला दहादा बजावलं होतं,

"हसनके घरमें क्या खऊँ नको, भी खाना पड्याच तो खानेके बाद इलायची खाते जा."

असं म्हणून तिने माझ्या खिश्यात वेलदोड्याची पुडी ठेवली होती. त्यामुळे या चुलत भावाबद्दल मी संशयी झालो होतो. अज्जी मात्र बिनधास्त असायचे.

एकदा या हसनचं पत्र आलं की, "अज्जी आजारी आहेत. येऊन घेऊन जावा."

मला अगोदर त्या पत्राची शंका आली. पण खरं असलं तरी कोण जाणार? मुंबईस आईला पत्र टाकलं. बडी बू नुकतीच बाळंत झाल्याचं पत्र आलं होतं. तिचं आपरेशन झालं होतं मुलं बंद होण्याचं. त्यामुळे आई लगेच येण्याची शक्यता नव्हती. आम्ही गप्प राहिलो.

आठ दिवसांनी हसन गावच्या पाटलाला घेऊन आला. त्यांनी अज्जी आजारी असल्याचं सांगितलं, आम्ही मुलंच घरी असल्याचं पाहून त्यांचा नाईलाज झाला. त्यांच्यासमोर पुन्हा मुंबईला पत्र पाठवलं.

"तुझ्या अज्जींना जुलाब सुरू झाले आहेत. तिथे काही व्यवस्था होत नाही. तू जाऊन इकडे घेऊन ये." असं पाटलांनी मला बाजूला घेऊन सांगितलं. पण मी एकटा एवढं करू शकलो नसतो. गावात गाडी जात नव्हती. एस.टी. च्या ठिकाणापासून दोन अडीच मैल चालत जावं लागत होतं.

पुढे दोन चार पत्रं पाठविल्यावर, पंधरा दिवसांनी आई आली. रात्री उशिरा आई पोहोचली. दुसऱ्या दिवशी सकाळी कडलग्यास जायचं ठरलं. सकाळी लवकर उठलो. मुंबईहून येताना आईनं पापलेट तळून आणले होते. आम्ही पापलेटचा स्वाद घेत होतो. इतक्यात पोस्टमन तार घेऊन आला.

अज्जी सीरिअस आहेत, असं त्यात होतं. गल्लीतील अनेकांनी वेगळीच शंका व्यक्त केली.

मी व आई तडक निघालो. अज्जींना आणायचं झालं तर आणखी कोणी असावं म्हणून निपाणीला उतरून बडेभाईंना घेऊन जावं असं ठरलं. आम्ही निपाणीला उतरलो. तिथेसुद्धा तार आली होती. गोरीनं रडून आकांत केला.

आम्ही टॅक्सी करून पुढे गेलो. गावात टॅक्सी घेऊन जाता येत नव्हतं. कारण ओढ्यावर पूल नव्हता. म्हणून अलीकडे दोन मैल उतरून चालत निघालो. ओढा ओलांडून पलीकडे गेलो. गावचा एक माणूस भेटला. त्याला विचारलं.

तो म्हणाला, ‘‘चांदू सत्ता, नी इग बरली खद्दी?’’ (चांदू वारला, तुम्ही आत्ता येत आहात?) तिथेच ओढ्याकाठी सगळे रडू लागलो. आईने मला मिठी घातली व म्हणाली,

‘‘दिलपो क्या असर कर लिंव नको, नई तो छाती फोड लिंगा, डरंगा!’’

तिला माझी काळजी वाटत होती.

मी तोऱ्यात होतो. ‘‘मझे क्या लगता नई, मैं डरता नई’’ असा मी आईला दिलासा दिला. मला वाईट वाटत नव्हतं. मला रडू पण येत नव्हतं. अज्जींविषयी माझ्या मनात राग होताच. उलट रडण्याओरड्याचा तमाशा करत गावात जावं लागतं याचंच मला दु:ख वाटत होतं.

तो माणूस म्हणाला,

‘‘आता इथं का रडत बसला? तो सकाळीच मेलाय. मढं हाय का माती दिलीया बगा जावा.’’

अंधार पडत होता. आम्ही धावत पळत, रडत, ओरडत घर गाठलं. माती देऊन दोन तास झाले होते. सगळे लोक आमच्याबद्दल हळहळत होते. घरात रडणं, ओरडणं चालू होतं. मी मात्र गुडघ्यांत डोकं खुपसून बसून होतो.

बायका सांगत होत्या.

‘‘त्यांचे लई हाल झाले. अंगात उवा झाल्या होत्या. हसननं काही औषध बघितलं नाही. जुलाब व्हायचे तर कोणी त्यांचे कपडे बदलायचे नाहीत. परड्यात, शेळ्यांच्या गोठ्यात टाकून सोडलं होतं. प्रेत धुताना सुद्धा उवा गेल्या नव्हत्या.’’

हे सर्व ऐकल्यावर मला दु:खाचा उमाळा आला. अज्जींविषयी माझं मन रडू लागलं. त्यांचे इतके हाल झाले! मी स्वत:ला कोसू लागलो. आपण येऊन अज्जींना न्यायला हवं होतं. आईच्या सांगण्यामुळेच मी आलो नव्हतो. मला आईविषयी राग वाटू लागला. मरतानासुद्धा आपण अज्जींना भेटू शकलो नाही. त्यांचं तोंडसुद्धा आपणाला पाहायला मिळालं नाही. आपण कमनशिबी आहोत, अशी माझी भावना झाली.

म्हातारी मंडळी म्हणत होती,

‘‘त्याचं सोनं झालं. आपल्या गावात येऊन मेला. परमुलखात हाडं पडली नाहीत.’’

आणि मी तोंडात मारून घेऊ लागलो, मला आठवलं. मीच इच्छिलं होतं की, अज्जींचं मरण गावी व्हावे. अज्जींचा मी अपराधी आहे असं वाटू लागलं.

इथंच नऊ दिवसांच्या फात्या करून जायचं असतं. म्हणून राहिलो. नवव्या

दिवशी बकरं कापून तिथल्या जमातीला जेवण घातलं. हसननं अज्जींसाठी खर्च केलेला हिशोब दिला. त्यात त्यानं तार करण्यासाठी संकेश्वरला मनुष्य पाठविल्यानं त्याची दोन रुपये मजुरी सुद्धा लावली होती.

फात्यासाठी मुंबईचे बडेभई आले होते. माझ्या धाकट्या बहिणी कोल्हापुरला होत्या. त्या दोघीच घरात असल्यानं त्यांना अज्जी वारल्याचं कळवलं नव्हतं. पण नऊ दिवसांसाठी त्यांना आणायला निपाणीचे बडेभई गेले, तेव्हाच त्यांना अज्जी वारल्याचं कळलं.

कोल्हापुरला परत येताना मुंबईचे बडेभई निपाणीला उतरणार होते. मी पण निपाणीतच उतरलो. आई मला उतरू नको म्हणत होती पण कोल्हापुरात आई गेल्यावर रडण्या ओरडण्याचा जो तमाशा होणार होता त्यात आपण नसावं असं मला वाटत होतं. म्हणून मी निपाणीतच राहिलो. आई व बहिणी कोल्हापुरला गेल्या. दुसऱ्या दिवशी मी व बडेभई कोल्हापुरला आलो.

अज्जींच्या न पाहिलेल्या मरणाचा मला विसर पडत नव्हता. 'हे मरण काय आहे? या सर्वांवर उत्तर काय? मेल्यावर मनुष्याचं काय होतं? हा जन्म तरी का? कशासाठी? हे जग चालविणारा कोण? अल्ला, परमेश्वर!! त्याला काय जरूरी पडली होती हे जग निर्माण करण्याची? हे जग नसतंच तर काय झालं असतं?

असे अनेक प्रश्न माझ्या डोक्यात उठायचे. आपल्या मनाच्या समाधानासाठी आपल्यालाच उत्तरे शोधली पाहिजेत. काय करावं? प्रश्न आणि प्रश्न! ज्यांचं उत्तर शोधण्याचा मार्गच नाही असे कठीण प्रश्न. या प्रश्नांनी मी बेचैन झालो व गंभीर राहू लागलो. कशात रस वाटायचा नाही.

तसाच शाळेला जात होतो. माझ्यातले चैतन्य संपले होते. मी अगदी उदास असायचा व याच काळात मी आठवणींची डायरी लिहू लागलो. जेव्हा जेव्हा मी अधिक उदास असायचो, तेव्हा तेव्हा मी जास्तीत जास्त वहीची पानं लिहायचा. या सगळ्याचा परिणाम मी एस्.एस्.सी. नापास होण्यात झाला.

निकालाच्या वेळी मी मुंबईला होतो 'बू' कडे. सुट्टीचा महिना चांगला गेला होता. अनेक लेखकांची त्यांच्या पुस्तकांतून ओळख झाली होती. त्या लेखकांची नावं इथं रोज वाचत होतो. कुठे, कुठे भाषणं असायची. वाटायचं, आपण एस्.एस्.सी. झाल्यावर इथंच नोकरी धरावी.

मी नापास झाल्यावर धुंदीतून जागा झालो व जाणीव झाली, आपल्याला नापास होऊन चालणार नाही. तडक कोल्हापुरला आलो. पुन्हा फॉर्म भरला. जोरात अभ्यासाला लागलो. इंग्रजी व गणिताच्या शिकवणीला नाव घातलं.

घरी घड्याळ नव्हतं. त्यामुळे रात्री अपरात्री जेव्हा जागा होई तेव्हा मी अभ्यासाला बसत असे. आक्टोबरला पास झालो. आईला स्वर्ग गाठल्याचा आनंद झाला.

आमच्या सर्व गोतावळ्यात मी पहिला मॅट्रिक होतो.

◆

- २ -

आईला वाटलं आता आपल्या मुलाला नोकरीसाठी लोकांची बोलावणी येतील. मला तर नोकरी कशी मिळते, माहीत नव्हतं. वर्तमानपत्रांत जाहिराती पाहत होतो.

'शिक्षक पाहिजे' अशी एक जाहिरात होती. एस्.एस्.सी. पासची अट होती. त्यामुळे मी पत्ता शोधत शाळेत गेलो. शाळेचे चालक म्हणाले 'साठ रुपयांवर काम करावे लागेल.' मी तयार होतो, पण त्यांना अनुभवी माणूस हवा होता. माझा हिरमोड झाला.

रेल्वेखात्यात जागा भरायच्या आहेत अशी जाहिरात वाचली व अर्ज केला. त्यांचे बरेच फॉर्म आले व ट्रेनिंगसाठी हुबळीला बोलाविलं होतं. बाहेरगावी इतक्या लांब म्हटल्यावर आई नको म्हणाली. जा, असं कुणीपण सांगितलं नाही.

तोवर माझी बहीण म्हाबू काम करीत असलेल्या बोहऱ्याचा निरोप आला. त्याचा भाऊ स्टेशनरी दुकान सुरू करीत होता. त्याच्या दुकानात नोकरीचा निरोप होता. मी गेलो. स्टेशनरी दुकान चालवायचं. मालक बाहेर फिरतीवर असायचा. मी माझ्या जबाबदारीवर दुकान चालवायचं होतं. महिना चाळीस रुपये पगार.

याच वेळी आईनं, पूर्वी ती ज्यांच्याकडे काम करायची त्या बर्फवाल्याकडे मला नेलं. त्यांची बर्फ फॅक्टरी होती. मालक म्हणाला, "इथे मॅनेजर म्हणून राहा."

मॅनेजर, पण काम काय? लोक बर्फ नेतात त्याचा हिशोब ठेवायचा व मशीनवर लक्ष ठेवायचं. इंजिन चालवायला एक इंजिन ड्रायव्हर होता. मला त्या नोकरीत काही कसब दिसेना. त्या वेळी बर्फ फारसा वापरात नसायचा, मी त्या नोकरीवर गेलो नाही.

कुणीतरी सांगितलं. "एम्प्लॉयमेंटचं कार्ड काढ. नोकरी मिळेल."

मी कार्ड काढायला गेलो. कार्डात बरीच माहिती भरायची होती. त्यातला प्रत्येक कॉलम भरतेवेळी मी तिथल्या अधिकाऱ्याला विचारणार.

"घरात माणसं किती?" हा कॉलम भरताना मी पुन्हा अडलो; तेव्हा गोरी आपल्या दोन मुलांसह आमच्याकडेच राहत होती.

मी त्या अधिकाऱ्याला सांगितलं, "माझी बहीण भांडणामुळे सासरी जात नाही. ती आमच्याकडेच राहते. ती व तिची मुलं आमच्या कुटुंबातली म्हणून भरू का?"

तेव्हा त्या अधिकाऱ्यानं माझी सर्व माहिती विचारली व म्हणाला,

"मी तुला आणखी एक फॉर्म देतो. तो संपूर्ण भरून दे. दोन तीन महिन्यांत तुला नक्की नोकरी देऊ."

त्यानं दिलेल्या भल्या मोठ्या फॉर्ममध्ये जवळ जवळ माझा सर्व इतिहास येईल असे प्रश्न होते, मी सर्व भरून दिले. अन समाधानानं घरी आलो. आईला सांगितलं,"सरकारी ऑफिस नोकरी देणार आहे." आई म्हणाली, "ती नोकरी मिळेपर्यंत भोरीकडे जा, दुकानात बसायचं. तेवढंच चाळीस रुपयांत घर चालेल."

मी बोहऱ्याकडची नोकरी पत्करली. स्टेशनरी कटलरी दुकान होतं. पेन, शाई, वह्या, बॅटरी, सेल, थर्मास असा मोजकाच माल होता. मालकाचा होलसेल व्यापार होता. गोडाऊन व विक्री दोन्हीसाठी दुकान घेतलं होतं. दुकान व्यापाराच्या लाइनवर नव्हतं. ठराविक गिऱ्हाईक येऊन माल घेऊन जात होतं.

दुकानात माझा बराच वेळ पुस्तके वाचण्यात जायचा. याच काळात मी हमीद दलवाईची 'इंधन' कादंबरी वाचली. या पुस्तकावर बरंच वादळ झाल्याचं सुद्धा वाचलं. एखादा मुसलमान चांगलं मराठी लिहू शकतो व त्याचं पुस्तक गाजतं, याचं फार कौतुक वाटलं.

दुकानात काम फारसं नसलं तरी दुकानात माझं मन लागेना. माझ्या बरोबरचे मित्र कॉलेजला जाऊ लागले होते. आपण कॉलेजला जावं असं माझ्या मनात फार येऊ लागलं. पुढं शिकलं पाहिजे, असं वाटे. काय करावं कळत नव्हतं. कुणाला विचारावं, बोलावं असा कुणी जवळचा माणूस नव्हता. कुठेतरी वाचलेलं आठवलं. 'ग्रंथ हेच गुरू.'

वर्तमानपत्रं वाचण्याची गोडी याच काळात लागली. दुपारी दोन तास दुकान बंद असे तेव्हा मी करवीरनगर वाचन मंदिरात जाऊन वर्तमानपत्रे, मासिकं वाचत असे. तिथल्या वाचनालयाचा सभासदही झालो.

मी आता पुस्तकांत बुडून जाऊ लागलो. अण्णाभाऊ साठेंच्या 'फकिरा' कांदबरीने मी भारला गेलो. गो.नी. दांडेकरांच्या 'पडघवली,' 'शितू' नी मन घेरलं. पण कादंबरी वाचनानं मनाचं समाधान होईना. साने गुरुजींचा 'शाम' वाचला. आवडला. एक दोन चरित्रं वाचली व अशानं माझी वाचनाची भूक थोडी शमू लागली. चरित्रं अधिक वाचू लागलो टॉलस्टॉयचं चरित्र माझ्या मनात बरेच दिवस ठाण मांडून बसलं. गांधींच्या 'सत्याचे प्रयोगा' ने मला आपलसं केलं.

दुकानाचा मालक इथे नसायचा, पण त्याचा भाऊ असायचा. रोज त्याच्याकडून सकाळी किल्ली आणायची व रात्री दुकान बंद केल्यावर त्याच्याच ताब्यात किल्ली

द्यावी लागे.

एकदा त्याच्याकडे किल्ली आणायला गेलो असता त्यानं सायकल पुसून तेल घालायला सांगितलं. असं काम आपल्याला कुणी सांगावं हे मला आवडलं नाही. माझी धाकटी बहीण त्यांच्याकडे धुण्याभांड्यांचे काम करायची. त्यामुळे मला त्यांनी अशी कामं सांगावीत यात त्यांना काही चूक वाटत नसणार, अशी मी मनाची समजूत घातली.

या सर्व अनुभवांतून मनात एक विचार पक्का होत होता. शिक्षणाशिवाय मनुष्य मोठा होत नाही. गरीब माणसाला आपली प्रगती करायची असेल, तर त्याला शिक्षण हा एकच मार्ग आहे. येत्या वर्षापासून आपण कॉलेजमध्ये नाव घालायचंच असं मी मनाशी पक्कं ठरवून टाकलं.

मालकाचा भाऊ पेनचा होलसेल व्यापार करायचा. मुंबईहून पार्सल आलं की मी सोडवून आणायचा, बिलावर म्युनिसिपालटीचा शिक्का असायचा इन्स्पेक्टरसमोर पार्सल फोडा. पार्सल आणलं की, मी म्युनिसिपालटीत निरोप देऊन येत असे. मग त्यांचा इन्स्पेक्टर येत असे.

एकदा शनिवारी दुकान बंद होतं तेव्हा मालकाच्या भावाने मला पार्सल आणायला लावलं व बिलावर शिक्का असताना सुद्धा स्वत:च पार्सल फोडू लागला. योग्य हत्यारं वापरून तो एकेक खिळा काढत होता. अलगद वरचं झाकण खोललं व पेनचे बॉक्स बाहेर काढले.

त्यानंतर त्या खोक्यात एक प्लॅस्टिकची बादली, गादीवरची उशी, गादीवर अंथरायचे रेक्झीन व ब्रशसारखे असणारे झाडू त्यानं त्यात घातले, पिंजर घातले व खोकं होतं तसं पॅक केलं.

मला म्हणाला, ''इन्स्पेक्टरला बोलावून आण.''

दुपारी इन्स्पेक्टर आल्यावर त्याच्यासमोर मला पेटी फोडायला लावली. त्यातून बादली, उशी रेक्झीन बाहेर निघालं. तो त्या इन्स्पेक्टरला म्हणाला,

''घरगुती सामान आहे साहेब, तुम्ही लोक उगीच त्रास देता.''

तोपर्यंत त्याच्या बायकोनं शिऱ्याच्या प्लेटी बाहेर धाडल्या. तुपातला शिरा खात साहेबपण म्युनिसिपालटीला दोष देऊ लागला. ''आम्ही हुकमाचे ताबेदार, आमची डयुटी आहे. त्यानं 'घरगुती सामान' असा शेरा मारून कागद परत दिले.''

तो साहेब गेल्यावर घरातले सगळे हसत होते. मी मात्र हतबद्ध होऊन ते सर्व पाहत होतो. हा माणूस कुराण वाचायचा, नमाज पढायचा. सभ्य दिसणारी माणसं तितकीच लबाड व चोर कशी असतात याची प्रचिती आली.

याच्यापेक्षा आमचा मालक काकणभर सरस होता. त्याची एक मॅटॅडोरसारखी लांब गाडी होती. तिच्या काचांना आतून पडदे सोडलेले होते. मालक त्या गाडीत

सर्व स्टेशनरी माल भरायचा व विकायला खेडोपाडी जायचा. प्रत्येक जकात नाक्यावर सांगायचा,

"कुछ नही, हमारे घरकी औरते हैं गाडीमें."

तो गाडी भरायला लागला की, मला त्याची लबाडी आठवायची व मी उगीचच गंभीर व्हायचो. एकदा मी गाडीत माल भरत होतो. चारचार थर्मासचे बॉक्स ठेवत होतो. बॉक्स माझ्या हातातून निसटले व चारी थर्मास खाली पडले! मालक माझ्यावर ओरडला. म्हणाला,

"क्या गडबड थी?"

बॉक्स उघडून पाहिले तर एक थर्मास फुटला होता. थर्मास फुटला म्हटल्यावर मालकाच्या तळपायाची आग मस्तकात गेली. "थर्मास फुट्या? अब पूरा फायदा चला गया." म्हणत तो माझ्यावर खेकसला.

मी मनात म्हटलं, 'तू लबाडी करतोस तर, असंच होणार रांडेच्या.'

पगाराच्या वेळी त्यानं त्या थर्मासचे आठ रुपये कापून घेतले. तेव्हा माझा पारा चढला. "मी मुद्दाम फोडला नव्हता. काम करताना फुटला होता." एवढेच मी त्याला सांगू शकलो. मी इतका चिडलो होतो की, मी अधिक बोलूच शकलो नाही. पैसे फेकले व चालू लागलो.

नंतर आईकडे त्यानं सगळे पैसे पाठविले. नोकरी सोडावी असं वाटलं तरी, नाईलाज म्हणून कामावर जात राहिलो. पण महिन्याभरातच मला दुसरी नोकरी मिळाली, ती बदिऊजमामुळे.

बदिऊजमा हा माझा हायस्कूलमधील वर्गमित्र. वयानं व अनुभवानं आमच्यात मोठा होता. मध्यंतरी त्याची शाळा बंद होती. त्यानं अकरावीत प्रवेश घेतला होता. तो माझा जवळचा मित्र झाला. तो जवळचा मित्र होण्याला एक कारण होतं.

त्याच्या घराशी आमची पूर्वीची ओळख होती. बदिऊजमाचं कुटुंब फार मोठं होतं. बायका सगळ्या गोषात असत. पूर्वीचं बडं घर होतं. त्यांचा इमारतीच्या लाकडाचा व्यापार होता. त्यांच्या आजोबांच्या काळी त्यांच्या घरातून सोन्याचा धूर निघत होता. त्याच्या वडिलांचा नातेवाईक त्यांच्या धंद्यात पार्टनर होता. नंतर त्यांचा धंदा बसत चालला. आता फक्त तीनचार इमारतींचं भाडं येत होतं व ते त्यावर जगत होते.

पूर्वी आम्ही 'रज्जबअल्ली' बिल्डिंगमध्ये राहत असता, आई त्यांच्या घरी लग्न समारंभात वगैरे निमित्तानं कामाला जायची. बदिऊजमाला अकरा बहिणी होत्या. महिना-दोन महिन्यांच्या अंतरानं त्याची एखादी बहीण बाळंतपणाला यायची. त्याच्या घरी बाळंतिणीची खोली सेपरेट होती व ती खोली कायम एंगेज्ड असायची.

आता त्यांचं घर बसलं असलं तरी 'सुंभ जळला तरी पीळ जळत नाही,' या

उक्तीप्रमाणे बडेजाव कमी झाला नव्हता. अधूनमधून जेवणावळी व्हायच्या. रमजानच्या महिन्यात रोजदारांना जेवणे घातली जायची. त्यांचे वडील रोजा सोडायला मशिदीत जात व तिथे असतील तेवढ्या लोकांना जेवणासाठी घरी आणत. जेवण अगोदरच तयार असे. मटणाचं चमचमीत जेवण असे. एखादी स्वीट डिश असे.

एस. एस. सी. च्या वेळी रमजान महिन्यात मी अनेक वेळा त्यांच्याकडे जेवलो आहे. माझ्या घरी जागा नाही, म्हणून मी अभ्यासाला त्यांच्याकडे जात असे. बाबू ताटे पण अभ्यासाला यायचा. त्याच्या चार मजली भव्य इमारतीतील एक हॉल त्यानं आमच्यासाठी ठेवला होता.

त्यांच्या घरी काम करणाऱ्या बाईचा मुलगा शिकतो, शाळेत मुलांची लिडरशिप करतो, याचा त्याला अभिमान वाटायचा. त्याला माझ्याविषयी प्रेम होतं. हा माझा मित्र कॅन्सरनं अकाली गेला.

त्याच्या बिल्डिंगमध्ये कर्नाटकातील एक मुस्लीम कुटुंब नुकतेच भाड्यानं राहायला आलं होतं. त्यांचं मशिनरीचं दुकान होतं. त्यांच्याकडे बदिऊजमानं माझ्यासाठी शब्द टाकला होता आणि त्यांनी ते मान्य केलं.

बदिऊजमा मला त्यांच्याकडे घेऊन गेला. मला म्हणाला, "नमाजी मुसलमान है. उसके घरमें जाते वक्त और वापस आते वक्त सलाम कर."

इरापी इजार व शर्ट, चेहऱ्यावर पांढरी दाढी व डोक्यावर पटका अशा वेशातील व्यक्ती दिसल्यावर मी 'अस्सलामू अलैकूम' म्हणून खोलीत गेलो.

'व अलैकूम सलाम.' म्हणून त्यांनी उत्तर दिले. नाव, शिक्षण विचारलं व म्हणाले, "गणित विषय चांगला पाहिजे, दिवाणजीच्या हाताखाली काम करावं लागेल. चार-पाच वर्षांचे हिशोब पूर्ण करायचे आहेत."

मी गणित चांगलं असल्याचं सांगितलं. त्यांनी पंच्याहत्तर रुपयांवर काम करावं लागेल असं सांगितलं. मी होकार भरला. मनात विचार आला. आताच्या दुप्पट पगार व बोहऱ्याची टुरटूर संपली.

मी ताबडतोब कामावर हजर झालो. सुरुवातीला काम म्हणजे फक्त बेरजा करायच्या, तपासायच्या. चार महिने हेच काम केलं. लवकरच हिशोब लिहून पूर्ण झाले व मला दुकानात सेल्समन म्हणून काम करावं लागलं.

ऑईल इंजिनचे स्पेअरपार्ट दुकानात विकत असत. थोड्याच अवधीत मी संपूर्ण पार्टस्‌ची माहिती करून घेतली. सर्व वस्तूंची नावं मला पाठ झाली. माझ्या कामावर मालक खूष होते. त्यांनी लगेच पाच रुपये पगार वाढवला.

ऐंशी रुपये म्हणजे फारच वाटत होते. व्यवस्थित घर चालत होते. अंडेवाल्याला बंद करण्याचे विचार उचंबळून येत होते. पण कसं? हा प्रश्न उभा राहायचा व मी थांबायचा. पण या प्रश्नापेक्षा मी या दिवसांत कॉलेजला जायच्या विचारानं बेचैन होतो.

याच वेळी कर्मवीर भाऊराव पाटलांचं चरित्र माझ्या वाचनात आले. कसं बसं सातवीपर्यंत शिक्षण झालेल्या भाऊरावांचा 'मिळवत नाही' म्हणून अपमान झाला. त्यांना ते सहन झालं नाही. त्यांनी घर सोडलं. साताऱ्याला जाऊन राहिले. चरितार्थ चालविण्यासाठी प्रयत्न करीत असताना त्यांना संस्कृतची शिकवणी मिळाली.

त्यांना संस्कृत येत नव्हतं. त्यांनी एका शिक्षकांकडे स्वत: संस्कृत शिकायला सुरुवात केली. सकाळी त्यांना जे शिकवले जाई तेच संध्याकाळी त्यांच्याकडे शिकवणीस येणाऱ्यास ते शिकवत!

हे काम करत असतानाच किर्लोस्करांच्या फाळाच्या नांगराचा प्रचार करण्याचं काम त्यांना मिळालं. त्यासाठी खेड्यापाड्यांतून फिरत असताना त्यांना बहुजनसमाज शिक्षणापासून वंचित असल्याचं दिसलं.

पुढे त्यांना कूपरनी निर्मिलेल्या पाणी काढण्याच्या 'कूपर इंजिनाचे' प्रचारक म्हणून नोकरीत बोलावण्यात आलं असता, त्यांनी कूपरला अट घातली की, मिळणाऱ्या फायद्यातून काही किमान रक्कम गरिबांच्या शिक्षणासाठी खर्च करावी. पण किर्लोस्करांप्रमाणेच कूपरनेही गरिबांसाठी एक पैसाही खर्च केला नाही.

ही गोष्ट भाऊरावांच्या निदर्शनास आल्यावर त्यांनी नोकरी सोडली व पुढील सर्व आयुष्य गोरगरिबांच्या शिक्षणासाठी खर्च करण्याची शपथ घेतली. दलित समाजातील मिळालेला पहिला विद्यार्थी घेऊन सातारा येथे वसतिगृह सुरू केलं. एकाचे पंचवीस विद्यार्थी झाले व पुढे रयत शिक्षण संस्था उभी राहिली.

मी या साऱ्या हकीकतीनं झपाटला गेलो. भाऊराव पाटलांनी म्हारामांगाच्या, धनगरमुसलमानांच्या पोरांच्या शिक्षणातून, शून्यातून कार्य सुरू केलं व ज्यांच्या जीवनात अंधाराशिवाय काही नव्हतं, अशांचं जीवन फुलवलं. त्यासाठी स्वत: जिवापाड कष्ट सोसले.

या त्यांच्या कामानं मला माझ्या अस्वस्थतेचं उत्तर सापडल्यासारखं झालं. मुस्लीम समाजाची दारुण अवस्था समोर उभी राहिली. अनेक स्त्रिया व मुले जिवाच्या आकांताने जगण्यासाठी धडपडत होती. भयानक दारिद्र्य! यातून सुटका करून घेण्याचा शिक्षण हाच एक मार्ग आहे, हे स्पष्ट झालं.

आपण नोकरी करण्यात आयुष्य घालवायचं नाही. आपल्या समाजासाठी आपल्याला काही करता येतं का पाहावं, असा पक्का निर्णय मनाशी झाल्यावरच मला माझी तडफड कमी झाल्यासारखं वाटलं. यावेळी मी हेही ठरवून टाकलं की, सरकारी नोकरी बिलकूल करायची नाही. कारण माझे काही मित्र सरकारी नोकरीत, बँकेत लागले होते. ते भेटायचे, बोलायचे. त्यांच्या दृष्टीनं आता त्यांनी काही करण्यासारखं राहिलं नव्हतं. त्यांनी आयुष्याचा आलेखच तयार केला होता.

इतका पगार मिळतो. इतकी शिल्लक टाकतो. इतका विमा उतरला आहे.

लग्न करायला मोकळा झालो. खात्यातील अमुकतमुक परीक्षा दिली की, नोकरीत बढती. मग पगारवाढ. मग इतक्या वर्षांनी रिटायर झाल्यावर तेव्हा इतके पैसे मिळतील, इतकी पेन्शन मिळेल. बस्स! त्या पलीकडे त्यांना जीवन माहीत नव्हतं. त्यातच त्यांच्या आयुष्याचं सार्थक!

त्या आयुष्याची, जगण्याची मला भीतीच वाटली. नोकरी, बढती, पगारवाढ या चक्रात आपण अडकायचं नाही. त्यात आपण सापडलो की, या मंडळींच्यासारखी आपलीही वाट मळली जायची व तेथील प्रलोभने आपल्याला बांधून टाकतील. आपल्याला असं जीवन जगायचं नाही. बिलकूल नाही, बिलकूल नाही.

यासाठी आपलं शिक्षण पूर्ण होणं जरुरीचं आहे. नोकरी अशी होती की, कॉलेजला जाता येत नव्हतं. नोकरी करणाऱ्यांना बाहेरून परीक्षा देता येतात, हे कळल्यावर मी शिवाजी विद्यापीठात पी. डी. आर्टस्ला नाव रजिस्टर केलं. अभ्यासात मग्न झालो असतानाच एम्प्लॉयमेंटकडून नोकरीसाठी बोलावणं आलं.

मनात आलं, नोकरी मिळते तर करावी. दुसरं मन आपल्या निर्णयावर ठाम होतं. 'सरकारी नोकरी करून बंदिस्त व्हायचं नाही. आपण इतरांपेक्षा वेगळं जीवन जगायचं. समाजासाठी काही तरी करायचं. सरकारी नोकरी करून तुला काहीच करता येणार नाही.' या पक्क्या विचारामुळे नोकरीचा विचार सोडून दिला.

परीक्षा जवळ आली. परीक्षेपुरती एक महिन्याची रजा घ्यावी म्हणून मी मालकांना भेटायला गेलो. मालकांना सगळे बाबा म्हणत. त्यांना भेटायला जाताना बाबांना आपला अभिमान वाटेल व ते माझ्या शिकण्याला प्रोत्साहन देतील, असं वाटलं. परंतु माझी विनंती ऐकून बाबा म्हणाले,

"तुम्हे एक काममें ध्यान डालो. क्या करनेवाले कॉलेज शिक् को? कारखानेमें दिल लगाके काम करो. कारखानेका उत्पादन बढाव. मैं कारखानेमें कामगारांकी भागीदारी रखनेवाला हूँ। यो मेरा पटतंय क्या देखो, नई तो नोकरी छोडो भी शिक्षण पुरा करो।"

बाबांच्या त्या सडेतोड उत्तरानं माझ्या समोर दुसरा मार्ग नव्हता. माझा अभ्यासच काय, परीक्षासुद्धा राहिली. मी आतल्या आत चडफडत राहिलो. मी स्वत:वरच चिडलो. धुमसत राहिलो.

कॉलेजचं नवीन वर्ष सुरू झाल्यावर माझी घालमेल अधिकच वाढली. जीव राहिना. मन आतल्या आत रडू लागलं. वाटलं, 'जिथे चणे असतात तिथे दात नसतात व जिथे दात असतात तिथे चणे नसतात.' असं का? मी काय करू? फक्त तडफडत राहिलो.

कॉलेजला जाणाऱ्या मित्रांनी सांगितलं, "अरे. मॉर्निंग कॉलेजला नाव घाल. एखादा तास केला तरी पुरे. मित्रांकडून नोटस् घ्यायच्या. हजेरी लावली की प्रश्न

मिटला. नंबर पुकारून हजेरी घेतात. एकदोन मित्रांना सांगून ठेवायचं. आपल्या नंबरला 'यस् सर' म्हटलं की संपलं.

परीक्षेत सलग पेपर नसतात. महिनाभर परीक्षा चालू असते. तुला अधून मधून रजा काढून परीक्षा देता येईल.''

मी प्रवेशफी पुरते पैसे जमवून गोखले कॉलेजमध्ये प्रवेश घेण्यासाठी गेलो. फॉर्म स्वीकारताना क्लार्कनं विचारलं,

''शाळा सोडल्याचा दाखला कुठं आहे?''

''तो विद्यापीठात आहे.'' मी म्हणालो.

''का?''

''मी गेल्या वर्षी पी.डी. ला एक्स्टर्नल म्हणून फॉर्म भरला होता.'

''म्हणजे तुम्ही रिपीटर आहात?''

''नाही. मी परीक्षेलाच बसलो नव्हतो.''

''तरी रिपीटरच. टी. सी. ट्रान्सफरचा फॉर्म भरून द्या. आम्ही मागवून घेऊ पण तुम्हाला फीमाफी मिळणार नाही. पहिल्या टर्मची फी व प्रवेश फी मिळून एकशे सत्तावन्न रुपये भरा.''

माझ्याकडे अवघे चाळीस रुपये होते. माझा महिन्याचा पगार शंभर रुपये. पैसे कोठून भरणार? सगळा पगार आणून भरला तर महिनाभर घरखर्चाचं काय? फी देऊन शिकणं शक्य नाही. झक् मारत परत आलो. कॉलेज सुरू झालं. माझे मित्र कॉलेजला जात होते. मी मात्र नोकरी करत होतो.

बाबांनी कारखान्यात भागीदारी देण्याचं आमिष आमच्यासमोर ठेवलं होतं. त्यामुळे आम्ही सगळे कामगार जीव तोडून काम करत होतो. बाबांनी ऑईल इंजिन उत्पादनाचा कारखाना नवीनच सुरू केला होता. सगळी जवान पोरं होतो. आम्ही दहाबारा कामगार होतो तरी फॅक्टरी ॲक्ट लागू होऊ नये म्हणून आम्ही चारजणच कायम नोकरांच्या यादीत होतो, बाकीचे डेलीवेजेसवर.

सर्वच कारखान्यांत अशी स्थिती होती. या परिस्थितीत अजूनही बदल झालेला नाही. यामुळे कामगारांचं संघटन होऊ शकत नाही. बाबा पूर्वी दिवाणजी म्हणून गोकाकफॉल्सला काम करत होते. तिथला इंग्रजी आमदानीतला अनुभव त्यांच्या गाठीला होता.

त्यांच्या पहिल्या बायकोचा मुलगा अब्दुलरज्जाक हा खटपट्या व नानाउद्योगी होता. तो कोल्हापुरात आला व उद्यमनगरात स्थिरावला. त्यावेळी शेतीसाठी विहिरीवर बसवण्याचं एकमेव इंजिन किर्लोस्कर पंपसेट. पीटर टाईप पाच हॉर्सपॉवरचं इंजिन होतं. या इंजिनचे पार्टस् कोल्हापुरात बनविले जात.

काही मंडळी पीटर टाईप इंजिन बनविण्याच्या प्रयत्नात होती. त्याचे 'हेड'

बनवणं कोणाला जमत नव्हतं. अब्दुलरजाक त्यात डोकं घालून बसलेला. त्यानं आपल्या छोट्या फौंड्रीत बनवलेलं हेड यशस्वी झालं. बाकीचं साहित्य उद्यमनगरात मिळत होतं. त्यानं इंजिन निर्मितीचा कारखाना काढला. डायमंड इंजिनियरिंग वर्क्सचा मालक झाला. बघता बघता त्याच्या कारखान्यानं आकार घेतला. पण त्याच्या यशस्वी हेडची कॉपी सगळ्या उद्यमनगरात झाली व कोल्हापुरात अनेक इंजिनं निघू लागली.

बाबांनी आपला वेगळा कारखाना काढला. न्यू स्टार इंजिनियरिंग कार्पोरेशन. त्यातील आम्हा कामगारांना भागीदारी देण्याची योजना त्यांनी आपणहून मांडली होती.

उद्यमनगर तेजीत होतं. इंजिन्स परदेशी जात होती. आम्ही सगळे जीव तोडून काम करत होतो. वेळेचं बंधन नव्हतं. मी इंजिनाचे सुटे भाग गोळा करून आणत होतो. इंजिनं जोडली जात होती. बाबांच्या समाजवादी विचारसरणीनं आम्ही भारावून गेलो होतो. पण त्यांनी भांडवलशाहीचे गुण दाखवायला सुरू केले. कारखाना चलतीत आल्यावर त्यांनी कामगारांना कामगारच ठेवलं व आपले मालकगिरीचे दात दाखवायला सुरुवात केली.

अब्दुलरहिम मुल्ला हा आमच्या कारखान्यातला फोरमन होता. त्याचं लग्न ठरलं. आम्ही सर्व कामगार कारखाना बंद ठेवून त्याच्या लग्नासाठी बेळगावला गेलो. त्यानं सर्वांना आग्रहानं दोन दिवस ठेवून घेतलं. परत आल्यावर आम्हाला बोलणी खावी लागली.

मुल्ला एक महिन्यानं कामाला आला. बाबांनी त्याची रजा बिनपगारी केली. आम्ही सगळे हादरलो. भागीदारी देण्याचं बोलणारा मालक हाच का? असा आमच्यासमोर प्रश्न पडला. हळूहळू आम्ही सर्वांनी ठरलेल्या वेळेव्यतिरिक्त काम करण्याचं बंद केलं. जादा वेळ कोणी थांबत नसे. मग बाबांनी एक तोडगा काढला.

महिन्यातला ठरलेला कोटा पूर्ण झाल्यानंतर अधिक इंजिनं जोडली जातील त्याचा मोबदला म्हणून इन्सेंटिव्ह बोनस देण्याचं मान्य केलं. पुन्हा अधिक वेळ थांबून काम सुरू झालं. महिन्याच्या अखेरीला सर्व कामगारांना इन्सेंटिव्ह बोनस दिला; पण त्यांनी मला मात्र दिला नाही. म्हणाले,

"तुम्हे क्लेरीकलवाले, तुम्हे क्या इंजिन जोडते नई. तुमना कैसा इन्सेंटिव्ह देनेका?"

कामगार सगळे बेळगावचे होते. कोणी काही बोललं नाही. मी स्वत:ला दोष देऊ लागलो. चांगली सरकारी नोकरी चालून आलेली तिथे गेलो नाही. कॉलेज नाही ते नाहीच. आता बसा बोंबलत!

इकबाल मुल्ला हा माझा हायस्कूलमधील वर्गमित्र. कॉलेजला जात होता. त्याचे वडील वकील होते. तो भेटला असता माझ्या कॉलेजप्रवेशाची कहाणी मी त्याला सांगितली. तो म्हणाला,

"अरे, टी.सी. युनिव्हर्सिटीत आहे म्हणून कशाला सांगतोस? हायस्कूलमधून शाळा सोडल्याचा डुप्लीकेट दाखला मिळव व कॉलेजला प्रवेश घे म्हणजे फी भरण्याचा प्रश्नच येणार नाही."

मी म्हटलं, "लेका, वकिलाचा पोरगा शोभतोस खरा."

त्याच वर्षी रयत शिक्षण संस्थेनं कोल्हापुरातलं कीर्ती कॉलेज चालवायला घेतलं होतं. तिथे अद्यापि प्रवेश मिळत होता. मला भाऊरावांच्या संस्थेच्या कॉलेजमध्ये जायला मिळणार याचा आनंद झाला. मी ताबडतोब दाखला मिळवला व ऑगस्टच्या अखेरीस मला कीर्ती कॉलेजमध्ये फक्त अकरा रुपये भरून प्रवेश मिळाला.

कर्मवीर भाऊरावांचे मानसपुत्र बॅ. पी. जी. पाटील तेव्हा प्राचार्य होते. पी. डी. ला ते शिकवत नसत. पण एखादा रिकामा तास मिळाल्यास ते आमच्या वर्गावर येत. भाऊरावांच्या व शाहूमहाराजांच्या नाना कथा ऐकवत. मी देहभान हरवून त्या ऐकत असे. मला कॉलेजचे फार तर एक दोन तास मिळत. रविवारी संपूर्ण तास करता येत. त्या दिवशी कारखान्याला सुट्टी असे.

इथे एक मुस्लीम प्राध्यापिका होत्या. मुमताज रहिमतपुरे. पुढे त्यांचे पती काशिम रहिमतपुरे यांचा परिचय झाला. त्यांनी उद्यमनगरात छोटासा कारखाना घातला होता. ते आमच्या कारखान्यात माल देण्यासाठी येत. त्यातून परिचय वाढला.

त्यांनी एकदा कारखान्यातील अब्दुलरहिम, आमिन व मला जेवणाचं निमंत्रण दिलं होतं. त्यांच्या घरी या प्राध्यापकबाई स्वत: स्टोव्हसमोर बसून चपात्या लाटत असताना पाहिलं व मला धक्काच बसला.

मला वाटत होतं की, ही बाई प्राध्यापिका आहे. ही घरात चप्पल घालून वावरत असेल. हिच्या दिमतीला एकदोन नोकर असतील. ती दिवाणखान्यात बसूनच जेवण घेत असेल, तिला जेवणघराची ओळखसुद्धा नसेल.

मुसलमान समाजातील शिकलेल्या स्त्रीविषयी माझी हीच समजूत होती. पण या बाईला सर्व काम स्वत: करताना पाहिलं व तिच्याविषयी सद्भावना निर्माण झाली. तिच्या नवऱ्याविषयी आदर उत्पन्न करणारी गोष्टपण मला कळली.

ही बाई लग्न झाले तेव्हा फक्त एस.एस.सी. झाली होती. काशिमसाबनी तिचं शिक्षण केलं. घरातल्या लोकांचा विरोध पत्करून प्रसंगी ते आईला सोडून बाहेर पडले, पण बायकोला एम. ए. केलं. बायकोच्या शिक्षणाबद्दल एवढी काळजी घेणारे काशिम रहिमतपुरे मला ग्रेटच वाटले.

कारखान्याला शुक्रवारी दुपारची सुट्टी मोठी असे. बारा वाजता कारखाना बंद होई व तीन वाजता उघडे. कारखान्यात एकदोन सोडले तर बाकीचे सगळे मुस्लीम कामगार होते. कामगारांनी नमाजला जावे म्हणून ही सुट्टी असे. आम्ही जुम्माच्या नमाजला जात असू. यांपैकी तिघेजण तर बाबांच्या बरोबर शाहूपुरी मशिदीच्या आवारात राहत असत. अद्यापि बाबांच्या मालकीचं घर कोल्हापुरात नव्हतं. अडचणीचं घर म्हणून त्यांनी झोपण्यापुरती याच मशिदीच्या आवारातील एक खोली भाड्यानं घेतली होती.

कदाचित आता म्हातारपणी देवध्यानी असावे, संसारातून लक्ष काढावे म्हणून बाबांनी मशिदीच्या आवारात खोली घेतली असेल. यावर आम्हा कामगारात चर्चा होत असे. जवळ जवळ साठाव्या वर्षी त्यांना शेवटची मुलगी झाली. बाबांची ही तिसरी बायको म्हणे. ही शेवटची मुलगी झाली तेव्हा त्यांच्या घरात आठ-आठ दिवसांच्या अंतरानं बाबांची पत्नी, सून व मुलगी अशी तिघींची बाळंतपणं झाली होती! आता मुलीचं बाळंतपण आईनं करावं का सासूचं सुनेनं? अशी आमच्यात चर्चा चाले.

याच वेळी तबलीग जमात या धर्मशुद्धीकरणाची चळवळ चालविणाऱ्या संघटनेचा जोर महाराष्ट्रात वाढला होता. मुसलमानांनी पाच वेळची नमाज पढावी, एका परमेश्वराला भजावं, इस्लामच्या तत्त्वावर चालावं, इस्लाममध्ये नाजाईज असलेल्या गोष्टींपासून मुसलमानांनी दूर राहावं. उदा, दर्ग्यातील सत्पुरुषाच्या समाधीलाच लोक देव मानतात व त्याला नवस करतात. हे इस्लामनं निषिद्ध ठरविलं आहे. एकूण मुसलमानांनी खऱ्या इस्लामची कास धरावी. हा उद्देश समोर ठेवून प्रचार करत फिरणारी संघटना म्हणजे तबलीग जमात.

या जमातीचे इज्तेमा होत. या इज्तेमातून खऱ्या इस्लामची ओळख करून देण्यासाठी तक्रीर होत असते. मुसलमानांनी इस्लामची ओळख करून घेण्यासाठी तीन दिवस, दहा दिवस, चाळीस दिवस जमातीतून फिरावं, अशी अपेक्षा असे.

ही मंडळी एखादं गाव निवडून तिथे जातात व तिथल्या मुसलमानांना एकत्र करून तक्रीर करतात, शिबिर घेतात.

बाबा या तबलीग जमातीचे पुरस्कर्ते होते. तबलीगच्या इज्तेमाला ते आम्हा कामगारांना पगारी रजा देऊन पाठवत. एकदा माझा नंबर आला.

कारखान्याच्या क्लेरिकलचा मी एकटाच होतो. कामगारांची हजेरी ठेवणं, पगार करणं, रजा देणं, इ. सर्व माझ्याकडं होतं. त्यामुळे किरकोळ खर्च करण्याचा मला अधिकार होता.

ऑफिसात एकदा ख्रिस्ती धर्माचे प्रचारक आले. त्यांनी येशूविषयी माहिती

सांगितली. त्यांच्यापैकी स्कर्टवाल्या उमद्या तरुणीनं इंग्रजी पुस्तकातला एक परिच्छेद मला वाचून दाखवला व म्हणाली,

"असे चांगले विचार आमच्या या अंकातून येतात. तुमच्या कारखान्याला हा अंक सुरू करा. वर्गणी फक्त पाच रुपये आहे."

त्या बाईच्या इंग्रजी माऱ्यानं मी गार झालो होतो. मी हो नाही करत बसलो नाही. झटकन पाच रुपये काढून दिले. तिने कारखान्याच्या नावावर पावती दिली. इतकं होईपर्यंत बाबा आले. त्यांनी तो अंक पाहिला, वर्गणीची पावती पाहिली व म्हणाले,

"तुमे छोरी देख को पिसले क्या? ऐसा छोऱ्यांकू फिराको धर्म का प्रचार होतय क्या? पांच रुपये दिये ना? देनेकू हरकत नई, सच वैसाच देव, उनका अंक हमना नको."

त्यांनी अंक कचऱ्याच्या टोपलीत टाकला. माझ्याकडे वळून म्हणाले,

"इस्तेमाकू जाव. जरा इस्लाम का अभ्यास करो."

त्यानंतर चार दिवसांनी आज मी इज्तेमाला जाण्यासाठी कबरस्तान मशिदीमध्ये वळकटी घेऊन आलो होतो. आठ-दहा मंडळी एकत्र बसली होती. त्यांची चर्चा चालू होती. इंजिन रंगवणारा एक कामगार आमच्या कारखान्यात होता. तो तबलीगच्या कामात रुळला होता. त्या मंडळीत तो अधिकारवाणीनं बोलत होता. त्यानं डोक्याचा चमनगोटा केलेला होता. चेहऱ्यावर लांब दाढी वाढवली होती. मिशा मात्र संपूर्ण काढलेल्या, डोक्यावर तबलीगी टोपी म्हणजे घडी नसलेल्या गांधी टोपीसारखी.

मी हातपाय धुऊन त्यांच्यात जाऊन बसलो. माझं नाव यादीत घालण्यात आलं. आम्ही एकूण आठ लोक होतो. 'जोहरची' नमाज झाल्यावर मशवरा करायला बसलो. पेंटरनं सुरुवात केली.

"अलहम्दोलिल्लाह हम खुदाके रास्तेमें निकलनेवाले है, आठ आदमियोंका हमारा, काफिला रोजा बागनीमें होनेवाले इस्तेमामें दाखल होगा, इसकेलिए हमें निकलना है, हमारे काफिले का एक अमीर चुनेंगे।"

त्या गटामधील वयोवृद्ध असलेल्या एका माणसाला अमीर नेमण्यावर सर्वांचं एकमत झालं. आता इथून निघाल्यापासून इज्तेमा करून येईपर्यंत आम्ही त्याच्या सूचनेप्रमाणे वागायचं होतं.

मला हा प्रमुख माणूस माहीत होता. त्याचे स्क्रॅप मार्केटमध्ये भंगारचं दुकान होतं. चोरीचा माल घेतल्याबद्दल त्याला एक-दोन वेळा अटक झाली होती. 'करून करून भागला आणि देव पूजेला लागला' असं झालं असेल, म्हणून मी त्याचा विचार सोडून दिला.

ते अमीरसाब माझ्याकडे आले. माझा हात आपल्या हातात घेऊन त्यांनी प्रेमानं

दाबला. आपल्या पिशवीतून एक कापडी तबलीगी टोपी काढली, माझ्या डोक्यावरचा रुमाल काढून त्या जागी ठेवली. बाहेर पडण्यापूर्वी प्रमुखांनी दुवा केली. काही 'सुरे'म्हटले. आम्ही पण हात उचलून त्यात सामील झालो, व आम्ही निघालो.

स्टँडवर आलो तर गाडी गेली होती. आता रात्री शेवटची गाडी होती. मग दुसऱ्या मार्गानं जाण्याचा अमीरनं निर्णय घेतला. आम्ही स्टँड सोडून हायवे रोडवर कावळा नाक्याजवळ आलो. तिथून जाणाऱ्या ट्रकना हात करून आडवू लागलो. एका ट्रकवाल्यानं घेतलं. आम्ही आठच्या आठ जण केबिनमध्ये कोंबलो गेलो. त्या गर्दीतही अमीरानं दुवा केली. आम्ही 'आमिन' म्हणालो. माझ्या डोक्यात विचार येऊ लागले की, 'चांगल्या कामासाठी जायचं व हे गैरकृत्य का?' एस्. टी. ऐवजी ट्रकनं जाणं माझ्या मनाला पटेना.

रोजा बागणीला आलो. गावाच्या मानानं मशीद मोठी होती. बरेच लोक दिसत होते. पाण्याच्या कायली भरून ठेवल्या होत्या. लोक कायलीजवळच 'वजू' करत होते, त्यामुळे सगळीकडे चिखल झाला होता. त्यातूनच मार्ग काढत मशिदीत गेलो. आवार मोठं होतं. एका कोपऱ्यातली जागा पकडून वळकट्या ठेवल्या. तोवर असरच्या नमाजची वेळ झाली. सगळे उठलो. वजू केला. नमाजमध्ये सामील झालो. नमाजनंतर बयान सुरू झालं. मौलाना पैगंबरांच्या काळच्या गोष्टी सांगत होते.

"जान देनेवाला खुदा है, और जान के साथसाथ उसकी गिजा खुदा पैदा करता है।"

"इस बातपर एक साहबाने शक किया, तब हजरतने हाथमेंका डंडा सामने के पहाडपर मारा, वह पहाड तूट गया और उसमेंसे ऊंट निकल आया, उस ऊंट के मूँहमें चारा था।"

"इसतरह खुदा सबकी देखभाल करता है। जानके साथ उसका रीजक भी पैदा करता है। यह सच्चाई है, आदमी उसे भूल गया है। और वह समझता है, बच्चोंको हम पालते हैं, इसलिए वह दो तीन बच्चे होनेपर ऑपरेशन करके बच्चे रोक रहा है। कायनात चलानेवाला बहूत बडा है। बच्चे बंद करनेके चक्कर में मत आना।"

कुटुंबनियोजनाबाबतचा प्रचार मुल्ला, मौलवी असा करतात हे मला माहीत होतं. पण हिंदू पुराणात ऐकतो तसेच चमत्कार इथेपण ऐकून माझ्या मनातली धर्मभावना थिजू लागली. तक्रीर बराच वेळ चालू होती. माझं मन त्यात लागेना.

लवकरच तक्रीर संपली व बाहेर गावाहून आलेल्या गटप्रमुखांची बैठक झाली. गावात गस्त घालण्यासाठी 'ती'मंडळी निघाली. पेंटरनं मला पण बरोबर घेतलं. गस्त म्हणजे मोहल्ल्यातील मुसलमानांच्या घरी जायचं व त्यांना नमाजासाठी बोलवून आणायचं. आमचा अमीर पुढे होता. घरं दाखवण्यासाठी गावातील एक माणूस बरोबर होता. त्याला रैबर असे म्हणतात. तो घरात पुरुष माणूस असेल तर

'सलामुअलैकूम' म्हणून त्यांना बाहेर बोलवत असे.

"आज गाँवमें इज्तेमा है, आपको बुलानेकेलिए कोल्हापूर की जमात आयी है, चलो." असं म्हणत आमच्या अमिरास भेटवायचा. मग तो मनुष्य आम्हा सर्वांशी हात मिळवायचा. फार काही न बोलता डोक्यावर टोपी अथवा पटका घेत आमच्याबरोबर चालू लागायचा. एवढे लोक आपल्याला बोलावण्यास आलेत याचंच ओशाळलेपण त्याच्या चेहऱ्यावर असायचं. एखादा काही कारण सांगू लागला, कामाची अडचण पुढे करू लागला, तर आमचा अमीर किंवा पेंटर त्यांना सांगायचे,

"देखो खुदाने मुसलमानोंपर पाँच वक्त की नमाज फर्ज की है, और हम वह अदा करते नही, और इसका हिसाब मरनेकेबाद होगा. जिसने नमाजको पकड रखा वह जन्नत का मालिक है, और जिसने नमाजको छोड दिया वह दोजखका हकदार है । आजतक नमाज पकडी नही और अभी मौत आयगी तो तुम्हारा क्या होगा? काम तो रह जायेगाही और तुम दोजखके मालिक बन जावोगे, अभी मसजीदमें दाखल होकर आजतक जो नमाज नही की, उसकेलिए खुदासे गिडगिडाकर माफी माँगो, खुदा माफ कर देगा ।"

यानंतर ती व्यक्ती भारावल्यासारखी आमच्या मागे चालू लागायची. मगरीबची नमाज झाल्यानंतर पुन्हा तक्रीर चालू झाली. या वेळी बजू का व कसा करावा, नमाज कशी पढावी यावर बयान झालं.

आठच्या दरम्यान जेवणासाठी सोडलं. जेवणाची सोय तिथेच होती. ऐंशी पैशात डाळभात. जेवताना आमचा ग्रुप एकत्र होता. बसायला काही नव्हतं. पण ताटाखाली दस्तरखान अंथरला होता. मी हात धुऊन रुमालाने पुसू लागलो. तर पेंटर म्हणाला, "हाथ पोछना नहीं वैसाही खाना सुन्नत है ।" मी मांडी घालून बसलो होतो. अमीरने सूचना केली.

"औंधि मांडी डालो नहीं तो उकडू बैठो ।"

मी कारण विचारले. तर म्हणाला,

"मांडी डालके बैठनेसे गिजा सीधे पेटमें उतरती है, और पेट छूटता है ।"

मी खूरमांडी घातली. तोवर डोक्यावर टोपी घालण्याची एकानं सूचना केली. एका ताटात तिघेजण जेवत होतो. जेवायला सुरू करताना 'बिसमिल्लावआलाबरकता' ही दुवा म्हणायला सांगितलं. जेवता जेवता पेंटरनं आपला एक घास मला भरवला. मला अवघडल्यासारखं झालं; पण दुसऱ्यानं पण मला घास दिला. मी त्यांच्यापेक्षा लहान असल्यानं मी काही त्यांना घास भरवू शकलो नाही.

जेवण संपल्यानंतर दस्तरखानवर भाताची शितं पडली होती ती सर्वांनी वेचून खाल्ली. ताट धुतल्यासारखं स्वच्छ पुसून चाटून खाल्लं.

जेवणानंतर लगेच ईशाची नमाज, त्यानंतर पुन्हा बयान. बऱ्याच उशिरानं

तक्रीर संपली.

झोपताना अंथरुण कसं घालावं, कोणती दुवा म्हणावी, प्रथम उजव्या कुशीवर झोपावं. मनात अल्लाची आठवण करावी. वगैरे ऐकून झाल्यावर मी पडलो. थोड्या वेळाने पेंटर माझे पाय दाबू लागला म्हणून मी एकदम उठलो. तर बरेचजण एकमेकांचे पाय दाबत होते. पेंटर म्हणाला,

''खुदाके रास्ते में तुमे चलके आये, तुम्हारी खिदमत करना मेरा फर्ज है । ''

मी पुन्हा अवघडलो.

सकाळी जागा झालो तो पण पाय दाबण्यानंच. पेंटर माझी खिदमत करून मला उठवत होता. बाहेर अद्यापि अंधार होता. पेंटर म्हणाला,'चलो पायखानेकू.'

रस्त्याच्या दुतर्फा लोक संडासला बसलेले. मी आपण लांब जावं म्हणून चालत राहिलो, तोवर उजेड फाकू लागला. मी संडासला न बसताच परतलो.

फजरची नमाज झाल्यावर मात्र तक्रीर नव्हती. चहा वगैरे झाल्यावर पुन्हा सगळे एकत्र आलो. पाचसात जणांचा ग्रुप करून आपणाला कोणते 'सुरे' येतात, काय येत नाही, याची चर्चा सुरू झाली. या गटचर्चेला 'हलकेमें बैठना' म्हणतात. ज्याला जे येत नसेल त्याला येणाऱ्याने शिकवायचे. मला नमाजपुरते चार-पाच सुरे येत होते. पण नमाज पढण्याची पद्धती मात्र माहीत होती. त्यामुळे मला न येणारी 'दुवाएँ कुनुत' एक जण मला सांगू लागला. मी म्हणू लागलो,

''अल्ला हुम्मा इन्नी... ।''

नंतर तासाभराने हा कार्यक्रम संपला. ही दुवा सतत पाठ करायला सांगण्यात आले. आता दुपारी एक वाजेपर्यंत नमाज नव्हती, पण ज्याने मला दुवा सांगितली होती, तो अधून मधून माझ्याजवळ यायचा व म्हणायचा,

''याद करो, दुवा याद करो ।''

मग मला सुरू करावं लागायचं,'अल्ला हुम्मा इन्नी नस्तइनुका ।'

दुपारी तबलीग जमातीचे महाराष्ट्रपातळीवरचे अमीर येणार आहेत, अशी चर्चा सुरू होती. त्यांच्याविषयी सर्व आदरानं बोलत,

''बडा इल्मवाला आदमी है, चेहरेपे इल्मका नूर कुछ और है ।''

त्या माणसाला पाहण्याची मलाही उत्सुकता निर्माण झाली.

चार वाजता मौलाना आले. त्यांच्याबरोबर पंधरावीस जणांचा ताफा होता. एकजात सगळे इरापी विजार व लखनौवी झब्बे घातलेले, चेहऱ्यावर कोरलेल्या दाढ्या, त्यांतसुद्धा तो प्रमुख वेगळा दिसत होता. चेहऱ्यावर रुबाब होता. एका खोलीत त्याची खास व्यवस्था होती. प्रत्येक गटप्रमुख त्यांची भेट घेत होते. आमच्या गटाच्या अमीराबरोबर मी व पेंटर त्यांना भेटायला गेलो. सर्वजण मौलानांना 'मुसाफा' करत. आम्ही पण मुसाफा केला व एका बाजूला बसलो.

प्रत्येक जण आपल्या गावातील कामाबद्दल बोलत होते. एखादी दुवा बरोबर आहे का याचा पडताळा पाहत होते, काही शंका विचारत होते. त्यातच एकजण पुढे झाला व म्हणाला,

"मौलानासाहेब, बाथरुममें नंगेसे नहाना जाईज है या नहीं?"

त्याच्या प्रश्नाने मला संकोचायला झाले. पण सगळे जण उत्तर ऐकायला सरसावून बसले.

"दिवारें तुम्हारा नंगा बदन देखकर बददुवा देती है, इसलिए नंगा नहाना जायज नही है । कमरसे घुटनोंके नीचेतक बदन ढका हुआ होना चाहिए." इति मौलाना.

ज्यानं प्रश्न विचारला होता तो धन्य झाल्यासारखा उठला. आम्ही पण बाहेर आलो. नमाजला ओढून आणलेले शेतकरी मी पाहत होतो. धड कुणाच्या अंगात कपडे नव्हते. दोन दिवस त्यांना इथे अडकवून ठेवल्यानं त्यांचं शेतीचं काम अडणार होतं. चार दिवसांपूर्वीच पहिला पाऊस झालेला होता. त्यामुळे पेरणीसाठी जमिनीच्या मशागतीची गरज होती. पण हे त्यांना 'तू आत्ताच मेलास तर तुझ्या स्वर्गप्राप्तीचं काय होणार?' असा निरुत्तर करणारा प्रश्न विचारून त्याला घाबरवून सोडत.

इज्तेमाला आलेल्या लोकांनी गावचा मैलभर रस्ता हगून घाण केला होता. पाण्याची सोय पाहता रोगराई पसरण्याची भीती वाटत होती आणि 'नागड्यानं अंघोळ करावी का करू नये?' असे प्रश्न विचारून लोक धन्य होत होते. माझं मन इज्तेमातून लांब लांब जात होतं. रात्री महाराष्ट्राचे जमाते अमीर असलेल्या मौलानांची तक्रीर होती. मी आशेनं ऐकायला बसलो तर त्यांनी,

"नमाज कायम करा, मेल्यानंतर आपलं खरं जीवन सुरू होणार आहे, हे जग मिथ्या आहे, कयामत येणार आहे व तेव्हा अल्ला मेलेल्या सर्वांना पुन्हा उठवेल. त्यांच्या पापपुण्याचा झाडा घेतला जाईल. ज्यानं जितकं पाप केलं असेल, त्याप्रमाणात जहन्नूममध्ये राहण्याची शिक्षा सांगितली जाईल. यातसुद्धा आपण इस्लाम कबूल केला असल्यानं अंतिमत: स्वर्गावर आपला अधिकार आहे. काफीर व आपण यात हा फरक आहे की, एखाद्या काफीरानं जर पुण्यकार्य केलं असेल तर त्याला त्या प्रमाणात पाचपन्नास वर्षे स्वर्गात पाठवलं जाईल. पण तो काफीर असल्यानं अंतिमत: तो नरकाचा धनी आहे. शेवटी त्याला नरकातच राहावं लागेल, पण ज्यानं अल्ला व त्याच्या पैगंबरावर विश्वास ठेवला आहे, तो पापी असला तरी तेवढाच काळ नरकात जाईल. पण नंतर त्याची कायमची स्वर्गात ट्रान्सफर होईल. पाहा आपल्याला किती फायदा आहे आपण मुसलमान असल्याचा! मग फक्त नमाज अदा करत राहिलो तर, आपण सुरुवातीपासूनच स्वर्गाचे धनी होऊ. स्वर्गात तुम्हाला हवं ते इच्छा होताच मिळेल. दुधामधाच्या नद्या वाहत असतील व इच्छित वस्तू देणारी झाडं सर्वत्र असतील. चैनच चैन. शिवाय प्रत्येक पुरुषाला सत्तर सत्तर अप्सरा. आता

बोला, तुम्हाला स्वर्गाचे मालक व्हायचे का नरकाचे?''

मौलानांच्या 'इल्मं' ने माझा पुरता भ्रमनिरास झाला. उशिरा शेवटची दुवा झाली. हे दुवाप्रकरण म्हणजे इज्तेमाचा शेवट. इज्तेमात ज्यांना सामील होता येत नाही ते या दुवामध्ये सामील होण्याचा प्रयत्न करतात. मुख्य मौलाना दुवा मागतात व बाकीचे सर्व 'आमीन', 'अल्लाआमिन' म्हणून त्या मागणीला अनुमोदन देतात. दुवा सांगणारे जवळ जवळ दीड तास दुवा सांगत होते.

''हे परमेश्वरा, तू दयाळू आहेस. तू क्षमाशील आहेस. आमच्यावर तुझे इतके उपकार आहेत की, तू आमच्यासाठी जग निर्माण केलंस. पण आम्ही करंटे, पामर, पापी आहोत. तू आमच्यासाठी जमीन निर्माण केलीस. झाडं दिलीस, अन्नधान्य दिलंस, हवापाणी दिलंस, सूर्य निर्माण केलास, जगायला सर्व काही दिलंस, वंशवेल वाढावी म्हणून जोडीदार दिलेस. पण आम्ही फक्त नमाजसुद्धा पढत नाही. खोटं बोलतो, चोऱ्या करतो, लबाड्या करतो, तरी तू आम्हाला आपल्या पदरात घेतोस, तू महान आहेस, तू महान आहेस.''

असं नानाप्रकारे परमेश्वराला आळवणं. हा टेंपो हळूहळू वाढत जातो. जमावावर त्याचा परिणाम होत जातो आणि पुढे बसलेली बुजुर्ग मंडळी हुंदके देऊ लागतात. पुढे पुढे तर जोरजोरात हमसून हमसून रडू लागतात. वातावरण सगळं कमालीचं गंभीर. दुवा संपेपर्यंत सर्व जमाव रडू लागला होता.

सर्वांच्या दाढ्यांवरून अश्रू ओघळत होते. मी घुसमटून गेलो. डोकं हातात घेऊन सुन्नपणे बसून राहिलो. शेवटी दुवा संपली व लोक हळूहळू शांत झाले. गांभीर्यातच रात्र गेली.

परत जाताना येतेवेळचा मार्ग टाळून दुसऱ्या मार्गानं जावं असा संकेत असल्यानं आम्ही दुसऱ्या मार्गानं जायचं असं ठरलं. आमच्या गटाचे दोन गट झाले. पेंटरच्या नेतृत्वाखाली आम्हा चार जणांचा एक गट निघाला. दोन मैल चालून गेल्यानंतर नदी ओलांडली तर पेठवडगाव येते आणि तिथून अर्ध्या तासात कोल्हापूर. त्यामुळे आमचा दहा मैलांचा फेरा वाचणार होता. निघण्यापूर्वी आम्ही बसून दुवा केली. दिसेल त्याला मुसाफा करत आम्ही माघारी निघालो.

कच्च्या रस्त्यानं थोडं अंतर चाललो. तोपर्यंत सूर्य ढगाआड गेला. पावसाची भुरभुर सुरू झाली. छत्री वगैरे काही नसल्यामुळे भिजतच पुढे चाललो.

पेंटर सर्वांना म्हणाला, ''दिलमें खुदाका जिक्र करते चलो. बारीश अपने आप ठहर जायेगी.'' पुढे आम्ही एका झाडाखाली थांबलो आणि पेंटरने माझी 'दुवाएँ कुनुत' पाठ झाली का विचारले. मी पाठ झाल्याचे सांगितले. त्याने माझ्याकडून म्हणून घेतली व पुढचं कडवं सांगितलं. 'याद करो' म्हणाला.

पाऊस कमी झाल्यावर आम्ही चालू लागलो. थोडं अंतर चालल्यावर एक

मशीद दिसली. लगेच पेंटरनं मशीद दिसल्यावर अमुक अमुक दुवा पढावी म्हणून दुवा सांगितली. सर्वांनी ती म्हटली. ओसाड जागेत ती मशीद होती. थोड्याच अंतरावर गाव होतं. ते ओलांडल्यानंतर नदी दिसू लागली. आता पाऊस नसला तरी जोराचा वारा वाहात होता. अंगावरचे कपडे ओलसर होते. थंडी जाणवत होती. नदीजवळ वाऱ्याचा जोर वाढला होता. नदीला तांबडं पाणी आलं होतं. नदी ओलांडण्यासाठी नाव होती. नाव पलीकडून येईपर्यंत आम्ही थांबलो. इतर लोक पण होते. पेंटरने नदी ओलांडण्याची व नावेत बसण्याची दुवा सांगितली. नावेत चढताना पहिल्यांदा उजवा पाय ठेवण्यास सांगितले.

नावाड्यानं एक लांब वासा नाव वळवण्यासाठी घेतला होता. पाण्याला जोराची ओढ होती. त्यामुळे नाव उताराकडच्या बाजूला जात होती. खाली पुलाच्या कमानी दिसत होत्या. नाव त्या कमानीकडे जाऊ लागली. नावाडी नावेला थांबवू शकत नव्हता. पेंटर व इतर दोघे जोरजोरात दुवा वाचू लागले. मला वाटले, आपली नाव आता पुलाच्या कमानीवर आपटणार. मला पोहता येत नाही याची मला एकदम आठवण झाली. भीतीनं अंगावर काटा आला पण नावाडी नाव उताराकडे जाण्यापासून थांबवण्यात यशस्वी झाला. मग काठीचा उपयोग करत त्यानं नावेला धारेबाहेर काढलं. पुन्हा उलट बाजूला वल्हवत नाव व्यवथित काठाला लावल्याबद्दल अल्लाचे आभार मानले. नावाड्याचा शुक्रिया अदा केला.

चिखलातून स्वत:ला सांभाळत ऊसाच्या शेतातून बाहेर पडलो. शेताच्या कडेला एक चिता रचली होती व तीनचार लोक सुसाट वाऱ्याला तोंड देत ती चिता पेटवण्याचा प्रयत्न करीत होते. आम्ही थांबलो. मोठमोठी लाकडं लावून चिता रचली होती. खाली चिखल होता, म्हणून दगड पसरून त्यावर लाकडं लावली होती. पण पावसानं ती लाकडं ओली झाली होती. पाऊस थांबला असला तरी आता वारा होता. रॉकेलचा डबा त्या लाकडावर रिकामा केला होता. पण रॉकेल जळून गेलं तरी लाकडांनी पेट घेतला नव्हता. एक जण पुन्हा रॉकेल आणण्यासाठी डबा घेऊन निघाला होता. आम्ही तिथे अधिक वेळ न थांबता पुढे निघालो. मी पुन: पुन्हा मागे पाहत होतो. ते ऊसाचं शेत. ती थंडगार चिता. त्याच्यामागं वेगानं वाहणारं नदीचं पाणी इ. सर्व भयानक भासू लागलं होतं.

पेंटर म्हणाला, ''काफिरांकी हालत देखो! मरनेके बादभी सुकून नई, अल्ला बडा है, जिसने हमें मुसलमान बनाया.'' सगळ्यांनी 'आमिन' म्हटलं. माझ्या डोळ्यांसमोर पूर्वी अनुभवलेलं कबरस्तानातील चिखलात निजवलेलं प्रेत उभं राहिलं. मुसलमान व काफीर यात मला काहीच फरक वाटेना. चितेत गारठलेले प्रेत व चिखलात पहुडलेला मुर्दा, दोन्ही सारखंच!

आता चालण्याचा कंटाळा आला व कधी वडगाव येतं असं मला झालं; पण

मला फार वेळ वाट पाहावी लागली नाही. आम्ही गावात आलो. स्टँडवर आल्यावर सगळे हॉटेलात शिरलो. भजी, चहा झाला व आम्ही एस्.टी. पकडली. पाऊण तासात कोल्हापुरला आलो.

आम्ही कारखान्यात सातआठ मुस्लीम असलो तरी दोनचार हिंदूही होते. एकमेकांकडे ईदला, सणाला जेवण्यास जात असू. आमच्यातल्या मिरजकरचे आईवडील काशीला जाऊन आले म्हणून त्यानं मावंदं घातलं. सर्वांना जेवायला बोलाविलं. आम्ही सर्व कामगार निघालो. पेंटर म्हणाला,

"काफिरोंके पूजेका खाना खाने जाना हराम है ।" त्याचं हे म्हणणं आम्हा कोणालाच आवडलं नाही. कालपर्यंत आम्ही एका ताटात जेवत होतो. आता फक्त इज्तेमाला जाऊन आल्यानं आमच्या मित्रामित्रांत लगेच फरक करण्याचं काही कारण आम्हाला दिसेना. मी त्याला म्हणालो, "असा प्रचार केला तर तबलीगविषयी सर्वांचं मत वाईट होईल, असं मला वाटतं." पण पेंटर ऐकायला तयार नव्हता. आम्ही पेंटरला सोडून सर्वजण जेवायला गेलोच.

धर्म माणसामाणसांत भेद करायला कसा शिकवेल? माणूस संकुचित अर्थ घेतो. धर्मधुरीण मंडळी अशी अर्धवट असल्यावर अनुयायांचं काय होत असेल? त्या मंडळींची विचार करण्याची पद्धतीच वेगळी होती. तबलीगच्या या स्वरूपानं मला तिच्यापासून लांब ठेवलं, पण मी नमाजकडे आकृष्ट झालो. परमेश्वराशी बोलता येतं. निदान मनातील विचार स्वत:शी प्रगटपणे व्यक्त करता येतात, हे मला आवडलं व मी जुम्माच्या नमाजला जाऊ लागलो. कामावरून परतल्यावर रात्री नमाजला जात असे. मला यायला उशीर व्हायचा. त्यामुळे जमातबरोबर नमाज पढता येत नसे. मी एकट्यानेच नमाज करत असे. मनातील विचार अल्लाजवळ व्यक्त करीत असे. अगदी मनसोक्त बोलत असे. त्यामुळे मन मोकळं व्हायचं व एखादा निर्णय घ्यायला मनाची तयारी होत असे.

आता मी मिळवता झालो असल्यानं घरचा अर्थिक प्रश्न थोडा का होईना सुटला होता. माझ्या शब्दाला अर्थ प्राप्त झाला होता. अंडेवाल्याची ब्याद घरात येण्याची बंद झाली पाहिजे असं सारखं वाटत होतं. त्याला हे कसं सांगावं, याचा फार विचार केला व अंडेवाल्याच्या नावे एक पत्र तयार केलं. "इथून पुढे तुम्ही आमच्या घरात येऊ नये." इतक्याच मजकुराचं पत्र मी अंडेवाल्याला भेटून दिलं.

जी गोष्ट करण्यासाठी मी जिवाचा आटापिटा करत होतो, ती गोष्ट मी महिना फक्त शंभर रुपये मिळवू लागल्यावर सहज होऊन गेली. अंडेवाला घरी यायचा बंद झाला. आई आता गंभीर असायची. आमचा अबोला पुढे चालूच होता.

आता मशिदीशी माझा सांधा जुळला होता. मशिदीत मोजकीच म्हातारी मंडळी

नियमित नमाजाला येत असत. माझी त्यांची ओळख झाली. त्यांत एक दोन तरुणही होते. मी त्या सर्वांत लहान. फजरच्या नमाजानंतर ही मंडळी चहाला हॉटेलात जायची. मला पण बरोबर न्यायची. जमातीतल्या मुसलमानांच्याबाबत चर्चा चालायची. जमातीमधील पदाधिकारी मंडळी असल्यानं लग्न ठरवण्यासाठी किंवा भांडणतंटे सोडवण्यासाठी या मंडळींना बोलावलं जात असे. लिखाणाच्या कामासाठी ते मला बरोबर नेत. या भांडण सोडवण्याला काही अर्थ नसे.

जमातीतला एकजण आपल्या बायकोला नांदवत नाही म्हणून जमातीकडे त्या मुलीच्या मंडळींची तक्रार आणली. जमातवाले सांगायला गेले. सकाळीच पोहोचलो. त्यांच्या घरात अजून अंथरुणं निघाली नव्हती. तक्रार घेऊन आलेली मंडळी बाहेरगावची होती. ती कालच कोल्हापुरात आली होती; पण पाहुण्यांनी दाद दिली नव्हती. त्यामुळे त्यांना बाहेरच रात्रीचा मुक्काम करावा लागला होता. आमचं स्वागत झालं. अध्यक्षांनी विचारलं,

''इनकी छोरी तुम्हे करे सो है, शादी होको छे महिने हुए भी इता तुम्हे छोरी को नंदाते नई, ऐसी छोरीवालोंने जमातपास तक्रार लायसो है, करको जमात पुछने आईया.''

''जरुर आव.'' मुलाची आई.

''चहा रख गे!'' मुलाचे वडील.

तोवर मुलगा कामाचे निमित्त करून बाहेर पळायच्या तयारीत होता.

''हमारी क्या तक्रार नई, छोरीकू पकाना आता नई, एक काम व्यवस्थित करने आता नई, सच हमें क्या नको कते नई, छोरी के मरदकू पूछो.'' मुलाची आई.

''क्या महंमदसाब, तुम्हेच बोलो इता क्या सो.'' अध्यक्ष

''इता क्या बोलने का? छोरी गिड्डी है । मझे अजिबात शोभती नई।''

''सच छोरी शादी के पयले देखेते नव्हे?'' एक जमाती.

''देखेते सच!''

''सच बोलनेका तो गिड्डी है यो हमना दिखताता. महंमद को बोले ते. उने अचंदे बोल्या करको शादी करे.'' बाप.

''फिर महंमदसाब, तुम्हे जोरुकू लाने हुना.'' अध्यक्ष.

''लाने का हाय.'' बाप.

''लाव तुम्हारा तुम्हे!'' महंमद.

''ऐसा बोल को कैसा चलेगा?'' जमाती.

''जमात की बात तोडने का नइ'' बाप.

यावर मात्र महंमदची सहनशीलता संपली व तो म्हणाला,

''लाव भी तुम्हे और जमातवाले नंदाव. मै जातूं किधर भी!''

यावर जमातवाले आकसले व त्यांची तोंडं बंद झाली. मघापासून एक अक्षर न बोललेला मुलीचा बाप म्हणाला,

"हमे लोकांका कर्ज काढको शादी करे; इनो जो मंगे वो सब दिये, भी छोरी महिनाभर नांदी नई, इता हमे क्या करना?"

जमाती गप्प. तोवर चहा आला. आम्ही चहा पिऊन गुपचूप बाहेर पडलो. मुलीचा बाप जमातीला विनवत होता; पण जमात सांगण्यापलीकडे काही करू शकत नाही, असं अध्यक्ष त्याला सांगत होते. त्या रात्री नमाज पढल्यानंतर मी त्या मुलीसाठी अल्लाजवळ प्रार्थना केली. तिचा यात काय गुन्हा होता?

रमजानचा महिना होता. या महिन्यात आई महिनाभर रोजे करायची व नमाज पढायची. या महिन्यात रोज रात्री 'तराविह' ची म्हणून नमाज असते. त्या नमाजला आई जायची. मोहल्ल्यातल्या बायका एकत्र जमून नमाज पढायच्या. आईला सुरे येत. तिचं थोडं धार्मिक शिक्षण झालं होतं. पहाटेची नमाज होण्यापूर्वी सरगई करायची. दिवसभर पाणीसुद्धा प्यायचं नाही. संध्याकाळच्या नमाजच्या वेळी अजान ऐकून रोजा इफ्तार करायचा. मग रात्री नमाज करून झोपायला आईला अकरा वाजायचे. दर वर्षी मनोभावे ती हे महिन्याचे रोजे करायची. मी पहिला, पंधरावा आणि सत्ताविसावा असे दोन-तीन रोजे करत होतो.

त्या रात्री आम्ही सरगईसाठी सगळेच उठलो होतो. अजून तोंड धुणं, दात घासणं चालू होतं. जोराचा वादळी वारा यावा तसा आवाज आला व घरावरच्या खापऱ्या वाजू लागल्या. त्यांचा खडखडाट ऐकू आला. नंतर जमिनीतून घर्र ऽऽऽ असा आवाज होत राहिला. आम्ही भीतीनं सर्वजण एकत्र गोळा झालो. थोड्या वेळानं आवाज बंद झाला. तोवर शेजारचे लोक घराबाहेर आले होते. आम्ही पण बाहेर गेलो. चर्चा चालू होती. "भूकंप झाला! भूकंप झाला!" सर्वांनाच हा अनुभव नवा होता. आम्ही वेळ टळेल म्हणून घाईने सरगई आटोपली. त्यानंतर मी फजरच्या नमाजला गेलो.

पाहतो तर मला धक्काच बसला. मशीद फुल्ल झाली होती. मोहल्ल्यातील सर्व लोक नमाजला आलेले. भूकंपाची चर्चा चालू होती. लोक भ्याले होते. त्या दिवशी मशिदीत इतकी गर्दी झाली की, बाहेर रस्त्यावर चटया अंथरून सर्वांना जागा करून द्यावी लागली. त्या दिवशी नमाजनंतर मौलानांनी तक्रीर केली त्यात म्हणाले, "यह कयामतके आसार है। फिरसे ऐसा जलजला हो तो जमिनमाँको 'शिजदा करो'"

अशा आपत्तीपासून जगाला वाचव म्हणून परमेश्वराची प्रार्थना करण्यात आली.

मौलानांच्या या तक्रीरने मी अस्वस्थ झालो. अल्ला एकच आहे, त्याच्याशिवाय दुसऱ्या कोणासमोर नतमस्तक व्हायचे नाही असं रोज सांगणारे मौलाना जमिनीला

साष्टांग दंडवत घाला, तिला शरण जा असं म्हणत होते. याबद्दल त्या मौलानांशी बोलावं म्हणून मी नमाज झाल्यावर त्यांना भेटण्याचा प्रयत्न केला, तर ते आज अगदी गर्दीत होते. त्यांना मी भेटू शकलो नाही.

रात्री नमाजसाठी निघालो तर मशिदीसमोरचं पटांगण स्वच्छ करण्याचं चाललं होतं व तिथे नमाज होणार होती. मशिदीत सकाळच्या सारखीच गर्दी मावत नव्हती. लोकांनी भूकंपाची फार भीती घेतली होती. सर्वजण भूकंपाच्या भीतीपोटी मशिदीत आले होते, मला मात्र आपली गणना त्यांत व्हावी असं वाटेना. त्या रात्रीपासून मी मशिदीपासून लांब पळालो.

पुढे महिनाभर अशी नमाज चालली होती. या भूकंपाने कोयना धरणावरील लोकांचं फारच नुकसान केलं होतं. महाराष्ट्रात सर्वत्र तडाका दिला होता. कोल्हापुरात सर्व लोक रात्री बाहेर झोपत असत. आम्ही पण बाहेरच्या खोलीत दार उघडं ठेवून झोपत असू. एक दोनदा मध्यरात्री भूकंप झाला म्हणून दंगा झाला होता व आम्ही अंथरुणातून उठून बाहेर पळालो होतो. पण पुढे हळूहळू भीती कमी होत गेली.

मी प्री डिग्री परीक्षा पास झालो व पुढे शिकण्याच्या कल्पनेनं मनात जोर धरला. आता बी. ए. होणं अवघड नाही, असं मला वाटू लागलं. पण कारखान्याच्या वसुलीसाठी मला सतत बाहेरगावी जावं लागत होतं. या फिरतीमुळे माझं कॉलेज बंद झालं. पुन्हा मला बहि:स्थ विद्यार्थी म्हणून एफ्. वाय. ला बसावं लागलं.

अचानकपणे आम्ही राहत असलेलं घर बदलावं लागलं; हे घर कबजेगहाण घेतलं होतं. आईनं एका रकमेनं पैसे दिले नव्हते. फक्त हजार रुपयांचा कागद होता. थोडे थोडे करून पाचशे रुपये दिले होते. त्यांपैकी दोनशेची पावती होती. मालक वारला होता व थोरला मुलगा व्यसनी होता. त्याच्या वाटणीला आम्ही राहत असलेलं घर आलं होतं. आमच्याच मोहल्ल्यातील एका श्रीमंत मुसलमान व्यापाऱ्यानं त्याला दारूसाठी पैसे देऊन कर्जबाजारी केलं व घर आम्हाला विक असा त्याच्यामागे टुमणा लावला.

मालकानं पैसे भागवणार असल्याची नोटीस आम्हाला दिली व कागद जितक्याचा असेल तितकेच पैसे देण्याची भाषा बोलू लागला. आईनं अंथरुण धरलं. मला या व्यवहारातलं काही माहीत नव्हतं. सर्व व्यवहार आईनं केला होता. शेवटी कागद होता तेवढे पैसे घेऊन घर सोडावं लागलं. पन्नाससाठ रुपये भाडं देणं परवडणारं नव्हतं. म्हणून पुन्हा कब्जेगहाण घर घेण्याचं ठरलं. आई गावी जाऊन शेतावर दोन हजार रुपये घेऊन आली. सदुसष्ट साली तीन खोल्यांचं घर पाच वर्षांच्या कराराने घेतलं व विक्रमनगरमध्ये राहायला गेलो. विक्रमनगर वसाहत तशी गावाबाहेर. येथे मुस्लीमांची घरे अगदी कमी होती.

एका मुस्लीमाकडे त्याच्या मुलीचं लग्न ठरवायचं होतं, म्हणून त्यानं वसाहतीतल्या मुसलमानांची घरं शोधून त्यांना एकत्र केलं. आठ-दहा लोक होते. लग्न यादी लिहिणे वगैरे काम मला करावं लागलं. आम्ही मुस्लीमांना पुन्हा एकत्र येण्याचा प्रसंग लवकर आला, तो वसाहतीतील एका मुस्लीमाची आई वारली तिच्या दफनविधीसाठी.

ज्याची आई वारली तो गाड्या रंगवण्याचे काम करीत असे. तो दारूचा व्यसनी होता. "मेरी माँ गुजरी चलो" अशी आम्हाला वर्दी देऊन गेला. तो नंतर दारूच्या नशेत पडलेला आढळला. त्याचं दुसरं कोणीच नव्हतं. तेव्हा आम्हाला वर्गणी जमवून तो दफनविधी पार पाडावा लागला. आम्ही मोजकेच लोक खांदा द्यायला होतो. त्यामुळे अशा प्रसंगी एकमेकांना मदत व्हावी म्हणून आपली जमात असावी अशी चर्चा सुरू झाली. कबरस्तानात म्हातारीसाठी कबर खणायचं चाललं असताना आमची चर्चा रंगत होती व त्यातून जमात स्थापन करण्याचा निर्णय झाला. मी शिकलेला तरुण असल्यानं मी पुढाकार घ्यावा असं ठरलं. मी 'होय' म्हणालो व तेथील वयोवृद्ध श्री. अहमद अब्बास शेख (बँडमास्तर) व मौला कादर सुतार अब्बास ईमाम जमादार हे माझ्या घरी हजर झाले व म्हणाले, "हुसेनसाब एक नोटीस काढो. सब को ह्यां मीटिंग मे बुलाईंगे जमात स्थापन करनेकी है!"

आम्ही कामाला लागलो. सर्व वसाहत फिरून मुस्लीमांची घरं शोधून काढली व त्यांना मीटिंगसाठी निमंत्रण दिलं. माझं घर हेच बैठकीचं ठिकाण.

बैठक होऊन विक्रमनगर सुन्नत जमाअत स्थापन करण्यात आली. बँडमास्तर अध्यक्ष, अब्बास जमादार उपाध्यक्ष व सेक्रेटरी मला व्हावं लागलं.

लौकरच रमजानचा महिना आला. मुसलमानानं वर्षभर नमाज नाही पडली तरी या महिन्यात रोजे ठेवावेत व नमाज अदा करावी असा रूढ समज असल्यानं या वर्षीच्या रमजान महिन्यात 'तराविह' ची नमाज पढण्याची जमातीनं व्यवस्था करावी असं ठरलं. वर्गणी जमा झाली; आसपासच्या वसाहतीतील मुस्लीमांना फिरून सांगण्यात आलं. तीस-पस्तीस घरं जमातीची सभासद झाली.

माझ्या घरासमोर आमच्या घरमालकाचा मोकळा प्लॉट होता. तिथं मंडप घालून नमाज करावी असं ठरविलं. घरमालकाची परवानगी घेऊन मंडप उभा करण्यात आला. माझा एक लांबचा नातेवाईक असलेला चाँद शेख अंजुमनमध्ये राहून शिकला होता. तो कुराण पठण करणे शिकला होता. त्याला नमाज पढवता येत होती. तो आता एका हार्डवेअरच्या दुकानात काम करीत होता. त्यानं एक महिना नमाज पढवावी म्हणून मी त्याला बोलावून आणलं; तो आमच्याकडे राहू लागला आणि महिनाभर फजरची, इशा व तराविहची नमाज होऊ लागली.

जमातीचं काम व्यवस्थित चालू आहे हे पाहून इथे आता मशीद करायची असा

लोकांनी निश्चय केला. कोल्हापुरातील प्रतिष्ठित मुस्लीमांना बोलावून मशीद उभी करण्याचं ठरवलं.

रमजानच्या महिन्यात सत्ताविसावी रात्र ही विशेष महत्त्वाची मानतात. या दिवशी स्वर्गाची दारं उघडी असतात. तुम्ही मनोभावे प्रार्थना केल्यास त्याचं योग्य फळ मिळतं असा समज आहे.

सत्ताविसाव्या रात्री आमच्या भागातील झाडून सर्व मुसलमान आले. पाहुणे पण आले. हाजि हुंडेकरी, हसनसाहेब बाटलीवाले व इतर पाहुण्यांनी अडीचशे, पाचशे अशा देणग्या जाहीर केल्या व स्थानिक मंडळींनी घरटी पंचवीस पन्नास रुपये काढावेत असं ठरलं. जमातीच्या नावानं पावतीपुस्तकं छापून इतर गावांतून सुद्धा मशिदीकरिता मदत गोळा करावी असं ठरलं. ताडपत्री घालून केलेल्या मशिदीचा फोटो काढण्यात आला व मशिदीकरिता देणग्या गोळा करण्याचं काम सुरू झालं. रमजान संपताना हे काम सुरू केल्याबद्दल लोकांनी आम्हाला वेड्यात काढलं. या महिन्यात मुसलमान दानधर्म करून पुण्य मिळवतात. म्हणून तुम्ही या महिन्याच्या सुरुवातीलाच असं काम सुरू करायला हवं होतं, असा त्यांचा सल्ला.

रमजान संपल्यानंतर नमाज थांबली, पण मदत गोळा करण्याचं काम चालूच राहिलं. कोणी एक ड्रायव्हर ट्रक घेऊन मुंबई बंगलोरला जायचा. तो म्हणाला,

"मी मुंबईहून मुस्लीमांकडून देणग्या आणून देतो. मशिदीचा फोटो व पावती पुस्तक द्या."

तसं पावती पुस्तक त्याला देण्यात आलं. पुढे ते पावती पुस्तक व देणगीची रक्कम कधीच जमा झाली नाही. तेव्हा आम्ही अशी पावती पुस्तकं देणं बंद केलं. यानंतर शहरातील मुस्लीमांना घेऊन बाहेरगावचे दौरे करण्याचे ठरले. त्याप्रमाणे आम्ही कोल्हापुरातील एका हाजीसाबला घेऊन निपाणीस गेलो. हाजीसाहेबांची गाडी असल्यामुळे त्यांनी आपली गाडी देण्याचं मान्य केलं.

आम्ही कोल्हापुरातून बाहेर पडत असताना पेट्रोल पंपावर गाडी थांबवून हाजीसाब म्हणाले, "पेट्रोल डालो."

कोल्हापूर ते निपाणी अंतर पंचवीस मैल जाता येता पन्नास साठ मैल झाले असते, पण हाजीसाबने टाकी फुल करायला सांगितली. आम्ही गुपचूप बिल दिलं.

निपाणीत तंबाखूचे व्यापारी आहेत. देणगी किती द्यायची, हे पण धोतराखाली हात लपवून बोटांच्या खुणा करून ठरवत, पण प्रत्यक्षात फारच कमी लोकांनी देणग्या दिल्या. त्यासुद्धा जास्तीत जास्त पंचवीस रुपये. दोन रुपयांच्या जेवढ्या पावत्या फाडल्या तेवढ्याच, बाकीची भरपूर आश्वासनं घेऊन आम्ही परत निघालो, तर हाजीसाब म्हणाले,

"यहाँ चावल अच्छे मिलते, घनसाळ चावल लाव कर को घर में बोलेसो है.

बजार में चलो.''

त्यावेळी महाराष्ट्रात बाहेरचा तांदूळ येत नव्हता. कर्नाटकात तांदूळ स्वस्त मिळायचा, पण कर्नाटक, महाराष्ट्र सीमेवर गाड्या तपासल्या जायच्या. तांदूळ वाहतुकीस परवानगी नव्हती.

हाजीसाबनी पन्नास किलो तांदूळ घेतला. आम्हाला वाटलं डिकीत ठेवतील, पण हाजीसाब बारा घाटचं पाणी प्यालेले. ते म्हणाले, ''थैल्या गाडीमेच रखो, पोलिसां डिकी तपासते.'' त्या पिशव्यावर पाय ठेवून आम्ही बसलो. कर्नाटक महाराष्ट्र सीमेवर कोगनोळी येथे चेकनाका होता. तिथे पोलिसांनी गाडीची डिकी उघडून दाखवण्यास सांगितलं. हाजीसाबचा मुलगा ड्रायव्हिंग करत होता. त्यानं डिकी दाखवली व काही नाही म्हणून पोलिसांनी आम्हाला जाऊ दिलं. या हाजीसाबचा व्यापार होता. त्याची लबाडी व त्याचं हाजला जाऊन येणं याची सांगड मला घालता येईना. आम्ही घरी परतताना दोघे जण हाजीसाबच्या हुशारीचं कौतुक करत होते तर जमातीचे अध्यक्ष बँडमास्तर पेट्रोलचे पैसे द्यावे लागले म्हणून हळहळत होते. हाजला जाऊन आलेला मनुष्य सर्वसंगत्याग करून संन्याशी वृत्तीनं जगत असावा अशी आमची कल्पना होती.

''धन्य त्याची हाजयात्रा!''

या प्रकरणानंतर मशिदीचं काम थंडावलं. तोवर दुसरा रमजान महिना आला. मशिदीचं काम पुन्हा जोमानं सुरू व्हावं म्हणून दुसऱ्या लोकांकडे कारभार देण्यात आला. त्यातल्या दोघांनी देणग्यांचे जमलेले पैसे स्वत:कडे ठेवले. लोक हिशोब मागायला गेल्यावर एकानं पुस्तकच चुलीत टाकून जाळलं. दुसऱ्यानं पैसे खर्च केले होते हे कबूल केलं, पण त्याच्याकडचे पैसे वसूल करायला रेडिओ व शिलाई मशिन एका आकडा बेटिंग घेणाऱ्या मुसलमानानं गहाणवट ठेवून घेतलं व जमातीचे पैसे भरले. गहाणवट ठेवून घेणाऱ्याला मात्र तेवढ्या पैशातच रेडिओ आणि शिलाई मशिन मिळालं. असे प्रकार होऊ नयेत म्हणून जमात रजिस्टर करून घेतली व सर्व हिशोब व्यवस्थित ठेवू लागलो.

अडीच तीन वर्षे मशीद माझ्या घरासमोरील अंगणात असल्यानं लोक नमाजला येतात म्हणून वजू करण्यासाठी पाणी भरून ठेवणं, बिछायत घालणं, बांगीसाब नसल्यानं फजरच्या नमाजची अजान देणं अशी कामं मला करावी लागत. कधी कधी इमामत करण्यास कोणी जाणकार नसल्यास मला इमामत करावी लागत असे. इस्लाममध्ये पौरोहित्य करण्याची मक्तेदारी नाही. नमाज पढवता येणाऱ्या कोणालाही इमामत करता येते.

फजरची नमाज झाल्यानंतर जमातीचे सभासद वाढावेत म्हणून मुसलमानांची घरं शोधत फिरायचं, लोक अजून अंथरुणात असायचे. बँडमास्तर, अब्बासभाई

जमादार, ईलाई नायकवडे ही मंडळी त्यांना जमातीचं महत्त्व पटवून द्यायची.

ही मंडळी जमातीचे सभासद व्हायची पण नमाजला मोजकीच यायची. टेंबलाईवाडी, उचगाव, तावडे हॉटेल, सद्गुरू मल्ला, सोटेवाला वसाहत, टेंबलाई नाका, रुईकर वसाहत, जाधववाडी अशा विक्रमनगरच्या आसपासचा सर्व परिसर आम्ही वर्षभरात पिंजून काढला. रोज सकाळी सहा ते आठ मी याच कामात असे. रात्री पुन्हा बँडमास्तर घरी आलेले असत. मग पुन्हा चुकलेल्या घरांसाठी एक फेरी होत असे.

याचा परिणाम होऊन ईदच्या नमाजला फार गर्दी झाली. आमच्या दारातील अंगणात लोक मावले नाहीत. दोनदा नमाज करावी लागली. म्हणून दोन महिन्यांनी येणारी बकरी ईदची नमाज दुसरीकडे घेण्याबद्दल चर्चा सुरू झाली. विक्रमनगरला असलेल्या पाण्याच्या टाकीवर बाग आहे, शिवाय झाडांची सावली आहे म्हणून तिथे ईदची नमाज करण्याचं ठरलं.

सरकारी जागा, कोणाची परवानगी घ्यायची? मुजावर टांगेवाले म्हणाले, "तिथले पाणी सोडणारे व माळी लोक माझ्या ओळखीचे आहेत. मी परवानगी काढतो."

त्यांनी परवानगी मिळवली व ईदची नमाज तिथे झाली. शहरातील उंच ठिकाणी व फुलांच्या बागेत नमाज व पाण्याची टाकीच असल्याने वजूला भरपूर पाणी. त्यामुळे सर्वांना ती जागा फार आवडली व तेव्हापासून प्रत्येक ईदची नमाज तिथे होऊ लागली.

परंतु आमच्या जमातीचे उपाध्यक्ष असलेले बाबालाल शेख हे चिकित्सक गृहस्थ होते. त्यांनी अधिकृत परवानगी न घेता शासकीय जागेत ईदची नमाज करणं ठीक नाही व मला ते मान्य नाही, असं कारण सांगून उपाध्यक्षपदाचा राजीनामा दिला.

एका वेळी तर लग्नाचं पौरोहित्य करावं लागलं.

लग्न रजिस्टर भरलं व "अय दुलेमियाँ," अशी सुरुवात करून "जनाब .... की .... नामवाली लडकी" सवासौ रुपय मेहरके ऐजवमें एक वकील की वकालत से, दो गवाहोंके गवाहीसे हाजराने रूबरू जमातके सलल्लाहू वल्लेहू सल्लम के तरीकेसे मैने आपके निकाहमें दे दी। आपकी जोडी बना दी। आपकी शादी कर दी।

"क्या आपने कुबूल किया?" असे तीन वेळा विचारून व "अलहमदुल्लीलाहे मैने कुबूल किया"

अशी दुलेमियाँकडून कबुली घेऊन मी थांबलो व पुढची दुवा वगैरेचा भाग चाँद शेखने पूर्ण केला.

मेहरची रक्कम फार कमी आहे ती वाढवावी, असा आम्ही आग्रह धरला पण

आम्ही त्यात यशस्वी झालो नाही.

अशा प्रकारे जमातीचं पडेल ते काम रेटून विक्रमनगर सुन्नत जमातीला उभी करण्याचं काम मी माझ्या परीनं केलं.

दीर्घकाळ मशीद आपल्या जागेत राहिल्यास ती कायम होईल म्हणून आमच्या घरमालकानं 'मशिद काढून घ्या', असा तगादा लावला होता. याच वेळी जमातीनं मशिदीसाठी जागा खरेदी केली. त्यामुळे मशीद नव्या जागेत हलवली.

या जमातीतही भांडण मिटवण्याचा एक प्रसंग अजून आठवतो. ज्यांचे भांडण होते ते कुटुंब आमच्या जमातीचं सभासद नव्हतं. पण कुटुंब प्रमुख वर्षाची वर्गणी भरून सभासद व्हायला तयार होता. त्यामुळे जावं लागलं होतं. जमातीऐवजी त्या घरातील मंडळीच जास्त होती. पंढरपूरकडील मंडळी झोपडपट्टीत राहत होती. त्यांची मुलगी माहेरी आली होती. ती सासरी जायला तयार नव्हती. तिचा नवरा तिला न्यायला आला होता.

आम्ही घरात प्रवेश केला तेव्हा मुलीची आई जावयाचा शिव्यांनी उद्धार करत होती. ती फारच संतापली होती. घरातील मंडळींनी तिला शांत करत आत घालवलं व म्हणाले,

"जमात इसका फैसला करंदे, तू त्रास करू नको. जा, अंदर जा."

आमच्या अगोदरच त्यांच्या गल्लीतील अनेक मंडळी जमली होती. आमच्यातल्या एकानं विचारलं.

"क्या बात है?"

बसलेला एक जण म्हणाला,

"अवघड बात है, छोरी के मुंसे सुनो."

"छोरीको बुलाव भार." आमच्यातला एक जण म्हणाला.

मुलगी बाहेर आली. काखेत मूल होतं. तिच्यामागे तिची आई होती.

त्यांच्यातला एक जण म्हणाला, "बोल बेटा, तेरे साथ क्या नाइन्साफी हुई सो बोल."

मुलीनं तोंड उघडलं मात्र, हुंदकाच बाहेर पडला व ती आपल्या आईच्या गळ्यात पडून रडू लागली. त्या मुलीची आई म्हणाली.

"बच्ची क्या बोलनेवाली. तुमे कोण तो बोलो."

एकजण म्हणाला, "अवघड बात है, ससरा तो छोरी के बाप सरका . सच इसका ससरा डुक्कर के अवलाद का है । अुने बहुको अपने बिछाने में सोने बुलाया ।" एका दमात त्याने सर्व सांगितलं. आम्ही सगळे स्तब्ध झालो.

"ऐसे घर में छोरी को कैसा भेजना तुम्हे बोलो?" मुलीची आई आतून बाहेर येत बोलली.

सगळ्यांच्या नजरा जावयावर खिळल्या. तो हादरला होता; पण बोलला, "मेरा विश्वास बैठता नई यो बात पर. मेरा घर आदम्यामें का है।"

"अंगार लगा तेरे घरकू, माँ कू चोदको बापको सलाम करनेवाली औलाद का तेरा घर." मुलीच्या आईनं कहर केला. आम्ही स्तंभित झालो. काय बोलावं कुणाला सुचेना.

त्यांच्यातलाच एकजण म्हणाला, "तेरा भरोसा नच्या तो तेरे बापको बुला ले, फोन कर, जमात के सामने उने कुराण की कसम लेंदे."

जावई एकाकी पडला. आमच्यातल्या एकानं सूर मिसळला व म्हणाला, "बुलाव बाप को."

"बाप आल्यावर याचा निकाल लागेल. तोवर आम्ही जातो. बाप आल्यावर पुन्हा बोलवा." असं सांगून आम्ही बाहेर पडलो.

आपली सुटका करून घेणाऱ्या माणसाचं मला कौतुक वाटलं, पण तो प्रश्न बाकीच होता. काय करणार होती जमात? जमात म्हणजे काय? कोर्ट किंवा शासनयंत्रणा नव्हे. फक्त सामोपचाराच्या चार गोष्टी सांगणारी मध्यस्थ. टोळीटोळीनं लोक राहत तेव्हा या जमातीला तसे अधिकार असतीलही. आज तिच्या अधिकाराचं पितळ उघडं पडलं आहे.

तो जावई पुन्हा आमच्याकडे आला नाही व आम्ही पण गेलो नाही. पण त्या वादावर असा पडदा पडला होता की, बापाबद्दल खात्री नसल्यानं जावयानं त्याला बोलवायला नकार दिला. तो म्हणाला,

"माझी दहा भावंडं आहेत. बापानं खोटी शपथ घेतली तर माझी भावंडं अनाथ होतील. मी आता बापाजवळ राहत नाही. वेगळं घर करतो. बायकोला पाठवा."

त्यानं वेगळं घर केल्यावर ती मुलगी नवऱ्याघरी गेली.

रमजानमध्ये आमच्या बरोबर मोरे नावाचा एक हिंदू नमाज पढायला येत असे. आमच्यांतल्या काही मंडळींनी शंका काढली.

एक मूर्तिपूजक आपल्याबरोबर नमाज पढतो. इससे हमारी नमाज मक्रू हो जाती है।

त्यावर शहरातील मौलानाकडून फतवा मागवण्याचं ठरलं. कसाई मसजिद व निहाल मसजिद या दोन मशिदीतील मौलानांच्या ज्ञानाबद्दल मुस्लीमांत चर्चा असायची. त्यांना भेटायला गेलो. कसाई मशिदीतील मौलाना वजिफ्यात बसले होते. तासभर थांबलो. मग त्यांनी समस्या विचारली, ऐकून घेतली आणि विचार करत बसले व म्हणाले,

"शहर में के दुसरे आलिमों की क्या राय है?"

आम्ही सांगितलं, "हम तो आपही के पास पहले आयें है।"

ते म्हणाले,

"और लोगों के पास जाके आखिर में मेरे पास आओ।"

आम्ही दुसऱ्याकडे गेलो. या मशिदीत तबलीगचं काम चालायचं. या मौलानांनी ग्रंथात न शिरता व्यवहारी सल्ला सांगितला.

ते म्हणाले,

"ऐसे लोग नमाज में शरीफ होते हैं तो उन्हे दूर मत ढकेलो, करने दो नमाज, तुम्हारी नमाज मे कोई खल्क पैदा नही होगा।"

पडत्या फळाची आज्ञा मानून आपण परत फिरावं, असं मी सुचवलं; पण काहींनी आणखी काही मौलानांना भेटण्याचं ठरवलं. प्रत्येकानं वेगवेगळी मतं व्यक्त केली. पुन्हा कसाई मसजिदच्या मौलानांकडे जावं असं आम्हांला वाटलं नाही. आम्ही परत आलो. निर्णय झालाच नाही. बरेच दिवस तो नमाजला येत राहिला. नंतर आपोआप बंद झाला.

आता तबलीग जमातनं महाराष्ट्रात जोर धरला होता. जागोजागी इज्तेमे होत होते. मौलाना बयानमध्ये सांगत,

"आदमी की इस दुनियामेंकी जिंदगी सच नही, इस दुनियामें तुम किस तरह जिये इसका कोई माना नहीं, लेकिन यहांकी जिंदगी खत्म होनेके बाद तुम्हे जन्नत या जहन्नूम हासील होगा, अगर आपको जन्नत मिलानी है तो, पाँच वक्त की नमाज कायम करो। देखो, अगर तुम सरकारी नौकरीमें हो तो क्या तुम पाँच वक्त की नमाज अदा कर सकते हो? फिर क्या कामकी ऐसी नौकरी, जो तुम्हारे जन्नत का रास्ता रोकती है?"

"और नौकरीयाँ क्या ऐसेही मिलती है? उसके लिए डिग्रीयाँ हासील करनी पडती है। क्या फायदे की वो डिग्रीयाँ जो तुम्हे जन्नतसे दूर रखती है"

"फिर क्या करें?"

"तिजारत करो। हुजूरने तिजारत की है, 'केले बेचो ......

अजान सुनाई देनेपर केलेकी टोकरी उठाके रखो और मसजिदमें दाखिल हो जाव. तुम्हारा जन्नतका रास्ता खुला हो जायेगा।"

मौलानांच्या या चुकीच्या संदेशाने मी खडबडून जागा झालो. या शिवाय तबलीगच्या प्रचारामध्ये चेहऱ्यावर दाढी, डोक्यावर टोपी व इस्लामी लिबासचा आग्रह धरला जातो. तसेच ऊर्दू शाळांचा प्रचार केला जातो. परिणामी मुस्लीम मुलांचं शिक्षण अर्ध्यावर बंद पडतं. यातून मुस्लीमांच्या अंधश्रद्धा पोसवल्या जातात. मुस्लीमांना निष्क्रिय बनवलं जात आहे. अशी जाणीव मला होत होती. मन अस्वस्थ व्हायचं.

नोकरीनंतरचा माझा सगळा वेळ जमातीच्या कामात त्या लोकांच्यातच जायचा. तिथे अनेकांविषयी चर्चा चालायच्या, अनेकांची उणी दुणी काढली जायची. हा असा, तो तसा, तो नमाज अशी पढवतो, तो दुवा तशी सांगतो, त्याच्या लग्नात जेवण चांगलं नव्हतं. अमुक आणि तमुक. या विषयांपलीकडे जगात आणखी काही आहे, याची जाणीवच या लोकांना नसायची. या गोष्टीचा मला उबग येऊ लागला. आणि डबक्यात येऊन पडलो आहोत, आपल्याला यापेक्षा अधिक काही तरी करावयाचं आहे, असं मला वाटू लागलं.

जमातीचं काम म्हणजे तरी काय? सुरुवातीला सर्वांना एकत्रित करण्यात वेळ गेला. आता वर्गणी जमवणं, हिशोब ठेवणं, एखाद्या वेळच्या नमाजला जाणं, कोणाचं लग्नकार्य असल्यास त्यात लक्ष घालणं, मयत झाल्यास परस्पर काम उरकणं, मला याचा कंटाळा आला व हळूहळू मी जमातीच्या कामात कमी लक्ष घालू लागलो.

मुस्लीम समाजानं शिक्षणाकडं लक्ष द्यावं. गरिबी, बेकारी मोठ्या प्रमाणावर आहे. तिथे काही करता येतं का पाहावं, तरुणांना कामाला लावावं, अंधश्रद्धा सोडाव्यात, स्त्रियांना शिक्षण द्यावयास समाजास प्रवृत्त करावं, असं वाटू लागलं, पण सांगणार कसं?

पुढच्याच रमजान महिन्यात मला एक कल्पना सुचली. रोजा धरण्याची व सोडण्याची वेळ सूर्योदय व सूर्यास्तावर ठरत असते. या वेळेचं वेळापत्रक छापून अनेकजण मशिदीत वाटतात. हे काम नेकीचं मानलं जातं.

आपण असं वेळापत्रक छापून वाटावं व त्यातच आपणाला ज्या सुधारणा मुस्लीम समाजात व्हाव्यात असं वाटतं त्या छापाव्यात असं मी ठरवलं. माझा मित्र जहाँगिर जमादार याचा छापखाना होता. त्यालासुद्धा ही कल्पना आवडली, त्यानं व मी पत्रक बनवलं. पत्रक तयार करणं व छापणं यात इतका वेळ गेला की, रमजान महिना संपत आला. त्यामुळे वेळापत्रक न छापता फक्त पत्रक तयार केलं व सत्ताविसाव्या रात्रीला शहरातील सर्व मशिदींतून वाटलं. त्याचं शीर्षक होतं.

'सामाजिक सुधारणा यही लक्ष्य'

बदलते जमाने की आहट, बदलते जमानेके साथ जो बदलेगा वही बचेगा। जो नहीं बदलेगा वह खत्म हो जायेगा । यह उत्क्रांतिवाद का सिद्धान्त है ।

एक जमाना था, के जादासे जादा बच्चे पैदा करना सुन्नत थी, एक से चार-चार शादीयाँ करनी सुन्नत थी । मगर इसकी सच्चाई यह थी की, लढाईमें जिन औरतोंके शोहर मारे गये हैं और जो औरते बेवा हो गयी हैं, उन औरतोंकी जिंदगी

चैनसे बसरने के लिए उन बेवावोंके साथ दुसरी, तीसरी, चौथी शादी करना सुन्नत थी । और यही लढाईके वजहसे कौम घटती जाती, और फिर बच्चे पैदा करना शादी शुदा औरत मर्दोंका फर्ज था ।

मगर हम इस सुन्नतोंकी सच्चाई भूल गये है, और धार्मिक आदेशके पर्देके पिछे छिपकर चार-चार शादीयाँ करनेका मनसुबा रचा रहे हैं और सुख चैनसे बसे घर उजड रहे है । शादीसुदा जवान लडकीयाँ अपने मयके में मोलमजदुरी करके जी रही है ।

आज बदलते समाज के साथ समेट करते हुए जीना है तो, 'बर्थ कंट्रोल' की जरूरत है। इसलिए के हम अपने दो या चार बच्चोंको आज इल्म दे न सके, उनको जीनेका सही रास्ता न बना सके, और इस तरह उनके जिंदगीको नुकसान पहुँचा दिया जाय तो यह सुन्नत न होगी ।

आज कल हम अपने भाईयोंको सिर्फ नमाज को बुलाने दौडते हैं, उनके मद्द के लिए नहीं दौडते । मसजिदोंमें से सिर्फ धार्मिक तैरतरीकोंकी सीख दी जाती है, सामाजिक सुधारणा की नहीं । सामाजिक सुधारणा के लिए इन बातोंकी जरूरत है।

(१) मसजिदोंमेंसे आत्मिक तथा सामाजिक सुधारणा की सीख दी जाय । (२) सबसे बडा खुदा हैं । उसकीही इबादत करनेकी सीख देना जरूरी है । ताकि कर्ज निकालके कोई ईद या उरूस न मनाए । (३) मसजिदोंमें शादी होने का प्रचार होना जरूरी हैं । ताकि बँड, लायटिंग, स्पीकर, मंडप वगैरह फिजूल खर्च नहीं होगा । (४) पेशइमाम और बांगी इनके तनखाँह यहांतक बढा दी जाय के वे अपनी जिंदगी मसजीद के सिवा बाहर न जोडे । (५) औरतोंको इल्म हासिल करनेका हक हो । (६) इसी तरह हमारे समाजको सहकार क्षेत्र का फायदा उठाना चाहिए ।

- जमादार अँड जमादार

अगर चाँद बुध ता. १०-१२-१९६९ के रोज नजर न आये तो 'ईद ' कौन से रोज होगी इसका फैसला चाँद कमेटी कोल्हापूर करेगी ।

बऱ्याच ठिकाणी हे पत्रक गेलं. त्यावर लोकांच्या प्रतिक्रिया काय आहेत, हे जाणून घेण्यासाठी मी मशिदींतून फिरत होतो. अनेकांनी बोलण्यास नकार दिला. काहींनी ''इस्लाम का अभ्यास करो.'' असं सुचविलं.

त्यावेळी मौलानांना १०० ते १५० व बांगीला ६० ते ७५ रुपये पगार मिळत असे. त्यांचेही संसार असतात. एवढ्यात त्यांचं कसं भागणार? शांत मनानं ते धर्माचं काम कसं करणार? असे विचार माझ्या डोक्यात यायचे. मौलाना तक्रीरमध्ये सांगत, ''परमेश्वर एकच आहे. त्यालाच भजा.'' प्रत्यक्षात मात्र एखादा मुसलमान येतो व मौलानांना सांगतो,

''आज श्यामको हमारे घरमें विशालगडकी कंदुरी है, खतम देने आव.'' तेव्हा एक वेळचं जेवण व खैरात मिळते म्हणून मौलाना जातात. म्हणजे ''परमेश्वर एकच आहे, फक्त त्यालाच भजा'' हा प्रचार संपला. मौलाना आपल्या स्वार्थासाठी अशी मूर्ती पूजा करू नका, असं सांगत नाहीत. यासाठी त्यांना पुरेसा पगार मिळाल्यास ते धर्माचं कार्य प्रामाणिकपणे करतील असं वाटल्यानं मी त्यांच्या पगाराचा मुद्दा पत्रकांत मांडला होता; अनेक लग्नं व कुटुंबनियोजन या विषयी काही लोकांनी मतभेद व्यक्त केले.

कोल्हापुरात तबलीग जमातचं सेंटर असलेल्या निहाल मसजिदमध्ये मी पत्रकं वाटायला गेलो. मौलानांना पण पत्रक दिलं; तर ते त्यांना अगोदरच मिळालं होतं. ते खिशातून पत्रक काढून मला दाखवत म्हणाले,

''यह मेरे पास आया है, कौन है यह लिखनेवाला?'' त्या मौलानांभोवती काही मंडळी गोळा झाली होती. ती मंडळी पत्रक काढणाऱ्याला शिव्याशाप देत होती. कोई ख्रिश्चन होगा, असं म्हणत होती.

त्या लोकांचा राग पाहून हे पत्रक काढणारा मीच आहे, असं सांगण्याचं धाडस मला झालं नाही. त्यानंतर मौलानांना एकट्यांना गाठून मीच हे पत्रक काढलं आहे, असं सांगितलं तेव्हा ते म्हणाले,

''तुम इस्लामका अभ्यास करो, ऐसी जल्दबाजी मत करो ।''

कारखान्याचे मालक, बाबा हे शहरातील प्रतिष्ठित मुसलमानांत उठबस करीत. त्यामुळे ज्या लोकांच्यापर्यंत माझं पत्रक गेलं होतं. त्यानी बाबांच्या मार्फत मला समज दिली. बाबांनी मला बोलावलं व असले धंदे बंद होणार असतील तरच नोकरीवर राहायचं, असं सरळ सांगितलं. मला नोकरीची गरज होती. मी बाबांचं म्हणणं मान्य केलं. हे धंदे बंद होतील असं आश्वासन दिलं. चडफडत मी कामावर जात होतो. काहीही न करता फक्त कामगाराचं जीवन जगावं हे मला रुचेना.

अभ्यासाकडेही लक्ष लागत नव्हतं.

आता याच वेळी माझ्या बहिणीच्या लग्नाचा विषय सुरू झाला. चाँद शेखला माझी बहीण द्यावी अशी सूचना एका नातेवाईकानं केली. "तो नोकरी करतो व त्याला तुम्ही चांगल्या मार्गाला लावलं आहे, तेव्हा त्याचं घर आबाद करा." असं तो म्हणाला.

सरकारी नोकरीवाला मुलगा असावा असं मला वाटत होतं. मुलाचं शेत, घर काही नाही, यासाठी आई पण तयार नव्हती. पण शेखच्या मावशीचा नवरा पुढे आला व म्हणाला,

"उसके माँ का तलाक हुआ अच्या तो भी बापके इस्टेटमें छोरेका हक है, उसके हिस्सेकी खेती मैं मिलाको देतूं दो एकर खेती उसके हिस्सेको आईंगी और घर भी मिलंगा."

"छोरेने मजहबी शिक्षण लियेसो है, नमाज पढानेका नेकीका काम करतंय, ऐसा दुल्हा मिलना कतो छोरीका नसीबच. एकला छोरा, सासका जाच नई, दोनो राजा रानी का संसार."

बिनतोड युक्तिवाद होता. आईनं मान्यता दिली व हे लग्न ठरलं. आई फार हिशोबी, पैसा खर्चाला धजत नाही, म्हणून लग्नाचा बाजार मी केला, नवऱ्या मुलाला फुल सूट घेतला. दारात लग्न करून दिलं. लग्नाच्या रात्री मित्रांनी कव्वालीचा कार्यक्रम सादर केला. थोडे कर्ज झालं, ते मी फेडणार होतो. जबाबदारीनं बहिणीचं लग्न पार पाडलं याचं समाधान मला मिळालं.

मालकांनी मला सोलापूरला नवीन सुरू केलेल्या ब्रँचमध्ये पाठविलं. ऑईल इंजिनं तगाईवर विकली जायची. सोलापूर जिल्ह्यात मोठ्या प्रमाणात इंजिनं विकली जात. तिथं विक्रीकेंद्र व दुरुस्ती केंद्राची आवश्यकता होती. तिथं दुकान सुरू केलं व मला जायला सांगण्यात आलं. माझा सर्व पगार घरी देणार होते व माझा तिथला सर्व खर्च मालक करणार होते. वेगळा अनुभव म्हणून मलाही नाविन्य वाटलं व मी जायला तयार झालो.

पहिल्यांदा दोन महिन्यांसाठी गेलो. लॉजवर राहायचं, हॉटेलात जेवायचं व पांजरपोळ चौकातील दुकानात बसायचं. जवळच भूविकास बँक होती. त्या बँकेतील क्लार्क मंजूर झालेलं प्रकरण पाठवायचा. त्याबद्दल त्यांना इंजिनपाठीमागे कमिशन दिलं जात होतं. त्यामुळे आमची बिलं पण झटपट मिळत. इंजिनची डिलिव्हरी द्यायची, दुरुस्ती असल्यास मेस्त्री पाठवायचा वगैरे काम असे. तिथून बिलासाठी उस्मानाबाद, सांगोला, पंढरपूरला जावं लागे. सांगोला व पंढरपूरला एजंट नेमले होते.

सोलापुरात बराच वेळ मोकळा असे. इथे नगरपालिकेच्या निवडणुका लागल्या होत्या, मुस्लीम समाज मोठा. विजापूरवेस त्यांचा बालेकिल्ला. मुस्लीम लीग हा पक्ष होता. त्याचप्रमाणे हिंदुमहासभा पण होती. विरोधी पक्षाच्या वतीनं स्वामी नावाच्या शाहीर असलेल्या कार्यकर्त्याच्या सभा जंगी होत. मुस्लीम समाजातील स्वतंत्र उमेदवार अनेक होते. पण काँग्रेसने उमेदवारांच्या घरातीलच मंडळी काँग्रेसतर्फे उभी केल्याची चर्चा होती. त्यामुळे बाप स्वतंत्र उमेदवार तर मुलगा काँग्रेसचा उमेदवार असं चित्र दिसत होतं. तसेच मुस्लीम मोहल्ल्यात मुस्लीम उमेदवार, हिंदू वॉर्डात हिंदू उमेदवार अशी काँग्रेसची पॉलिसी होती. मला ही गोष्ट अनिष्ट आहे असं वाटलं. त्यावर प्रतिक्रिया व्यक्त करणारं पत्र 'महाराष्ट्र टाइम्स' कडे प्रसिद्धीसाठी पाठवलं. ते पत्र छापून आलं. या घटनेनं मी आनंदून गेलो.

म. टा. मधील माझं पत्र वाचून आमच्या दुकानाशी संबंधित असलेल्या एका दोघांनी मला भीती घातली. "नोकरीला आलायसा, गप नोकरी करा, हे कोल्हापूर नव्हं." त्यामुळे निवडणूक प्रकरणात मी फार लक्ष घातलं नाही.

इथे असताना एकदा दुकानाच्या कामासाठी मला सांगोल्यास जावं लागलं. सांगोल्यात लॉज वगैरे नव्हतं. ज्याच्याकडे आलो होतो, तो गावात नव्हता. लगेच परतायचं म्हणून मी काही साहित्य आणलं नव्हतं. पण आता लगेच जाता येणार नव्हतं. रात्री खानावळीत जेवलो. संध्याकाळी शिवशाहीर पुरंदरे याचं व्याख्यान होतं. ते ऐकलं. नऊ वाजता व्याख्यान संपलं. ज्याच्याकडे आलो होतो, तो अद्यापि आला नव्हता व परतीच्या गाड्या नव्हत्या. रात्र जागून काढावी असं वाटलं. रात्री दहाला तंबू थियटरमध्ये जाऊन बसलो. चित्रपट रात्री साडेबाराला संपला. गाव आकसू लागलं. सगळीकडे सामसूम झाली. स्टँडवर गेलो तर ते केव्हाच ओस पडलं होते. मी ज्या खानावळीत जेवलो होतो तिथं गेलो. मालक अजून जागा होता. त्याला अडचण सांगितली. त्यानं दोन पोती दिली व अंगणात झोपा म्हणाला.

एक पोतं अंथरलं व दुसर पांघरायला घेऊन पडलो. रस्त्यावर भयाण अंधार, बाहेर कोणीही झोपलेलं नव्हतं.

एकटक डोळे उघडे ठेवून अंधार पीत बेचैनपणे आडवा झालो होतो. झोप मात्र येत नव्हती. ज्याच्या घरी आलो होतो, त्याच्या घरी संध्याकाळीच सांगितलं असतं तर सोय झाली असती, पण स्वभाव नडला. बऱ्याच वेळानं एक कुत्रं आलं व माझ्याभोवती हुंगत फिरू लागलं. मी उठून बसलो तसं ते भुंकू लागलं. माझी पाचावर धारण बसली. मी हाड् हाड् करू लागलो. हळू हळू कुत्रं भुंकायचं थांबलं, पण तिथंच बसून अधून मधून केकाटत होतं.

सुरुवातीला जरी त्या कुत्र्याची भीती वाटत होती, तरी ते गप्प बसल्यावर मला त्या कुत्र्याचा आधार वाटू लागला. जवळपास कोणी नसताना, मघापासून शत्रू

झालेला तो कुत्राच आता माझा आधार व्हावा याची मला मौज वाटली. मनाला दिलासा मिळाला. रात्र वाढू लागली, तशी थंडीची जाणीव होऊ लागली. पोतं सर्व अंगावर पांघरता येत नव्हतं. म्हणून अंगाचा मुटकुळा करून पोत्यात शिरलो व थंडीपासून संरक्षण करीत रात्र काढली. पहाटे कधी तरी डोळा लागला. नंतर एकदम जागा झालो तर तो कुत्रा माझ्या अंगाला खेटून पहुडला होता. मी हालचाल न करता पडून राहिलो. झुंजूमुंजू झाल्यावर उठलो. पोती हॉटेलच्या दारात ठेवली व स्टँड गाठलं. बऱ्याच वेळानं गाडी मिळाली व सोलापूरला पोहोचलो.

इतर इंजिनांना असलेली तगाईची मंजुरी रद्द झाली व फक्त किर्लोस्कर इंजिनच तगाईवर घेता येईल, असा आदेश सरकारकडून आला. त्यामुळे सोलापूरचं दुकान बंद करावं लागलं. मी पुन्हा कोल्हापुरला आलो. सोलापूरमुळे परीक्षा देणे राहून गेलं होतं. पुन्हा कारखान्यात कामाला जायचं माझ्या जिवावर आलं. नाइलाज म्हणून कामावर जात होतो.

याच वेळी हमीद दलवाईंचं मुस्लीम प्रश्नावरील लिखाण वर्तमानपत्रात प्रसिद्ध होत होतं. पण त्यांचं लिखाण वाचून ते कुणाला तरी खूष करण्यासाठी लिहितात असं मला वाटत होतं. मुस्लीमांवरील त्यांची टीका बोचरी वाटत होती.

'अल्अक्सा मशीद' जळीत प्रकरणी हमीदभाईंनी महाराष्ट्र टाइम्समध्ये लिहिलेला लेख मला खटकला होता.

आखाती देशात मुस्लीमांची पवित्र मशिद 'अलअक्सा' कोणी अतिरेक्यांनी जाळली. त्याच्या निषेधार्थ मुस्लीमांनी मुंबईत एक विराट मोर्चा काढला होता. त्या संदर्भात हमीद दलवाईंनी असं विधान केलं होतं की, ''अलअक्सा मशीद जळल्यामुळे इथल्या मुसलमानांनी इथल्या हिंदू विरुद्ध धर्मयुद्ध पुकारलं.''

त्यांच्या लेखावर प्रतिक्रिया व्यक्त करणारं पत्र मी 'महाराष्ट्र टाइम्स'कडे पाठविलं होतं, पण ते पत्र प्रसिद्ध झालं नाही.

'महाराष्ट्र टाइम्स'च्याच माध्यमातून बेळगावच्या दिलीप कामतची ओळख झाली. 'महाराष्ट्र टाइम्स'नं राजकारणाविषयी तरुणांच्या प्रतिक्रिया मागवल्या होत्या. अनेकांनी लिहिलं होतं त्यात मी पण होतो. अनेकजणांनी राजकारणाच्या स्वरूपावर राग व्यक्त केला होता.

तो धागा पकडून दिलीप कामतनं तरुणांना आवाहन करणारं पत्र 'महाराष्ट्र टाइम्स'मध्ये प्रसिद्धीस दिलं होतं, त्यानं लिहिलं होतं की, ''प्रचलित राजकारणावर फक्त राग व्यक्त करून प्रश्न मिटणार नाहीत. काही वेगळं करावयाचं असेल तर आमच्याशी संपर्क साधा, आपण त्यावर विचार करूया.''

दिलीप कामत हा बी.एस्सी.च्या शेवटच्या वर्षाचा फर्स्टक्लास करिअरचा विद्यार्थी. सायन्स कॉलेजमध्ये त्याच्या विचाराचे दोन तीन मित्र होते. त्यांत शिवाजी कागणीकर व जोगळेकर हे होते. दिलीपचे वडील श्रीरंग कामत हे प्रसिद्ध स्वातंत्र्य सैनिक व सर्वोदयी कार्यकर्ते तर आई शिक्षिका. दिलीप व शिवाजी यांनी कॉलेजच्या शेवटच्या वर्षाला असताना शिक्षण सोडलं. त्यामागे त्याचं तत्वज्ञान असं की,

"न शिकलेला मजूर आपलं पोट भरू शकतो ना? मग आपणच शिक्षण घेऊन वरच्या जागा का मिळवायच्या? या लोकांसारखे आपण का पोट भरू शकणार नाही?"

शिक्षण सोडण्याचा त्यांचा विचार पक्का झाला व त्यांनी श्रीरंग कामतांशी चर्चा केली. ते म्हणाले, "शिक्षण सोडायला काहीच हरकत नाही. पण मग पुढे काय?"

"आम्ही ग्रामीण भागातील लोकांसाठी काम करून सर्वांचंच जीवन उंचावण्यासाठी प्रयत्न करू." इति दिलीप, शिवाजी.

मग शेती करता आली पाहिजे व शेतीला जोडून पोल्ट्री, डेअरी असे जोड व्यवसाय शिकले पाहिजेत. म्हणून तो पुण्यात डेअरी पोल्ट्रीच्या व्यवसायाची माहिती घेण्यासाठी राहिला होता. शिवाजी कागणीकर सर्वोदयाच्या माध्यमातून ग्रामीण भागात फिरत होता.

त्यांच्या आवाहनाला महाराष्ट्रातील तीस चाळीस जणांनी प्रतिसाद दिला होता. त्यांत मीही होतो. प्रतिसाद देणारे आम्ही सर्व एकमेकांचे पत्रमित्र झालो व पुण्यात आम्ही बैठक घेतली.

मुंबईचे चौघे, वसंत पवार व दीपक पवार, कोल्हापुरचा विद्यार्थी परिषदेचा रवी भानगावकर व मी, सांगलीचे दोघे, पुण्याचे आठ दहाजण, पुण्यातील बहुतेक विद्यार्थी परिषदेचे कार्यकर्ते होते. संघटना स्थापन करतानाच त्यांनी संस्कृती वगैरेचा आग्रह धरला व ते लांबच राहिले. काही तर इतके बावळट होते की, मी कोल्हापुरचा म्हटल्यावर मला विचारत होते,

"काय हो, कोल्हापुरात सगळे पैलवानच आहेत असं आम्ही एकतो. सगळ्या कोल्हापुरात तालमी, तांबड्या मातीत लोळलेले पैलवान, म्हशी व अंबाबाईचं मंदिर म्हणजेच कोल्हापुर ना?" मला त्यांचं हसू आलं.

असे सर्वजण आम्ही पुण्यात एकत्र आलो व तरुणांची संघटना स्थापन केली. तिचं नाव 'प्रगत भारतीय युवक संघटना' असं ठेवलं.

राजकारणापासून लांब राहून सामाजिक जागृती करावी, तरुणांचे प्रश्न हाताळावेत अशी मोजकीच उद्दिष्टं ठेवली होती. तिचं मुंबईत थोडं काम चाललं.

या बैठकीच्या वेळी भेटलेला आमचा पत्रमित्र मुनीर सय्यद यानं पुण्यातील चार-पाच मुस्लीम मित्रांशी माझी ओळख करून दिली. त्यांत सय्यदभाई, अमीरशेख,

अन्वर शेख हे होते. आमची हॉटेल सेव्हन हेवनच्या बागेत वेगळी एक बैठक झाली. मुस्लीम समाजात उदारमतवाद निर्माण करण्यासाठी काही करावं असा चर्चेचा विषय होता. मी प्रसिद्ध केलेलं 'सामाजिक सुधारणा यही लक्ष्य' हे पत्रक त्यांना फार महत्त्वाचं वाटत होतं. पुढे आम्ही मुस्लीम सत्यशोधक मंडळाच्या चळवळीत एकत्र आलो.

एक वर्षभर आम्ही 'प्रभायु' च्या माध्यमातून पत्रव्यवहार करीत राहिलो. पुढे फार काही घडलं नाही. दिलीप तेथून बाबा आमटेंच्याकडे शेतीचा अनुभव घेण्यासाठी गेला. नंतर पुढे शहाद्याला वर्षभर राहिला. त्यानंतर तो बेळगावात स्थिरावला. पुढे त्याचा मागोवा ग्रुपशी संबंध आला. अभ्यास शिबिरं, कामगार संघटना, ग्रामीण भागातील विणकर यांच्या कामात तो मग्न आहे. शिवाजी कागणीकर सर्वोदय व अशाच कामात आहे. रवी भानगावकर अद्यापि पत्रमित्र आहे.

या संघटनेच्या माध्यमातून प्रा. श्री.अ.दाभोळकर, यदुनाथजी थत्ते व 'साधना' साप्ताहिकाचा परिचय झाला.

'प्रभायु' तर्फे एक श्रमशिबिर घ्यावं म्हणून मुंबईचा दीपक पवार, श्री. अ. दाभोळकरांचे मार्गदर्शन घेण्यासाठी म्हणून त्यांचा पत्ता घेऊन माझ्याकडे आला.

आम्ही गारगोटीस गेलो. ते कोल्हापुरजवळ कळंबा येथे, आपल्या घरी, माती-विना शेतीचे प्रयोग करत होते. त्यांच्याशी प्रदीर्घ चर्चा झाली. श्रमशिबिराचा आराखडा तयार झाला; पण आम्ही ते शिबिर घेऊ शकलो नाही. मात्र दाभोळकरांशी सांधा जुळला. मी त्यांना सतत भेटत राहिलो. त्यांच्या छोट्या मोठ्या कामात मदत करत होतो. 'तुझ्या कामाचे तासाला दोन रुपये मिळालेच पाहिजेत,' असं ते म्हणत म्हणून एस्.टी. चं चार आण्याचं रिझर्वेशन करायला मला ते दोन रुपये देत.

माझं इंग्रजी सुधारण्यासाठी मला गारगोटीहून ते काही पत्रकं करून पाठवत. त्याची फी म्हणून मी आणखी दहा जणांना ते लिहून पाठवावं एवढीच त्यांची अपेक्षा.

मासे पाळण्यासाठी त्यांच्या बंगल्याच्या आवारात त्यांनी एक हौद बांधून घेतला होता. लांबून पाणी आणून झाडं वाढवत असू. लिंबाएवढी द्राक्षं. झाड वाढलं नाही पाहिजे; पण फळं लागली पाहिजेत. सीझनप्रमाणे झाड एका ठिकाणाहून दुसऱ्या ठिकाणी हालवता आलं पाहिजे. म्हणजे फळं लागण्याच्या वेळी झाड गच्चीवर नेता आलं पाहिजे, असे शेतीचे विविध प्रयोग चालत. मग त्यावर व्याख्यानं, टिपणं, नोंदी, झाडांची डायरी असं एक ना अनेक.

'साधना' साप्ताहिक वाचू लागल्यावर मला वाटू लागलं की, मी जे इच्छित होतो ते सर्व यात आहे! इतक्या दिवसांत आपणाला त्याचा परिचय न व्हावा याचा

विषाद वाटला. यदुनाथजींना भेटल्यावर ते कार्यकर्त्यांचा आधार व विश्वास आहेत असं वाटलं.

त्यांचा माझा पत्रव्यवहार सुरू झाल्यावर मी त्यांना पूर्वी प्रसिद्ध केलेलं पत्रक पाठवलं. भाऊराव पाटलांच्या कार्याचा माझ्यावर प्रभाव आहे, हे त्यांना कळल्यावर त्यांनी प्रा.चंद्रकांत पाटगावकर यांना भेटण्यास सांगितलं. पाटगावकरांच्या ओळखीनं राष्ट्रसेवादलाचाही परिचय झाला.

समान नागरी कायद्याच्या मागणीसाठी मुख्यमंत्र्यांना सह्यांचं निवेदन सादर करण्यासाठी सह्या गोळा करण्याचं काम इंडियन सेक्युलर सोसायटीतर्फे चाललं होतं. त्याचे कागद यदुनाथजींनी मला पाठवले. त्यावर मी सह्या मिळवून पाठवल्या. यदुनाथजींनीच मला हमीद दलवाईंचा पत्ता दिला.

मी हमीदभाईंना पत्र लिहिलं. त्यात माझा पूर्वीचा राग व्यक्त झाला होता. 'अलअक्सा मशीद' च्या लेखावरील माझी प्रतिक्रिया व मी प्रसिद्ध केलेले पत्रकही पाठवलं व त्यांना लिहिलं, "मला पण मुस्लीम समाजात सुधारणा घडवून आणाव्यात व त्यांच्यात जागृती घडवून आणावी असं वाटतं; पण त्यांच्यावर बोचरी टीका करून नव्हे." वगैरे.

दलवाईंचं उत्तर म्हणजे पत्राचा एक सुंदर नमुना होता. त्या पत्रानं मला आपलंसं केलं. त्यांनी लिहिलं होतं.....

"तुमचे पत्र मिळाले. वाचून फार आनंद झाला. माझा लेख वाचून तुम्हाला राग आला हे समजले, याबद्दलही आनंदच झाला. आपल्या माणसावर आपण रागावतो, त्यामुळे तुम्हाला माझ्यावर रागावण्याचा अधिकार आहे, असे मी समजतो. मी लौकरच कोल्हापुरला येणार आहे. त्यावेळी मला भेटा. आपण चर्चा करू."

राष्ट्रसेवादलानं त्यांचा कोल्हापूर जिल्ह्यात दौरा आयोजित केला होता. त्या मंडळींना भेटलो. सुरेश शिपूरकर त्यावेळी कुलकर्णी आडनाव लावत. कुलकर्णी म्हटल्यावर त्यांच्याकडे जावं की जाऊ नये अशा संभ्रमात मी होतो. पण मी त्यांना भेटलो. कोणी मुस्लीम तरुण आपणहून हमीद दलवाईंची विचारपूस करत येतो, याचंच त्यांना कौतुक वाटलं.

त्यांनी राष्ट्रसेवादलातील हनीफ बागवान यांचा परिचय करून दिला. तसेच मुस्लीम समाजाची दलवाईंशी एखादी चर्चा घडवून आणावयाची जबाबदारी आमच्यावर टाकली.

'इंधन' कादंबरीच्या लेखकाला भेटायची मला उत्सुकता होती. हमीद दलवाईंना मी भेटलो. पोरगेलासा मला पाहून त्यांचा काय समज झाला असेल याचा अंदाज बांधता येईना. पण मला त्यांनी दुपारी सेरेकन गेस्ट हाऊसवर भेटण्यास बोलाविलं. मी गेलो तेव्हा माझी ते वाट पाहत होते.

माझ्या पत्रकाबद्दल ते कौतुकानं बोलत होते. माझ्या पत्रातील मुद्यांची त्यांनी दखल घेतली होती.

त्यांनी बॅगेतून चार-पाच इंग्रजी पुस्तकं काढली. त्यातील विशिष्ट पानं काढून इंग्रजी उतारा मला वाचून दाखविला. पाकिस्तान, मौलाना मौदुदी, जिन्हा, भारतीय मुसलमानांची वृत्ती यावरील अनेक दाखले मला पुस्तकातून वाचून दाखवत होते. फारच बोलत होते. बोलताना त्यांचे घारे डोळे बारीक-मोठे होत होते. हातवारे करत होते.

एकूण ते मला आपली भूमिका पटवून देण्याचा आटोकाट प्रयत्न करीत आहेत असं दिसत होतं. माझं काही एवढं वाचन नव्हतं.

तलाक व सवत पद्धती यामुळे मुस्लीम स्त्री किती दु:खाचं व बेभरवशाचं जीवन जगत आहे, हे मी मोहल्ल्यातील घराघरांतून पाहत होतो व तेच काम घेऊन हा मनुष्य उभा आहे, हे चार दिवसांच्या सहवासातून व त्यांच्याबरोबर झालेल्या चर्चेतून मला दिसून आलं.

मी मुस्लीम समाजासाठी काम करावे म्हणून फक्त ऊर्मी बाळगून होतो, पण दलवाईंच्यासमोर योजना होत्या, कामाचा अनुभव होता व झेप घेण्याची तयारी.

दलवाईंच्या व्यक्तिमत्त्वानं मी प्रभावित झालो. मी आमच्या समाजाच्या प्रेमापोटीच एक पत्रक प्रसिद्ध केलं, तर किती विरोध झाला हे दिसत होतं. त्यामुळे आपण समजतो तसे नसून मुस्लीम समाजाच्या आस्थेपोटीच ते मुस्लीम समाजावर टीका करतात, असं मला वाटू लागलं. हे काम टाळ्या मिळवणारं नाही. तरी पण त्यांनी सौम्य शब्दांत मांडणी करावी, असा मी त्यांना सरळ सल्ला दिला. ते म्हणाले,

"ठीक आहे, आपण भेटत राहू. मग सर्व ठीक होईल."

यावेळी मुस्लीमांची बैठक आम्ही आयोजित केली होती. या सभेला हनीफ बागवान यांनी एन्.आर्. बारगीर नावाच्या माणसाला सभेचे अध्यक्ष म्हणून आणले होते. बिंदू चौकात रंगराव साळुंखे विद्यालयात ही सभा भरली. हॉल मुस्लीमांच्या उपस्थितीनं खच्चून भरला होता.

सभेची सुरुवात एका मौलानांनी कुरान तिलावतने केली. स्वातंत्र्य चळवळीतील मुस्लीमांचं कार्य, जमाते इस्लामी व मुस्लीम लीगचे जातीयवादी राजकारण, पाकिस्तानची निर्मिती, राष्ट्रीय मुसलमान, इस्लाममधील चुकीचे कायदे, मुस्लीम मानसिकता यांवर हमीद दलवाईंनी भाषण केल्यानंतर प्रश्न किंवा शंका विचारण्यास सांगितले. पहिला प्रश्न सभा अध्यक्षांनीच उपस्थित केला व कुरान, मुस्लीम समाजाविषयी बरेच लंबे- चौडे भाषण केले.

मला वाटलं कुठला कोण बारगीर. आपल्याला माहीत नसलेला माणूस अध्यक्ष केला, बैठकीचा बोजवरा उडणार! अनेकांनी अनेक प्रश्न विचारले पण दलवाईंनी

समर्पक उत्तरं दिली व अध्यक्षांनी समारोपाचं भाषण केलं ते असं-

"दलवाईंनी खुलासा केला आहे. आम्ही फक्त त्यांच्या बातम्यांची हेडिंग्ज वाचून त्यांच्याविषयी वाईट मतं बनवली. परंतु त्यांचं भाषण ऐकल्यावर असं लक्षात येतं की, त्यांनी हाती घेतलेले प्रश्न योग्य आहेत." बारगीरांनी आम्हाला सर्दच केलं. सभा चांगली झाली. पुढे कुरुंदवाड, निपाणी, संकेश्वर, गडहिंग्लज, बेळगाव असा दलवाईंचा दौरा झाला. नोकरीमुळे मी त्यांच्याबरोबर फिरू शकलो नाही. वरील प्रत्येक ठिकाणी जाहीर सभा, मुस्लीमांच्या बैठका सभा झाल्या. हमीद दलवाईंचा हा संपूर्ण दौरा निपाणीच्या प्रा. रमेश शिपूरकरांनी व प्रा.सुभाष जोशींनी आयोजित केला होता हे मला नंतर कळलं व माझा त्यांच्याशी चांगला परिचयही झाला.

माझा हमीद दलवाईंशी पत्रव्यवहार होत राहिला.

आता नोकरीतून माझं लक्ष संपूर्ण उडालं. मी फक्त शरीरानं कारखान्यात जात होतो. दलवाईंच्याबरोबर आपण काम करण्यास मोकळं झालं पाहिजे असं सारखं वाटे. बेचैनी वाढत होती. कधी एकदा नोकरी सोडतो असं मला झालं होतं. नोकरी सोडून काय करायचं? काही उत्तर जवळ नव्हतं. पण भविष्यातल्या अंधारात झेप घ्यायला मन अधीर झालं होतं. पुढे काही तरी मार्ग सापडेल असा विश्वास वाटत होता.

पुण्याला इंडियन सेक्युलर सोसायटीच्या वतीनं दलवाईंनी एक परिषद घेतली. तिला मी उपस्थित होतो. नंतर पुढच्याच महिन्यात २२ मार्च, १९७० ला 'मुस्लीम सत्यशोधक मंडळा' ची स्थापना झाली.

आम्ही जोतिबा फुले यांचा वारसा घेऊन मुस्लीम समाजात काम करणार होतो. म्हणून सत्यशोधक हे नाव घेतलं. मुस्लीमांसाठी वेगळं मंडळ काढावं लागतं याबद्दल खंत व्यक्त करून मंडळाच्या जाहीरनाम्यात म्हटलं की, "वास्तविक स्वातंत्र्यानंतर अशी वेगळी सुधारणावादी का होईना, विशिष्ट धर्मगटासाठी मंडळे काढण्याची आवश्यकता असायला नको होती, याची जाणीव आहे. परंतु मुस्लीम समाजाच्या प्रबोधनावर भर देण्यासाठी आज तरी या मंडळाचे कार्यक्षेत्र या समाजापुरतेच मर्यादित ठेवण्यात आले आहे. जेव्हा सामाजिक बदलाची दरी नष्ट होईल तेव्हा हे मंडळ मुस्लीम समाजापुरतेच कार्य करणार नाही. आधुनिक विचारांच्या, सर्वधर्मीय राष्ट्रवादी परंपरा मानणाऱ्या सर्वच भारतीयांच्या इच्छाआकांक्षानुसार एखाद्या नव्या आंदोलनात मंडळाच्या वेगळ्या अस्तित्वाची आवश्यकता उरणार नाही. ती अवस्था यावी आणि लवकर यावी म्हणून हे मंडळ कार्यरत राहील."

यावेळी पुण्याचे सय्यदभाई, मुनिर सय्यद, अमीर शेख, ए. जी. शेख या कार्यकर्त्यांबरोबरच नगर जिल्ह्यातील श्रीगोंद्याचे स्वातंत्रसैनिक वयोवृद्ध बाबूमियाँ बँडवाले यांना घेऊन मंडळाची पहिली कार्यकारिणी नियुक्त करण्यात आली, त्यात

मीसुद्धा होतो.

यानंतर आणखी दहा महिने मी तडफडत नोकरी केली. या काळात हमीदभाईंशी बराच संपर्क आला. दौऱ्यात भेटी होत राहिल्या. त्यांच्याबरोबर फिरताना, त्यांची भाषणे ऐकताना मी भारावून जात असे. ते झपाटल्यासारखे बोलत. बिनतोड युक्तिवाद मनाजोगता जमल्यास छातीवर हाताच्या पंजाचा मागील भाग जोरात तबला वाजविल्यासारखे आपटत. बरगड्यांचा आवाज येई. हळूच हसत. त्यांच्या हसण्यानं विरोधकांना चेव येईल असं वाटे.

त्यांचं वाचन अफाट होतं. ते अनेक दाखले देत. स्त्री मुक्ती विषयीचे त्यांचे विचार सडेतोड होते. परदानशील मुस्लीम समाजाला ते कसे मानवतील याची मला काळजी वाटे. खादीच्या कपड्यांत ते नीटनेटके दिसत. त्यांची जीभ फार चोखंदळ होती. विविध ठिकाणचे चवदार पदार्थ खाणे त्यांना फार आवडे. ते कोल्हापुरात आले म्हणजे अनेक वेळा आम्ही त्यांच्याबरोबर रात्रीच्या वेळी सिनेमाला जात असू. बोलणं संपत नसे. त्यामुळे मग जेवण चुके. भेळ खाऊन सिनेमा बघावा लागे. एकदा इचलकरंजीला भाषण देण्यासाठी आले असताना त्यांनी मला बोलावून घेतलं व म्हणाले, "मंडळाचं काम वाढवायचं आहे. तुम्ही मंडळाचे पूर्ण वेळ कार्यकर्ते होता कां?"

मला आकाश ठेंगणं वाटू लागलं. जे काम करण्यासाठी मी पाण्याबाहेरच्या माशाप्रमाणे तडफडत होतो, त्या कामासाठी हमीदभाई मला बोलावत होते. मी एका क्षणात होकार दिला. पुढे डिसेंबर ७० मध्ये मला त्यांचं पत्र आलं—

"जानेवारी ७१ पासून काम सुरू करा. सध्या तुम्हाला मिळणाऱ्या पगाराइतकी सोय करतो."

मी त्याच दिवशी नोकरी सोडली व मंडळाचा पूर्ण वेळ कार्यकर्ता झालो.

मी पूर्ण वेळ कार्यकर्ता म्हणून काम स्वीकारलं, तेव्हा या कामाची पद्धती मला काहीच माहीत नव्हती. राष्ट्रसेवादलात काम केलेले सुरेश शिपूरकर व राष्ट्रसेवादलाचे दलप्रमुख श्याम पटवर्धन यांच्या सहकार्यानेच मी ते काम आत्मसात केलं. शिपूरकरांचा प्रेस आहे. मंडळाचं मुखपत्र 'मुस्लीम सत्यशोधक पत्रिका' सुरू झाली ती त्यांच्याच भारती मुद्रणालयात. कोल्हापुरातील विविध सामाजिक संस्थांच्या कार्याशी ते जोडले गेले आहेत.

अण्णासाहेब सहस्त्रबुद्धे व शंकरराव देवांनी हमीदभाईंच्या भारतभरच्या दौऱ्याला कोरगांवकर ट्रस्टमधून मदत देवविली होती व त्याच कामासाठी पूर्ण वेळ कार्यकर्ता म्हणून हमीदभाईंनी माझी निवड केली आहे हे पाहिल्यावर अण्णासाहेबांनी मानधनासाठी कोरगांवकर ट्रस्टकडे अर्ज करण्यास सांगितलं. त्यावेळी प्राचार्य भा. शं. भणगे, भाई माधवरावजी बागल, बापूसाहेब पाटील ही मंडळी ट्रस्टी होती. मानधन सुरू

झालं दरमहा २०० रुपये.

मी नोकरी सोडली हे आईला किंवा माझ्या नातेवाईकांना आवडलं नाही. मी मात्र स्वतंत्र पाखरासारखा आनंदित होतो. मंडळाचं कार्य करीत होतो. फिरत होतो. मी त्यावेळी एफ.वाय. बी. ए. ची परीक्षा दिली व पास झालो.

आता कोल्हापूर जिल्ह्यात आमचा एक गट तयार होऊ लागला. राष्ट्रसेवादलाच्या मंडळींनी मदत केली. एखाद्या गावी आमच्या विचारांचा एखादा मुसलमान भेटायचा आणि कोल्हापुरला 'मुस्लीम सत्यशोधक मंडळाची' शाखा स्थापन करण्याचं निश्चित झालं.

उद्‌घाटनाला मुस्लीम व्यक्ती पाहुणी असावी असा आमचा प्रयत्न होता. सातारच्या रयत शिक्षण संस्थेत असलेले प्राचार्य ए. डी. आत्तार यांचं नाव समोर आलं. त्यांना निमंत्रण देण्यासाठी मी व श्याम पटवर्धन साताऱ्याला गेलो तर, आत्तार महाबळेश्वरला गेल्याचं कळलं. आम्ही महाबळेश्वर गाठलं. त्यांचं कुटुंब तिथंच होतं, पण ते विद्यापीठाच्या मीटिंगला पुण्याला गेले होते. मी पुण्याला जाऊन त्यांची भेट घेतली. त्यांनी येण्याचं मान्य केलं.

३१ मे १९७१ ला कोल्हापुरात मंडळाच्या शाखा स्थापनेचा समारंभ झाला. प्राचार्य ए. डी. आत्तार, हमीद दलवाई, भाई माधवरावजी बागल, साहित्यिक वि. स.खांडेकर यांच्या उपस्थितीत शाखा स्थापन झाली. इतरांच्या मानानं भाई माधवरावजी बागलांच्या भाषणात हिंदू देवदेवतांवर कडक टीका होती. कॉमर्स कॉलेजच्या हॉल मध्ये मुसलमानांनी गर्दी केली होती. एक मौलाना सुद्धा हजर होते. त्यांनी आडवे तिडवे प्रश्न विचारून सभेत गोंधळ माजविण्याचा प्रयत्न केला पण तो निष्प्रभ ठरला. जिल्ह्यातून आमचे कार्यकर्ते आले होते. निपाणीचे श्री. महंमदगौस नाईक, आय. एन. बेग, इचलकरंजीचे गाझीउद्दीन सलाती ही मंडळी त्यावेळेपासून आमच्याबरोबर आहेत.

कोल्हापुरची शाखा स्थापन झाल्यावर सुरुवातीला मंडळानं छोटे कार्यक्रम घेतले.

१५ ऑगस्टला समान नागरी कायद्याच्या मागणीसाठी राष्ट्रसेवादलाच्या साहाय्यानं शहरातून सायकल फेरी काढली. कोल्हापुरातील आमदारांना निवेदनं दिली.

मुस्लीमांसाठी म्हणून वेगळं राष्ट्र मागून घेणाऱ्या पाकिस्तानचे १९७१ साली अवघ्या पंचवीस वर्षांत दोन तुकडे झाले. बांगला देश फुटून निघाला. एकच धर्मसुद्धा राष्ट्राला एकत्र ठेवू शकत नाही. भाषिक व आर्थिक प्रश्नावर बांगला देश पाकिस्तानपासून वेगळा झाला. लाखो निर्वासित भारतात आले.

मुस्लीम सत्यशोधक मंडळानं आपल्या परीने बांगला निर्वासितांसाठी निधी गोळा करण्याचं काम हाती घेतलं. आम्ही कोल्हापुरात सर्वोदय मंडळाच्या सहकार्याने सर्वसामान्य लोकांकडून एकेक रुपया मदत जमवून रु.१०१/ चा निधी शिवाजी

विद्यापीठाचे तत्कालीन कुलगुरु डॉ. आप्पासाहेब पवार यांच्या हस्ते जिल्हाधिकाऱ्यांना अर्पण केला.

मी मंडळाचा पूर्ण वेळ कार्यकर्ता म्हणून काम करू लागल्यावर 'प्रार्थना समाजाच्या ग. ल. चंदावरकरांनी मुंबईला प्रार्थना समाजात तुझ्या भाषणाचा कार्यक्रम ठेवला आहे,' असे हमीदभाईंनी मला कळविलं.

मी अद्यापि कधी भाषण दिलं नव्हतं. हमीदभाई बरोबर असतील म्हणून मी गाफील होतो. पण कार्यक्रमाचं निमंत्रणकार्ड आलं. त्यात मी एकमेव वक्ता होतो व चंदावरकर अध्यक्ष होते. मग मी पुस्तकं जमविली. मोहल्ल्यातील अनुभवलेलं 'मुस्लीम जग' यावर माझं भाषण तयार केलं व मुंबईस गेलो. हमीदभाई माझी वाट पाहत होते. जेवणाचा खास बेत होता.

हमीदभाईंशी भाषणातील मुद्यांवर चर्चा केली. ते म्हणाले, "तुझे अनुभव महत्त्वाचे आहेत. तुझं 'पत्रक' आहे त्यावर बोल."

हमीदभाईंनी मला गिरगावला प्रार्थनासमाजात सोडलं व 'म.टा.' च्या तळवळकरांना भेटायला म्हणून निघून गेले. कार्यक्रम चांगला झाला. माझे अनुभव श्रोत्यांना नवीन वाटले. बरीच प्रश्नोत्तरं झाली. पाहुणा म्हणून चंदावरकरांनी आपल्या घरी जेवण दिलं. मी त्या पाहुणचारानं भारावून गेलो व या लोकांच्या अपेक्षेला आपण पात्र झालं पाहिजे असं वाटू लागलं.

दि.१८ व १९ सप्टेंबर ७१ ला कोल्हापुरात मंडळाच्या वतीनं अभ्यासशिबिर आयोजिलं होतं. मुस्लीमांनी या अभ्यासशिबिरात सहभागी व्हावं म्हणून वर्तमानपत्रांतून आवाहन करण्यात आलं होतं.

इस्लामिक राष्ट्रातील कायदे व समान नागरी कायदा, राष्ट्रीय एकात्मता, इस्लाम धर्माचा अभ्यास अशा विविध विषयांवर बोलण्यासाठी हमीद दलवाई, प्रा. नरहर कुरुंदकर, यदुनाथ थत्ते व कोल्हापुरच्या अकबर मोहल्ल्यातील मौलानांना निमंत्रित केलं होतं. कोल्हापुरातील मुस्लीम समाजानं या अभ्यासशिबिराची चांगलीच दखल घेतली होती. मौलानांच्यावर दबाव आणण्यात आला. त्यामुळे ऐन वेळी त्यांनी व्याख्यानास येण्यास असमर्थता व्यक्त केली.

कोल्हापुर शहर मुस्लीम जमाअतच्या वतीनं या अभ्यासशिबिरात भाग घेण्यास बंदी करणारं फतवावजा पत्रक काढण्यात आलं. ते पत्रक 'एलानेआमहोशियार' अशा भडक शीर्षकाखाली प्रसिद्ध करण्यात आलं होतं. ज्या मुद्रणालयात ते छापलं त्याचा निर्देशही त्यावर करण्यात आलेला नव्हता. खरं तर या गोष्टीसाठी देखील पत्रक प्रसिद्ध करणाऱ्यांना सरकारनं शासन करायला हवं होतं, पण पत्रकात जो

धमकावणीवजा मजकूर होता, तो अधिकच भयंकर, आक्षेपार्ह व कायद्याच्या दृष्टीनं दंडनीय होता.

पत्रकात म्हटलं होतं, ''कोल्हापुर और अतराफके तमाम मुसलमान भाईको इस बातकी खबर दी जाती है के मुस्लीम सत्यशोधक मंडल के नामसे हमीद दलवाई मुसलमानोंको मजहबे इस्लाम के नामपर धोका देकर और मुसलमानोंमें फूट डालनेकी और मजहबे इस्लामसे मुसलमानोंको नफरत दिलानेकी एक जमाअत बनानेकी फिकर लेकर कोल्हापूर आ रहा है । इस जमाअतका कोई भी मुसलमान मेंबर न बने और उसके किसी कारोबारके अंदर शरीफ न होवे । जो उसका मेंबर बनेगा और उसका साथ देगा वो मुसलमान न रहेगा । लिहाजा अपने इमान को बचाते हुये अपने घरवालोंको और दोस्त अहबाब को और हर मुसलमानभाई को इस खतरेसे आगाह करे ।''

याचा परिणाम होऊन स्थानिक मुस्लीम या शिबिरापासून लांब राहिले. पण जिल्ह्यातील मंडळाचे कार्यकर्ते दोन्ही दिवस शिबिरात उपस्थित होते.

या पत्रकाविरुद्ध 'साधना' साप्ताहिकात 'सरकार झोपा काढीत आहे काय?' या शीर्षकाखाली अग्रलेख आला. त्यामध्ये जातीय बहिष्काराची मुस्लीम जमाअतनं सदर पत्रकाद्वारे धमकी दिली आहे, आणि महाराष्ट्र राज्यात कायद्यान्वये हा सरळ सरळ गुन्हा आहे. महाराष्ट्र सरकार अशा मंडळींचा बंदोबस्त करणार आहे की नाही? की सरकार झोपा काढण्याचं सोंग करणार आहे? धर्म पाळण्याचं स्वातंत्र्य म्हणजे भिन्न मत असणाऱ्यांना धमकावण्याचं नव्हे. हमीद दलवाई व मुस्लीम सत्यशोधक मंडळाचे कार्य याबाबत मतभेद असतील तर असोत आणि त्याबद्दल चर्चा व वादविवाद असेलही. परंतु धमक्या देणे आणि लोकांना भडकावण्याचा उद्योग कोणी करत असेल तर कठोरपणे त्याला अटकाव करण्यात आला पाहिजे,' असे विचार प्रसिद्ध झाले होते.

'महाराष्ट्र टाइम्स'नेही 'मुसलमान समाजातील अज्ञानाचा फायदा घेऊन जातीय बहिष्काराची धमकी जाहीररीत्या देणं हा गुन्हा आहे.' सरकारनं या गुन्ह्याची गय करता कामा नये. कोणत्या छापखान्यात व कोणी हे पत्रक काढलं ह्याचा तलाश लावण्यात येऊन या बहिष्कारवाद्यांना कायद्याचा तडाखा काय असतो तो दाखवावा. निवडणुकीच्या राजकारणासाठी 'जात वेडाकडे डोळेझाक करू नये.' अशा आशयाचा स्पष्ट अग्रलेख लिहिला होता.

मुस्लीम नेतृत्वाच्या धमकावणीचा आम्हा कार्यकर्त्यांवर काही परिणाम झाला नाही. आमचं कार्य आणखी जोमानं सुरूच राहिलं.

◆

- ३ -

अे. डी. आत्तार, अधूनमधून त्यांचे जावई कासिम रहिमतपुरे यांच्याकडे येऊन राहत. तसे ते तेव्हाही आठपंधरा दिवस कोल्हापुरात होते. त्यांच्याशी चर्चा करण्यासाठी मी जात असे. तिथेच आत्तारांची मेहुणी राहत होती. तिचं लग्न जमवण्याच्या खटपटीत आत्तार होते. तिच्यासाठी मुलगा पाहा असं त्यांनी मला सांगितलं होतं. ही आत्तारांची मेव्हणी त्यांच्या कुटुंबात सर्वांत लहान म्हणजे तिचा नववा नंबर होता. आत्तारांची बायको सर्वांत थोरली. या दोन्ही बहिणींत बावीस वर्षांचे अंतर होते! तिचे पाच भाऊ चांगले शिकलेले व नोकरीवर असलेले. भावांची लग्नं झालेली. ते वेगळी कुटुंबे करून राहत होते. बहिणी सासरी गेलेल्या. राहिली ही. काही दिवस ह्या भावाकडे, काही दिवस त्या भावाकडे. आता ती रहिमतपुरेंकडे म्हणजे बहिणीच्या मुलीकडे राहत होती. तिनं एस. एस. सी. परीक्षा दिली होती; पण ती नापास झाली होती.

एके दिवशी आत्तारांनी मला विचारलं, "तुम्ही स्वत:ला सत्यशोधक म्हणवता, तुम्ही मुसलमानांतील जाती मानता का?"

"मी मानत नाही."

"मग आमच्या बायडीबरोबर तुम्ही का लग्न करत नाही?"

"मी जात बीत मानत नाही पण सध्या माझा लग्नाचा विचार नाही." मी उत्तर दिलं.

"विचार करून कळवा." आत्तार म्हणाले.

माझ्या लग्नापूर्वी मला माझ्या बहिणीच्या लग्नाचा विचार करायचा होता. माझ्या मनाप्रमाणे मी तिला हायस्कूलमध्ये घातलं होतं. आता ती अकरावीत होती. मुलीला एवढं शिकवणं म्हणजे आक्रितच, असं आमच्या नातेवाईकात सर्वांना वाटत होतं व आईनं तिच्या लग्नाचा तगादा माझ्यामागे लावला होता. तिचं लग्न झाल्याशिवाय माझ्या लग्नाचा विचार शक्य नव्हता.

मी नोकरीला लागल्यापासूनच आई माझ्या लग्नाचा विचार करू लागली होती.

मला लग्नाचा विचारही सुचत नव्हता. आई शेताचा फाळा आणण्यासाठी गावी जायची. तेव्हा गावच्या पाटलांनी आईला माझ्यासाठी एक स्थळ सुचविलं. पाटलांचा एक मित्र पोलिसमध्ये होता. कोल्हापुरातच राहत होता त्याची मुलगी. आईनं, ''तुम्ही या, मुलगी पाहायला जाऊ.'' असं सांगितलं. पाटील आले.

मी कारखान्यात होतो. आई व पाटील तिथेच आले व म्हणाले,

''मुलगी पाहायला जायचं आहे, चल.''

मी स्पष्ट नकार दिला.

''मला लग्न करायचं नाही, मी येणार नाही.'' मी म्हटलं. आमच्या मालकांनी मला बोलावून घेतलं. पण मी त्यांना सुद्धा नकार दिला.

पाटील परत गेले व थोड्या दिवसांनी पुन्हा आले.

आई म्हणाली, ''गावचे पाटील म्हणजे मोठी माणसं, त्या गावात आपलं शेत आहे. त्यांना असं तोडून चालणार नाही. तू फक्त मुलगी पाहायला चल, मग पुढचं पुढे पाहू.''

शेवटी मी कबूल केलं व आधीच कल्पना दिली की, मी फक्त तुमच्या समाधानासाठी मुलगी पाहायला येतो. मुलगी पाहायचा कार्यक्रम झाला. तर संध्याकाळी मुलीचे वडील घरी हजर. मला विचारलं,

''काय विचार आहे?''

''माझा अजून लग्नाचा विचार नाही.''

त्यांना वाटलं हुंडा वगैरे जास्त मागण्यासाठी असा बोलत असावा. ते म्हणाले, ''शिकणार असाल तर मी सर्व खर्च करतो, किती खर्च येईल?''

मी त्यांना सांगितलं

''सरकारनं आता मोफत शिकण्याची सोय केली आहे. काही खर्च येत नाही.'' ते महिनाभर येत होते.

पाटील या स्थळाबद्दल शेवटचं विचारायला घरी आले असता, ते म्हणाले, ''चांगलं स्थळ आहे. करायला हरकत नाही.'' तेव्हा आई म्हणाली, ''हा नको म्हणतो.'' पाटलांचा शब्द टाळला असं वाटू नये, म्हणून 'दुसरं स्थळ सुचवा,' असं आई म्हणाली. तेव्हा ते म्हणाले,

''दुसरं आहे खरं, पण अवघड आहे. बाप हिंदू आहे; पण ते मुसलमानी धर्माप्रमाणे वागतात.''

आईनं त्या स्थळाला स्पष्ट नकार दर्शविला. मला वाटलं, अशी मुलगी पाहायला हरकत नाही. तिची समस्या तरी सुटेल. मी आईला सांगितलं,''आपण मुलगी पाहू या.'' होय नाही करत आई तयार झाली व आम्ही मुलगी पाहायला गेलो. जाताना मीच आईला सांगत होतो,

"अशा मुलीशी लग्न केलं पाहिजे. त्यांच्यावरचा प्रसंग समाज जाणत नाही. समाज अशांना वाळीत टाकतो. त्यांना जवळ करणं जरुरीचं आहे." आम्ही मुलगी पाहिली. तिचं शिक्षण काहीच झालेलं नव्हतं व माझ्या मनाची पूर्ण तयारी झाली नव्हती, त्यामुळे हे प्रकरण तिथेच संपलं.

आत्तारांनी त्यांच्या मेहुणीची माहिती सांगितल्यानंतर अशा मुलीची जबाबदारी आपण घ्यावी तिला हक्काचं घर द्यावं असं वाटू लागलं.

आपण नोकरी न करता मुस्लीम समाजासाठी काम करायचं, असा माझा निश्चय असल्यानं बायको तरी मिळवती असावी, असं वाटत होतं. पण या व्यवहारी विचारावर कर्तव्यबुद्धीनं विजय मिळवला व अत्तारांना मी होकार कळवला. पण बहिणीच्या लग्नानंतरच मी हे लग्न करू शकेन, असं स्पष्टपणे सांगितलं.

लग्नाला माझा होकार आहे म्हटल्यावर आयेशानं एस. एस. सी. च्या परीक्षेला बसण्याची तयारी दर्शविली. तिच्यासाठी पुस्तकं जमवून देण्याची जबाबदारी माझ्यावर आली.

सुरेश शिपूरकरना माझ्या लग्नाचं कळल्यावर त्यांना आश्चर्य वाटलं. ते म्हणाले, "काय, कोण मध्यस्थ? कसं ठरलं लग्न?" मी सांगितलं की मीच ठरवलं.

मध्यंतरी एकदा आत्तार आले आणि म्हणाले, "आयेशाचं लग्न ठरलंय हे तिच्या भावांना कळलं आहे. जातीबाहेर लग्न करण्यास त्यांचा विरोध आहे. तेव्हा तुम्ही ताबडतोब रजिस्टर मॅरेज करा. म्हणजे त्यांचा मग बहिणीवर हक्क राहणार नाही."

आयेशाचं आडनाव तांबोळी . अत्तार, तांबोळी, मणेर, शिकलगार अशी एक जात मानली जाते. इस्लाममध्ये सर्वत्र समानता आहे असं सांगितलं जात असलं तरी भारतीय मुस्लीमांत हिंदूंच्या जातीपद्धतीचा अनिष्ट परिणाम झाला आहे व मुस्लीमांत जाती पडलेल्या आहेत. पठाण शेख सैय्यद, अत्तार, तांबोळी, बागवान, नदाफ पिंजारी असे जातीचे थर मानले जातात. यांच्यात बेटीव्यवहार होत नसत.

आम्ही जमादार म्हणजे पठाण. शेख, पिरजादे यांच्याशी आमचे नातेसंबंध होते. त्यामुळे त्या थराप्रमाणे विचार केल्यास आम्ही उच्च जातीतले. तांबोळी हे खालच्या थरातले; तरी पण तिच्या भावांचा विरोध होता. काय गडबड आहे कळेना, पण एकदा निर्णय घेतलाय आता माघार घ्यायची नाही, म्हणून सिव्हिल मॅरेजसाठी नोटीस दिली व तीस दिवसांच्या कालावधीची वाट पाहत थांबलो.

एकदा रात्री सुरेश शिपूरकर माझ्या घरी आले व 'थोडं काम आहे चला.' म्हणून आपल्या घरी घेऊन गेले. म्हणाले,

"आत्तार आलेत. म्हणताहेत की तुम्ही आजच्या आज लग्न करण्याची गरज

आहे. कारण आयेशाचे भाऊ तिला न्यायला सकाळी येणार आहेत. तशी तार आली आहे तेव्हा काय करायचं?''

मी म्हणालो, ''ठीक आहे. करून टाकू लग्न.'' नंतर आम्ही रहिमतपुरेंच्या घरी गेलो. शिपूरकरांच्या प्रेसमध्ये शेख नावाचे कंपोझिटर होते. त्यांना बरोबर घेतले. रमजानचा महिना होता. शेख व रहिमतपुरे मौलानांना बोलवायला मशिदीत गेले. तराविहची नमाज झाल्यानंतर मौलाना ११ वाजता आले. अशी लग्न लावणं फार सोपं असतं. मौलानांच्या खिशात एखादं लग्न रजिस्टर असतं. त्यात नोंद घेतली व एक वकील आणि दोन साक्षीदार झाले की काम संपलं. 'कुबूल किया' असं तीन वेळा म्हटलं की, लग्न झालं. पाच-सहा लोकांच्या उपस्थितीत आमची शादी झाली.

लग्नाच्या वेळी स्त्रीधन म्हणून 'मेहरची' रक्कम ठरवितात. धर्मशास्त्रात असं आहे की, आयुष्यात एकदा ही रक्कम नवऱ्याने पत्नीला अदा केली पाहिजे. त्या रकमेवर त्या स्त्रीचा हक्क असतो. ती रक्कम ती आपल्या इच्छेप्रमाणे खर्च करू शकते. तसंच लग्न अयशस्वी झालं व तलाक द्यावा लागला तर तलाक देताना मेहरची रक्कम पत्नीला दिली पाहिजे, असा दंडक आहे. ती रक्कम इतकी असावी की त्या स्त्रीचा तीन महिन्यांपर्यंत चरितार्थ चालला पाहिजे. पण यातला व्यावहारिक भाग लक्षात न घेता मेहरची रक्कम एकोणपन्नास रुपयांपासून ते जास्तीत जास्त दोनशेपन्नास रुपयांपर्यंत ठेवतात. शिवाय कोणतंही छोटं मोठं कारण झाल्यास मुस्लीम पुरुष पत्नीला तलाक देऊन मोकळा होतो. यासाठी या तलाकला बंधन पडावं म्हणूनही मेहरची रक्कम जास्त असावी अशी आम्हा मुस्लीम सत्यशोधकांची भूमिका असल्यामुळे मी मेहर रुपये पाच हजार कबूल केला.

लग्न उरकलं व रात्री १२ वाजता मी घरी आलो. आयेशा रहिमतपुरेंकडे. मनात म्हटलं कार्यकर्त्यांचं लग्न हे असंच असणार.

यानंतर मी आईला लग्नाच्या संदर्भात चाचपून पाहिली. मी कारखान्यात नोकरीला लागल्यापासूनच ती माझं लग्न उरकण्याच्या मागे होती. पण मी तिला दाद दिली नव्हती. आता मीच लग्नाचा विषय काढल्यावर तिला काय वाटलं कोण जाणे, तिनं माझ्या विचारांना मान्यता दर्शविली. आई म्हणाली, ''मरियमकी शादी पयले ठरा, फिर दोनोंकी एकदम शादी करेंगे!''

जसे मेहर जादा असावा असा आम्ही प्रचार करत होतो, त्याच प्रमाणे मुसलमानांची लग्न सिव्हिल मॅरेज ॲक्टप्रमाणे व्हावीत असाही प्रयत्न करीत होतो. कारण त्यामुळे स्पेशल मॅरेज ॲक्टचे कायदे लागू होतात व नवऱ्याला फक्त 'तलाक, तलाक, तलाक' म्हणून बायकोला घटस्फोट देता येत नाही, व इतरही बंधने आहेत.

आम्ही सिव्हिल मॅरेजसाठी नोटीस दिली होती. एक महिन्याची मुदत पूर्ण

झाल्यावर तीन महिन्यांच्या आत लग्न करावं लागतं. अन्यथा नोटीस रद्द होते. काय करावं याचा मी विचार करू लागलो. गुप्तपणे झालेला आमचा विवाह आत्तार व त्यांची मुलगी मुमताज रहिमतपुरे यांना पुरेसा वाटत नसावा. कारण रजिस्टर्ड लग्न उरका, असा त्यांनी आग्रह धरला व आमचं लग्न झाल्याचं आमच्या मित्रांना सांगू लागले.

मग मी निर्णय घेतला की, आपण आईला विश्वासात घ्यावं व रजिस्टर्ड लग्न करून मोकळं व्हावं.

मी हळूहळू आईला सर्व सांगितलं.

"मैं एक गरीब की छोरी दिखानेवाला हूँ । तुमना बहु चलींगी क्या?"

"दिखा तो सच."

"चलती अची तो दिखातू."

"गरीबकी किसवास्ते? हमें क्या उपरे है? जंगलबाडी है । तू एकला उसका मालक है, शिकेसो है । हुंडा देको छोऱ्या देने तैय्यार है । लोंका."

"सच मझे हुंडा लेनेका नई."

"वो मझे मालुम है, दिखा, छोरी तो दिखा."

आयेशाला पाहिल्यावर आईचा कान हलू लागला. त्याचा फायदा उठवून मी आयेशाची स्थिती सांगितली. "तिच्या भावांचा विरोध आहे. तेव्हा रजिस्टर लग्न उरकूया." मी म्हटलं.

ती म्हणाली, "वैशी जरुरत अचींगी तो रजिस्टर शादी कर. सच हमारे पद्धतशी शादी होने हुनाय; तु एकला छोरा, बडा गोतावळा है हमारा, सबको जमाको दरवाजेमे शादी होने हुनाच."

मी म्हणालो, "ते पुढे पाहू, आता लग्नाला चल."

गुप्त लग्न तिला सांगितलं नव्हतं. आई, धाकटी बहीण मरियम व गोरी, सुरेश शिपूरकर व मंडळाचे कार्यकर्ते असे आम्ही रजिस्टर ऑफिसमध्ये गेलो. राष्ट्र सेवा दलाचे माजी दलप्रमुख श्याम पटवर्धन व माझा मित्र जहागिर जमादार आमच्या लग्नात साक्षीदार होते. मुमताज रहिमतपुरेनं त्यांना बोलावलं होतं.

रहिमतपुरेनी वीसपंचवीस लोकांना बिर्याणीचं जेवण दिलं. दोन महिन्यांच्या अंतराने आमचं दुसऱ्यांदा लग्न झालं! तरी आयेशा मुमताजकडे व मी माझ्या घरी.

याच वेळी मंडळाच्या वतीनं दिल्लीला पुरोगामी विचारांच्या मुसलमानांची परिषद घ्यायचं ठरलं होतं. तारीख निश्चित झाली होती. तयारी सुरू झाली. खर्चासाठी म्हणून स्मरणिका काढण्याचं ठरलं होतं. हमीदभाई जाहिरातींसाठी, पैशासाठी कोल्हापुरला काही पुढारी मंडळीना भेटून गेले होते.

येथील एका पुढाऱ्यानं दहा हजार रुपयांच्या जाहिराती मिळवून देण्याची हमी

घेतली होती. हमीदभाईंनी 'त्यांची पाठ सोडू नकोस, जाहिराती मिळवून पाठव, परिषदेचा बराच खर्च भागेल,' असं मला बजावलं होतं. मी रोज सकाळसंध्याकाळ त्यांना गाठत होतो. हे पुढारी एका बँकेचे अध्यक्ष होते.

सकाळी सात वाजता त्यांच्या घरी जायचं, मग ते अकरा वाजता बँकेत यायला सांगत. अकरा वाजल्यापासून चार वाजेपर्यंत बँकेत जाऊन बसत असे. त्यांच्या केबिनमध्ये एका खुर्चीवर बसून राहायचा. ते आपले सर्व व्यवहार संपले की, घरी जाताना म्हणत, ''आता सकाळी घरी या.'' असं महिनाभर चाललं होतं!

इकडे आयेशा तापानं आजारी होती. तो ताप पुढे टायफॉईडवर गेला.

जाहिराती मिळवण्याबरोबरच परिषदेला प्रतिनिधी पाठवण्याच्या प्रयत्नात होतो. दिल्ली परिषदेला कोल्हापुरमधून दहा जण जाणार होते. त्या पुढाऱ्याने परिषदेची तारीख जवळ आली तरी एकही जाहिरात दिली नाही. तेव्हा स्मरणिका प्रसिद्ध होणार होती. दिल्लीला जायची तारीख जवळ आल्यावर मी त्या पुढाऱ्यास सांगितलं, ''मी परिषदेला जाणार आहे. दुसरा माणूस तुमच्याकडे येत राहील. त्याच्याकडे जाहिराती द्या.'' ते म्हणाले, ''मी असा कामात गढलेला, तुम्ही माझ्या मागे राहाल तरच जाहिराती मिळवून देऊ शकेन; अन्यथा माझी जबाबदारी नाही.''

मग नाइलाजानं मला दिल्ली परिषदेला जाणं रद्द करावं लागलं, इतर प्रतिनिधींना पाठवून; आपण पुढे होणाऱ्या महिला परिषदेची तयारी करावी व जाहिराती मिळवाव्या असं मी ठरवलं, त्याप्रमाणे मी हमीदभाईंना तसं पत्र दिलं व इतरांना दिल्लीला पाठविलं.

मुमताज रहिमतपुरे पतीपत्नी दोघेही दिल्ली परिषदेला जाणार होते. आयेशा टॉयफॉईडनं आजारी होती. जाताना मुमताज अजीजीनं म्हणाली, ''माझा नाइलाज आहे. आयेशाची व्यवस्था तुम्ही इतरत्र करा.''

मी तिला घरी नेऊ शकत नव्हतो; तरी मुमताजने दिल्लीला जाताना घराला चक्क कुलूप लावलं.

मी आयेशाला शिपूरकरांच्या घरी आणलं. औषध चालू होतं, डॉक्टर घरी यायचे. पण दवाखाना लांब असल्यानं आयेशाला रिक्षातून डॉक्टरांकडे घेऊन गेलो. डॉक्टर म्हणाले, ''अहो, टायफॉईडचा पेशंट म्हणजे काय असतं ते तुम्हाला कळत नाही का? हालचाल उपयोगी नाही. मी येत असताना तुम्ही तिला इथे का आणलं?''

मी त्यांना परिस्थिती सांगितली. तरी ते म्हणाले, ''काहीही असलं तरी पेशंटला हलवू नका.'' त्यांच्याकडे ठेवून घेण्याची सोय नव्हती. डॉक्टरांची सूचना व शिपूरकरांना होत असलेली अडचण पाहून मी डॉक्टरांपासून जवळ असलेल्या हनिफ बागवान यांच्या खोलीत आयेशाला व माझ्या बहिणीला ठेवलं. हनिफ

बागवान दिल्लीला गेले, तेव्हाच मी त्यांच्याकडून किल्ली घेऊन ठेवली होती.

आठ दिवस आयेशाचा ताप हटेना, पण नंतर कमी होऊ लागला. ज्याच्यासाठी मी परिषद सोडून राहिलो, त्या पुढाऱ्यानं शेवटी तेराशे रुपयांच्या जाहिराती दिल्या.

मुस्लीम सत्यशोधक मंडळ व इंडियन सेक्युलर सोसायटीच्या वतीने २७ व २८ डिसेंबर १९७१ ला पुण्यात मुस्लीम महिला परिषद घेण्यात आली. मुस्लीम महिलांनी एकत्र येऊन आपल्या हक्कांबाबत चर्चा केलेली इस्लामच्या इतिहासातील ही पहिलीच परिषद म्हणावी लागेल.

१९५६ ला हिंदूकोड बिल झाले व हिंदू स्त्रियांना लग्न, घटस्फोट व वारसा या बाबत अधिकार मिळाले, परंतु मुस्लीम स्त्रीस मात्र १९३७ च्या शरियत ॲक्ट प्रमाणे मुस्लीम पती आपल्या पत्नीला कोणतेही कारण न देता तलाक देऊ शकतो. एकाचवेळी चार स्त्रियांशी लग्न करू शकतो शिवाय मुस्लीम स्त्रीला तलाकनंतर फक्त ३ महिन्यांची पोटगी मिळण्याचा अधिकार आहे. नवऱ्याच्या मालमत्तेतील तिला एक चतुर्थांश वाटा मिळतो आणि हयात असताना नवरा मृत्यू पावला तर वडिलोपार्जित मालमत्तेचा काहीही भाग तिला किंवा तिच्या मुलांना मिळत नाही.

या विषमतेविरुद्ध पहिल्यांदाच परिषदेच्या निमित्ताने आवाज उठवण्यात आला.

कुटुंबनियोजनाला पाठिंबा व्यक्त करण्यात आला. दिल्ली, म्हैसूर, सूरत व महाराष्ट्रातून १७६ मुस्लीम महिला या परिषदेस उपस्थित राहिल्या. दिल्लीचे कायदेतज्ञ ए.ए.ए. फैजी यांनी शरियत कायद्यातील त्रुटी दाखविल्या व कायदे बदलून मुस्लीम स्त्रीने पतीच्या बरोबर चालले पाहिजे असे मत व्यक्त केले.

परचमे-ए-हिंद या साप्ताहिकाचे संपादक अमेसूर रहमान यानी मौलवीच्या धोरणावर हल्ला चढविला.

श्रीमती शरिफा तैय्यबजी अध्यक्षस्थानी होत्या तर श्रीमती सुलताना फैजी, ॲड. नजमा शेख मरियम रिफाई इत्यादींनी ठराव मांडले. शमिम आत्तार यांनी महिलांचे प्रतिनिधित्व केले.

आपल्या पद्धतीनं लग्न करायचं असं आईनं माझ्याकडून वदवून घेतलं होतं. तेव्हा मी 'पुढे पाहू' असे म्हणालो होतो, ते तिची समजूत पटावी म्हणून. कारण 'रजिस्टर मॅरेज केलं.' असं सांगून आपण आयेशाला घरी नेऊ, तिला एकदा घरी नेल्यानंतर आई, काही करू शकणार नाही, असा माझा होरा होता. नातेवाईक ओरडले असते इतकंच, पण मी त्यांची समजूत काढली असती.

आत्तारांना सात मुली होत्या; त्यामुळे ते लग्न जमवण्यात एक्सपर्ट झालेले. त्यांच्या पोतडीत अनेक स्थळं होती. माझ्या बहिणीसाठी त्यांनी एक स्थळ सुचविलं. ते पाहुणे मरियमला पाहायला आले. मुलगा सरकारी नोकरीत होता, त्याची बहीणही शिक्षिका होती. पूर्वी ती रयत शिक्षण संस्थेत राहून शिकली होती. आत्तार यांनीच

तिचं लग्न करून दिलं होतं. ती मंडळी आमच्या ग्रुपपमधील वाटली व हे लग्न ठरलं.

मरियमचं लग्न ठरलं व मी अडचणीत आलो. आईचा उत्साह ऊतू जाऊ लागला. दोघांचं लग्न एका मांडवात करायचं हे तिचं स्वप्न.

मी पुन्हा आईला विश्वासात घेऊन सांगितलं की, "मी आमच्या पद्धतीनंसुद्धा लग्न केलं आहे. आता पुन्हा लग्न करणं शक्य नाही. मी आयेशाला घरी आणतो. आपण मरियमचं लग्न जोरात करू. सर्वांना बोलवू."

पण आईनं एकदम पवित्रा बदलला व म्हणाली, "मेरा विश्वासघात करतंय? लाडीगोडी लगाको मझे रजिस्टर शादीको लिजाया, भी इता यो कतंय की, पयलेच शादी कऱ्याता."

"अरे, तेरे दो मामू, चार खाला. उनके करते सवरते बच्चे, तेरे छे भाना, तेरे बापघरके पावणे, कडलगेमें खेत है, वहाँके लोंका."

"कॉलेज शिकेसो, खेतीबाडीवाला, हुंडा देको छोऱ्या आयेते, तू नको बोल्या, मैं चूप बैठी. अपने जात के भारकी छोरी ठराया फिर भी मैं चूप बैठी, लेना देना एक बातसी पुछी नई. पीछे आधार नचेसो छोरीसे शादी करको मोकला हुआ, मैं वो भी अचंदे बोली, इता मैं तेरा क्या सुननेवाली नई. यो शादी दरवाजेमेच होने हुना, वैसा होनेवाला नच्या तो मैं मेरी भी तू तेरा."

तिनं अंथरुण धरलं. तिच्या डोळ्यांचं पाणी ठरेना. तिनं दोन दिवस अन्न घेतलं नाही. माझी थोरली बहीण गोरी तिच्या बाजूनं उभी राहिली. इतकंच काय, माझे मित्र पण तिच्या बाजूला झाले व म्हणाले, "कर ना पुन्हा लग्न. तुझं काय जातं?" ज्यांना माझे फक्त रजिस्टर लग्न माहीत होतं ते पण म्हणू लागले, "तुमच्या पद्धतीनं लग्न करायला काही हरकत नाही," मला मान्यता द्यावी लागली.

आत्तारानी व मुमताजनं 'आयेशाचं एका कार्यकर्त्याबरोबर लग्न आहे, म्हणून आपल्या नातेवाइकांकडून, मित्रांकडून संसारोपयोगी साहित्य भेट द्या.' असं साहित्याची यादी करून आवाहन केलं. त्यामुळे तिच्याकडे बऱ्यापैकी साहित्य जमलं. आत्तारांचा उत्साह दांडगा. माझ्या मित्रांना पण ते साहित्य, द्यायला सांगू लागले. मला कळलं, तेव्हा मी त्यांना थांबवलं. माझ्या हेतूचा विचका होत होता; पण मी सगळं उघड्या डोळ्यांनी पाहण्यापलीकडे काही करू शकलो नाही!

लग्नाचा दिवस उजाडला. माझ्या गुप्त लग्नाच्यावेळी जे मौलाना, वकील, साक्षीदार होते त्यांना पकडून आणलं.

कोरगावकर ट्रस्टकडून मला मानधन मिळत होतं. त्या वेळचे ट्रस्टचे अध्यक्ष कै.अण्णासाहेब सहस्त्रबुद्धे योगायोगानं कोल्हापुरात होते. कार्यकर्त्यांचं लग्न म्हणून ते मुद्दाम हजर राहणार होते. पण ते त्याच दिवशी सकाळच्या महाराष्ट्र एक्स्प्रेसनं

वर्ध्याला जाणार होते. लग्नाची वेळ सकाळी अकरा वाजताची होती. प्रवासाला जायच्या तयारीनं अण्णासाहेब कोरगावकरांच्या गाडीतून लग्नाला आले होते. वि.स.खांडेकर प्रशालेचे मुख्याध्यापक ए.बी.देशपांडे त्यांच्या बरोबर होते.

अकराच्या दरम्यान माझे कपडे आले व मी लग्नमंडपात आलो. लग्नात जो मेहर ठरवतात तो वधूला मान्य आहे का? हे विचारण्यासाठी वकील व साक्षीदार वधूकडे जातात. ते गेले; तर मी मेहर रूपये ५०००/ मान्य केलेला होता. माझा मेहर पाच हजार रूपये आहे हे ऐकताच वधूच्या अवती भोवती बसलेल्या माझ्या बहिणी, मावश्या, माम्या व इतर नातेवाईक स्त्रियांनी गलका केला. 'इतका मेहर कसा बांधला?' वकील म्हणाले, 'नवऱ्या मुलानं मान्यता दिलेली आहे.' तेव्हा माझ्या बहिणी हंबरडा फोडून रडू लागल्या.

इकडे आयेशा नवरीसारखी सजली नव्हती. म्हणजे ना हल्दी मेहंदी ना चादरओढणी. लग्नावेळी नवरी मुलीच्या वेण्या अनेक स्त्रिया मिळून घालतात. पुन्हा त्या सोडायच्या असा सोहळा असतो. त्यावेळी चेष्टा मस्करी, नाव घेणं असे प्रकार असतात, त्याला 'मिऱ्या गुंदने' असं म्हणतात.

आयेशाला मंडपात आणलं तेव्हा स्त्रियांनी तिला आपल्या ताब्यात घेतलं व तिचे केस मोकळे केले. हे पाहताच मुमताज धावत आली व त्यांना म्हणाली,

"कसल्या जंगली बायका आहेत. ही हेअर स्टाईल जमवायला दोन तास घालविले होते."

त्यावरून त्यांच्यात वादावादी झाली. त्यामुळे माझी एक मावशी रूसून मंडपाबाहेर गेली. तिच्या भडकावण्यानं आणखी काहीजणी मंडपाबाहेर गेल्या. या सर्व घोळात साडे अकरा वाजता लग्न लागलं. आण्णासाहेब गाडी पकडण्यासाठी लगेच गेले. रुसारुसीमुळे कोणी जेवायला बसेना. संध्याकाळी बरंच जेवण शिल्लक राहिलं.

बहिणीला तिच्या सासरी घालविलं. ऑक्टोबर ७१ ते मे ७२ या सात महिन्यांच्या काळात मी आयेशाबरोबर तीन वेळा लग्न केलं! व मगच तिला घरी आणलं.

जूनमध्ये मी कॉलेजमध्ये प्रवेश घेतला. बहिणीसाठी डी.एड्.ला प्रवेश मिळतो का ते पाहा असं तिच्या नवऱ्यानं पत्र पाठविलं. मेव्हणा नोकरीला आहे पण बहीण पण डी.एड्. झाली तर त्यांच्या फायद्याचं आहे म्हणून मी प्रयत्न केला व तिच्या सुदैवाने तिला प्रवेश मिळाला. त्यामुळे मे मध्ये लग्न होऊन गेलेली 'मरियम' पुन्हा जूनपासून आमच्याकडे राहून कॉलेज करू लागली. तिचा नवरा एकदा येऊन गेला तो पुन्हा परत आलाच नाही. पत्र पण नाही. चार-सहा महिने झाले तरी नवऱ्याचं पत्रही नाही म्हटल्यावर मरियमला काळजी वाटू लागली.

मीच तिची समजूत घातली की शिक्षणाचा खर्च टाळावा म्हणून पत्र पाठवत नसेल. दिवाळीच्यासुट्टीत ती नवऱ्या घरी गेली. पंधरा दिवसांत परत आली. रडू लागली, म्हणाली, "नवरा सासू कोणी व्यवस्थित बोलत नाहीत. मला काही लक्षणं ठीक दिसत नाहीत. सासू म्हणते, काय दिलं तुझ्या भावानं?"

मी जाऊन त्यांना भेटलो. नवरा फिरतीवर गेला होता. त्याची बहीण म्हणाली, "माझ्या आईचं म्हणणं मनावर घेऊ नका. डी.एड्. पूर्ण करा. मी तिला नोकरी लावते. दोघे सुखात राहतील."

मरियमनं दुःखी मनानं ते वर्ष पुरं केलं. ती सुन्न होऊन बसायची. सुट्टीत तिला सासूकडे पाठवण्यापूर्वी तिच्या नवऱ्याला भेटून आलो, तो म्हणाला, "पाठवा ना घरी." सासू तिला नीट वागवत नव्हती. त्यामुळे हा नसताना तिला तिथं पाठविणं योग्य वाटेना. सासूला भेटलो तर ती म्हणाली, "तिच्या नवऱ्याच्या नोकरीच्या ठिकाणी पाठवा."

मी आत्तारांना भेटलो. ते म्हणाले, "मी चौकशी करतो. तुम्ही बहिणीचं दुसरं वर्ष पूर्ण करा."

नंतर आत्तारांनी मला बोलावून घेतलं व सांगितलं, "हुंडा न आणणारी सून सासूला पसंद नाही. त्यातून मुलात व त्याच्या आईत खटका उडतो. बहिणीचं डी.एड्. पूर्ण झाल्यावर प्रश्न सोपा होईल. कारण ती नोकरी करू शकेल."

बहिणीचं दुसरं वर्ष पूर्ण केलं. तिची नणंद नियमित पत्र पाठवायची. परीक्षा झाल्यावर मी मरियमला सासरी पाठवावं म्हणून मेव्हण्याच्या नोकरीच्या ठिकाणी गेलो. तिथे तो नव्हता. खोलीवर दोघे पार्टनर होते. दोन दिवस मला राहावं लागलं. मी गावात फिरत त्याच्या मित्रांची चौकशी करीत असता एक स्वातंत्र्यसैनिक मुसलमान भेटला. त्यांनी माझ्या कामाची चौकशी केली. मी त्याला सर्व सांगितलं. तेव्हा त्यानं सांगितलं की, "हा तुमचा मेहुणा दुसऱ्या बाईत गुंतला आहे. तुम्ही त्याचा नाद सोडलेला बरा ."त्यानं पुढे सांगितलं की, "हे गाव बारा बोड्याचं आहे. तुम्हाला कोणी सरळ उत्तर देणार नाही. तुमच्या बहिणीला मूलबाळ झालेलं नाही हे ठीकच आहे."

माझ्यापुढे अंधार झाला. मी आत्तारांना गाठलं. आत्तार मला घेऊन मेहुण्याच्या बहिणीकडे आले. बहीण म्हणाली, "तो नालायक मला पण टाळतो. मला पण कळेना मी काय करू?" आत्तार म्हणाले, "मला तू या पाव्हण्याचा अपराधी बनवलंस." व ते एकूणच मुस्लीम समाजावर उखडले. असंस्कृत पुरुष जातीला शिव्या देऊ लागले. अशा माणसाजवळ बहिणीचा संसार होणं शक्य नाही. हे स्पष्ट दिसत होतं. कराडमध्ये आत्तारांच्या परिचयाची बरीच मंडळी होती. तेथील नगराध्यक्ष श्री. पाटील आत्तारांना ओळखत होते. त्यांच्याकडे बैठक झाली. सर्वांनी मेव्हण्याला

दोष दिला व म्हणाले, ''मनुष्य प्रामाणिक दिसत नाही. तुम्ही घटस्फोट घेऊन मोकळे व्हा.''

मी मरियमसाठी ढसाढसा रडलो. एक दिवस ठरवून गेलो व तलाक घेतला.

अशा रीतीनं जे काम घेऊन मी उभा होतो, ज्याच्याविरुद्ध मी झगडत होतो ते 'तलाक प्रकरण' माझ्या घरात घडलं. अनेकांनी सहानुभूती व्यक्त केली. मरियम पण आत्मविश्वासाने उभी राहिली. आमच्याबरोबर काम करणाऱ्या तरुणानं माझ्या बहिणीबरोबर लग्न केलं. बहिणीला नोकरी लावली. सरवड्याचे समाजवादी नेते शिवाजीराव खोराटे यांनी बोलावून मरियमला नोकरी दिली. ठीक झालं. परंतु मरियमच्या आपत्तीत माझ्या मनाचा तोल ढळला होता. आयेशा गरोदर होती. माझ्या बहिणीवर आपत्ती कोसळत असताना आपण मात्र संसारसुखात रममाण व्हावं, हे मनाला डाचत होतं.

ते आयेशाचं पहिलं बाळंतपण होतं. माझी आई, बहिणी, पाहुणे आम्ही सर्वजण प्रसूतीचा निकाल ऐकायला उत्सुक झालो होतो. मी फ्ल्यूनं आजारी असल्यानं घरी होतो. आयेशा रात्री दवाखान्यात गेली होती. सकाळ झाली तरी काही कळलं नव्हतं. मनावरचं दडपण वाढत होतं. असाच वेळ जात होता. इतक्यात दारात रिक्षा उभी राहिल्याचा आवाज आला.

मी उठून येत होतो तोच, आईचा हंबरडा कानावर आला. त्या पाठोपाठ कापडात गुंडाळलेला मुटकुळा घेऊन एक बाई आली. मी समजायचं ते समजलो. सर्व संपलं होतं. मनाचे मनसुबे मनातच विरले होते. आम्ही दफनविधी पार पाडला. हे मूल जायला आपली इच्छाच कारणीभूत आहे असं मला वाटत राहिलं.

या सर्व धकाधकीच्या काळात काही आनंदाचे क्षण पण माझ्या वाट्याला आले. १९७३ च्या जानेवारीत मंडळाचे मुखपत्र 'मुस्लीम सत्यशोधक पत्रिका' हे त्रैमासिक कोल्हापुरातून सुरू केलं. अर्थात त्याचा कार्यकारी संपादक मी होतो. १९७३ च्या डिसेंबर मध्ये कोल्हापुरात मुस्लीम शिक्षण परिषद घेण्यात आली. मंडळाच्या स्थापनेनंतर पुणे, मुंबई, कोल्हापूर, सातारा, अमरावती, चिपळूण, अहमदनगर, अलिबाग इ. ठिकाणी मंडळाच्या शाखा सुरू झाल्या होत्या. पुरोगामी विचारांची तरुण मंडळी आमच्यात सामील होत होती. त्या पाठीमागे समाजाबद्दलचा एक कळवळा होता. मुस्लीम तरुणांना सामाजिक प्रश्नावर एकत्र येण्याचं ठिकाण एक मशीद व दुसरं राजकारण्यांचे अड्डे. या दोन्ही ठिकाणी मुस्लीमांना संकुचित दृष्टी दिली जाते.

मुस्लीम तरुणांना कवचाबाहेरची हवा घ्यायला, विचार करायला मुस्लीम सत्यशोधक मंडळानं नवीन व्यासपीठ उपलब्ध करून दिलं. मुस्लीम तरुण तिकडे

आकृष्ट होत होता,पण मंडळानं घेतलेलं काम समाज प्रबोधनाचं होतं. इथे टाळ्या मिळणार नव्हत्या. जमातवादी मुस्लीम नेतृत्वाकडून शिव्याशाप, जाती बहिष्कार अशा प्रसंगांना तोंड द्यावं लागत होतं. पण ज्यांना हे काम झालं तरच, आपल्या समाजाचा उद्धार होणार आहे हे माहीत होतं, अशी मंडळी सतत नवीन विचारांचा पाठपुरावा करत राहिली. मंडळाच्या वतीनं घेण्यात येणाऱ्या परिषदांना उपस्थिती वाढत होती. जातीयवादी मुस्लीमांच्या पायाखालची वाळू घसरू लागली होती. त्यामुळे ते बिथरले होते.

१९७३ ची मुस्लीम शिक्षण परिषद जोरदार झाली. परिषदेच्या तयारीसाठी आम्हाला फारच कष्ट करावे लागले. कोल्हापुरात हनिफ बागवान, जहांगिर जमादार, गाझीउद्दीन सलाती, गणी फरास महंमद सोलापुरे, एन्.आर्.बारगीर, निजाम मुल्लाणी, शाहू कॉलेजचे प्रा.ज.रा.दाभोळे आणि 'कमवा व शिका' योजनेतील विद्यार्थी यांची मदत झाली. असे आम्ही मोजकेच कार्यकर्ते होतो.

माझा पूर्ण वेळ या कामासाठी कारणी लागत होता. प्रा. पाटगावकरांच्यामुळे मी सर्वोदयाच्या कार्यक्रमांना उपस्थित राहत होतो. माझा हायस्कूलमित्र आबा कांबळे हा सर्वोदयाचं पूर्ण वेळ काम करीत होता, तर दत्ता शिंदे खादी ग्रमोद्योग संघाचे अध्यक्ष होते. त्यांच्याकडून मुस्लीम सत्यशोधक मंडळाच्या कार्यालयासाठी खादी ग्रामोद्योग संघाच्या इमारतीत जागा मिळवली व छोटसं ऑफिस थाटलं.

परिषदेच्या तयारीसाठी कोल्हापूर जिल्हा मुख्याध्यापक संघाकडून हायस्कूलचे पत्ते मिळवले व त्या मुख्याध्यापकांना जोडकार्ड पाठवून,''आपल्या शाळेत कोणी मुस्लीम शिक्षक असल्यास कळवा.''अशी विनंती केली.

महाराष्ट्रातही अनेक ठिकाणांहून पत्ते मिळवले व सर्वांना निमंत्रणे पाठविली. परिषदेला फार मोठा प्रतिसाद मिळाला. सातशे प्रतिनिधी आले होते. ते संपूर्ण महाराष्ट्राचं प्रतिनिधित्व होतं.

ठरावांचा मसुदा आम्ही आधीच करून ठेवला होता. पण अनेक अपरिचित परिषदेला आल्यानं प्रत्येक गावचा एक प्रतिनिधी घेऊन 'अॅडव्हॉक कमिटी' स्थापन केली. या कमिटीची बैठक होऊन ठरावांचा मसुदा फायनल करताना अनेक सूचना आल्या. त्या स्वीकारण्यात आल्या. मदरसा शिक्षणाबद्दलही त्याचा अभ्यासक्रम तयार करण्याचा ठराव मांडण्यात आला.

सांगलीचे प्रा.के.जी.पठाण, सोलापूरचे प्रा.एफ्.एच्.बेन्नूर, साताऱ्याचे प्राचार्य ए.डी.आत्तार, पुण्याचे मोहियुद्दीन शेख, अशी अनेक मान्यवर मंडळीची नांवे प्रतिनिधींत होती.

येथील प्रायव्हेट हायस्कूल प्रतिनिधींना उतरण्यासाठी घेतलं होतं. त्यांची व्यवस्था करण्यात संपूर्ण रात्रीत मी एक मिनिट सुद्धा झोपू शकलो नाही.

परिषदेला मुस्लीमांचा मिळालेला प्रतिसाद पाहून हमीदभाई भारावून गेले. म्हणाले, 'इतके मुसलमान साथ देत असतील तर आपणास तडजोड करावीच लागेल.'

हमीदभाईंनी लहानपाणापासून वेगळी वाट चालणं सुरू केल्यापासून मुस्लीमांकडून त्यांना विरोधच सहन करावा लागल्यानं ही मुस्लीमांची उपस्थिती पाहून ते भारावणं साहजिकच होते.

आज परिषदेचे उद्‌घाटन होते. केशवराव भोसले नाट्यगृह गच्च भरले होते. प्रा.ए.बी.शहा, हमीद दलवाई, सर्वोदयी कार्यकर्ते आण्णासाहेब सहस्त्रबुद्धे, प्रा. ना.गो.कालेलकर, डॉ.कुमार सप्तर्षी ही मंडळी व्यासपीठावर होती. ज्येष्ठ समाजवादी नेते एस्.एम्. जोशी आले होते, पण ते स्टेजवर नव्हे, तर सभागृहात पहिल्या खुर्चीवर बसले होते. हमीदभाई म्हणाले, "एस्.एम्.समोर बसले असता मला भाषण करताना अवघडल्यासारखं वाटतं."

परिषदेचं प्रास्ताविक भाषण मी करणार होतो. हमीदभाईंचं बोलणं ऐकून मी चौपट अवघडलो. अशा परिषदेत मी प्रथमच भाषण करणार होतो. मी सराईतपणे बोललो व खुर्चीत बसलो.

समोरचं सभागृह पूर्ण भरले होते. संपूर्ण गॅलरी माणसांनी फुलली होती. थिएटरच्या सगळ्या खुर्च्या भरून मधल्या पॅसेजमध्ये लोक दाटीवाटीनं उभे होते, आपण केलेल्या श्रमाचं सार्थक झाल्याचा आनंद मी उपभोगत होतो.

समोर जनसागर फुललेला, पण मला सभागृह मोकळं दिसू लागलं. खुर्च्याही नव्हत्या. उंच पायऱ्यांची गॅलरी मात्र होती. या थिएटरमध्ये कार्यक्रम असला, की खुर्च्या भाड्यानं आणून लावल्या जात. त्या खुर्च्या लावणारा मुलगा दिसू लागला. या थिएटरच्या आवारात सायकलस्टँड लावणारा, मध्यंतराच्या वेळी चहा विकणारा आणि त्याच्याही मागे थिएटर लोटणारा एक पोऱ्या मला सतावू लागला.

त्या पोराला गॅलरीवर चढताना किंवा उतरताना एका ढेंगेत काही, दुसऱ्या पायरीवर जाता येत नसे. तरी तो संपूर्ण गॅलरी, संपूर्ण थिएटर, मेकअपरूम, मग शेवटी हे स्टेज हे सर्व आठ आण्यात लोटणारा तो पोऱ्या....!

आज त्याच स्टेजवरून मुस्लीम समाजाच्या शिक्षण परिषदेचे प्रास्ताविक भाषण करायला उभा राहिला होता.

माझ्या डोळ्यांतून धारा वाहू लागल्या व मी भानावर आलो. माझ्याकडे पाहत शेजारी बसलेला डॉ. कुमार सप्तर्षी म्हणाला, "अरे, हुसेन परिषदेच्या कामाच्या रेट्याने थकलास काय? तू चक्क झोपला होतास. स्वप्न पडल्यामुळे जागा झालास का?"

मी डोळे पुशीत म्हणालो, "स्वप्न नव्हे रे सत्य पाहात होतो." त्या दिवसाची

आठवण माझ्या ह्रदयात कोरलेली आहे.

मुस्लीमशिक्षण परिषद फार आशादायक वातावरण निर्माण करून गेली. मुस्लीमांच्या शिक्षणावर सांगोपांग चर्चा झाली. अनेक वक्त्यांनी आपले विचार व्यक्त केले. या परिषदेत पास झालेल्या अनेक ठरावांपैकी एक ठराव 'वार्षिक बाराशे ऐवजी पाच हजाराच्या आत उत्पन्न असणाऱ्यांच्या मुलामुलींना शिक्षण फी माफीची सवलत मिळावी.' असा होता. पुढे महाराष्ट्र शासनाने या मागणीची अंमलबजावणी केली.

मदरसा शिक्षणाबाबत अभ्यासक्रम बनवण्यासाठी उर्दू माध्यमातील मंडळींना घेऊन एक समिती बनवण्यात आली. पण दुर्दैवाने हमीदभाईंच्या आजारपणामुळे पुढे तिची म्हणावी तशी कार्यवाही झाली नाही.

परिषदेच्या पहिल्याच दिवशी रात्री हमीद दलवाईंना जोरदार वांत्या झाल्या. अति सिगारेट ओढतात, त्यामुळे ॲसिडिटी वाढली असेल असं वाटलं. पण ते दुसऱ्या दिवशी सुद्धा झोपूनच होते. पुढे हा आजार वाढला. अगदी शेवटच्या घटकेला तो मूत्रपिंड निकामी झाल्याचा परिणाम आहे, असं सिद्ध झालं. अब्दुल कादर मुकादम मंडळाचे सरचिटणीस होते. हमीदभाई मंडळाचे पदाधिकारी नव्हते. परिषदेनंतर कोल्हापुरात झालेल्या कार्यकारिणीच्या बैठकीत सरचिटणीसपद हमीदभाईंनी आपल्याकडे घेतलं.

हमीदभाईंची वेगवेगळ्या प्रसंगी इचलकरंजीत अनेक वेळा भाषणं झाली. ते आले की, डेक्कन स्पिनिंग मिलच्या गेस्टहाऊसवर उतरत. अनंतराव भिडे, गजाननराव कांबळे, बापूसाहेब मोरे ही काँग्रेसची मंडळी त्यांना मदत करण्यात आघाडीवर होतीच. पण समाजवादी पक्षापेक्षा राष्ट्र सेवा दलाची सदाशिवरा व सुलतानपुरे, रघुनाथराव नेमिष्टे, सदा लोकरे, प्रताप होगडे इत्यादी मंडळीही मदत करीत.

राष्ट्र सेवा दलातील गाझीउद्दीन सलाती व त्यांचे कुटुंब आम्हाला इथंच भेटलं. जैतुनबी अथणीकर, मुमताज मुल्ला, आत्तार, कलावंत वगैरे सेवादलपरिवारातील सदस्यांमुळे इथं मंडळाचं काम उभं राहिलं.

प्रसिद्ध उद्योगपती पंडितराव कुलकर्णी यांच्याकडून मुस्लीम शिक्षण परिषदेस मदतीशिवाय पाच हजार रुपये हमीदभाईंनी उसनवार मागून आणले होते. पुढे ते पैसे आम्ही हप्त्याहप्त्याने फेडले. हमीदभाई माझ्याकडे हजार, दोन हजार रुपये पाठवत व ते मी इचलकरंजीला जाऊन देऊन येत असे.

मुस्लीम शिक्षण परिषद झाल्यानंतर महाराष्ट्रातील दौरे करायला सोईचं जावं, चारपाच कार्यकर्ते गाडीतून नेता येतात, असा विचार करून हमीदभाईंनी जुनी फियाट गाडी बारा हजारात घेतली.

एकदा कोल्हापुरला येत असताना सातारा आय.टी.आय. जवळ एक मुलगा हमीदभाईंच्या गाडीला आडवा आला. ड्रायव्हर गाडी रोखू शकला नाही व अपघात झाला. मुलाला थोडं लागलं, त्याची सायकल तुटली. हमीदभाईंनी त्याला नुकसान भरपाई दिली. त्याच्यावर उपचार केले. तो घरी गेला. हे सर्व करताना तेव्हा आय.टी.आय. मध्ये नोकरीवर असलेले डॉक्टर नरेंद्र दाभोळकर बरोबर होते. नंतर कोणी तरी पोलिसात ही तक्रार दिली व केस केली.

हमीदभाई नेहमी फिरतीवर. समन्स लागू होईना. तेव्हा कोर्टानं नोटीस काढली व दाभोळकरांनी मला कळविलं, अमक्या तारखेस दलवाई सातारा कोर्टात हजर झाले नाहीत तर, जिथं असेल तिथे गाडी जप्त करण्यात येणार, अशी नोटीस आहे.

मी धावपळ करून हमीदभाईंना गाठलं व त्या तारखेस साताऱ्याला उपस्थित राहण्यास सांगितलं. मीही कोल्हापुरहून गेलो. हमीदभाई नरेंद्र दाभोळकरांच्याकडे थांबले. मी व ड्रायव्हर कचेरीत गेलो. इन्स्पेक्टरसमोर मी छातीवर हात बांधून उभा राहिलो. ते म्हणाले, ''हात खाली सोडा, सरळ उभे राहा.'' मला काही लक्षण ठीक दिसेना.

नंतर कोणत्या केसबद्दल आलो वगैरे सांगितल्यानंतर हमीद दलवाईंचं नाव ऐकल्यावर, त्यानं आम्हाला बसायला खुर्ची दिली. जबाबाचे पेपर अगोदरच तयार होते. त्यावर ड्रायव्हरची सही घेतली व म्हणाला, 'झालं काम.' चहा दिला, ''नुकसान भरपाई अगोदरच दिली आहे. फक्त जबाब पाहिजे होता.'' आम्हाला मोठ्या संकटातून सुटल्यासारखं वाटलं.

एकदा हमीदभाई स्वत:च गाडी चालवत मुंबईहून कोल्हापुरला आले. कार्यक्रम काही ठरलेला नव्हता. कार्यकर्त्यांची बैठक झाली. आम्ही दलितमित्र बापूसाहेब पाटलांना भेटून आलो. बापूसाहेबांना रेल्वे स्टेशनवर जायचे होते. आम्ही तिकडेच जाणार असल्यानं गाडीत ते पण आले. ताराराणी चौकात रस्ता दुरुस्तीसाठी खडीचा ढीग रस्त्याकडेला टाकलेला होता. हमीदभाईंनी त्या ढिगावरच गाडी घातली. त्यांचे डोळे ग्लाकोमाग्रस्त होते.

बापूसाहेबांना काळजी वाटली, ते मला म्हणाले, ''जपून ने हमीदभाईंना.'' दुसऱ्या दिवशी हमीदभाई मुंबईस निघाले. तेव्हा मी त्यांच्याबरोबर गेलो होतो. दिवसा काही त्रास झाला नाही. गाडी व्यवस्थित मुंबईत पोहोचली. प्रवासात मात्र हमीदभाईंना प्रत्येक दहा पंधरा मिनिटांनी सिगारेट पेटवून देण्याचं काम मला करावं लागलं. पहिल्यांदा, चार काड्या खर्चूनसुद्धा सिगारेट पेटेना तेव्हा हमीदभाई म्हणाले, ''जमादार, तोंडात धरून सिगारेट पेटवा. एखादा झुरका मारा, त्याशिवाय ती पेटणार नाही.'' आणि मला तसं करावं लागलं होतं. त्यामुळे दोन दिवसांनी खोकला मात्र झाला.

खंबाटकीच्या घाटातून एक फेटेवाला शेतकरी पायी चालला होता. त्यानं हात केला म्हणून हमीदभाईंनी गाडी थांबवली. त्याला शिरवळला जायचं होतं. त्याला गाडीत घेतला. सिगारेट प्यायला दिली व शिरवळला तो उतरल्यावर त्याला हमीदभाईंनी दहा रुपये दिले.

असं हे हमीद दलवाईंचं अवलीया रूप मला जवळून पाहायला मिळालं. त्यांच्या आठवणीच फक्त आता जवळ उरल्या आहेत.

हमीदभाईंना चांगले व विविध पदार्थ खाण्याचा शौक होता. मटण, मच्छी फार आवडीनं खायचे. मी मुंबईला त्यांच्याकडे असताना आम्ही अनेक वेळा मार्केटमध्ये जाऊन मटण, मच्छी आणत असू. मला वाटायचं, 'एवढा मोठा माणूस बाजारात कसा काय जातो?'

एकदा मत्स्यालयात पाहतो तसले गुलाबी रंगाचे व लांब चोचीचे मासे हमीदभाईंनी खरेदी केले. जेवताना मला काट्यांची फार भीती वाटायची. हमीदभाई म्हणाले, 'देशावरच्या लोकांना मासे खाता येत नाहीत' व माझ्यासाठी त्यांनी ऑम्लेट बनवायला लावलं.

गाडी घेण्याच्या आधी हमीदभाई एकदा कोल्हापुरला आले असता, मी त्यांना माझ्या घरी जेवण्यास बोलाविलं होतं. मी त्यांना रिक्षाने घेऊन आलो. टेंबलाई टेकडीपासून खाली विक्रमनगरात जाणारा रस्ता कच्चा होता. रिक्षावाला खाली येण्यास तयार होईना. ज्यादा पैसे मागू लागला. मी तिथेच रिक्षा सोडली व आम्ही घरापर्यंत चालत आलो. हमीदभाईंना चालायला लागलं म्हणून मला संकोचायला होत होतं. हमीदभाई म्हणाले, "काही हरकत नाही, मला सायकल येते. अगोदर सांगितलं असतं तर आपण सायकलनंच आलो असतो."

मी टी.वाय. बी. ए. ला होतो. परिषदेच्या कामात इतका दंग झालो होतो की, कॉलेजला जाण्याचं सोडून दिलं. खरं पाहिलं तर मी शिक्षण पूर्ण करण्यासाठी सतत प्रयत्नशील राहिलो होतो.

कीर्ती कॉलेजचं पुढे राजर्षी छत्रपती शाहू महाविद्यालय असं नामांतर झालं. त्यानंतर कॉलेज शिवाजी पेठेत गेलं होतं. बी. ए. च्या दुसऱ्या वर्गाला बहि:स्थ विद्यार्थी म्हणून बसलो होतो. तरी तत्त्वज्ञानाच्या तासाला शाहू कॉलेजवर जात असे.

मी मुस्लीम सत्यशोधक मंडळाचा पूर्ण वेळ कार्यकर्ता झाल्यावर कॉलेजला जायला भरपूर वेळ होता. या वेळी शाहू कॉलेज सदर बाजारात स्वत:च्या जागेत गेलं होतं. कॉलेजचं आवार म्हणजे भोवतालच्या झोपडपट्टीची हगणदारी. आदल्या दिवशी आवार साफ करावं तर दुसऱ्या दिवशी पुन्हा लोकांनी घाण करून ठेवलेली असायची. अण्णांच्या कार्याची परंपरा असलेले प्राध्यापक व विद्यार्थी न चुकता पुन्हा

सफाई करायचे.

'कमवा व शिका' योजनेतील विद्यार्थी प्रा. दाभोळे, प्राचार्य गायकवाडांच्या मार्गदर्शनाखाली कॉलेजइमारतीचे बांधकाम करीत. खेळामध्ये श्री. पांडुरंग पाटील वगैरे पैलवान विद्यापीठाची कुस्तीतील चँपियनशिप प्रत्येक वर्षी आणायचे. शहाजी काळे, माया जाधव ही मंडळी स्नेहसंमेलनात नाटकातून रंग भरायची. प्रा. चंद्रकांत पाटगावकर, प्रा. येडेकर हे एन.एस. एस. च्या शिबिरात मग्न असायचे. त्यातून वैचारिक प्रबोधन व्हायचं.

याच वेळी कोल्हापुरात शंकराचार्यांना आणलं जाणार होतं. चातुर्वर्ण्याचा पुरस्कार करणाऱ्या शंकराचार्यांना कोल्हापूर बंद करावं, अशी दत्ता जाधवच्या पुढाकारानं दलित पँथर व इतर संघटनांद्वारे तयारी चालली होती. पण फक्त निदर्शने झाली. त्यात आम्ही, शाहू कॉलेजचे विद्यार्थी आघाडीवर होतो. शिक्षणात मात्र मला कॉलेजमध्ये फारशी प्रगती करताच आली नाही. आता आपण नोकरी करायचीच नाही, हेच काम आयुष्यभर करायचं असं ठरविल्यामुळे डिग्रीची ओढ राहिली नव्हती.

जमातीनं मशिदीला जागा विकत घेतली होती, पण मशिदीत नको तो मागासलेपणा आढळून येत होता, म्हणून जमातीच्या कामाबद्दल मी उदासीन होतो.

याच वेळी घरमालकाचा व आमचा करार संपल्यानं आम्हाला विक्रमनगरचं घर सोडावं लागलं. पुन्हा तोच भाडं न परवडण्याचा प्रश्न.

आण्णासाहेब सहस्त्रबुद्धे कोल्हापुरात येत होते. त्यांच्याकडे आम्हा कार्यकर्त्यांच्या वैयक्तिक प्रश्नांची चर्चा व्हायची. माझ्या राहत्या जागेची चर्चा चालू असताना तिथे प्रा. श्री. अ. दाभोळकर होते. त्यांनी सुचविलं की, 'गांधीनगरला माझी दोन खोल्यांची जागा आहे, शहरापासून लांब आहे पण रेल्वे, बसेसची चांगली सोय आहे. माझ्या प्रयोगांसाठी घेतली होती. आता तिथे तुझे प्रबोधनाचे प्रयोग चालू दे. भाड्याचा प्रश्न नाही, घरफाळा भर म्हणजे झालं, आणि आम्ही ७४ साली गांधीनगरला राहायला आलो.

हमीदभाईचं आजारपण सुरू होतं. त्यामुळे मंडळाकडून मला मिळणारे पैसे मागेपुढे यायचे. त्या काळात हा मोठा आधार होता. गांधीनगरला सिंधी निर्वासितांची वसाहत होती. कोयनेतील भूकंपग्रस्तांना काही बरॅक्स सवलतीत दिल्या होत्या.

त्या कोयनाकॉलनीत महाराष्ट्रीयांची वस्ती होती. कवी भा. म. पराडकर तिथे राहत. सुहास डासाळकर, संभाजी राणे असा आमचा तरुणांचा एक गट. सामाजिक कामासाठी आम्ही एकत्र येत असू. गांधीनगरमध्ये रस्ते, पाणी, गटारे, यांचे अनेक प्रश्न होते. त्या प्रश्नांवर एक पत्रकार बैठक घेऊन आम्ही जिल्हाधिकारी कचेरीवर

मोर्चा काढला होता. 'युवक संघर्ष दल' नावाची संघटना स्थापन केली होती.

हमीद दलवाईंनी समाजवादी महिला सभेचे काम आयेशाला मिळवून दिले. कमल पाध्ये, भाई केदारी यांच्या प्रोत्साहनाने आम्ही तिथे सिंधी व महाराष्ट्रीयन मुलांसाठी आंतरभारती बालवाडी सुरू केली. आयेशा बालवाडी चालवायची. त्यातून तिला महिना दीडदोनशे रुपये मिळायचे.

इथेसुद्धा मुस्लीमांना एकत्र करून जमात स्थापनेच्या कामी माझा अनुभव उपयोगी आला. पुढे गावाकडची शेती विकून मी इथं घर विकत घेतल्यावर बालवाडी भरणाऱ्या घरात मुस्लीम रमजानची नमाज पढत असत.

चिपळूणचे दादाभाई पटेल हे कार्यकर्ते मुस्लीम सत्यशोधक मंडळाचे काम पाहतात. त्यांनी १९७४ साली तेथे मुस्लीम महिला मेळावा आयोजित केला होता. मेळाव्याच्या तयारीसाठी मी आठ दिवस अगोदर चिपळूणला जाऊन राहिलो होतो. हमीदभाईंच्या घरीच मिरजोळीला मुक्कमाला होतो. चिपळूण, मिरजोळी, कालुस्ता, गोवळकोट, दोणवली, आलोरे इ. ठिकाणांहून महिला येणार होत्या. मेळाव्याच्या आदल्या दिवशी मंडळाचे अध्यक्ष बाबूमियाँ बँडवाले आले होते. रात्री सर्व कामं आटोपून आम्ही झोपी गेलो.

पण मध्यरात्री एकाएकी जागा झालो. बाहेर गोंधळ माजला होता. उठून पाहिलं तर मेळाव्याला विरोध करणारे टोळके दोन ट्रकमधून आले होते. हमीदभाईंचे घर उंचावर होते. त्यामुळे आम्हाला रस्त्यावरच्या हालचाली दिसत होत्या. विरोधक जोरजोरात घोषणा देत होते, अर्वाच्य शिवीगाळ करत होते. दर्याखान नावाच्या हमीदभाईंच्या नातेवाईकाने घोषणांना प्रत्युत्तर दिले. म्हणाला, "रातको आनेवाले गांडू है।"

आम्हाला वाटलं आता रणधुमाळी माजणार. ट्रकमधील मंडळी खाली उतरली. रस्त्यावर हमीदभाईंची गाडी होती. तिकडे ती मंडळी चालून गेली. हमीदभाई घराच्या मागच्या भागात झोपले होते. तिकडे आवाज जाणं शक्य नव्हतं. आम्ही त्यांना उठविलं नाही. घरावर एकदोन दगड आले. नंतर ती मंडळी आली तशी गेली. आम्ही खाली जाऊन पाहिलं तर गाडीच्या चाकातील हवा सोडण्यापलीकडे काही झालं नव्हतं.

सकाळी महिला चिपळूणकडे निघाल्या. तर बातमी आली की, विरोधक गाड्या अडवत आहेत. मुसलमान महिला दिसल्या तर त्यांना गाडीतून उतरवत आहेत.

हमीदभाईंनी पोलिसअधिकाऱ्याला पत्र देऊन एका माणसाला चिपळूणला पाठविलं.

मी म्हटलं, "इथे मला कोणी ओळखत नाही. मी जाऊन पाहून येतो."

त्याप्रमाणे मी सायकलने चिपळूणला आलो तर चिपळूणमध्ये लोक गटागटाने उभे होते. पण संपूर्ण रस्ता मोकळा होता. मी परतलो व महिलांना घेऊन आम्ही एस्.टी.नं निघालो. चिपळूणमध्ये विरोधक होतेच. त्यांनी एस्.टी. अडविली. हमीदभाई खाली उतरले. त्यांची हेटाळणी करण्यासाठी 'हमीद दलवाई झाटावर', 'हमीद मुर्दाबाद' अशा घोषणा देऊ लागले. त्यांच्याकडे लक्ष न देता हमीदभाई पुढे झाले. त्यांच्यामागे महिला, व शेवटी आम्ही पुरुष मंडळी होतो.

हमीदभाई पुढे पुढे जाऊ लागले तसा त्यांना आपोआप रस्ता करून देण्यात आला. पाहता पाहता महिलांना घेऊन ते काणे हॉलमध्ये गेले. विरोधक बाहेर थांबून घोषणा देतच होते. नंतर पोलीस आले व त्यांनी विरोधकांना ताब्यात घेतले.

मेळावा अत्यंत यशस्वीरीत्या पार पडला. मेळावा होणार की नाही अशी अवस्था निर्माण झाली असता, केवळ हमीदभाईंच्या निर्भयपणानंच तो मेळावा पार पडला.

या निमित्ताने कोकणी मुसलमानांची परस्परविरोधी मनोवृत्ती कळून आली. हमीद दलवाईंच्या 'इंधन' कादंबरीच्या वेळी विरोधाचं वादळ निर्माण करणारे अबू दलवाई हे त्यांचे चुलत भाऊ. त्यांची मुलाखत घेतली. ते म्हणाले,"आम्ही पूर्वीचे दळवी. आमच्या सातआठ पिढ्यांपूर्वी कोणीतरी हिंदू धर्म सोडून इस्लाम धर्म स्वीकारला; हे चांगलं झालं असं वाटतं. कारण आम्ही अर्थिक व सांस्कृतिक दृष्ट्या सुधारलो."

धर्म बदलल्यानं परिस्थिती सुधारली, ही त्यांची विचारपद्धती मला पटली नाही. तरी कोकणी मुसलमानांचं वैशिष्ट्य हे की, ते मोकळेपणानं कबूल करतात की, ते पूर्वाश्रमीचे हिंदू आहेत. इतर मुसलमान मात्र आपले पूर्वज अरबस्तानातील होते असं सिद्ध करण्याचा वृथा प्रयत्न करतात.

मेळावा झाल्यानंतर विरोधकांना पोलिसांनी सोडलं. तेव्हा त्यांची हार घालून, ढोलताशाच्या वाद्यासह मिरवणूक काढली. मिरवणुकीत दारुमटक्याचे धंदे करणारे मुसलमान अधिक होते असं कळलं.

तलाकच्या प्रश्नावर पाचशे घटस्फोटित मुस्लीम महिलांच्या मुलाखती घेतल्या. या स्त्रिया देशातील विविध शहरांतल्या व सर्व थरांतील होत्या. त्यातून तलाकच्या प्रश्नाची भयानकता दिसून येत होती. त्याविरुद्ध निवेदनं, शिष्टमंडळं, लेख लिहिणे याद्वारे सर्वांचं लक्ष वेधण्यात आलं. याचा योग्य परिणाम झाला व तलाक मिळालेल्या स्त्रियांना पोटगी मागण्याचा अधिकार देणारी दुरुस्ती १९७४ साली, भारतीय दंड संविधान १२५ मध्ये झाली. मंडळाचं कार्य वाढण्यास या दुरुस्तीमुळे दिशा मिळाली. ठिकठिकाणी मोफत कायदेविषयक सल्लाकेंद्रं सुरू केली. मुस्लीम स्त्रीला पण मार्ग मिळाल्यासारखं झालं. तलाक फार होत, पण त्यांना रोखणार कसे?

विनाकारण तलाक देणे हा गुन्हा आहे. असा जो वागेल त्याला अल्ला शिक्षा करणार आहे, अशी भूमिका धर्मरक्षकांची. मंडळाच्या वतीने आम्ही कायदा बदलून घेण्याचा प्रयत्न करीत होतो. कारण शरीयतचा जवळ जवळ ऐंशी टक्के कायदा इंग्रजांच्या राजवटीत संपुष्टात आला. उदा. १८७२ साली काझीकोर्टे बंद झाली. देशातील न्यायाधीशांना मुसलमानांच्या कज्जांचे निकाल देण्यास पात्र समजण्यात आले.

मुस्लीम व्यक्तिगत कायद्यात गुलाम बाळगण्याचा हक्क होता. तो १८४२ साली रद्द झाला. १८६० साली गुन्हेगारीविषयक इस्लामी कायदा रद्द झाला व इंडियन पीनल कोड लागू करण्यात आले. १८७२ चा इव्हिडन्स ॲक्ट, कॉन्ट्रॅक्ट ॲक्ट व १८८२ साली सिव्हिल प्रोसिजर कोड लागू करण्यात आलं.

आता शरीयतचं वेगळेपण इतक्याच बाबतीत आहे. की, मुस्लीम पुरुषाला एकापेक्षा अधिक लग्न करता येतात व तोंडी तलाक देता येतो आणि दत्तकविधान इस्लामला मंजूर नाही. हे कायदे आम्ही बदलू इच्छितो. आम्ही मुस्लीम स्त्रीला पोटगी मिळवून देण्यासाठी मोफत सल्लाकेंद्रातून वकील मिळवून देऊ लागलो. त्यामुळे तलाक पीडित स्त्रिया आमच्याकडे येऊ लागल्या व चळवळीचा जोर वाढू लागला.

त्या स्त्रिया आता मुस्लीम समाजाचा विरोध पत्करूनसुद्धा आमच्याकडे येऊ लागल्या. त्यामुळे समाज आपल्याला शिव्याच देतो असं नव्हे तर साथपण देतो हे पाहिल्यावर आम्हाला नवा हुरूप येऊ लागला. आणि समाजाला मानवेल तेवढं पुढे जाऊन काम करावं लागू लागलं.

शिक्षण परिषदेच्या वेळी उद्भवलेलं हमीदभाईंचं आजारपण बळावलं. ते ज्या डॉक्टरकडे उपचार घेत होते त्यांना रोगाचं निदान करता आलं नाही. हमीदभाई सिरीयस झाले. बऱ्याच उशिरा कळलं की, दोन्ही मूत्रपिंड निकामी झाली आहेत.

हमीदभाई म्हणजे मंडळाचे आधारस्तंभ. कारणही सरळ होतं, हमीदभाई प्रथम मुस्लीम स्त्रियांचा प्रश्न घेऊन उभे राहिले. सात महिलांना बरोबर घेऊन त्यांनी १९६६ ला पहिला मोर्चा काढला. ही या चळवळीची नांदी होती. नंतर आम्ही मंडळी त्यांच्याभोवती गोळा झालो व मंडळाने आकार घेतला. त्यामुळे वैचारिक बळ तेच देत होते. तेच आजारपणामुळे दवाखान्यात अडकल्यानं चळवळ थंड होत गेली.

हमीदभाईंनी वयाच्या बाराव्या वर्षी गांधी टोपी घातल्याबद्दल मुसलमानांचा मार खाल्ला होता. ते पक्के नास्तिक होते. भाषणातून संधी मिळेल तेव्हा ते सांगत, 'मी नास्तिक आहे. मला परमेश्वर मान्य नाही.' त्यामुळे त्यांना प्रेषित व धर्मग्रंथसुद्धा आपोआपच अमान्य होते.

दलवाई यांच्या या भूमिकेमुळे समाजात काम करताना आमची फार पंचाईत व्हायची. माझी तर व्हायचीच. कारण मी नास्तिक नाही. मुसलमानांशी या विषयावर बोलताना कसोटी लागते ती याच गोष्टीची.

त्यांचा प्रश्न असतो की, 'तुम्ही मुसलमान आहात का?' 'होय' असं उत्तर दिलं तर ते म्हणतात, 'मुसलमान असण्याच्या कसोट्या माहीत आहेत काय?''

अल्ला एक आहे व महंमद त्याचे प्रेषित आहेत. 'कुराण' परमेश्वराने हजरत महंमद पैगंबरामार्फत पाठविले आहे व हजरत महंमद हे शेवटचे पैगंबर आहेत या सर्वांवर विश्वास असणे म्हणजे मुसलमान असणे.

मला हे सर्व मान्य आहे म्हणून मी मुसलमान आहे. तरीपण शरीयतमधील इतर कायदे बदलले आहेत, त्याचप्रमाणे लग्नविषयक कालबाह्य झालेला कायदा बदलला पाहिजे, तसंच आधुनिक काळाला अनुसरून भारत सरकारचे कायदे आपण स्वीकारले पाहिजेत असे माझं मत आहे. त्यामुळे मी हमीदभाईंना सांगत असे की, 'कोणी तुम्हाला सरळ प्रश्न विचारला की तुम्ही कुराण मानता का? तरच तुम्ही तुमचं उत्तर सांगावं, अन्यथा मी नास्तिक आहे असे सांगू नये.'

अर्थात हमीदभाईंनी नास्तिकतेचे आपले विचार आमच्यावर कधीच लादले नाहीत. समाजातील कल पाहूनच ते वागत. सुधारणेच्या नावाखाली कोणावरही काही लादत नसत. उदा., पुण्याला एक अभ्यासशिबीर घेतले होते. तो महिना रमजानचा होता. काही महिला बुरखा घालून शिबिराला आल्या होत्या. त्यांना कोणी आक्षेप घेतला नाही. इतकंच काय त्यांचा रोझा होता. पहाटे रोझा सुरू होण्यापुर्वी त्यांना नाष्टा देण्याची व्यवस्था त्या शिबिरात करण्यात आली होती. यात लोक जितकी पावलं पुढे येतील तितकं आपण जावं व हळूहळू सुधारणा रुजवाव्यात असं हे धोरण होतं.

हमीदभाईंच्या आजाराचं गांभीर्य लक्षात घेऊन मरहूम प्रा.ए.बी.शहा, महाराष्ट्राचे माजी पोलीसप्रमुख मरहूम वसंत नगरकर व त्या वेळी शंकरराव चव्हाण यांच्या मंत्रिमंडळात मंत्री असलेले शरद पवार यांच्या बहुमोल सहकार्यानं हमीदभाईंना मुंबईच्या जसलोक इस्पितळामध्ये दाखल करण्यात आलं.

पूर्ण वेळ कार्यकर्ता म्हणून मला मिळणारं मानधन हमीदभाईंच्या आजारपणात बंद झालं. त्यातच भर म्हणून माझ्या आईला अर्धांगवायूचा झटका आला. तिच्या औषधोपचारासाठी शेत गहाण टाकून पैसे आणले.

हमीदभाईंच्या उपचारासाठी प्रयत्न चालू होते. किडनी बदलली तर ते जगणे शक्य होते. फिरोज दारूवाला हा खुनी फाशीची वाट पाहत येरवड्याच्या तुरुंगात शिक्षा भोगत होता. त्यानं हमीद दलवाईंसाठी आपली किडनी देण्याचं जाहीर केलं. त्या अगोदर आंतरभारतीचं काम करणारे श्री.जवाहर कोटेचा यांनीही तशी तयारी

दाखविली होती. त्यांच्या अनेक टेस्टही झाल्या होत्या. किडनी ट्रान्सप्लँटेशनचं ऑपरेशन फार जिकिरीचं व खर्चाचं. प्रथम ७५ हजार रुपये डिपॉझिट म्हणून भरावे लागले. जसलोक हॉस्पिटलला नेहमी जावं लागत असे व अंधेरीहून ते शक्य नव्हते म्हणून आता हमीदभाई जसलोक जवळ असलेल्या नेपियनसी रोडवरील श्री.शरद पवार यांच्याकडे रामटेक बंगल्यात राहत होते. त्यांच्या प्रयत्नानं मुख्यमंत्री शंकरराव चव्हाण यांनी महाराष्ट्र सरकारच्या वतीनं ऑपरेशनसाठी पन्नास हजार रुपये दिले. व्ही.व्ही. नगरकर, ए. बी. शहा व शरद पवार यांच्या प्रयत्नांना यश आलं व हमीदभाईंचं किडनीचं ऑपरेशन यशस्वी झालं.

याच काळात देशात आणीबाणी आली. सर्वच काम थांबलेल्या अवस्थेत होतं. यदुनाथजींचं 'साधना' साप्ताहिक यायचं बंद झालं. पण साधनेवर बंदी आल्यानं थत्तेजींनी 'कर्तव्य' हे नियतकालिक काही दिवस चालवलं. त्याचं वाचन आम्ही करत असू. काही पत्रकं यायची, इतकंच. यातून पुढे आम्ही गांधीनगरला डॉ. बाबा आढाव व यदुनाथजी थत्ते यांची आणीबाणीच्या विरोधात जागृती घडवून आणणारी भाषणं घडवून आणली.

जयप्रकाशजींच्या लढ्यास सहानुभूती दाखविण्यापलीकडे आम्ही काही करू शकलो नाही. जयप्रकाशजी पुण्याला येणार होते. त्यांची एस्.पी. कॉलेजच्या मैदानावर जाहीर सभा होती. त्याला जोडूनच समाजवादी मंडळींनी निवडक कार्यकर्त्यांसाठी हॉटेल 'पूनम' वर बैठक आयोजित केली होती.

हमीदभाई यापासून दूर राहणं शक्यच नव्हतं. त्या कार्यक्रमाला जोडूनच आम्ही मंडळाच्या कार्यकारिणीची सभा पुण्यात घेतली.

मी, हमीदभाई व सय्यदभाई जयप्रकाशजींच्या सभेला गेलो होतो. येताना फार गर्दी होती म्हणून चालत आलो. मी म्हणालो, "जयप्रकाशजी किती सोप्या, सरळ भाषेत बोलतात." त्यावर हमीदभाई म्हणाले, "त्यांनी हाती घेतलेला लढा महत्त्वाचा, अन्यायाविरुद्धचा आवाज महत्त्वाचा आहे. म्हणून इतकी अफाट सभा होते." त्यांच्या भाषणाने आम्ही प्रभावित झालो होतो; हे मात्र खरं. मंडळाच्या कार्यकारिणीत आणीबाणी विरोधी जयप्रकाशजींच्या लढ्याला पाठिंबा देण्यात आला.

डिसेंबर ७५ मध्ये समीर नंतर लगेच दीड वर्षांत सुहेल झाला. गांधीनगरच्या दवाखान्यात. मूल जन्मल्यावर अजान देतात, म्हणजे त्याच्या कानात परमेश्वराच्या नावाचा पुकारा करतात. अजानमध्ये मुलाचे नाव पुकारतात. मला नमाज अजानचे प्रॅक्टिस होतेच. मी स्वत:च अजान दिली.

पुढे आईची उजवी बाजूही लुळी पडली. तिला उठता बसता येत नव्हतं. सर्व

विधी बिछान्यातच. आयेशा तिचं सर्व काही करायची, तिला उचलून खुर्चीवर बसवायची. टेबल ठेवून जेवण व चहा द्यायची. आई 'कंटाळा आला' म्हणाली, तर तिला झोपवायची. दिवसातून दोनदा स्पिरीटने अंग पुसायची. आठ दिवसांतून एकदा खुर्चीवर बसवून अंघोळ घालायची. ती जणू आईची नर्सच झाली होती. तिथेच व्हरांड्यात बालवाडी भरवायची. त्या सर्वांत अम्मा पण रमून जायची. त्यामुळेच अम्मा चार वर्षं तशा अवस्थेत जगली.

आयेशा अम्माचं सर्व करते, गूमूत काढते, पेशंटला चांगले ठेवते, म्हणून आमचे सर्व नातेवाईक आयेशाची तारीफ करायचे. आयेशामध्ये सेवाभावी वृत्ती आहेच.

दोन वर्षांच्या बोलीनं शेतावर पैसे आणले होते. दोन वर्षं होताच पैशासाठी शेतकरी आला. पण माझ्याकडे पैसे नव्हते. तेव्हा 'शेत विकत द्या' असं तो म्हणू लागला.

अम्मा धडधाकट होती तेव्हा तीच कडलग्यास जाऊन शेत फाळ्यानं लावणं वगैरे कामं करायची. मी त्यात लक्ष घालत नव्हतो. आता अम्मा अशी पडलेली. त्यामुळे मग मीही शेत विकण्याचा निर्णय घेतला. दहा हजाराला व्यवहार झाला.

गांधीनगरला दाभोळकरांच्या घराशेजारीच एक घर विकायचं होते. शेत विकून आलेल्या पैशातून दोन खोल्यांचं घर पाच हजारात विकत घेतलं. स्वत:चं घर असावं असं लहानपणापासून जपलेलं स्वप्न पूर्ण झालं. घरापुढे शिल्लक असलेल्या जागेत स्लॅब टाकून हॉल करून घेतला. आयेशाची बालवाडी त्यात भरू लागली. आयेशाला कामाचा कंटाळा नसायचा. मुस्लीम सत्यशोधक मंडळाचे कार्यकर्ते माझ्या घरात उतरत. त्यांचं जेवणखाण आयेशा करायची, त्यांचं हे हक्काचं घर झालं होतं. माझं घर हेच मंडळाचं ऑफिस होतं. आमच्या सर्व चर्चा तिथेच होत. आयेशाला इच्छा असो नसो, ऐकावं लागायचं. मग हळू हळू ती चर्चेत भाग घेऊ लागली. वाचू लागली.

ती समाजवादी महिला सभेच्या कामात भाग घेऊ लागली. पुण्यामुंबईस एकटी जाऊ लागली. याच काळात तिनं एस. एस. सी. परीक्षा दिली व पास झाली.

कोल्हापुरात मुस्लीम महिलांसाठी दहा दिवसांचं शिबिर समाजवादी महिलासभेतर्फे घेतलं. अनसूया लिमये, माई केदारी व कमल पाध्ये यांनी तिच्यावर विश्वास टाकून कोल्हापुरात दिलेली शाखा आयेशानं जिद्दीने चालविली.

जयप्रकाश अमृत महोत्सवसमितीच्या कार्यक्रमास मी बिहारला जाऊन आलो. मंडळाच्या कामासाठी मुंबई, पुणे, दिल्ली, नागपूर, अमरावती व औरंगाबाद असा मी नियमितपणे फिरत होतो. आईची सर्वस्वी जबाबदारी आयेशावर होती व ती ते

व्यवस्थित पार पाडत होती.

ऑपरेशननंतर हमीदभाईंना जगण्याची आशा निर्माण झाली. ते पूर्ववत हिंडूफिरू लागले, त्यांना कामाशिवाय स्वस्थ बसणं शक्य नव्हतं. त्यांनी आम्हा कार्यकर्त्यांची बैठक घेतली. तलाकपीडित स्त्रियांच्या परिषदा घेण्याचे निश्चित झाले. १९७४ साली क्रिमिनल प्रोसिजर कोड १२५ मध्ये दुरुस्ती झाली व हा कायदा मुस्लीमांनाही लागू करण्यात आला. त्यामुळे तलाकपीडित स्त्रीला पोटगी मागण्याचा अधिकार प्राप्त झाला. तेव्हा याचा फायदा मुस्लीम स्त्रियांना मिळवून देण्यासाठी आम्ही मंडळाच्या वतीने ठिकठिकाणी कायदाविषयक मोफत सल्ला केंद्रे सुरू केली. कोल्हापुरात ॲड. समुद्रे, ॲड. अविनाश खंडेराव महाडीक यांनी मंडळाच्या वतीने मोफत सल्ला देण्याची जबाबदारी घेतली होती. त्यामुळे कोल्हापुरात आमचा मुस्लीम महिलांशी संपर्क येऊ लागला.

एक तलाकपीडित महिला मिळाली की, दुसरीचा पत्ता मिळे. यापूर्वी आम्ही हे काम करीत होतो तरी आमच्याकडे कोणी येऊ इच्छित नसत, पण आता तलाकपीडितेला आमच्याकडे मोफत सल्ला मिळतो, तारखा चालवल्या जातात व पोटगीही मिळते, हे पाहून महिला आमच्याकडे येऊ लागल्या. अशी पोटगी मिळाली की, आम्ही त्याची मोठी बातमी वर्तमानपत्रात देत असू. त्याचाही परिणाम होत असे.

मुस्लीम महिलांना थोडासा दिलासा मिळाला. जुबानी तलाक हा फार वाईट. छोट्या छोट्या कारणांनी तसे तलाक व्हायचे. जेवण करता येत नाही, सासूला उलट बोलते, नणंदेबरोबर जमवून घेत नाही, मला ही बायको आवडत नाही, अशी अनेक कारणं. पण या सर्वांतून तलाक फार होत.

तलाक झालेल्या स्त्रीचं दुसरं लग्न होत असलं तरी, तिला तिचं जीवन बेभरवशाचं वाटते. कसंतरी, आहे त्यात मार्ग काढत बाई जगते.

पूर्वी आम्ही तलाकपीडित स्त्रियांना भेटत होतो, पण त्यांच्याबद्दल सहानुभूती व्यक्त करण्यापलीकडे काही करू शकत नव्हतो. आमच्या कोरड्या सहानुभूतीचा त्यांना उपयोग नव्हता. म्हणून त्या दुःख सहन करत जगत होत्या. आता त्यांच्या बाजूनं कोर्टात अर्ज करता येत होता. त्यामुळे त्या त्याच्या आधारे स्वत:वरचा अन्याय दूर करून घेण्यासाठी धडपडत होत्या.

तलाकपीडित महिलांची परिषद कोल्हापुरात घ्यायच्या निमित्तानं आम्ही मुस्लीम मोहल्ल्यात फिरू लागलो. महातगल्लीत मुस्लीमांची पंचवीस घरं असतील. त्यात दहा मुली तलाक झालेल्या आढळल्या. त्यावेळी रत्नागिरी जिल्ह्यातील मच्छीमारीचा व्यवसाय करणारे मोपला मुसलमान पावसाळ्यात कोल्हापुरात सर्व कुटुंबासमवेत येत. एखाद्या स्वस्त लॉजमध्ये राहत. मुस्लीम मोहल्ल्यातील गरिबांच्या मुली शोधून

मुलींच्या वडिलांना पैसे देऊन लग्न करून घेऊन जात. पण अशांपैकी अनेक मुली नंतर माहेरी आल्या की परत सासरी जात नसत. कारण त्यांना मच्छीच्या कामाची सवय नसे. अशा कामाशी जमवून घेणं त्यांना अवघड जात असे व त्यातून मुलीचा शेवटी तलाक होई.

अशा विविध महिला आम्हाला भेटल्या. २ नोव्हेंबर ७५ ला तलाकपीडित स्त्रियांची पहिली परिषद आम्ही कोल्हापुरात घेतली. शंभर महिला या परिषदेला उपस्थित होत्या. एका नवऱ्याच्या दोन बायका या परिषदेस आल्या होत्या, त्या दोघींनाही तलाक देण्यात आला होता.

कुरुंदवाडची एक केस अशी होती की, बारा वर्षांपूर्वी तलाक झालेला. स्त्रीनं नवीन कायद्याप्रमाणे कोर्टात अर्ज केला, तर तिला बारा वर्षांची पोटगी द्यावी असा कोर्टानं आदेश दिला. तेव्हा नवरा दुसरी पत्नी असताना, हिला पण न्यायला तयार झाला व तिचा संसार सुरू झाला.

मिरजेच्या कोर्टात, नवऱ्यानं पोटगी भरली नाही म्हणून नवरोबाला तीन महिन्यांच्या कैदेची शिक्षा दिली गेली.

कोल्हापुरात एका एस.टी. कंडक्टरकडून पगारात कपात करून बायकोस पोटगी द्यावी असा आदेश मिळाला. या सर्वांचा परिणाम झाला व मुस्लीम नवरे ताळ्यावर येऊ लागले. पोटगीतून सुटका नाही, हे पाहिल्यावर अनेकजणींचं नांदणं सुरू झालं. कायद्याची एक दहशत निर्माण झाली.

पुण्याला जिहाद-ए-तलाक परिषद घेण्यात आली. पाचशेवर स्त्रिया परिषदेला हजर होत्या. चिपळूणलाही परिषद झाली. हमीदभाईंच्या आजारपणात आम्ही घेतलेल्या त्या परिषदा पाहून त्यांना फार समाधान वाटलं. 'माझ्यामागे चळवळ संपणार नाही याची ही पावतीच आहे.' अशी प्रतिक्रिया त्यांनी व्यक्त केली.

अमेरिकन काँग्रेसच्या दोनशेव्या अधिवेशनाला जोडून विविध क्षेत्रातील मंडळींचं एक संमेलन अमेरिकेत फिलाडेल्फिया येथे भरणार होतं. हमीदभाईंची दोन वर्षांपूर्वी त्यासाठी निवड झाली होती. तो दौरा सुद्धा हमीदभाई करून आले. तिकडून आल्यानंतर पुन्हा मंडळाच्या कामासाठी त्यांचं फिरणं सुरू झालं.

आता सर्व व्यवस्थित आहे असं वाटत असतानाच अचानक त्यांची प्रकृती बिघडली. पुन्हा त्यांचे मूत्रपिंड निकामी झाले. डायलेसिस सुरू करण्यात आलं. शरीरातील रक्त मशीननं शुद्ध करायचं. त्यासाठी आठ तास मशीनबरोबर जोडून घेऊन पडून राहावं लागत असे. आठ आठ तास सुया टोचून ठेवाव्या लागल्यानं सेप्टिक व्हायचं. फार त्रास सहन करावा लागायचा. पण आता त्यांच्या दुखण्याला डायलेसिस हा एकच उपाय होता. हमीदभाईंना असं परावलंबी, अपंग जीवन जगणं मान्य होईना. मग पुन्हा किडनी बसविणं हाच पर्याय होता.

या दुसऱ्या धक्क्यानं सगळंच विस्कटलं. मंडळाचे संघटक सय्यदभाई कोल्हापुरला आले, मला भेटले व त्यांनी हमीदभाईंचा निरोप सांगितला की, "तुम्ही आता नोकरी शोधणं बरं."

मला हे अपेक्षित होतं. पण मी त्या गोष्टीचा विचार केलेला नव्हता. मी जागा झालो. ७३ साली घेतलेल्या मुस्लीम शिक्षण परिषदेच्यावेळी मी तृतीय वर्ष बी. ए. ला होतो. परिषदेच्या कामात कॉलेज अर्धवट सोडलं होतं. मध्यंतरी एकदा परीक्षेला बसण्यासाठी फॉर्म भरला होता. पण परीक्षा देऊ शकलो नव्हतो. पुन्हा पुस्तकं गोळा केली. परीक्षा दिली व बी. ए. झालो. १९६७ ला कॉलेज शिक्षण घ्यायला पी.डी. त नाव दाखल केलं होतं. तब्बल ११ वर्षानंतर १९७८ साली पदवी घेतली! पदवी घ्यायला गेलो तेव्हा आयेशा, समीर, सुहेल माझ्याबरोबर होते. आमच्या सर्व नातेवाईकात मी पहिला पदवीधर ठरलो.

मध्यंतरी आणीबाणी येऊन गेली होती. जनता राजवट आली होती. जनता पक्षाच्या विजयाने हमीदभाई उल्हसित झाले होते. पण त्यांच्या दुखण्यानं उचल खाल्ली. त्यांना मृत्यूची चाहूल लागली होती की काय कोण जाणे? माझी आई आजारी पडल्यावर कोल्हापुरातील त्यांच्या मित्राकडून मला पैसे देवविण्याची त्यांनी सोय केली होती. त्यांचे पैसे परत करण्यासाठी मार्च ७७ मध्ये हमीदभाईंनी मला एक ड्राफ्ट पाठविला. सोबत पत्र होतं. त्यात लिहिलं होतं, "यापैकी दोनशे रुपये तू घे व शंभर रुपये माझ्या मित्राला दे. मी त्यांच्या कर्जातून मुक्त झालो आहे असं त्यांना सांग.'

मी या पत्रानं सद्‌गदित झालो. प्रत्यक्ष भेटल्यावर त्याबद्दल बोललो, तर म्हणाले, 'मी माझ्या जबाबदाऱ्या कमी करतो आहे.' अशीच त्यांनी आपली मुख्य जबाबदारी दि.२७ मार्च, १९७७ रोजी कमी केली.

दि. २५ मार्चला आम्हा मुस्लीम सत्यशोधक मंडळाच्या कार्यकारिणीच्या सदस्यांना त्यांनी दवाखान्यातून पत्रे लिहून २७ तारखेला मीटिंगसाठी मुंबईस येण्यास लिहिलं होतं. आम्ही महाराष्ट्रातले सर्व सभासद हजर होतो. बैठकीचं प्रयोजन कोणालाच कळालं नव्हतं.

हमीदभाई नेपियन सी रोडवर शरद पवारांकडे रामटेक बंल्यावर औटहाऊसमध्ये राहत होते. डॉक्टरांकडून एक दिवसाची रजा घेऊन ते घरी आले होते. आम्ही सर्वजण बाहेरच्या हॉलमध्ये बसलो होतो. आतील खोलीत हमीदभाई काही लिहीत होते. लिहून झाल्यावर बाहेर आले. पुन्हा कॉटवर बसले. अलीकडे मीटिंगच्या वेळी ते कॉटवर पडून बोलत, पण या वेळेला बसून बोलले.

त्यांनी स्वहस्ताक्षरात लिहिलेलं पत्र अध्यक्ष बाबूमियाँ बँडवाले यांच्या हातात

दिलं व म्हणाले, 'मोठ्यानं वाचून दाखवा.' बाबूमियाँनी पत्र वाचलं. हमीदभाईंनी सेक्रेटरीपदाचा राजीनामा दिला होता. सर्वांनी स्वीकृतीला एकमतानं नकार दिला. हमीदभाई आपल्या निर्णयावर दृढ राहिले. म्हणाले, ''माझी प्रकृती अशी आहे. आग्रह करू नका, तुम्ही काम चालू ठेवा.'' आम्ही सर्वजण गप्प बसलो.

दि. २८ ला हमीदभाईंना पुन्हा दवाखान्यात दाखल व्हायचं होतं. मी व बाबूमियाँजी मागे राहिलो होतो. आम्ही त्यांना जसलोक हॉस्पिटलमध्ये सोडायला गेलो. मेहरून्निसाभाभी बरोबर होत्या. चौदाव्या मजल्यावर त्यांची खोली होती. मंडळाच्या कामाबद्दल चर्चा चालू होतीच. जयप्रकाशजी त्यावेळी मूत्रपिंडाच्या आजारावर डायलेसिस घेत होते. ते सोळाव्या मजल्यावर असल्याचं आम्हाला कळलं. मी व बाबूमियाँ जयप्रकाशजींना पाहून येतो म्हणून निघालो. हमीदभाई म्हणाले, ''त्यांचे डायलेसिस सुरू असेल किंवा विश्रांती घेत असतील, त्यांना त्रास द्यायला कशाला जाता?''

मग आम्ही तिथेच बसून राहिलो. चर्चा गप्पा सुरूच होत्या. हमीदभाईंच नेहमीप्रमाणे जास्त बोलत होते. बऱ्याच वेळानं तेच म्हणाले, ''जा आता. गाडीला वेळ होईल.'' त्यांचा निरोप घेताना मी सांगितलं. ''हवं असल्यास तुम्हाला सोबत म्हणून हॉस्पिटलमध्ये राहायला मी महिनाभरासाठी येतो.''

हमीदभाईंनी भाभींना बोलावून सांगितलं, ''हा रहायला येतो म्हणतो, तुला जरा विश्रांती मिळेल. त्याला कधी बोलवूया?'' त्या वेळी त्यांचा निर्णय झाला नाही. म्हणाले, ''मी पत्र पाठवितो, मग ये.'' आम्ही बाहेर पडलो. तीच आमची शेवटची भेट.

मी त्यांच्या पत्राची वाट पाहत थांबलो. कोणाचंच पत्र येत नव्हतं. एप्रिलच्या शेवटच्या आठवड्यात 'महाराष्ट्र टाईम्स'मध्ये बातमी वाचली, 'यशवंतराव चव्हाणांनी जसलोक हॉस्पिटलमध्ये जाऊन हमीद दलवाईंच्या प्रकृतीची चौकशी केली.'

मनात आलं, हमीदभाई सिरीयस असावेत. जावं का आपण? पण जाऊ शकलो नाही.

दोन दिवसांनी मी गांधीनगरहून कोल्हापुरला येत असता, एक मित्र भेटला. तो म्हणाला, ''दलवाईंचं वाईट झालं.''

मी मनात चरकलो, तोच पुढे म्हणाला, ''तू बातमी ऐकली नाहीस? सकाळी आठच्या बातम्यांत सांगितलं, दलवाई गेले.''

मला ते शब्द ऐकण्याचं धैर्य होईना, मन सैरभैर झालं.

कोल्हापुरात येऊन मुंबईला शरद पवारांच्या बंगल्यावर फोन लावला. कुणी महाभागानं घेतला. म्हणाला, 'प्रेत अजून जसलोकमध्ये आहे; पण चिपळूणला नेण्यात येणार आहे.'

मी विचार केला, प्रेत मुंबईहून मिरजोळीला येईपर्यंत आपण कोल्हापुरहून मिरजोळीला जाऊ शकू. निघावं म्हणजे मातीआड होण्यापूर्वी एकदा त्या कलेवरला पाहू. पण मनात आलं, प्रेत चिपळूणला नेतील असं वाटत नाही. पुन्हा फोन लावला, कुणी दुसऱ्यानंच घेतला. शब्द आले, ''प्रेत आलं आहे. इथेच विद्युतदाहिनीत दहन केले जाणार आहे.''

'प्रेत आणलं आहे,' या शब्दांनी मी त्या आवारातच आहे, असं मला वाटू लागलं. ते रूंद कपाळ, तो सरळ नासिका असलेला लांबट चेहरा. अलीकडे औषधांच्या साईड इफेक्टमुळे चेहऱ्यावर सूज असायची. फोनच्या घंटीनं तंद्री भंगली. हताशपणे प्रत्येकाकडे जाऊन मित्रांना सांगत राहिलो.

''दलवाई नावाची धडपड आता कायमची बंद पडली आहे.''

आम्ही मुंबईची बैठक आटोपून परत आल्यावर लौकरच हमीदभाईंवर मूत्रपिंड रोपणाची दुसरी शस्त्रक्रिया करण्याचं ठरलं होतं, पण पहिल्या शस्त्रक्रियेच्या वेळी बाहेरील किडनी शरीराने नाकारू नये, म्हणून शरीरातील प्रतिकार शक्ती कमी केली होती.

पूर्वी हमीदभाईंना टी.बी. झालेला होता. प्रतिकारशक्ती कमी झाल्यावर, त्या रोगानंच उचल खाल्ली. शिवाय नेहमीच्या डायलेसिसमुळे सुयांच्या जखमा होऊन सेप्टिक होत होते. त्यातच 'नागीण' या रोगाचे अंगावर फोड आले होते.

महिनाभर प्रकृती ढासळतच गेली. डायलेसिस व्यवस्थित होईना. ३ मे ला पहाटे त्यांना झोप लागली, म्हणून भाभींनी अंग टाकलं. सकाळी उठून पाहतात तो सर्व कारभार आटपलेला. भाभींना परिस्थितीची जाणीव झाली. भाभींनी जमेल त्यांना फोन करून ही घटना सांगितली.

पंधरा दिवसांपूर्वीच हमीदभाईंनी आपलं मृत्युपत्र केलं होतं व त्याच्या प्रती शरद पवार, ए.बी.शहा यांना पोस्टानं पाठवल्या होत्या.

हमीदभाई गेले तेव्हा शरद पवार बाहेर गावी दौऱ्यावर होते. शहा पुण्याहून आले. ज्याला जमेल तो मुंबईला 'रामटेक' बंगल्यावर गेला. दुपारी प्रेत आणलं गेलं. हमीदभाईंचे नातेवाईक गोळा झाले.

हमीदभाईंचे चुलत भाऊ अबू दलवाई व इतर मंडळी प्रेत मिरजोळीत न्यायच्या तयारीनं आली होती. शहा व शरद पवार यांनी त्यांना हमीदभाईंच्या मृत्युपत्रातील त्यांच्या इच्छेप्रमाणे त्यांचं प्रेत मुंबईतच विद्युतदाहिनीत दहन केलं जाईल, याची कल्पना दिली. हे ऐकताच नातेवाईकांनी काढता पाय घेतला. प्रेत टॅक्सीनं चंदनवाडीला नेलं व विद्युतदाहिनीत दहन करण्यात आलं. हमीदभाईंचे मृत्युपत्र तेथे जाहीरपणे वाचण्यात आलं, त्यात त्यांनी म्हटलं होतं—

"मी नास्तिक म्हणून जगलो. मी मेल्यावर कोणत्याही धर्माचे संस्कार न करता, माझं प्रेत विद्युतदाहिनीत दहन करावं. शेवटची भाषणं करू नयेत. माझं स्मारक पण बांधू नये. इस्लामच्या अभ्यासासाठी एक संस्था व नियतकालिक काढावं."

दलवाईंच्या मृत्युपत्राची उर्दू पत्रांनी विशेष दखल घेतली व मरताना तरी त्यानं आपलं खरं रूप प्रकट केलं, अशी प्रतिक्रिया व्यक्त केली. अमरावतीतील मुसलमानांनी आपली पातळी किती खालची आहे हे दलवाईंच्या मृत्यूनंतर 'इस्लाम का दुष्मन मर गया' म्हणून चौकाचौकातून पेढे वाटून सिद्ध केलं.

पुण्याच्या महानगरपालिकेत दलवाईंना श्रद्धांजली वाहण्याचा ठराव आला तेव्हा मुस्लीम लीगच्या नगरसेवकांनी त्यास विरोध केला.

जिवंतपणी त्यांच्यावर पुण्यातच मोमीनपुऱ्यात लाठीहल्ला झाला होता. तर त्यांची अवहेलना करणारी अनेक पत्रं येत असत. सोलापुरात एका हॉटेलात कार्यकर्त्यांसह चहा घेत असता मुस्लीमांच्या एका गटानं त्यांना गाठलं व विचारलं,

"तुम्ही फक्त हमीद दलवाई असं नाव लिहिता, तुम्हाला तुमचा बाप कोण आहे, हे माहीत नाही का? या प्रश्नाला हमीदभाईनी न संतापता उत्तर दिलं होतं की, बापाची ओळख आपल्याला आई करून देते, म्हणून आपण त्याला बाप म्हणतो. आपला बाप कोण हे आईलाच माहीत असते. पण आई मात्र आपल्याला नक्की माहीत असते. त्यामुळे खरं पाहता बापाऐवजी आईचंच नाव लिहावं." त्यावर ते टोळकं गप्प झालं.

हिंदूंना पण त्यांचे पुरोगामी विचार पचण्यासारखे नव्हते. एरवी हिंदू त्यांची प्रशंसा करत पण एका सभेत ते बोलले की, "स्त्रीला लग्नाशिवाय आई होण्याचा अधिकार असला पाहिजे." तेव्हा समोरच्या श्रोत्यांची तोंडं पाहण्यासारखी झाली होती.

हिंदू जातीयवाद्यांना दलवाईंच्या विचारानं गुदगुल्या व्हायच्या. त्यांना वाटायचं, मुसलमानांना चांगलं झोडपून काढतो आहे. पण पुण्यातील हिंदू-मुस्लीम दंगलीची चिकित्सा करताना त्यानी हिंदूत्ववाद्यांवर ठपका ठेवला तेव्हा दलवाईंना राष्ट्रीय मुसलमान अशा पदव्या देणारेच शेवटी म्हणू लागले, "दलवाई आपल्या जातीवर गेला."

हमीद दलवाई लेखक म्हणून प्रथम प्रकाशात आले व त्यांची 'इंधन' कादंबरी गाजली. नंतर ते प्रजासमाजवादी पक्षाचे कार्यकर्ते बनले, पत्रकार बनले, शेवटी समाजसुधारक झाले, असा त्यांच्या व्यक्तिमत्त्वाला आकार प्राप्त झाला. तर्कशुद्ध विचारपद्धतीनं त्यांनी मुसलमानांची मातृभाषा, राष्ट्रीयत्व, जातीयवादीपणा, इस्लामिक राष्ट्रांचं धोरण, इस्लामची चिकित्सा इ. वर मूलगामी भूमिका घेतल्या. सर्व धर्म परंपरेलाच मुळापासून आव्हान देणारे ते पहिले क्रांतिकारक नेते ठरले. आणि

अचानकपणे चालते झाले. आम्ही मंडळी भांबावून गेलो.

पुण्यात हमीदभाईंचा मुक्काम डेक्कन जिमखान्यावर 'पूनम' हॉटेलमध्ये असायचा. मंडळाच्या कार्यकारिणीच्या बैठका तिथेच व्हायच्या. हमीदभाई अतिशय गप्पीष्ट. बैठकीला पुण्यात आलो की, कधीही रात्री अकरापूर्वी जेवण घ्यायला जात नसू. कारण डॉ. अनिल अवचट, कुमार सप्तर्षि, विवेक पुरंदरे किंवा दिलीप भंडारे आलेला असायचा. हमीदभाईंचे गप्पांचे विषय कधी संपायचेच नाहीत. मग कॅफे गुडलक हॉटेल ठरलेलं.

आज त्याच पूनम हॉटेलवर आम्ही मीटिंगसाठी जमलो होतो. पण त्या खोलीचा आवाज लुप्त झाला होता. हमीदभाई गेले व मंडळाचे काम ठप्प झाले.

मुस्लीम सत्यशोधक चळवळ ही नास्तिकवाद्यांची चळवळ आहे. असा डांगोरा पिटला. त्याला कारण हमीद दलवाईंची भूमिका. हमिदभाई नास्तिक होते. ते भाषणातून जाहिरपणे सांगत असत. "मी नास्तिक आहे, मला परमेश्वर मान्य नाही." ही त्यांची भूमिका व्यक्तीगत होती. दलवाईंच्या बरोबर असणारे आम्ही नास्तिक नव्हतो. तर धर्मातील कालबाह्य झालेल्या रूढी बदलल्या पाहिजेत. उदा. तोंडी तलाक देण्याची पद्धती रद्द झाली पाहिजे. मुस्लीम पुरुषाला असलेला चार बायका करण्याचा अधिकार ही रद्द झाला पाहिजे. तसेच ज्याला मुल-बाळ नाही त्या दाम्पंत्याला मुल दत्तक घेता आले पाहिजे. (इस्लाममध्ये मुल दत्तक घेता येत नाही) तलाक दिलेल्या स्त्रीस तिच्या नवऱ्याकडून पोटगी मिळाली पाहिजे. मुस्लीम व्यक्तीगत कायद्यात हे बदल होणे आवश्यक आहे असे मुस्लीम सत्यशोधक मंडळ मागणी करत आले आहे.

वरील सुधारणा झाल्यास मुस्लीम स्त्रीच्या जीवनाला स्थैर्य प्राप्त होईल. परंतु पुरुषसत्ताक प्रवृत्तीला खतपाणी नाहीतर मग मुल्ला मौलवी कसले?

नेमक्या मंडळाच्या या विचारांना मुल्ला मौलवीनी विरोध सुरू केला व हमीद दलवाईंच्या नास्तिकपणाला घेऊन, तुम्ही परमेश्वर मानत नाही, पैगंबर मानत नाही, इस्लाम मानत नाही तर इस्लाममध्ये सुधारणा करण्याचा तुम्हाला अधिकार नाही आणि 'नास्तिकांना देहदंडांची शिक्षा द्या.' असा कुराणामध्ये उल्लेख असल्याने मुल्ला मौलवीना या चळवळीस विरोध करणे सोपे गेले. त्यामुळे मुस्लीमांच्या हिताची चळवळ असूनसुद्धा या चळवळीला मुस्लीमांकडून विरोध झाला पण विरोध झाला असला तरी स्त्रीच्या हक्काबद्दल मुस्लीम समाजाला जागृत करण्याचे काम मुस्लीम सत्यशोधक मंडळाने केले आहे व अंतिमतः मुस्लीम समाजाला या सुधारणा स्वीकाराव्या लागणार आहेत.

संकटे एका पाठोपाठ येतात ती अशी. आईला दुसरा झटका आला, तिला

पुन्हा दवाखान्यात ठेवलं. माझा बराच वेळ त्यात जाऊ लागला. आईचा मेंदू काम करेना. पुढे ती बेशुद्धावस्थेत गेली. त्याच अवस्थेत दोन महिने राहिली. नाकातून नळीवाटे चहादूध घालत होतो. शेवटी तिसऱ्या झटक्यात संध्याकाळपासून रात्री दोन पर्यंत घरघर लागली व ती शांत झाली.

मला कोरगांवकर ट्रस्टकडून मिळणारं मानधन बंद झालं होतं. आर्थिक ओढाताण होती. आईच्या अवस्थेचा विचार करून, दफनविधीसाठी दोनशे रुपये बाजूला काढून ठेवले होते. नातेवाईकांना कळविण्याचीही सोय योजून ठेवली होती. मित्राच्या फोनवरून तारा दिल्या. त्यामुळे रोख पैसे भरण्याचा प्रश्न आला नाही.

पहाटेपर्यंत जवळचे नातेवाईक आले. मयताच्या बाजारहाटासाठी मेहुण्यांना पाठविले. दुपारी एक वाजता मैय्यत निघाली. वळीवडे गावच्या कबरस्थानात आणली. तिथे कबर तयार होती. प्रेत कबरीत उतरवून, त्यावर माती पडू नये म्हणून फळ्या तिरक्या बसवल्या व प्रेत मातीआड केलं. घरी आलो. रडारड चालू होती. दोन्ही सावत्र बहिणी सोडून सर्वजण आले होते. तीन दिवसाला जिआरत झाली. या दिवशी कबरस्तानात जाऊन फातिहा पढल्या जातात व कबरीला चुना दिला जातो.

खर्चासाठी तात्पुरते उसनवार पैसे घेतले होते. मला वाटलं आता नातेवाईक जातील. पुरुष मंडळी गेली. बहिणी, मामी व इतर नातेवाईक स्त्रिया राहिल्या. म्हणाल्या, नऊ दिवस केल्याशिवाय आम्हाला जाता येणार नाही. नवव्या दिवसाला सर्व नातेवाईक व जमातीला जेवण दिलं जातं. अर्थात बकरं कापावं लागतं. "मी नऊ दिवस करणार नाही." मी बहिणींजवळ सुतोवाच केलं. बहिणी माझं तेवढे वाक्यसुद्धा सहन करू शकल्या नाहीत. त्यांच्या सासवा व इतर म्हाताऱ्या बायांनी मला खुळ्यात काढलं. म्हाताऱ्या पुरुषांनी त्यांना साथ दिली.

"अरे घरकी बडी बुड्ढी मरीए, नऊ दिनके फांत्या पढनेका नई कतंय, तू सत्यशोधक है, तेरे सब नाजाईज कामा चलंईं, हमे क्या बोलते नई, सच यो बात हमें सुनको सुद्धा लेनेवाले नई, बोल्या वत्ता बोल्या, भी वो बात मुंशी काढनेकी नई." आणि सूर लावून रडणं!

मी पुन्हा लावून धरलं तेव्हा बहिणी एकेरीवर आल्या. "खर्चके वास्ते बोलू नको. हमे भाना भाना मिलको पट्टी काढतंय, मी फांत्या करतंय."

मी असहायपणे सर्व ऐकत होतो. त्यांच्या भावनेचा हा प्रश्न होता. मी ताणून धरू शकलो नाही. आयेशाच्या गळ्यातील दागिना घेतला. बँकेत ठेवला व आठशे रुपये आणले. त्यांच्याच हवाली केले. बकरं आलं. तांदळाचं पोतं आलं. मसाला वगैरे सर्व आलं.

जमातीला निमंत्रणं फिरली. नऊ दिवसाला 'फातिहा' झाल्या. जेवण एकदा नव्हे, दोनदा नव्हे; तीनदा शिजवावं लागलं. त्यावरही चर्चा चालू होती. जेवण कमी

पडलं. याचा अर्थ लावला गेला की, 'खाली अर्वा रहिया.' चार वर्षे अंथरुणावर पडून होती, म्हणून बहिणी पुन्हा पुन्हा हळहळत होत्या.

याच वेळी माझ्या सावत्र बहिणी व एक मावशी आली. या फातिहाला उपस्थित राहून मृताच्या नावे ऊद घालायचा म्हणजे मृताच्या आत्म्याला शांती मिळते अशी समजूत. मयतीला तीन दिवसाला न येऊ शकलेले सर्वजण या फातिहाला येतात.

माझ्या थोरल्या मामांचे दोन्ही मुलगे सकाळीच आले व फातिहाला न थांबताच जायला निघाले. तेव्हा सगळ्यांनी त्यांना धारेवर धरले. तेव्हा त्यांनी आपली शंका बोलून दाखविली.

"ह्यां हमे पानी कैसा पीना?"

कोणालाच काही कळेना.

"क्या बात करने लगींय तुम्हे?" बहिणीनं विचारलं.

"हमे खुदबोके बारेमें क्या क्या सुनेते."

"क्या सुने?"

"उन्हे ख्रिश्चन हुये कते."

सगळे स्तब्ध.

"कोण बोले?"

तेव्हा त्यानं सावत्र बहिणीकडे बोट केलं.

तिनं खुलासा केला.

"बम्बई नजिक उसे इस्टेट दिये कते भी उन्हे ख्रिश्चन हुआ ऐसा हमे सुने, उसके वास्ते तार मिलकोभी हमे आए नई, इत्ता शेवटका ऊद भानेवास्ते आए."

माझ्या डोक्यात प्रकाश पडला. प्रा. कुलसूम पारेख या नेरळजवळ मालेगावला राहत होत्या. त्या हमीदभाई यांच्या कॉलेजच्या काळात प्राध्यापिका होत्या. त्या या चळवळीत होत्या. निवृत्तीनंतर त्यांनी थोडी शेती घेतली होती व तिथेच घर करून राहत होत्या. आपल्यामागे या जागेत तलाकपिडीत स्त्रियांच्यासाठी आश्रम व्हावा, अशी इच्छा त्यांनी बोलून दाखविली. त्यामुळे यदुनाथजी थत्ते व मरहूम वसंत नगरकर यांनी तो ट्रस्ट बनवण्याचा प्रयत्न सुरू केला होता; व मी त्या ठिकाणी राहून आश्रम चालवावा अशी कल्पना होती. पण कुलसूम पारेखबाईंनी पुढे ती कल्पना रद्द केली. याची चर्चा मामेभावापर्यंत गेली होती व मला इस्टेट देऊन ख्रिश्चन बनवलं गेलं, अशी अफवा मामेभावापर्यंत पसरविली गेली होती. सर्वांनी मामाच्या मुलांना वेड्यात काढलं. खुलासा झाल्यावर मामेभाऊ फातिहाला थांबले. आलेल्या नातेवाईकांनी दुसऱ्या दिवशी वर्गणी काढून पोळयांचं जेवण करून आमचं तोंड गोड केलं. याच वेळी शेवटचं माहेरपण म्हणून सहाही बहिणींना साड्या

नेसवल्या.

सावत्र बहिणी म्हणाल्या,

"इत्ता तुम्हारा हमारा नाता सच्या, अम्माके वास्ते हमे आतेते!"

माझं काहीच म्हणणं नव्हतं. हळू हळू सगळे नातेवाईक गेले. घरात दुसरं कोणीच मोठं माणूस नव्हतं, त्यामुळे मावशी विसाव्या दिवसाच्या फातिहासाठी थांबली.

चाळीस दिवसाला पुन्हा फातिहा झाल्या. गावातील बहीण व भाऊजी आले होते; सकाळी आम्ही कबरस्तानात गेलो. इतर कबरीच्या मानानं ही कबर उंच वाटत होती. पण मला माहीत आहे की, प्रेतावर माती पडू नये म्हणून ज्या फळ्या घातल्या आहेत, त्या काही दिवसांनी कुजतील व खाली पडतील व कबर खचेल.

मग कोणीतरी जाणता माणूस आमच्या घरी येऊन सांगेल, "तुम्हारे मांके कबरकी अर्वा खुलिए, फकिरां खिलाव. "

मी या गोष्टीकडे लक्ष देणार नाही, पण हस्ते परहस्ते ही बातमी माझ्या बहिणीपर्यंत पोहचेल, मग एकमेकींना पत्रं जातील आणि त्या एक दिवस ठरवून माझ्या घरी येतील.

संध्याकाळी माझ्यापाशी विषय काढतील. "अम्माके कबरकी अर्वा खुलिए कते, फकिरां खिलाने हुना, उनके उर्वाको बख्शने हुना."

मी ते उडवून लावेन; पण मला न जुमानता त्या सर्व करतील. आणि परत जाताना म्हणतील, "इत्ता हमे हमारे घरमें अम्माके नामसे हरसाल ऊद डालंगे, तुझे बोलने आनेवाले नई." आणि इथं आईचा विषय माझ्यापुरता संपेल.

◆

- ४ -

हमीदभाई वारल्यानंतर कामानिमित्त मी मुंबईस गेलो. उतरण्याची व्यवस्था नसल्यानं अंधेरीला दलवाई भाभींच्या घरी उतरण्याचं पत्र अगोदरच पाठविलं होतं.

दलवाई भाभी तशा सुरुवातीपासूनच चळवळीत फारशा कार्यरत नव्हत्या, पण दलवाईंशी लग्न होण्याआधीपासूनच त्या नोकरी करीत होत्या. त्यामुळेच हमीदभाई लेखन करू शकत. पुढे ते 'मराठा'त नोकरी करू लागले. मराठात नोकरी करत असतानाच भारतपाक युद्धाच्या वेळी ते काश्मीरला गेले. तेथील जनमानस व्यक्त करणारी लेखमाला त्यांनी मराठीतून लिहीली. नंतर मराठाचे सहसंपादक बनले. पुढे त्यांनी मुस्लीमांसाठी सुधारणावादी चळवळ सुरू केली. १९६६ साली समान नागरी कायद्याच्या मागणीसाठी पहिला सात महिलांचा मोर्चा निघाला, या मोर्चात भाभी होत्या.

नंतर हमीदभाई प्रा. ए. बी. शहांच्याबरोबर इंडियन सेक्युलर सोसायटीत काम करू लागले. दलवाई सांगत,

"मुस्लीमांना इंडियन सेक्युलर सोसायटीमध्ये आणता येईल. सेक्युलर विचारांचे सर्कल मोठे करता येईल, असं मला वाटत होतं." पण दोन वर्षांनी लक्षात आलं की ते एकटेच मुसलमान इंडियन सेक्युलर सोसायटीत आहेत. इतर मुसलमानांनी इंडियन सेक्युलर सोसायटीची दखलसुद्धा घेतली नाही. तेव्हा त्यांच्या लक्षात आलं की, मुस्लीमांसाठी वेगळी संस्था काढणे जरुरीचे आहे.

पुढे राष्ट्रसेवादलाने १९६८ साली हमीद दलवाईंची पुण्यात मुस्लीम प्रश्नावर तीन व्याख्याने ठेवली. या व्याख्यानानंतर हमीदभाईंना सैय्यदभाई, मुनिर सैय्यद, सेवादलाचे अमीर शेख,अन्वर शेख व ए. जे. शेख, कोल्हापूर भागातून मी, एम. ए. नाईक, आय.एन. बेग इ. मंडळी मिळाली व मुस्लीमांसाठी प्रबोधनाचे कार्य करणारी एखादी संस्था स्थापन करण्याचा निर्णय घेण्यात आला. यात भाई वैद्य, डॉ. बाबा आढाव व यदुनाथजी थत्तेंची मोठी मदत झाली.

मंडळाच्या स्थापनेनंतर १९७३ साली, मुंबईस झालेल्या सामाजिक परिषदेत

डॉ. मोईन शाकीर उद्घाटक म्हणून आले होते. प्रा. कुलसूम पारेख होत्या व मुस्लीम स्त्रियांसंबंधीचा ठराव मांडण्यास पहिल्यांदा मेहरुन्निसा दलवाई मंडळाच्या मंचावर आल्या होत्या. त्याअगोदर १९७१ साली वसंतराव नाईक मुख्यमंत्री असताना आम्ही समान नागरी कायद्याचे निवेदन देण्यासाठी गेलो असता मेहरुन्निसाभाभी आमच्याबरोबर शिष्टमंडळात होत्या.

अशा प्रकारे भाभी अधून मधून मंडळाच्या चळवळीत असत. हमीदभाई कोल्हापुरच्या दौऱ्यावर आले असता, एक-दोन वेळा त्या त्यांच्याबरोबर होत्या. त्यांच्या दोन्ही मुली रुबिना व ईला लोणावळ्याला चंदावरकरांच्या गुरुकुल बोर्डिंगमध्ये शिकण्यासाठी होत्या. मी मुंबईस गेलो की, हमीदभाईंच्याच घरी उतरत असे. तसा आताही भाभींच्याकडे उतरलो होतो. परत येताना भाभींनी मला हमीदभाई द्यायचे त्याप्रमाणे प्रवासखर्चाला पैसे दिले व म्हणाल्या,

"हे असताना जसे तुम्ही माझ्या घरी येत होता, तसेच पुढेही येत चला."

त्यांच्या या जबाबदारीच्या बोलण्यानं मी भारावून गेलो. त्या चळवळीत समर्थपणे उभे राहण्यामागचे रहस्य सांगताना त्यांनी सांगितलं की, "दलवाई आजारी असताना दोन वर्षे मी रजा घेऊन त्यांची सेवा केली, त्या वेळी मी पाहिले की, इतका आजारी असतानासुद्धा हा माणूस चळवळींविषयीच बोलतो. मोठ्या ऑपरेशनमधून बाहेर पडला. स्वास्थ्य मिळाल्यावर पहिला विचार मंडळाचाच. चर्चा मंडळाची, त्यातील कार्यकर्त्यांची. त्या वेळी मला चळवळ काय आहे हे कळलं व तिचं महत्त्वही पटलं. म्हणून मी चळवळीत भाग घेण्याचा निर्णय घेतला आहे. तुम्ही पूर्वीप्रमाणेच माझ्या घरी येत जा. आपण सर्वजण मिळून चळवळ पुढे नेऊ."

वडगावच्या मरहूम हमीदसाहेब मोमीन या व्यक्तिमत्त्वाचा मला 'स्वराज्य' या नियतकालिकातून परिचय झाला. 'पत्नीनंतर मुलांचं संगोपन केलं' या सदरात त्यांची मुलाखत आली होती. मुस्लीम समाजातील वेगळं काही काम करणाऱ्या मंडळींच्या शोधातच मी होतो. ते माझ्या आदराचा विषय झाले. पुढे चळवळीत इचलकरंजीतील त्यांची मुलगी, संपूर्ण अथणीकर कुटुंब, सध्या अमेरिकेत असलेली हमीदसाहेबांची मुलगी मुमताज, मुलगा मन्सूर यांचा संबंध आला.

हमीदसाहेबांची मुलगी आमच्याबरोबर कॉलेजला होती. तिनं घरातून पळून जाऊन हिंदू मुलाशी लग्न केलं, अशी बातमी कॉलेजमध्ये पसरली. मुस्लीम मुलीनं हिंदू तरुणाशी लग्न केलं, ही घटना मला संतुलन साधणारी वाटली. कारण हिंदू मुली मुस्लीम तरुणाशी लग्न करतात. पण त्या मुलींना मुस्लीम करून घेतात, असा अनुभव होता. 'कोणीही कोणाचाही धर्म न स्वीकारता पतिपत्नी म्हणून राहायला काही हरकत नाही.' असं मला वाटायचं. हमीदसाहेबांची मुलगी व तिचा

नवरा कोल्हापुरात आलेत व एका लॉजवर राहतात, असं कळल्यावर तिचं अभिनंदन करण्यासाठी मी लॉजवर गेलो. ती नुकतीच रडली असल्याचं तिचे डोळे सांगत होते. तिचा नवरा अगदीच पोरकट छछोर वाटत होता. मी अभिनंदन करायचं सोडून 'काय अडचण? रडलीस का?' असा प्रश्न केला.

ती मला ओळखत होती तरी आमची फार घसट नव्हती. तेव्हा मला सांगावं की नाही, अशा मन:स्थितीत ती होती. 'अशा लग्नाच्या मागे आम्ही जरूर उभे राहू.' या माझ्या आश्वासनानंतर किंवा दुसरा काही मार्ग नसल्यानं असेल, ती बोलू लागली.

ती शाहू कॉलेजला शिकत होती. तिची एक सावत्र बहीण मुमताज आमच्याबरोबर मंडळात काम करत होती. नंतर तिनं आंतरधर्मीय लग्न केलं व ती अमेरिकेत स्थायिक होण्यासाठी गेली. तिच्या थोरल्या भावानंही आंतरधर्मीय लग्न केलेलं. तिचं गावातील एका हिंदू तरुणावर प्रेम होतं. तिच्या भावंडांची आंतरधर्मीय लग्नं तिला स्फूर्ती देत होती. दोघांचं कॉलेज शिक्षण पूर्ण होण्यापूर्वीच ती दोघं घर सोडून पळून गेली. लग्न केलं. ही मुस्लीम, तो हिंदू. लग्न वैदिक पद्धतीने केलं. उत्साही मित्र मदतीला होते. अशा मित्रांच्या उतावळ्या प्रोत्साहनानंच अशी लग्नं अयशस्वी होतात.

त्या दोघांना जबाबदारीची जाणीव न देता, पळून जाण्याच्या त्यांच्या वेड्या धाडसाला मदत म्हणून, लग्न लावून देण्यात आलं. पण त्यांच्याजवळ पुढच्या काहीच योजना नव्हत्या. जवळचे व मित्रांकडचे पैसे संपल्यावर ती दोघं कोल्हापुरला आली. मित्रांनी लॉजवर राहण्याची सोय केली व ते पळाले.

तिचा नवरा इतका नेभळट निघाला की, तो आपल्या बापाकडे गेला. जेवणाचा डबा बापाकडून येऊ लागला व बाप त्याला घेऊन वकिलाकडे फेऱ्या मारू लागला. घटस्फोट घेण्यासाठी. पण तिला हे काहीच माहीत नव्हतं. आपला नवरा त्याच्या बापाकडे गेला, म्हणूनच ती रडू लागली होती. नवरा म्हणाला, 'गेलो बापाकडे तर काय झालं?'

मी त्यांना म्हणालो, "पैसे नसतील तर लॉज सोडा, हवं तर दोघांनी माझ्या घरी राहावं. आपण काही संस्थाचालकांना भेटू, नोकरीचा प्रयत्न करू."

एका सहकारमहर्षींना भेटलो. आणखी एका काँग्रेस पुढाऱ्याला भेटलो. त्यांनी कोल्हापूर जिल्ह्यातील ग्रामीण भागात काटेभोगावकडे शाळेत नोकरी दिली. दोघं कसे तरी महिनाभर तिथे राहिले. गैरसोय म्हणून परत आले. आर्थिक चणचणीमुळे दोघांत भांडणं होऊ लागली.

एके दिवशी तो तिला माझ्या घरी सोडून, नोकरीची व्यवस्था लावून येतो, म्हणून गेला तो आठ दिवस फिरकलाच नाही. लॉजवर जाऊन चौकशी केली तर

तो आपले डबे, दोन भांडी, कपडे घेऊन बापाकडे निघून गेला होता.

तिचा निर्णय चुकीचा होता. भावनेच्या भरात घेतलेला होता. भावाबहिणींशी ईर्षा होती. त्यातून ती एका पोरकट तरुणाशी लग्न करून बसली होती. शक्य तितक्या लवकर त्यातून तिनं मुक्त होणं हा एकच मार्ग होता. नंतर तिचे भाऊ आले. आमची चर्चा झाली व तिच्या नवऱ्याला आणून त्याच्याकडून स्टँपवर घटस्फोट लिहून घेतला. ती आपल्या बापाघरी गेली. तिचं कौतुक केलं पाहिजे, कारण ती पुन्हा उभी राहिली. बी.ए. झाली. एम्. ए. झाली. सावंतवाडीला तिला नोकरी पण मिळाली. पण एकदा दुधाने तोंड पोळल्यामुळे तिच्या खालच्या बहिणींची लग्ने व्हावीत म्हणून वडिलांनी व भावांनी तिच्या मागे लग्नाचा लकडा लावला व एका बीजवराशी तिचं लग्न लावलं. अर्थात तिला नोकरीही सोडावी लागली.

मध्यंतरी एम्.ए. झाल्यावर ती येथील लक्षतीर्थ वसाहतीतील आमच्या बालवाडीत सहा महिने वडगावहून येऊन काम करीत होती. तिचे वडील हमीदसाहेब आता निवर्तले. पण शेवटी त्यांना मुलीच्या लग्नाचं समाधान मिळालं.

लक्षतीर्थ वसाहतीतील मुस्लीम मुलं शोधून काढून आम्ही बालवाडीत भरती केली. पंचवीस मुस्लीम मुलं मिळाली होती. लक्षतीर्थमधील मुस्लीम यामुळे जागे झाले. 'बाहेरचे लोक येऊन पंचवीस मुलं मिळवतात, तर मग आपण ऊर्दू शाळा का सुरू करू नये?' असा त्यांनी विचार केला व पुढील शैक्षणिक वर्षापासून पहिली, दुसरीला असलेली मराठी शाळेतील मुलं काढून, उर्दू शाळेला पन्नास मुलं दाखवून नगरपालिकेकडून एक वर्ग मिळविला. अशा प्रकारे तेथील उर्दू शाळा निघण्यास आपण कारणीभूत झालो म्हणून दुःख करत आम्ही आमची बालवाडी बंद केली.

उत्तर प्रदेशातील अलिगढ हे अलिगढ मुस्लीम विद्यापीठामुळे साऱ्या इस्लामी जगताचं लक्ष वेधून घेणारं शहर. इथे जातीय दंगल ही नित्याची घटना होऊन राहिली होती. ७१ नंतर ७८ ला पुन्हा तिथे जातीय दंगल उद्‌भवली होती व चार महिने तिथे सतत संचारबंदी होती. दंगलीची तीव्रता कमी होण्याऐवजी वाढतच होती. सर्व देशभरच्या वर्तमानपत्रांत रोज दंगलीच्या बातम्या येत होत्या.

अशी दंगल नेहमी का उद्‌भवते? अशा ठिकाणी भेट देऊन खरी परिस्थिती मांडावी, हमीदभाई असताना असे दौरे करायचे, आपणही जाऊन येऊ, अशी सूचना महंमद दलवाईंनी मांडली. महंमद दलवाई हमीदभाईंच्याच वयाचे, पण हमीदभाईंचे पुतणे. दोघे एकाच वेळी मुंबईत आले व दोघांची जडणघडण एकत्रच झाली. मधु लिमये, जॉर्ज फर्नांडिस यांच्या बरोबरीने काम केलेले महंमद दलवाई त्या मानाने

मुस्लीम सत्यशोधक मंडळात कमी क्रियाशील असायचे. पण हमीदभाईंच्या मृत्यूनंतर आपली जबाबदारी मानून ते मंडळाच्या कामात सक्रिय होत होते. महंमददांची सूचना स्वीकारून मेहरुन्निसा दलवाई, महंमददा व मी या पाहणी दौऱ्यासाठी निघालो. आम्ही दिल्लीत असलेल्या व्ही.व्ही. नगरकरांना भेटलो. त्यांनी प्रेम भसीन यांचा पत्ता दिला. आम्ही अलिगढला आलो.

चार लाख लोकसंख्या असलेलं अलिगढ हे शहर हिंदू व मुस्लीम जातीयवाद्यांच्या प्रभावाखाली असल्याचं चित्र दिसत होतं. या शहरात ६०% वस्ती हिंदूंची आहे. अलिगढ या नावावरून व अलिगढ मुस्लीम विद्यापीठ यामुळे हे मुस्लीम शहर असावं असा समज प्रथमदर्शनीच होतो. इतकंच नव्हे तर, ते छोटं पाकिस्तान असावं असं पण वाटतं. पण प्रत्यक्षात परिस्थिती वेगळीच आहे.

दिल्ली-कानपूर रेल्वे लाइननं या शहराचे दोन भाग केलेले आहेत. सिव्हिल लाइन्स या नावानं ओळखल्या जाणाऱ्या भागात अलिगढ मुस्लीम विद्यापीठ आहे. अलिगढ मुस्लीम विद्यापीठाचा भाग चांगला समृद्ध आहे. विद्यापीठातील कर्मचारी मुख्यत: या भागात राहतात. हा परिसर भव्य आहे, सर्वत्र बंगले आढळतात. सूटबूटवाले इथे फार दिसतात.

आम्ही अलिगढला १३ डिसेंबरला पोहोचलो. तेव्हा शहर भागात सायंकाळी सहापासून संचारबंदी होती. आमच्याकडे विद्यापीठातील डॉ.बिलग्रामी यांचा पत्ता होता. येण्यापूर्वी त्यांच्याशी पत्रव्यवहार झाला होता. त्यांचं घर शोधत एकदाचे पोहोचलो. भेट झाल्यावर प्रथम आमच्या राहण्याच्या सोईबद्दल बोलणं झालं. त्यांनी शहरातील गांधीआश्रमाच्या व्यवस्थापकांना पत्र देऊन आम्हाला तिकडे पाठविलं. संध्याकाळी पाचच्या दरम्यान आम्ही त्यांच्याकडे गेलो. त्यांनी दोन दिवसांपुरती सोय होईल म्हणून सांगितलं. आम्ही आश्रमात राहिलो व भेटी सुरू केल्या.

गांधीवादी व समाजवादी नेते प्रेम भसीन, डॉ. इरफान हबीब, डॉ. जमालखान, डॉ. नबी हादी, डॉ. जाहिदा जैदी, डॉ. बिलग्रामी, श्रीमती किपल कौर, श्री. जावेद हबीब, श्रीमती वसीमा अन्सारी, श्री. प्रमोदकुमार, जनता पक्षाचे डॉ. महेश्वरी, अ‍ॅड. फजलूर रहमान, प्रा. शयनाझ हाशमी या मंडळींना भेटलो.

आम्ही अलिगढ मुस्लीम विद्यापीठामधील ज्यांना ज्यांना भेटलो, ते ते अतिशय सावधपणे बोलताना आढळले. "आम्ही आमच्या अभ्यासात व शिकवण्यात अडकलो आहोत. आम्हाला वेळच नसतो. शहरात दंगल झाली. बरेच दिवस संचारबंदी आहे असं ऐकतो आहोत" अशा आशयाचं ते बोलत होते. "आम्ही त्यात विशेष लक्ष घालीत नाही. कारण आम्ही शहरात गेलो तर लोकांना भडकविण्यासाठी आलो असा आमच्यावर आरोप होतो. तेव्हा इथे जी साहाय्यक समिती स्थापन झालेली आहे तिला आम्ही मदत देतो" असेही काहींनी सांगितलं. एक जण तर म्हणाला, "आम्ही

पेपर वाचणंसुद्धा बंद केलं आहे. मी शहरात सुद्धा जात नाही.''

हे सर्वचजण पुरोगामी विचार बोलत होते. एकजात सर्वजण मुस्लीम लीगला शिव्या घालत होते. शाही ईमाम मौलाना बुखारीला दोष देत होते. इस्लामच्या प्रतिगामी गोष्टी बदलल्या पाहिजेत, मुस्लीम पर्सनल लॉ बदलला पाहिजे, संकुचित दृष्टी सोडून दिली पाहिजे, वगैरे बोलत होते. बरेचजण जनता पक्षाला दोष देत होते. इंदिरा प्रेम ते लपवू शकत नव्हते. परंतु 'अलिगढ मुस्लीम विद्यापीठ हे अल्पसंख्यांकाचं विद्यापीठ' हे वैशिष्ट्य संपावं, असं मात्र कोणीही बोलत नव्हते.

डॉ. इरफान हबीब यांनी मात्र वेगळा विचार व्यक्त केला. त्यांचे वडील डॉ. महंमद हबीब हे धर्मातीत विचारांचे म्हणून प्रसिद्ध होते. डॉ. इरफान म्हणाले,

''अलिगढ मुस्लीम विद्यापीठाचं हे अल्पसंख्यांक स्वरूप संपविण्यासंबंधीचा प्रस्ताव सरकारनं मागे घेतला, तो मुस्लीमांच्या दडपणामुळे. म्हणजेच हिंदू व मुस्लीम जातीयवादी शक्ती सध्याच्या सरकारवर प्रभाव टाकीत आहेत. हे थांबणं फार आवश्यक आहे.''

स्टुडंट युनियनचा अध्यक्ष जावेद हबीब म्हणाला, ''इथे स्थापन झालेल्या मदत समितीनं पहिल्यांदा मुस्लीमांबरोबर हिंदूंनाही मदत दिली. सुरुवातीला फक्त जेवण वाटण्याचं काम आम्ही केलं. रोज पाच हजार लोकांना जेवण देत होतो. मुस्लीमांबरोबर हिंदूंनाही जेवण वाटलं, हे जेव्हा येथील विद्यार्थ्यांना कळलं तेव्हा त्यांनी मला घेराव घातला व विचारलं की, 'तुम्ही हिंदूंना पण जेवण वाटता हे खरं आहे का?' मी 'होय' म्हणालो व तसं करायला तुमचा विरोध असेल तर मी अध्यक्षपदाचा राजीनामा देतो, असं म्हटलं. मग मी विद्यार्थ्यांना समजावलं व आम्ही पूर्वीप्रमाणेच हिंदूमुस्लीम दोघांनाही मदत वाटू लागलो. कपडे, भांडी वगैरे. संचारबंदीनं जे लोक अडकले त्यांची राहायची सोय इथे विद्यापीठाच्या आवारात करून दिली. दंगल झाल्यानंतर दिवाळी आली, तर आम्ही मिठाई घेऊन हिंदूंच्या घरी गेलो. अशा प्रकारे सलोखा निर्माण करण्याचा प्रयत्न करतो आहोत. आत्तापर्यंत आमच्याकडे बारा लाख रुपये निधी जमला आहे. ज्यांची घरं जळाली आहेत, त्यांना पक्की घरं बांधून देण्याची आमची योजना आहे. सर्व देशातून आमच्याकडे पैसा येतो आहे. जितकं नुकसान झालं त्यापेक्षा अधिक मदत जमते आहे. यापैकी बराच पैसा 'जकात' चा आहे तो आम्हाला फक्त मुस्लीमांसाठीच खर्च करायचा आहे.''

अलिगढ मुस्लीम विद्यापीठ स्थापन झालं तेव्हा अलिगढमध्ये जी बिगर हिंदूंची कॉलेजेस होती त्यांनी आपलं कॉलेज या विद्यापीठास संलग्न न करता आग्रा विद्यापीठाला संलग्न करून घेतलं. परंतु आज अ.मु. वि. च्या प्राध्यापकांना आग्रा विद्यापीठाच्या प्राध्यापकांपेक्षा जास्त पगार व भत्ते मिळतात. त्यामुळे अलिगढमधील जी बिगर मुस्लीमांची कॉलेजं आहेत ती आग्रा विद्यापीठाची संलग्नता सोडून

अमुविशी संलग्न व्हायला मागतात. परंतु अमुविवाले आपले 'मायनॉरिटी कॅरेक्टर' खतम होईल म्हणून त्या महाविद्यालयांना संलग्न करून घ्यायला तयार नाहीत. त्यामुळे एक तेढ निर्माण झाली आहे. शिवाय अमुविमधील प्राध्यापकांपैकी ३५ टक्के हिंदू आहेत. पण आठआठ हजार विद्यार्थी असलेल्या हिंदूंच्या कॉलेजमध्ये एक सुद्धा मुसलमान प्राध्यापक नाही. हा फरक स्पष्टपणे जाणवत होता.

दंगल पेटल्यानंतर ती थांबावी म्हणून प्रयत्न काय झाले? तर संचारबंदी हाच उपाय योजण्यात आला. हिंदुमुस्लीम एकत्र यावेत म्हणून काही प्रयत्न झालेला नव्हता. आम्ही अनेकांना विचारलं की, ''असा कोणी नेता नाही का की, जो दोन्ही समाजांवर प्रभाव पाडू शकेल? ज्याला आपण फादर ऑफ द सिटी म्हणू शकू?'' तर उत्तर मिळाले की, असा एकही नेता इथे नाही, व अशी परंपराच इथे नाही. दंगली पेटल्या की, हिंदू हिंदूंना मदत करतात व मुस्लीम मुस्लीमांना. धर्मातीत विचाराचे लोक अगदी हाताच्या बोटावर मोजण्याइतकेच आहेत व ते सुद्धा उदासीन आहेत.

दंगलीच्या संदर्भात वृत्तपत्रांतून लेख लिहिणारे सुद्धा दंगल झालेल्या भागात जाऊन आलेले नाहीत!

'या दंगली थांबाव्यात म्हणून काय उपाय केले पाहिजेत?' असा प्रश्न केला. तर एकजात सर्वजण म्हणाले

''आमच्या गल्लीच्या तोंडाशी लोखंडी फाटक लावून द्या. म्हणजे हे हिंदू सगळे एकदम आत घुसू शकणार नाहीत! आम्ही आमचा बचाव करू शकू.'' आम्ही म्हटलं, ''जास्त जमाव जमला तर फाटक तोडू शकतो. हा तात्पुरता उपाय झाला. पण हिंदू मुस्लीमांची मनं एक व्हावीत म्हणून काय केलं पाहिजे?'' तर म्हणाले, ''तसं काही होणार नाही. फाटक लावलं की प्रश्न मिटेल. इतरत्र अशी फाटकं आहेत.''

अलिगढ शहराचा दुसरा विभाग बकाल आहे. घाणेरडा आहे. इथं कुलपं बनविण्याचे कारखाने आहेत. त्यात अनेक मुस्लीम स्त्रियां १८/१८ तास काम करतात. परदा वगैरे नाही. कारखान्याचे मालक मुस्लीम आहेत. इतरत्र चालते तशी कामगारांची पिळवणूक इथेही चालते. पिस्तुलं घरोघरी बनतात, असं कळालं. कुलपांचे छोटे छोटे भाग बनवत असताना पिस्तूल पण सहज बनवलं जातं. त्यामुळे दंगलीत पिस्तुलं, गावठी बॉंब यांचा सर्रास वापर करण्यात येतो.

रोज नव्या नव्या अफवा पसरत असतात व थोड्या बहुत प्रमाणात दंगल पेटत असते. मग ७२ तासांची संचारबंदी, ४८ तासांची संचारबंदी एकेका भागात लागत असते. रात्रीची संचारबंदी सतत आहेच. यामुळे जे सायकलरिक्षा चालवतात त्यांचं

काम बुडतं, मजुरांचं काम बुडतं. अशा लोकांना मदत देणं जरूर वाटलं म्हणून हिंदू व मुस्लीम दोन्ही समाजातील काही मंडळींना आम्ही रोख मदत दिली. त्यांना परिस्थितीबद्दल विचारलं तर म्हणतात, 'हालत बहुत खराब है । रोज कुँवा खोदते है और पानी पिते है ।'

धर्मातीत शक्तीअभावी अलिगढ सतत जातीय दंग्यांनी धुमसत आहे. तिथे धर्मातीत शक्ती निर्माण होऊन त्यांचा प्रवाह निर्माण झाल्याशिवाय अलिगढला शांतता लाभणार नाही.

दुसऱ्या दिवशी सकाळी आम्ही मधु लिमये, यशवंतराव चव्हाणांना भेटलो. त्यांना आमच्या प्रयत्नांचं कौतुक वाटलं. त्यांनी सविस्तर माहिती घेतली. फार आस्थेनं चौकशी केली.

आम्ही मुंबईस आल्यावर मी साधनेत सविस्तर वृत्तांत लिहिला. म.टा. व इतरत्रही अनेक वर्तमानपत्रांतून वृत्तांत छापून आले.

मे १९८९ मध्ये यदुनाथजींनी "मुस्लीम प्रबोधनवादी गटासाठी दहा दिवसांचे एक शिबिर घेऊ शकत असशील तर पाहा. आंतरभारतीतर्फे खर्चाची व्यवस्था होईल." असं कळविलं.

त्याप्रमाणे नेरळजवळ मालेगाव इथे प्रा. कुलसुम पारेख यांच्या बंगल्यात शिबिर आयोजिलं होतं. शिबिरात २५ निवडक कार्यकर्ते उपस्थित होते. व्याख्यानासाठी प्रा. नरहर कुरुंदकर, असगरअली इंजिनियर, यदुनाथजी, व्ही. व्ही. नगरकर, न्या. चंद्रशेखर धर्माधिकारी, प्रा. कुलसुम पारेख तर वजीर पटेल, मुमताज रहिमतपुरे, अमर हबीब हे शिबिरार्थ्यांपैकी होते.

कुरुंदकर येणार म्हणून मला पत्र आलं होतं. मी त्यांना आणायला नेरळच्या स्टेशनवर गेलो. पण ठरलेल्या गाडीनं ते आलेच नाहीत. आणखी दोन गाड्या पाहून मी परत आलो. ते तीन दिवसांसाठी एकटेच वक्ते असल्याने दुसरा कार्यक्रम ठेवला नव्हता. सायंकाळी टी. व्ही. वर आम्ही कार्यक्रम पाहत बसलो होतो. जवळपासची बरीच मंडळी टी.व्ही. पाहायला यायची. गर्दी झाल्यानं ती बाहेरच उभी असायची, टी. व्ही. वर तबला व सारंगीची जुगलबंदी चालू होती. दोघे कलाकार तोडीस तोड होते. आणि तबल्याची तोड ऐकून, जोरदार दाद देणारा आवाज बाहेरून आला, मला तो आवाज ओळखीचा वाटला व मी बाहेर येऊन पाहतो तर कुरुंदकर त्या लोकांत उभे होते!

त्यांनी रिझर्व्हेशन केलं होतं पण, त्यांची गाडी चुकली. त्यामुळे त्यांना पाठविणाऱ्यानं पुढच्या गाडीचं रिझर्व्हेशन करून दिलं होतं. त्यामुळे ते रात्री नेरळला पोहोचले व अंधारातून दोन किलोमीटर पायी चालत आले होते. आम्हाला ओशाळायला झालं होतं. पण ते म्हणाले,

"त्यात माझीही चूक होती. तेव्हा चालण्याची शिक्षा मला हवीच होती, मी ती भोगली आहे. आता जेवायची व्यवस्था करा."

या शिबिरात शाकाहारी जेवण असायचं. पण प्रा. कुलसुम पारेख बाईंच्याकडं रोज मटण असायचंच. पण ते गाईचं मटण असायचं. त्याबद्दल त्या सांगायच्या.

"बकरेका गोष बहुत महँगा है। और जो गोष कॉमन मॅन खा नही सकता वह मैंभी नही खाऊँगी ऐसी मैने कसम ली है। इसलिए मैं बीफ खाती हूँ। कुरुंदकर साहेब आप तो जानवा डालनेवाले बम्मन है। आपको चलेगा बीफ?"

"क्यों नही? मैं आदमी छोडके सब खाता हूँ , मझे तो गोमांसभी चलेगा। रही जानवे की बात, वो तो अब चावीयाँ बांधनेकेलिए मैं इस्तेमाल करता हूँ।" इति कुरुंदकर.

दुसऱ्या दिवशी कुलसुमबाईंनी बीफ ची डिश सर्वांना दिली. कुरुंदकर गोमांस भक्षण करतात. आणि बाबूमियाँ बँडवाले मात्र शाकाहारी असल्यानं डाळभात खातात. हे वेगळच दृश्य आम्ही अनुभवत होतो. पण या विरोधाभासातली मौज इथेच संपली नाही.

शिबिरानंतर पंधरा एक दिवसांनी मला कुरुंदकरांची निमंत्रण पत्रिका आली. ते निमंत्रण होतं त्यांच्या मुलाच्या मुंजीचं!

विशेष म्हणजे कुरुंदकरांनी तीन दिवस इस्लाम, अलिगढ विद्यापीठ, मुस्लीम कायदे, हैद्राबाद स्वातंत्र्याचा लढा, स्वातंत्र्यचळवळीतील मुस्लीमांचं योगदान, यावर व्याख्यानं दिली. त्याबरोबरच त्यांनी आत्मकथनही केलं. त्यात स्वातंत्र्यलढ्यात त्यांचे वडील तुरुंगात केल्यानंतर त्यांचे चाऊस नावाचे मुस्लीम मित्र यांनी कुरुंदकरांच्या घरची सर्व सोय लावून दिली.

'क्यों बे लौंडे' अशी हाक ऐकू आली की नरहर कुरुंदकर घराबाहेर येत व त्या मुसलमान काकांना सलाम करून घरातील धान्य, साखर, तेल संपलं, शिल्लक आहे, हवे, नको ते आईच्या मदतीने सांगत. तसंच त्यांनी केलेलं भूमिगत चळवळीचे नेतृत्व वगैरे सर्व आम्ही भारावून ऐकलं.

प्रा. कुलसुम पारेखबाईंनी आपल्या इस्टेटीची ट्रस्टची कल्पना मांडल्यावर त्यांच्या मिळकतीत नदीकाठची थोडी शेती असल्यानं मी मरहूम अण्णासाहेब सहस्त्रबुद्दे यांच्याकडे गेलो, त्यांच्याकडून काही योजना घ्याव्यात म्हणून. अण्णासाहेब तेव्हा नागपुरात डॉ. झिटेंच्याकडे आंतरभारती निसर्गोपचार केंद्रात राहत होते.

अण्णासाहेबांनी नेरळला येऊन शेती पाहण्याचं आश्वासन दिलं व म्हणाले, "आता नागपुरात आला आहेस तर मुस्लीम मोहल्ल्यातून फीर. पाहा इथं काही काम उभं करता येतं का?" असं म्हणून त्यानी पठाण नावाच्या खादीभांडारातील

कार्यकर्त्याचा पत्ता दिला. त्यांनी ॲड. शीला कामत नावाच्या एका तरुणीची ओळख करून दिली. ती एल्.एल्. बी. करत होती. त्यांच्या मदतीनं मी कोर्टातील तलाकपीडितांचे अर्ज शोधून काढले.

१९७८ च्या जानेवारी महिन्यात नागपूरच्या कोर्टात २८ पोटगींचे दावे दाखल झाले होते. मग त्यांचे पत्ते शोधत आम्ही अनेक मुस्लीम मोहल्ले पालथे घातले. आलेल्या पाहुण्यांचं पान देऊन स्वागत करण्याची नागपूरची पद्धत वेगळी वाटली.

नागपुरात महिलांची एखादी सभा घ्यावी म्हणून मी प्रयत्न करायचं ठरविलं. पण पंधरावीस दिवसांत ते शक्य नव्हतं. नंतर येऊन एक दोन महिने राहून काम करू या, असं ठरवून मी निघून आलो. पुन्हा ते जमलंच नाही. तसंच प्रा. कुलसुम पारेखनी ट्रस्ट करण्याची योजना रद्द केल्यामुळे अण्णासाहेबांचे नेरळात येणंही झालं नाही. पुढे प्रा. कुलसुम पारेखनी तिथली मिळकत विकून टाकली व त्या पुण्यास स्थायिक होण्यासाठी गेल्या. पण सध्या त्या सातार्‍यात अभय कांताकडे होत्या. अलीकडेच त्यांचे निधन झाले.

मंडळाच्या कामात शानूरबी शेखची केस लक्षात राहणारी. मंडळाच्या वतीनं कायदाविषयक मोफत सल्ला केंद्र चालविलं जात होतं. ॲड. समुद्रे व सध्या न्यायाधीश असलेले अविनाश महाडीक हे मंडळासाठी मोफत काम करत असत.

शानूरबी ही अकाली प्रौढत्व प्राप्त झालेली एक तलाकपीडित युवती: १९७४ च्या क्रि. प्रो. कोड १२५ प्रमाणे मुस्लीम स्त्रीला पोटगीचा अधिकार मिळाला. त्यावेळी ती मंडळाकडे आली. न्यायालयात पोटगीसाठी अर्ज दाखल केला. सुनावणी सुरू झाली.

आपलं लग्न झाल्याचा पुरावा अर्जाच्या सोबत कोर्टात सादर करावा लागतो. हा पुरावा मशिदीत असतो. प्रत्येक मशिदीत एक लग्नाचं रजिस्टर असतं. त्याची सरकार दरबारी नोंद नसते.

मुस्लीम स्त्रीला पोटगी मागण्याचा अधिकार मिळाला याचा राग मुस्लीम पुरुषाला होताच. त्यामुळे लग्नाची नोंदणी झालेल्या रजिस्टरमधील उतारा आणावयास गेलेल्या मुलीच्या बापाला तो उतारा मिळाला नाही. आज आणतो, उद्या आणतो करत तारीख चालविण्याचा दिवस उजाडला तरी उतारा आला नाही. विरोधी पक्षाच्या वकिलाने त्याचा फायदा उचलला. नवर्‍यानं, ''माझं या स्त्रीशी लग्नच झालं नाही'' असं कोर्टात सांगितलं.

याशिवाय शानूरबीचं पूर्वी सोलापूरला एक लग्न झालेलं होतं व त्या नवर्‍यानं तिला तलाक दिला होता. त्या तलाकची जाहीर नोटीस छापलेलं वर्तमानपत्र नवर्‍याच्या वकिलानं कोर्टात फडकावलं. ही माहिती आम्हाला शानूरबीनं अजिबात

सांगितलीच नव्हती.

कोर्टानं या दोन मुद्यांना धरून, "बाई लग्न सिद्ध करू शकत नाहीत, म्हणून पोटगी देता येत नाही." असं म्हटलं!

दुसरा मुद्दा होता, 'मला नवरा त्रास देतो व मारतो.' यावर भालचंद्र नावाच्या न्यायाधीशांनी आपल्या निकालपत्रात आपल्या अगाध इंग्रजीत शेरा मारला की, every husband has a right to beat his own wife (प्रत्येक नवऱ्याला आपल्या बायकोस मारण्याचा अधिकार असतो!) स्त्रीचा छळ तिचा नवरा करतो. फार तर सासुसासरे करतात. इतरही करतील, पण न्यायाधीश अशा प्रकारे छळतो हे आम्हाला नवीन होतं. या विधानाविरुद्ध आम्ही वर्तमानपत्रात झोड उठविली. तेव्हा 'महाराष्ट्र टाईम्सने' अग्रलेख लिहिला. 'टाईम्स ऑफ इंडिया' नं स्फुट लिहिलं. 'महाराष्ट्र टाइम्स' मधील 'कांदापोहे' या व्यंगचित्र सदरात श्याम जोशींनी न्यायाधीशानं हातात लाकडी हातोडा उचलल्याचं चित्र दाखवून त्याच्या तोंडी वाक्य टाकलं, "बायकांना मारण्याचा अधिकार देतो, पण हा हातोडा देणार नाही, कारण आज रात्री मी तो घरी नेणार आहे."

या निकालाविरुद्ध अपील करण्यात आलं व जिल्हा कोर्टानं दोन वर्षांनी पुन्हा चौकशीसाठी खालच्या कोर्टात केस पाठविली. लग्न झालं आहे हे सिद्ध झाल्यानं आता पोटगी बसली. पण नवऱ्यावर वॉरंट लागूच होत नव्हतं! नवरोबा आपल्या घरीदारी राजरोस फिरत होता पण पोलिसांना वॉरंट लागू करायला सापडत नव्हता. कारण त्यांना लाच देऊन चूप बसविलं होतं आणि इकडे शानूरबीचं आयुष्य उद्ध्वस्त झालेलं आहे.

"सलामलेकुम ।"

"वअलैकुम सलाम ।"

"जमादारसाब है क्या?"

"मैं जमादार, बोलो कहाँसे आये?" त्या म्हाताऱ्या गृहस्थांना खुर्ची देत मी म्हणालो.

"तुम्हारे महिला मदत सेंटरपर तक्रार लायेसो है ।"

"किसकी है? तुम्हारे लडकीकी?" माझा प्रश्न.

"नय, नय हम लडकेवाले हैं । हमारी बहू मायके भाग गयी । उसे तलाक देनेका है ।"

"क्यों? भागके गयी?" माझा प्रश्न.

"मस्ती वो, अच्छा खाता पिता घर उसे नको है ।"

"फिर भी कारण कुछ होगा ना?"मी.

"उसेच जाकर पुछो ।"

"अच्छा, भागके कहाँ गयी?"

"उसके मां बापके घरकू. मैं उसे समझाके लेके आया । मगर बेटा कतंय "भागके गयी सो जोरू मजे नको ।" उसके वास्ते तुम्हारे पास आये । तुमेच तलाक करो । बादमे तुम्हारा उपोषण बिपोषण नको हमना ।"

साठीच्या जवळपास वय असावं. चेहऱ्यावर पांढरी दाढी, कपाळावर काळा व्रण नियमित नमाज पढणाऱ्या लोकांच्या कपाळावर असतो तसा. घरात बसून पोष्टानं तलाक न पाठवता तो आमच्याकडे आला. त्यामुळे त्याच्याबद्दल माझं चांगलं मत बनलं.

मी मुलीचा पत्ता विचारून घेतला. तिची बाजू मांडण्यासाठी मदत केंद्रात येण्यासाठी पत्र पाठविलं.

त्या म्हाताऱ्या गृहस्थाचा मुलगा दुसऱ्या दिवशी माझ्या कामाच्या ठिकाणी येऊन मला भेटला, म्हणाला,

"माझे वडील तुम्हाला भेटलेत. मला तलाक मिळवून द्या." एकूण त्याला तलाकची घाई दिसली. दोन दिवस त्या मुलीची वाट पाहून तिला भेटायला मी तिच्या घरी गेलो. 'मी कोण? कुठला?' इ. चौकशी झाल्यावर त्या मुलीची आई म्हणाली,

"माझी मुलगी घरी आली हे खरं, पण हे लोक तिला 'शॉक' देण्यासाठी मेंटल हॉस्पिटलमध्ये नेणार होते. म्हणून भीतीनं ती निघून आली. कोल्हापुरातच घर असल्यानं येणं काही अवघड नव्हतं."

"नवरा भावजयीच्या मुठीत आहे, एकूण न सांगण्यासारखं आहे. आम्ही मुलीला पाठवणार नाही. आमच्या मुलीला धोका करून मारतीलसुद्धा." आई पुढे म्हणाली.

आमच्याकडे येणाऱ्या तक्रारी मुलीचे पालक घेऊन येतात. नांदवत नाही, पोटगी देत नाही, तलाक देत नाही इ. पण इथे केस वेगळीच होती.

मुलगी अगदी लहान होती. १६-१७ वर्षांची असेल, सुस्वरूप, देखणी. आठवीत असतानाच शाळा बंद करून लग्न करून दिलं. मुलाकडचे लोक मागे लागले. अनेक मध्यस्थ घेऊन आले व मुलीला लग्न करून नेलं. वडील बिगारी काम करत. आई घरीच असे. सात मुलं. स्वत:चं घर होतं. दोन खोल्या गहाणवट दिल्या व बारा हजार कर्ज काढून लग्न करून दिलं. आता ते मागच्या खोपटात राहत होते.

मुलीचे आई वडील म्हणाले, "आम्ही बारा हजार कर्ज काढून लग्न करून दिलं आहे, ते आम्हाला परत मिळाले तर तलाक घेऊ. अन्यथा नाही."

नवरा मुलगा म्हणाला, "आम्ही घेतलेल्या पैकी पाच हजार व साहित्य देतो.

पण इतर खर्च देणार नाही.''

१९८६ च्या मुस्लीम महिला विधेयकामुळे नवऱ्यानं टाकलेल्या स्त्रियांना कोणताच आधार राहिलेला नाही. तेव्हा नवरा स्वत:हून पाच हजार रुपये व साहित्य देतो म्हणतोय तर ते घेऊन तलाक स्वीकारा, असं मुलीला नाइलाजानं सांगावं लागलं.

''अहो हा मनुष्य वकिलाकडे गेला तर, वकील सांगेल, 'मेहरची रक्कम व तीन महिन्यांची इद्दतची पोटगी पोस्टानं पाठव व तलाक दे.' मुस्लीम महिलाविधेयकामुळे पोटगी देण्याची जबाबदारी त्याच्यावर नाहीच. तेव्हा तो देतोय त्यात वाढवून मागूया. पण कोर्टात न जाता हा तलाक करू या.'' असं मी सुचविलं. पण त्यांनी १२ हजारांचा व त्यानं ५ हजारांचा हेका सोडला नाही. आम्ही गप्प बसलो.

पंधरा दिवसानंतर मुलगी, तिचे आईवडील व तिचे एक नातेवाईक मदतकेंद्रावर हजर झाले. म्हणाले, ''पोष्टानं तलाक पाठविलाय. मेहरचे ५०० रुपये व तीन महिन्यांचे ३०० रु. पोटगीचे मनिऑर्डरनं पाठविले आहेत. आम्ही ती स्वीकारली नाही.''

शेवटी आम्ही म्हणत होतो तेच झालं होतं! नोटीस व मनिऑर्डर घेतली नाही. तरी साधं पत्र वकिलानं पाठविलं होतंच, त्यामुळे तलाक दिला असं त्याला म्हणता येत होतं. आम्ही त्यांना आमच्या वकिलाकडे पाठविलं. वकिलानं नोटिसला उत्तर पाठविलं. त्याला फारसा अर्थ नव्हताच. पण नवऱ्याला मुलीनं तलाक मंजूर केला अशी सही हवी होती. त्यामुळे मुलीकडच्या लोकांकडे बातम्या येत होत्या की, मुलीला पळवून नेऊन सही घेणार आहेत. मुलीनं रडून दंगा घातला होता. तिचं ते वयच होतं. गेल्या वर्षी आठवीत शिकणारी पोर दहा महिन्यांत तलाक घेऊन घरी आली होती. तिच्यावर आकाशाची कुऱ्हाड कोसळली होती.

आणखी एक केस अशी होती ....

सुस्वरूप असलेल्या लहान मुलीचं लग्न ठरल्यावर मुलीच्या वडिलांनी थोरलीचं लग्न लोकापवादास्तव झटपट उरकून टाकलं. नवरा मुलगा हा गरीब, अशिक्षित पण मिळवता होता. स्वत:ची आर्थिक परिस्थिती चांगली असलेल्या या गृहस्थाने आपल्या या जावयास हरप्रकारे छोटी मोठी मदत, या ना त्या कारणाने करण्यास सुरुवात केली. खरं पाहता, या गोष्टीचं मुलाच्या घरी एरवी स्वागत व्हायला हवं. परंतु आपला व्याही आपल्या मुलास आपल्यापासून हिसकावेल, या खोट्या भीतीनं मुलीस नवऱ्याच्या घरी हेतुपुरस्सर त्रास द्यायला सुरुवात झाली.

अशाच एका घरगुती वादात, मुलगी शहरातच असलेल्या वडिलांच्या घरी परत आली. याचं निमित्त करून नवऱ्यानं वकिलामार्फत पोस्टानं तलाक पाठवला.

तेव्हा लग्नात दिलेलं २० हजारांचं साहित्य परत मिळविण्यासाठी ही केस आमच्याकडे आली. आम्ही बोलणी केली व जावयानं सर्व साहित्य देण्याचं मान्य केलं. पण इतक्या सहजासहजी जावयाला मुक्त न करता, त्याची खोड मोडण्यासाठी त्याला कोर्टात खेचावं असं सासऱ्याचं मत पडलं.

... आणि एके दिवशी जावई अचानक सासऱ्याच्या घरी आला नि म्हणाला,

"मामुजान, वो जो तलाक था, तो तलाक मेरे घरके लोगोंने मेरे ऊपर दबाव लाके भेजा था। मेरा उस में कुछ कुसूर नहीं, अभी मैं जोरुको लेके जानेकू तैय्यार हूँ। हम लोग अलग रहेंगे।" समेट करण्यासाठी तो हेलपाटे घालत होता. याच काळात जावयाचा थोरला भाऊ सासऱ्याच्या घरावरून येरझाऱ्या घालत होता. त्याचा निर्देश करून आपल्यावर घरच्या लोकांची गुप्तहेरी चालली आहे. तरी पण "मी वेगळा राहणार, मी खोलीचं वगैरे पाहतो. दरम्यान आठेक दिवस तुम्ही माझी भेट घेण्याचा प्रयत्न करू नका. माझ्या घराकडे बिलकूल फिरकू नका." असं सांगून तो निघून गेला.

या आश्वासनावर भिस्त ठेवून सासरा आपल्या या समजूतदार, सज्जन, कष्टाळू, स्वाभिमानी जावयाच्या नव्या संसाराची जुळणी करण्यात गुंतला असतानाच, जावयानं परस्पर दुसरं लग्न उरकून सासऱ्याची विकेट घेतली.

चांगली प्राध्यापिका असलेली रशिदा मदतकेंद्रावर आली. तिची कहाणी इतर मुस्लीम स्त्रियांसारखीच. प्राध्यापक असलेल्या नवऱ्यानं तलाक दिला आहे. एक मुलगा आहे. "कृपया मला नवऱ्याच्या घरी घालवा."

एखाद्या अडाणी, निराधार स्त्रीनं विनवणी करावी अशी तिची मागणी.

"नवऱ्यानं टाकलेल्या अवस्थेत कसं जगायचं? समाज काय म्हणेल? दुसरं लग्न आमच्या घराण्यात कधी कोणाचं झालेलं नाही. त्यात मला मुलगा झाला आहे. आता तर दुसऱ्या लग्नाचा विचार शक्यच नाही. नोकरी करणारी बायको म्हणून माझं सुरुवातीला किती कौतुक झालं. माझी नोकरी मिरजेला. तो निपाणीला. मी म्हणाले, कोल्हापुरला घर करू. दोघांना जाऊन येऊन नोकरी करता येईल. तो तयार नाही. पगाराच्या दिवशी न चुकता मिरजेला यायचा. माझा पगार घेऊन जायचा, त्याची पार्टटाईम नोकरी होती. त्यानं आपली डॉक्टरेट पूर्ण केली. माझ्या गरजा लक्षात घ्यायला तो तयार नव्हता."

"हळूहळू माझ्या लक्षात आलं की, दुसऱ्या बाईशी त्याचे लग्नापूर्वीपासूनच संबंध आहेत व ते अद्यापि चालू आहेत. मी उद्धस्त झाल्याची जाणीव मला झाली! मी त्याबद्दल विचारताच त्यानं माझ्याबद्दलच संशय व्यक्त केला. मी पगार देईनाशी होताच, मला तोंडी तलाक दिला. पण या तोंडी तलाकला काय अर्थ आहे? आणि

आज समाज कसा आहे?''

"मी नवऱ्याघरी जाण्यास तयार आहे. तो मला नोकरी करू नको म्हणत असेल, तर ती सोडायला मी तयार आहे. सात पडद्यात ठेवत असेल तर राहायला तयार आहे. मला नवऱ्याकडे घालवा.'' रशिदा सांगत होती.

"अहो बाई, तुम्ही शिकला आहात, मिळवत्या आहात, नवरा तुमच्याशी अप्रामाणिकपणे वागतो. त्यानं तलाक दिलाय, इतकं सर्व असता स्वत:चं स्वातंत्र्य गमावून, नाक मुठीत धरून नवऱ्याघरी जाण्याचं काय कारण!'' मी विचारलं.

या प्रश्नावर ती फार हळवी बनली. म्हणाली, "नवऱ्याने टाकलेल्या बाईचं जीणं मला जगायचं नाही. शिवाय मुलाला वडील हवाच ना?''

आम्ही तिच्या नवऱ्याशी बोलण्याचा प्रयत्न केला. तो टस् की मस् झाला नाही. आता तर त्यानं दुसरं लग्न केलं आहे.

आपला मुलगा मोठा करीत रशिदा जगते आहे. पण नवरा अधून मधून आपल्या मुलाला भेटण्याचा प्रयत्न करतो. त्याच्या वाढदिवसाला तार करतो. मित्रांकरवी निरोपचिठ्ठ्या पाठवतो. त्यानं रशिदाला सांगून ठेवलं आहे की, मुलगा सात वर्षांचा झाला की, आपण कोर्टात भेटू. त्यामुळे गेली सात वर्षे ही बाई नवरा आपल्याला नेईल किंवा त्यानं आपल्याला न्यावं म्हणून प्रयत्नशील आहे.

या पार्श्वभूमीवरील वेगळं उदाहरण म्हणजे आमच्या बरोबर काम करणारी प्रा. बेनजीर. प्रतिभावंत मुलगी. बुरख्यात ठेवणाऱ्या इंजिनियर नवऱ्याचा संसार चालवत होती. पण तिच्या नशिबी एका मुलानंतर तलाक आला. हा तलाकसुद्धा न देऊन आपल्या बायकोला छळण्याचं हत्यार म्हणून उपयोग करण्यात मुस्लीम पुरुष पुरुषार्थ मानत असतात. त्यामुळे मंडळाचे संघटक सय्यदभाईंना सामदामदंडभेद या मार्गांचा उपयोग करून हा तलाक मिळवावा लागला.

नंतर बी.एस्सी., एम्. एस्सी. करून ती प्राध्यापिका झाली व नंतर पुरोगामी विचारांचा प्राध्यापक असलेल्या हिंदू तरुणाशी तिनं लग्न केलं. तिचा पहिला मुलगा तिच्याकडेच आहे. दोघांपैकी कोणीही धर्मांतर केलेले नाही. या बाबतीत त्या हिंदू तरुणाच्या मनात कुठलीही दयेची, उपकाराची अथवा समाजकार्याची इ. भावना बिलकूल आढळत नाही.

बी.ए. ची पदवी घेतली तरी नोकरी मिळणं शक्य नव्हतं, म्हणून मी एल्.एल्.बी. करत होतो. कोल्हापुरातील ज्येष्ठ सर्वोदयी कार्यकर्ते, स्वातंत्र्यसैनिक दत्ता शिंदे यांनी मला अनपेक्षितपणे मदत केली. भेटले असता त्यांनी चौकशी केली.

"हुसेन, सध्या तुझं काय चाललं आहे?''

"मी एल्.एल्.बी. करतो आहे; पण बी.एड् . करण्याचा विचार आहे. बी.एड्. ला प्रवेश मिळणं कठीण आहे. कार्यकर्ता म्हणून प्रवेश मिळाला तरच मिळेल."

"तू पदवीधर आहेस?"

"होय, मी. बी. ए. आहे."

"मग ठीक आहे. ए. बी. शहांच्या नावे मला एक पत्र दे. मी पुण्यास जातो आहे. पाहतो तुझ्या प्रवेशाचं." मी तसं पत्र दिलं.

चार दिवसांनी दत्ता शिंदे घरी आले व म्हणाले, "तुला प्रवेश मिळेल. डॉ. जे. पी. नाईक यांनी पत्र दिलं आहे."

बी. एड् . कॉलेज सुरू झालं तरी मला बोलावणं आलं नाही. मुलाखतीची आशा सोडून मी लॉ पूर्ण करायचं ठरवलं."

पण मला बी. एड्. ला प्रवेश मिळाला. प्राचार्या लीला पाटील यांनी कसून घेतलेल्या मुलाखतीत मी यशस्वी झालो.

बी. एड् . ला खर्च असतो. मला दुसऱ्याकडे पैसे मागायचे म्हणजे संकट वाटायचं. त्यामुळेच अडचणीतून आपोआप मार्ग निघत असावा.

गोखले इन्स्टिट्यूट पुणे, या संस्थेचे एक अधिकारी गांधीनगरला घरी भेटायला आले. आयेशासाठी सर्व्हेचं काम होतं. कुटुंबनियोजनविषयक कौटुंबिक सर्व्हे होता. मुख्यत: महिलांची सर्व माहिती घ्यायची असल्यानं सर्व्हेसाठी महिला हव्या होत्या.

जिल्ह्यातील दोन-दोन तालुके, तालुक्यातील दोन-दोन गावं, पन्नास कुटुंबं एका गावातील, असं फॉर्म भरण्याचं प्रमाण होतं.

एका गावचा सर्व्हे करण्यास सातशे रुपये मिळणार होते. काहीही करून हे काम मिळवायचंच असं आम्ही ठरविलं. अधिकाऱ्यांना जेवणाचा आग्रह केला.

"जेवण नको, काम करत असाल तर तसं लिहून द्या, मी कोल्हापुरातील दोन स्त्रियांना भेटून आलो, त्यांनी नकार दिला, तेव्हा तुम्ही करणार असाल तर लेखी द्या."

आंधळा मागतो एक डोळा .... तशी आमची अवस्था झाली.

सर्व्हेचं काम मिळालं व माझ्या बी. एड्. चा प्रश्न मिटला. तत्पूर्वी आंतरभारती शिक्षण मंडळाचे बाबा मुळीक, श्याम पटवर्धन व प्रा. चंद्रकांत पाटगावकर यांनी संस्थेकडे नोकरीसाठी अर्ज देऊन ठेवण्यास सांगितलं होतं.

ए.बी. देशपांडे तेव्हा संस्थेचे चिटणीस होते. त्यांच्याकडे जाऊन अर्ज दिला. ते वि. स. खांडेकर प्रशालेचे मुख्याध्यापकही होते.

कोरगावकर ट्रस्टमधून माझं मानधन बंद झाल्याचे त्यांना माहीत होते. त्यांनी ट्रस्टला या वर्षापुरतं माझं मानधन सुरू करण्यासाठी परस्पर विनंती केली. ते होण्याची चिन्हं दिसेनात तेव्हा देशपांडे सर मला 'दि कोल्हापूर जनता सहकारी

बँके'त घेऊन गेले. शिंदे नावाचे त्यांचे विद्यार्थी तिथे मॅनेजर होते.

"यांना शेअर्स द्या. व बी. एड्. साठी कर्जही द्या."सरांनी सांगितलं. तेव्हा शिंदेनी विचारलं, "कर्ज कशाच्या हमीवर द्यायचं?"

"हे बी. एड्. झाल्यानंतर आम्ही त्यांना नोकरीवर घेणार आहोत." सर म्हणाले.

"तसं लिहून द्या." शिंदेंनी मागणी केली. तेव्हा देशपांडे सरांनी तसं लिहून दिलं.

मला पंधराशे रुपये कर्ज मिळालं. कार्यकर्त्याला नोकरी नसल्यानं पत नसते ; पण नोकरी मिळणार हे आश्वासनही पत निर्माण होण्यास पुरेसं झालं.

एकदा मधुभाई पंडितांचा निरोप आला. ते श्याम पटवर्धनांच्याकडे उतरले होते. ते म्हणाले

"तू बी. एड्. करतोस असं कळलं. मानधन सुरू नाही ना झालं?"

मी स्तब्ध.

"तुझं बी. एड्. होईपर्यंत पंडित ट्रस्टकडून दरमहा तुला दोनशे रुपये पाठवत जाईन!"

पुढे वर्षभर ते न चुकता दोनशे रुपयांचा ड्राफ्ट पाठवत असत. कधी वेळ झाल्यास दिलगिरीचं पत्र असे. मला शरमिंदं व्हायला व्हायचं. या सर्व घटनांमुळेच पूर्ण वेळ कार्यकर्ता व्हायच्या माझ्या खुमखुमीला कुठे बाधा आली नाही.

सर्व्हेच्या कामाला मी व आयेशा फिरत असू. मतदार यादीवरून कुटुंबे निवडली होती व संस्थेचं सरपंचाना पत्र असायचं. तेव्हा बॅ. अंतुले नुकतेच मुख्यमंत्री झाले होते. त्यांनी शेतकऱ्यांची कर्जे माफ केली होती. तेव्हा प्रत्येक पंचायतीत त्यांचा फोटो पाहायला मिळायचा.

शासनानंच शेतकऱ्यांची माहिती घेण्यासाठी आम्हाला पाठविलं आहे असं लोकांना वाटायचं.

सर्व्हेला चांगला प्रतिसाद मिळाला व आम्हाला कामाची गरज असल्यामुळे आम्ही चार दिवसांत पन्नास कुटुंबांचा सर्व्हे पार पाडत असू.

रायगड जिल्ह्यातील भिवंडी व रानवली गावांच्या सर्व्हेत मुस्लीम समाजाचं जवळून दर्शन घडलं. भिवंडीत मागावर काम करणारे लोक, त्यांच्या झोपड्या, टी. बी. चे पेशंट, मुलांची लेंढारं, व यू. पी. तून आलेल्या एका मुस्लीमाचं उद्दाम उत्तर, "खुदाकी मेहरबानीसे छे बच्चे है, और पाँच– छे हो जायेंगे ।"

त्याची कोरलेली दाढी, पांढरी फटक बायको, त्याला भिडलेली सहा मुलं आणि त्याचा उद्दामपण माझ्या दीर्घकाळ लक्षात राहिला.

महाराष्ट्रीय आणि आंध्रातील तेलगू मुसलमान यांच्या राहणीमानात जमीनअस्मानचा फरक होता, पण भयानक दारिद्र्य सर्वत्र दिसत होतं.

तिथे आकड्यांचे धंदे चालत. घरातील निम्मे लोक रात्रपाळी केल्यामुळे दिवसभर झोपलेले असत. बहुतेक टी. बी. चे पेशंट होते. सायंकाळच्या वेळी लोक उगीचच इकडून तिकडे धावत असत. एकूण त्यांचं जीवन असुरक्षित वाटत होतं. पंचवीस वर्षांपूर्वी बनारसहून भिवंडीत आलेला एक मुसलमान सरपंच झाला होता.

रानवली हे श्रीवर्धन तालुक्यातील बहुसंख्य मुस्लीम वस्ती असलेलं गाव. तिथं कोकणी मुसलमान राहतात. सर्व कोकणी मुसलमान हे शाफी पंथाचे आहेत. कोकणी मुसलमानांतच बेटीव्यवहार होतो.

देशावरच्या मुसलमानांच्या मानानं हे लोक रंगाने गोरे, नाकी डोळी नीटस, घाऱ्या डोळ्यांचे दिसतात.

इथे घराघरातून बऱ्याच स्त्रिया दिसतात, पुरुष परदेशी नोकरीवर. पोफळणकर नावाचे सरपंच होते. त्यांच्या नातेवाईकांकडे लग्न होतं. त्यामुळे त्यांनी पहिल्या दिवशी आम्हाला काम करू दिलं नाही. लग्नाच्या वऱ्हाडातून नेलं व ''हे आमचे पुण्याचे पाहुणे'' अशी आमची ओळख करून दिली. स्त्रिया बैलगाडीतून पडदे लावून जात होत्या.

लग्नात प्रेझेंट, 'एक नेकलेस, एक हिरेकी अंगुठी, दो हजार रुपये.' असा पुकारा होत होता. स्त्रिया सोन्यानं लदल्या होत्या.

मुसलमान मराठीतच बोलत होते. इतकी सुबत्ता मुस्लीमांत आहे हे पाहून मला झोपडपट्टीत राहणाऱ्या मुस्लीमांची याद आली.

सर्व्हेच्या कामातून बी. एड्. व्यवस्थित झालं. नाटकात काम करण्याची हौस इथे कॉलेजच्या नाटकात भाग घेऊन भागवली.

नोकरीबद्दल खात्री होती. पण गांधीनगर हे शहरापासून लांब. शहरात नोकरी करायची म्हणजे तिथेच राहणं चांगले असं वाटू लागलं.

मी पूर्वी राहत असलेल्या विक्रमनगरामध्ये माझ्या एका लांबच्या नातेवाईकांचा प्लॉट विकावयाचा होता. ते नोकरीनिमित्त सोलापूर जिल्ह्यात गेले होते. तो छोटासा प्लॉट मी विकत घेतला व तिथेच घर बांधायचं असं ठरवून गांधीनगरचं घर विकलं.

मी पुन्हा विक्रमनगरमध्ये राहायला येतो आहे, याचा विक्रमनगर सुन्नत जमातीच्या मंडळींना आनंद वाटला. घराच्या पायाभरणीस जमातीतील लोक व मौलाना आवर्जून उपस्थित होते. माझंही मशिदीत येणं-जाणं वाढलं.

माझी बहीण महाबूब ही भाड्याच्या घरात राहत होती. मी गांधीनगरला राहायला गेल्यावर, माझ्याजवळ राहायचं म्हणून तीही गांधीनगरला राहायला आली होती. ती

जवळ राहावी म्हणून प्लॉट दोघांत घेतला. गांधीनगरचं घर विकून आलेल्या पैशातून आमच्यासाठी दोन खोल्या व तिच्यासाठी एक खोली बांधली. जमतील तेव्हा पैसे दे असं तिला सांगितलं.

मध्यंतरीच्या काळात विक्रमनगरात पक्क्या इमारतीत मशिदीनं आकार घेतला होता. एके वर्षी रमजान महिना पावसाळ्यात आला. इथे रंगरेजा नावाच्या गृहस्थांची सहा खोल्यांची इमारत मोकळी होती. कपड्यांना रंग देण्याचं काम इथे चालत असे. पण त्यांनी आता आपला व्यवसाय इचलकरंजीस हलवला असल्यानं इमारत पडून होती. ती जागा जमातीच्या लोकांनी नमाजसाठी मागून घेतली होती व रमजान संपला तरी रंगरेजा यांचा तगादा नसल्यानं तिथंच नमाज होत राहिली. नंतर ती जागा मशिदीला द्यावी अशी रीतसर मागणी त्यांच्याकडे करण्यात आली व रंगरेजांनी उदार अंत:करणानं ती मागणी मान्य केली आणि अशा प्रकारे विक्रमनगर सुन्नत जमातीच्या मशिदीचा प्रश्न सुटला.

या मशिदीत नमाज पढताना मला सुरुवातीची माझ्या घरासमोरील ताडपत्री घालून तयार केलेली मशीद डोळयांपुढे दिसू लागली व आपण सुरू केलेल्या कामाला व्यापक स्वरूप प्राप्त झाल्याचं समाधान वाटलं.

मशिदीत नमाज पढवण्यासाठी उत्तर प्रदेशातील मौलाना होते. ते एकटेच असल्याने जमातीच्या सदस्यांपैकी ज्यांना शक्य असेल ते मौलानांना पंधरा दिवसांतून एकदा जेवणाचा डबा देत असत. माझ्यावरही जेवणाचा डबा देण्याची जबाबदारी टाकण्यात आली व मी ती आनंदानं स्वीकारली.

पंधरा दिवसांतून एकदा डबा द्यावा लागत असल्यानं मांसमच्छीचं चमचमीत जेवण देत असू. मौलानांना आपल्या घरचा डबा जातो याचं कौतुक मिश्रित समाधान आमच्या समाजाला वाटतं.

मी बी.एड्. होऊन 'जून' १९८१ ला आंतरभारती शिक्षण मंडळाच्या वि. स. खांडेकर प्रशालेत नोकरीवर हजर झालो. मी हायस्कूलला शिकत असताना मास्तर व्हायचं नाही असं ठरविलं होतं. मध्यंतरी महाविद्यालयीन बेकार विद्यार्थ्यांच्या आंदोलनाच्यावेळी बी. ए. च्या प्रमाणपत्राची होळी करायला निघालेला मी, त्याच प्रमाणपत्राच्या आधारे बी. एड्. झालो व आज शिक्षक म्हणून हजर झालो! हजर होताना देशपांडे सर म्हणाले, ''तुमचा विषय मराठी आहे; 'पन' 'आनि' यांसारखे उच्चार मला चालणार नाहीत.''

''तुमच्या अगोदर ते मलाच चालत नाहीत!'' असं मी ठासून सांगितलं.

नंतर नोकरी करताना लक्षात आलं की, सरांचा शाळेत फारच दरारा होता.

तासाला जाणारे शिक्षक, ते ऑफिसात असताना त्यांच्या समोरून न जाता, बिल्डिंगला वळसा घालून जात. 'विद्यार्थी नापास झाल्यानं त्याचं पुढील शिक्षण थांबत असेल तर मी विद्यार्थ्याला पास करण्याच्या बाजूचा आहे.' असे ते म्हणत व तसं करत.

खादीधारी देशपांडे सर कामाबद्दल काटेकोर असत. ते चांगल्या कामाच्या मागे उभे राहत. शिक्षकांच्या अडीअडचणी जाणून घेत. त्यांना मदत करत.

खोत नावाचे शिक्षक आजारी असल्यामुळे दवाखान्यात होते. मे महिन्याच्या सुट्टीनंतर पहिल्या दिवशी सही करण्यासाठी ते दवाखान्यातून आले असता देशपांडे सर म्हणाले, "तुम्ही कशाला आलात? जा. दवाखान्यात विश्रांती घ्या, मस्टर तिथे येईल, सही करून पाठवा." असं म्हणून त्यांनी त्या शिक्षकांना दवाखान्यात पाठविल्याचं मी पाहिलं आहे.

पुढे मी तलाकपीडित स्त्रियांच्या मुलांचं वसतिगृह सुरू केल्यावर त्याला मदत म्हणून शाळेत 'शामची आई' चित्रपट दाखवून त्यातून मिळालेले चारशे रुपये त्यांनी वसतिगृहाच्या इमारतीत फरशी घालण्यासाठी दिले होते. पुढे ते निवृत्त झाले व पुण्यास राहायला गेले अलीकडेच ते निवर्तले.

त्यांच्या जागी शेखर कासार हे मुख्याध्यापक म्हणून आले, तेव्हा शिक्षक व मुख्याध्यापक या पदांतील अंतर कमी झालं व खेळीमेळीच्या वातावरणात शाळा पूर्वीप्रमाणेच मार्गक्रमण करू लागली.

नोकरीला लागल्यावर पगार हाती आला, तो तीन महिन्यांचा अडीच हजार रुपये.

इतके पैसे काय करायचे? प्रश्न पडला.

पूर्णवेळ कार्यकर्ता म्हणून मला कोरगावकर ट्रस्टकडून दोनशे रुपये व मंडळाकडून अडीचशे रुपये यायचे. आमच्या गरजा भागवण्यास ते पुरायचे.

मंडळाच्या स्थापनेनंतर कोल्हापुरातून मी 'मुस्लीम सत्यशोधक पत्रिका' चालवत होतो. पुढे ती पत्रिका पुण्यास नेण्यात आली. नंतर ती बंद पडली. तेव्हा या पैशातून आपण छोटंसं नियतकालिक चालवावं असं मी मनाशी ठरविलं व 'मुस्लीम प्रबोधन संवाद' या नावाचं मासिकपत्र सुरू केलं. 'मुस्लीम प्रबोधन संवाद' या नावास शासकीय परवानगी न मिळाल्यानं पत्रिकेचं 'पुरोगामी मुस्लीम' असं नामकरण झालं.

याच्या पहिल्याच अंकात हमीद दलवाईंचे मुस्लीम समाजाविषयीचे विचार छापले होते.

"मुसलमानांनी हिंदूंप्रमाणे स्वत:च्या समाजातील दोष व कुप्रवृत्तींविरुद्ध झगडले पाहिजे. हे न झाल्याने मुसलमान समाज मागे पडला आहे. केवळ तक्रारी करून परिस्थिती बदलत नाही. जोपर्यंत मुस्लीम समाजात या देशाच्या राष्ट्रवादाशी आणि समान नागरिकत्वाच्या कल्पनेशी जुळते घेणाऱ्या प्रवृत्ती निर्माण होत नाहीत,

तोपर्यंत हिंदूमुस्लीम समस्या आपल्याला भेडसावीत राहणार आहे. ती सोडवावयाची असेल तर, प्रथम मुस्लीम समाजाचे मनोगत आणि आकांक्षा समजावून घ्याव्या लागतील. इतर प्रश्नांसारखाच हा प्रश्न नाही हे ओळखून, तो अनेक आघाड्यांवर सोडविण्याच्या दृष्टीने पावले टाकावी लागतील. मुस्लीम समाजातच जेव्हा धर्मनिरपेक्ष आधुनिक राष्ट्रवादी प्रवृत्ती मूळ धरतील तेव्हाच या प्रश्नाची तीव्रता कमी होऊ लागेल.''

तसेच मनोगतात तबलीग जमातची तुलना आर.एस. एस. शी केली होती. तबलीगमुळे मुसलमानांना मागासलं ठेवलं जातं याबद्दल मी लिहीलं होतं.

मी सर्वांना अंक वाटले, विक्रमनगरमधील मुस्लीमांनाही दिले. दोनच दिवसांत मला जाब विचारण्यास विक्रमनगरमधील मुस्लीम मंडळी आली. ते फार चिडले होते. म्हणाले,

''इसमें का मुस्लीम नाम कट करो, तुम्हे इस्लाम छोड दो, और जो कुछ लिखनेका है सो लिखो ।''

मी म्हणालो, ''का बाबांनो, मी स्वतः मुसलमान आहे. म्हणून मुस्लीम समाजातील चुका दाखविण्याचा पहिला अधिकार मला आहे. कारण आमचा समाज सुधारावा, त्याची शैक्षणिक, आर्थिक व वैचारिक इ. सर्वच बाबतीत प्रगती व्हावी असं मला वाटतं.'' ते काही ऐकून घ्यायच्या मन:स्थितीत नव्हते. त्यांनी बराच वितंडवाद घातला व निघून गेले.

त्याचा परिणाम म्हणजे माझ्या घरचा डबा मौलानासाठी नेणं बंद झालं. त्याबद्दल मी डबा नेणाऱ्याला विचारलं असता तो म्हणाला, ''जमादारके घरमेंका डबा लऊँ नको करके बोले, मशीदमें मीटिंग हुयी भी तुम्हारा डब्बा लेनेका नही ऐसा ठऱ्या.''

ज्यांच्या प्रभावानं हा बहिष्कार सुरू झाला. त्या हाजीसाबना भेटलो. त्यांनी या विषयावर बोलणंच टाळलं.

तोपर्यंत रमजान महिना सुरू झाला. या महिन्यात माझ्यावरचा बहिष्कार कडक करून त्यांनी अधिक पुण्य मिळवलं असणार, कारण या महिन्यात माझी वर्गणीही घेतली नाही. लग्नाची वगैरे निमंत्रणं माझं घर टाळून दिली जाऊ लागली.

मौलानांना तराविहची नमाज पढविल्याबद्दल रमजान महिन्यात खास मोबदला दिला जातो. त्यासाठी जमातीतल्या सर्व सभासदांकडून जादा वर्गणी घेतली जाते. गेल्या वर्षी माझ्याकडून पन्नास रुपये घेतले होते. ती वर्गणीसुद्धा यावेळी माझ्याकडून घेतली गेली नाही.

आपल्यावर ही पाळी येऊ नये म्हणून जमातीतील इतर मंडळींनी रस्त्यावर मी दिसलो, भेटलो तरी माझ्याशी सलाम कलाम बंद केला.

या बहिष्कारानं कोल्हापुरसारख्या शहरी वस्तीत माझं काही बिघडणार होतं किंवा नडणार होतं अशातला भाग नाही. दुर्लक्षित करण्यासारखी ही क्षुल्लक बाब होती. पण या विषयी सविस्तर सांगण्याचं कारण किंवा जाणवणारी गोष्ट म्हणजे मी या जमातीचा संस्थापक आहे. पहिली तीन वर्षे मशीद माझ्या घरासमोरच्या अंगणात होती व माझं घर हेच जमातीचं ऑफिस होतं!

मी जमातीच्या सेक्रेटरींना भेटलो,

"हमारा डबा बंद करे इसका मतलब हमारे घरपर बहिष्कार डाले क्या?"

याचं उत्तर देण्याचं त्यांनी टाळलं. ते कामगारकार्यकर्ते असल्यामुळे मी त्यांना म्हणालो,

"तुम्ही कार्यकर्ते आहात. तुम्ही कामगारांची संघटना बांधली व मालकाविरुद्ध लढा दिला, म्हणून इंडस्ट्रिजच्या चालकांनी तुम्हाला नोकरीवरून निलंबित केलं हा तुमच्यावर अन्याय झाला असं तुम्ही म्हणता. त्या मालकांनी जसा तुमच्यावर अन्याय केला त्याचप्रमाणे तुम्ही जमातवाले माझ्यावर बहिष्कार टाकून अन्याय करत आहात असं तुम्हाला वाटत नाही काय?"

ते म्हणाले, "ती गोष्ट वेगळी आहे; पण धर्माच्या बाबतीत आम्ही स्वत:च्या भावाला सुद्धा माफ करणार नाही."

आता मी अधिक आग्रह धरला असता तर त्यांनी डबा पुन्हा सुरू केला असता. पण तो डबा कदाचित मौलाना खाणार नाहीत. उलट कुत्र्यालासुद्धा घालतील असं मला वाटलं. मी असं म्हणतो याला एक आधार द्यावासा वाटतो.

मागे एकदा पन्हाळ्याला 'राम और श्याम' या चित्रपटाच्या चित्रीकरणासाठी दिलीपकुमार आले असता कोल्हापुरातल्या एका मशिदीच्या बांधकामासाठी मदत मागण्यासाठी काही मंडळी त्यांच्याकडे गेली व पैसे घेऊन आली.

नंतर त्या जमातीत त्यावर वादंग झालं. काहीजणांचं म्हणणं होतं की, "दिलीपकुमार जो पैसा मिळवतो तो हरामचा पैसा आहे, कारण नाचगाणं इस्लामनं निषिद्ध ठरवलं आहे. अशा व्यवसायातून मिळविलेला पैसा आपण मशिदीसाठी वापरू नये."

यावर त्यातील कोणीतरी हुशार माणसानं असा तोडगा सुचविला की, या पैशाने मुतारी बांधायला हरकत नाही.

ही तोड उपयोगी पडली व ते वादळ शमलं.

या लोकांना आकडेवाले व दारुवाले यांचा पैसा मशिदीला चालतो. इन्कमटॅक्स, सेल्सटॅक्स चुकविणाऱ्यांचा दोन नंबरचा पैसा मशिदीला चालतो, पण भूमिका वठविण्यासाठी कष्ट घेणाऱ्या दिलीपकुमारचा पैसा चालत नाही. मग मी तर हमीद दलवाई यांच्याबरोबर काम करणारा, जमातीनं बहिष्कारलेला. माझा डबा किंवा

वर्गणी यांना कशी चालेल?

या सर्व प्रकरणावर 'हा विजय बहिष्कारवाद्यांचा आहे' या शीर्षकाचा लेख 'मुस्लीम प्रबोधन संवाद' मध्ये लिहिला. या लेखाचं महाराष्ट्रातील अनेक नियतकालिकांत पुनर्मुद्रण झालं. अनेकांची मला धीर देणारी पत्रं आली.

''मला बहिष्कारवाद्यांचा विजय व तुझा पराजय वाटत नाही. संवाद प्रबोधनाच्या कामात जयपराजयाला वाव नसतो. ती प्रक्रिया असते. तुझ्या मनातील प्रतिक्रियेपेक्षा घडलेल्या घटनांचा परिणाम आजूबाजूला शोधायचा असतो. मुस्लीम शेजाऱ्यांना, मित्रांना याबद्दल काय वाटते, ते अजमावले पाहिजे. संवादाच्या अगोदर ही फॅसिस्ट पद्धत दूर करावी लागेल. आजकाल हा प्रकार वरचेवर जाणवतो. माणुसकीची नाती विलक्षण ताणली जातात. माणसाचे माणूसपण अमान्य करणारी ही व्यवस्था मोठी जीवघेणी असते.'' असं डॉ. बाबा आढावांनी लिहिलं.

प्राचार्य अ. दा. आत्तार यांनी लिहिलं, 'सूरह अल काफिरुन'चा हवाला देऊन माझ्या वागण्याचं समर्थन केलं. सूरह अल काफिरुन मध्ये म्हटलं आहे, ''तुमच्यासाठी तुमचा धर्म आणि माझ्यासाठी माझा धर्म.''

''मुस्लीम सत्यशोधक मंडळाचा नमाज, रोजा, जकात, वगैरे मुख्य धार्मिक प्रथा पाळणं याबद्दल आक्षेप नाही. फक्त चालीरीती या बदलत्या काळाप्रमाणे व देशपरत्वे बदलल्या पाहिजेत असं म्हणणारा तो समाज आहे. जगात इतर मुस्लीम राष्ट्रांत त्या बदलल्या जात आहेत. तुम्ही त्यांच्यावर रागावू नका. त्यांना जो संताप करावयाचा तो करू द्या. त्यांची तुम्ही कीवच करा. त्यांना त्यांच्या अज्ञानी विचारसरणीप्रमाणे वागू दे. तुम्ही पुरोगामी विचारसरणीप्रमाणे वागा. 'सूरह अल काफिरून' हाच उपदेश करीत आहे.''

यदुनाथजी थत्तेंनी पत्रातून सुचविलं की, ''दारावर बोर्ड लावा, मौलानांना डबा देण्यापेक्षा एका गरीब विद्यार्थ्यास जेवण दिलं जाईल.''

मला ही कल्पना फर्मास वाटली. मी दारावर नव्हे, तर बाहेरच्या खोलीत भिंतीवर ठळक अक्षरात लिहून ठेवलं.

''इथे मौलानांना डबा देण्यापेक्षा एका गरीब विद्यार्थ्यांस जेवण दिलं जाईल.''

हा गांधीवादी मार्ग. पण त्यानं आपलं काम साधलं!

माझे नातेवाईक येत व भिंतीवरचं वाचून मला दोष देत.

''काय कू जमातसे झगडा मोल लेतंय!''

''इसमें झगडेकी क्या बात है? डब्बा जमातवाले बंद करे, मैं मेरे समाधनवास्ते यो लिख्या. मेरे घरमे लिख्या तो, जमातसे झगडनेका सवाल कहाँ आतंय?''

यावर ''क्या करतंय सो कर बाबा!'' म्हणून सोडून देत. तरी मी मशिदीत जात होतोच. पण एकतर्फी बहिष्कार पुढे चालूच राहिला.

माझी बहीण महाबूब ही आता पूर्णपणे तबलीगची कार्यकर्ती बनली होती. ती आता साडी ब्लाऊज न वापरता सलवारकमीज घालायची. बाहेर जाताना बुरखा घ्यायची.

तिच्यावर तबलीगच्या प्रचाराचा गहिरा परिणाम झाला होता. ती स्वत: पाच वेळचीच नव्हे तर मध्यरात्रीची (तहजूदची) नमाज पण पढत असे. तिने नवऱ्याला दाढी ठेवण्यास भाग पाडलं होतं. आमच्याही घरात सर्वांनी नमाज पढावी, रोजा धरावा असा तिचा आग्रह असायचा. आम्ही पण तिला प्रतिसाद देत होतोच.

तिच्या घरी स्त्रियांचे इज्तेमा होत. ती स्वत: (तक्रीर) करायची. तिच्यात झालेला बदल हानिकारक निश्चित नव्हता. पण बाह्यावडंबर मात्र फार माजवलं जायचं. इथपर्यंत सर्व ठीक होतं; पण तिनं आपल्या मुलींना मराठी शाळेतून काढून उर्दू शाळेत घातलं. मोठी मुलगी यास्मीन हुशार होती, तिची नववीनंतर शाळा बंद केली. इतकंच नव्हे तर मुलग्यालाही मराठी शाळेतून काढलं व 'हाफिजी' बनविण्यासाठी आजऱ्याच्या 'मदरसा' मध्ये घातलं.

तबलीगच्या प्रचारामुळे एकुलत्या एका मुलास मौलाना बनायला पाठवून तिनं मुलाच्या व आपल्या जन्नतची व्यवस्था केली होती. तिची मानसिकताच बदलून गेली होती.

यावर उत्तर शोधणे म्हणजे मुस्लीम समाजात घुसून काम करण्याची गरज होती. पण कसं करणार? कारण मशिदीच्या प्लॅटफॉर्मवरून हे करता येणं शक्य नव्हतं. खरं पाहता, ज्यांच्यासाठी काम केलं पाहिजे, त्यांच्या विरोधी आपलं काम दिसतं. मग ही कोंडी फुटायची कशी? असे प्रश्न उभे राहत.

हमीदभाईंची थोरली मुलगी रुबिना हिचं दि.३१ ऑक्टोबर रोजी शरद चव्हाण-बरोबर लग्न होणार होतं. मी दि. ३१ ला दुपारी १२ वाजता मुंबईत पोहोचलो. विलेपार्ले येथे कार्यक्रम होता म्हणून तिथेच राहणारे नातेवाईक श्री. व सौ. शिकलगार यांच्याकडे उतरलो. सायंकाळी स्वागतसमारंभास उपस्थित राहिलो. वधूवरांना शुभेच्छा दिल्या. मित्रांना भेटलो व रात्री परत कोल्हापुरची गाडी धरली.

त्यांच्या लग्नाच्या संदर्भात पुण्याच्या दैनिक 'तरुण भारत' मध्ये ३१ जाने. ८२ ला खालील बातमी आली—

'मुंबईत दिनांक ३१ रोजी रुबिना दलवाईंनी हिंदू धर्म स्वीकारला व त्यांचा शरद चव्हाणबरोबर वैदिक पद्धतीने विवाह झाला. श्री. केळकर यांनी कन्यादान केले.'

अशा प्रकारच्या धर्मांतराला मुस्लीम सत्यशोधक मंडळाचा विरोध असल्यानं मंडळाच्या वतीने खुलासा करण्यात आला

कोणाही प्रौढ व्यक्तीला तिच्या आवडीचा धर्म स्वीकारण्याचा हक्क आहे. परंतु भिन्न धर्मीयांच्या विवाहासाठी धर्मांतर होऊ नये असे मुस्लीम सत्यशोधक मंडळास वाटते. मेहरुन्निसा दलवाई यांची कन्या रुबिना दलवाई यांचे धर्मांतर होऊन वैदिक पद्धतीने जे लग्न झाले ते मुस्लीम सत्यशोधक मंडळाच्या भूमिकेशी विसंगत आहे. वैदिक पद्धतीने झालेल्या लग्नास व धर्मांतर समारंभास मुस्लीम सत्यशोधक मंडळाचे कोणीही कार्यकर्ते उपस्थित नव्हते. संध्याकाळी झालेल्या स्वागतसमारंभास जे कार्यकर्ते उपस्थित होते, त्यांना हे लग्न धर्मांतर होऊन झाले आहे, हे माहीत नव्हते. असे पत्रक चिटणीस सय्यदभाई यांनी प्रसिद्ध केले.

'तरुण भारत' मधील रुबिना दलवाईंच्या धर्मांतराच्या बातमीने जे अनेकजण अस्वस्थ झाले, त्यांपैकीच मरहूम वसंत नगरकर यांनी ती बातमी वाचल्यावर 'तरुण भारत'च्या संपादकांना एक सविस्तर पत्र लिहिलं. त्यात त्यांनी खोट्या कंड्या उठवून सार्वजनिक जीवनात प्रगती करू पाहणाऱ्यांना खीळ बसविण्याचा हा मार्ग योग्य नव्हे, असं बजावलं.

'मुस्लीम प्रबोधन संवाद' च्या अंकात मी लिहिलं, 'मी मुसलमान आहे म्हणून मुस्लीम समाजात सुधारणावादी चळवळ चालविण्याचा मला हक्क आहे,' असे ठणकावून सांगणाऱ्या हमीद दलवाईंच्या रुबिना या कन्या.

इस्लाम धर्मात राहून अन्यायी रुढींविरुद्ध लढा देण्याऐवजी स्वधर्मीयांना मानवतेचे अधिकार नाकारणारा हिंदू धर्म स्वीकारून त्यांनी स्वत:चा काय उत्कर्ष साधला ते त्याच जाणोत.

लग्न म्हणजे दोन जीव एकत्र येऊन पुढील जीवनाची भरारी घेणे, त्यासाठी रुबिना व शरद चव्हाण यांना आमच्या शुभेच्छा! पण धर्मांतर होणार हे लिहून, त्यांनी स्वागतसमारंभाला बोलावले असते तरी मी गेलो असतो, पण निषेधाचा फलक हाती घेऊनच.

''माझी मुलगी रुबिना हिचे लग्न दि. ३१ ऑक्टोबर १९८२ रोजी शरद चव्हाण यांचे बरोबर झाले. हे लग्न करण्याचा निर्णय हा अर्थात रुबिनाचा स्वत:चा होता. एक प्रौढ व्यक्ती म्हणून हा निर्णय घेण्याचा तिला हक्क होता. तिच्या निर्णयस्वातंत्र्याचा आदर करणे हे माझे कर्तव्यच होते.

रुबिनाचे लग्न माझ्या घरी दि. ३१ ऑक्टोबर १९८२ रोजी सकाळी साडेनऊ वाजता नोंदणी पद्धतीने झाले. मी व माझे पुतणे महंमद दलवाई हे साक्षीदार होतो.

रुबिनाने हिंदू धर्म स्वीकारला, हिंदू किंवा वैदिक पद्धतीने तिचे लग्न झाले इ. बातम्या काही वर्तमानपत्रांत प्रसिद्ध झाल्या आहेत. त्या असत्य आहेतच, शिवाय बदनामीकारक आहेत. मानवी संस्कृतीच्या आजच्या टप्प्यावर कुणाही व्यक्तीने एक पारंपरिक धर्म सोडून, दुसरा धर्म स्वीकारणे अर्थशून्य आहे, असे माझे मत आहे.

माझे दिवंगत पती हमीद दलवाई यांचेही मत असेच होते. आणि सर्वच धार्मिक श्रद्धांकडे चिकित्सक दृष्टीने पाहणे आवश्यक आहे. कुठल्याही सांप्रदायिक धर्माचे किंवा कसल्याही धार्मिक विधीचे संस्कार आमच्या मुलींवर आम्ही याच भूमिकेमुळे केलेले नाहीत.

रुबिनाच्या लग्नापूर्वी धर्म बदलणे किंवा नाव बदलणे यासंबंधीच्या अटी नव्हत्या आणि नोंदणी पद्धतीने विवाहानंतरही धर्मांतराचा कुठलाही विधी रुबिनाने केलेला नाही हे मी स्पष्ट करू इच्छिते. मानवी मूल्यांवर आधारलेल्या इहवादी भारतीय समाजाच्या निर्मितीसाठी तिच्या वडिलांनी आयुष्यभर प्रयत्न केले, त्यांना घातक ठरणारे कुठलेही कृत्य रुबिनाने केले नाही. तिच्यावर झालेले संस्कार हे तितके तकलादू नाहीत हे लक्षात ठेवणे आवश्यक आहे.'' असा मेहरुन्निसा दलवाई यांनी वर्तमानपत्रांत खुलासा केला.

या अगोदर मंडळाची कार्यकर्ती शहनाज अथणीकर व सतीश पोतदार यांचा आंतरधर्मीय विवाह झाला होता. सतीश पोतदार हे राजकीय कार्यकर्ते आहेत. पण त्यांनी लग्नासाठी शहनाजला धर्मांतराची अट घातली नाही व त्यांनीही नोंदणीपद्धतीनं विवाह केला.

हमीद दलवाई हयात असताना त्यांचे बंधू हुसेन दलवाई व शमा पंडित यांचा विवाह झाला होता. तो सुद्धा नोंदणी पद्धतीनं व तेव्हा दोघांपैकी कुणीही धर्मांतर केलं नव्हतं.

त्याही अगोदर मुस्लीम सत्यशोधक मंडळाचे कार्यकर्ते मुनिर सय्यद व सुधा नारकर यांचा आंतरधर्मीय विवाह झाला होता. तो सुद्धा नोंदणीपद्धतीने व धर्मांतर न होता.

आंतरधर्मीय लग्नाबद्दल आमची अशी भूमिका आहे. पण अलीकडेच निपाणीचे आमचे सहकारी महंमद गौस नाईक यांच्या मुलीनं रुक्सानानं घरच्या मंडळींना किंवा आम्हा कोणाला विश्वासात न घेता आंतरधर्मीय विवाह केला व तिनं जैन धर्म स्वीकारला. आमची भूमिका आमच्या मुलांना पटवून देण्यात आम्ही कमी पडतो आहोत; याची जाणीव मनाला अस्वस्थ करते आहे.

'मुस्लीम प्रबोधन संवाद' मधून आम्ही तलाकपीडित महिलांच्या पुनर्विवाहासंबधी आवाहन करत होतो.

त्याला प्रतिसाद म्हणून सोलापूर जिल्ह्यातून एका मुस्लीम शिक्षकाचं पत्र आलं. 'मी विधुर आहे. मला तलाकपीडित स्त्रीशी लग्न करावयाचं आहे.'

बऱ्याच तलाकपीडित महिला डोळ्यांसमोर होत्या. त्याला बोलावलं. एकदोन मुली दाखविल्या. त्यांपैकी दोघींना आधीच्या नवऱ्याची मुलं होती. त्यामुळे त्यानं त्यांना नाकारलं. याचं वय होते ४०. बिनमुलाची स्त्री म्हणजे अगदी विशीतली. एवढा वयात फरक. मग तिशी ओलांडलेली स्त्री बिनमुलाची,तलाकपीडित कशी मिळणार? तो सोलापूर जिल्ह्यातून दोन वेळा आला पण आम्ही त्याचं लग्न करू शकलो नाही.

माझ्या मनात विचार चमकला, 'तलाकपीडित स्त्रियांच्या या मुलांची जबाबदारी आपण घेतली तर .....?'

अशा मुलांसाठी जर मदरसा सुरू होतो, तर आपण कर्मवीर भाऊराव पाटलांनी चालविलं तसं वसतिगृह चालवावं व त्यातूनच मुस्लीम मुलांना विज्ञाननिष्ठ बनवावं, असा विचार डोक्यात सुरू झाला.

विक्रमनगरात माझ्या घराजवळ एक छोटासा प्लॉट मी घेतला होता. तिथं खोल्या बांधून वसतिगृह सुरू करता येईल अशी कल्पना करून, मी तलाकपीडित महिलांच्या मुलांचं वसतिगृह सुरू केल्याची घोषणा केली.

'मुस्लीम प्रबोधन संवाद च्या २६ जानेवारी १९८३ च्या अंकामध्ये त्याचं निवेदन प्रसिद्ध केलं. ''इस्लाम धर्माने तलाकचा कायदा ज्या काळी दिला त्या वेळी तो जरूर पुरोगामी असेल. पण आज त्याचा गैरवापर करून मुस्लीम पुरुष आपल्याच समाजातील स्त्रियांना निराधार करत आहेत आणि अशा स्त्रियांच्या पदरात मुले असली म्हणजे त्यांचे फारच हाल होतात. अशा स्त्रियांचे पुनर्वसन करणे जरुरीचे आहे. त्यांच्या मुलांच्या शिक्षणाचा प्रश्न, हा प्रश्न आहे, असे कोणाला वाटतच नाही. ही अवस्था वाईट आहे.

त्याकरिता फक्त मोठमोठ्या योजना मांडत न बसता स्वत:पासून सुरुवात करायची म्हणून, येत्या शैक्षणिक वर्षापासून तलाकपीडित महिलांची मुले, निराधार व गरीब मुस्लीमांची मुले यांच्याकरिता वसतिगृह सुरू करण्याचा निर्णय आम्ही घेतला आहे. मी राहतो त्या विक्रमनगर वसाहतीत माझ्या मालकीची असलेली जागा मी या कामाकरिता ट्रस्ट करून देतो आहे व हे वसतिगृह चालविण्याची जबाबदारी मी व माझी पत्नी आयेशा आम्ही दोघे घेत आहोत. ही जबाबदारी स्वीकारत असताना या ऐतिहासिक कार्याचे महत्त्व व आवाका याची जाणीव ठेवली आहे. आम्ही स्थापन केलेल्या मुस्लीम समाज प्रबोधन व शिक्षण संस्थेचा निधी दोन लाखांपर्यंत उभा करावा व यातून तलाकपीडित स्त्रियांच्यासाठी आश्रम व उद्योगकेंद्र सुरू करावे अशी योजना आहे.

या निधीचा संकल्प सोडत असताना मुस्लीम समाज आमच्यासमोर आहे. या विधायक कार्याला मुस्लीम समाज आम्हाला मदत करील अशी आशा बाळगून

आहोत. पत्रकारबैठक घेऊन वर्तमानपत्रांतूनही प्रसिद्धी दिली.

'मुस्लीम प्रबोधन संवाद' च्या वाचकांनी माझ्या वसतिगृहाच्या योजनेला पत्राद्वारे प्रतिसाद दर्शविला. त्यांपैकी ही एक प्रतिक्रिया—

"समोरच्या आव्हानाचे प्रचंडपण पाहिले म्हणजे प्रथमत: मन दडपून जाते व निराशेची एक जाणीव मनाला विळखा घालून बसते. अशा हतबल समयी योजना मांडत बसण्यात काही अर्थ नाही. स्वत:पासून कामाला सुरुवात करू." या विधायक कार्यातून समाज परिवर्तन होते. "असल्या श्रद्धा मनाला व शरीराला सक्रिय करतात." यात तुमच्यासारखा मुस्लीम असावा, माझ्या सारखा एखादा हिंदू असावा याला फारसा अर्थ उरत नसतो.

कार्याची एक निश्चित दिशा कायम राहिल्यासच फलस्वरूप काहीतरी करता येईल असे वाटल्याने मला शक्य ती मदत मी तुमच्या कार्यासाठी द्यायचे ठरविले आहे. या योजनेचा एक भाग म्हणून मी दरमहा ५१/रुपये पाठविणार आहे. यातून एखाद्या मुलाच्या खर्चाला थोडाफार हातभार लागेल; ही एक अपेक्षा. तुमची भूमिका मी सतत इतरांनाही सांगतो आहे. कदाचित यातून मदतीचे काही हात पुढे येतील. मनाने नोंदविलेली एक कवितास्वरूप जाणीव खाली शब्दांकित करतो आहे.

ख्रिस्त
तुम्हा सगळ्यांची दु:खे मी
स्वत:वर ओढवून घेतली
एका अलिखित करारान्वये की
त्यानंतर सगळे सुखी व्हावेत.
मी तृप्तीने संपलो,
पण आज
तुम्ही सगळे पूर्ववत् दु:खी
असल्याचे पाहून मला
प्रश्न पडलाय की,
मग
मी कशाला मेलो?

- मनोहर सप्रे, चंद्रपूर.

मालेगावहून डॉ. सुगन बरंठ यांनी पाठविलेली मदत उत्साह वाढविणारी होती. त्यांनी लिहिले, 'संघर्ष वाहिनी, मालेगावचे 'दिलीप महाजन व वनमाला यांचे लग्न झाले. त्यानिमित्त त्यांना काही भेट न देता ते पैसे रु. २१ त्यांच्या संमतीने व माझे रु.२१ तुमच्या हॉस्टेलसाठी पाठवित आहे.

याशिवाय प्राचार्य अ. दा. आत्तार, नरेंद्र दाभोळकर, मुबारक शेख, ताजुद्दीन होडेकर (रत्नागिरी), लियाकत अली सय्यद (जळगाव) यांच्याही अनुकूल प्रतिक्रिया आल्या.

याकूब उस्मान वडांगळी, श्रीमती हमीदा सवार यांची पत्रे आली. त्याचबरोबर वसतिगृहात प्रवेश मिळेल का? म्हणून जत तालुक्यातील निगडी खुर्दच्या अजित नदाफचं पत्र आलं व पाठोपाठ तो हजर झाला. जून ८३ ला मुंबईची लैला पटेल ही तलाकपीडित महिला, दलवाई भाभींच्या ओळखीने आपला मुलगा शहाजहान याला या वसतिगृहात भरती करून गेली.

वसतिगृह सुरू केलं आहे व मुलं पण आली आहेत, हे कळल्यावर दलितमित्र बापूसाहेब पाटील वसतिगृह पाहावयास आले. माझ्या दोन खोल्यातच ही वसतिगृहातील सात मुलं झोपतात. हे पाहून, रुईकर वसाहतीतील आपला मोकळा असलेला बंगला त्यांनी मुलांना झोपण्यासाठी दिला. पाच सहा महिने वसतिगृह तिथं होतं.

जयवंत वालावलकरांचं पत्र आलं की, ''वसतिगृहाच्या मदतीसाठी नाटक लावत असशील तर सवलतीत नाटक देतो.'' त्यांची 'बहुरूपी' नावाची नाट्यनिर्मिती संस्था आहे. तेव्हा ते 'राजकारण गेलं चुलीत' हे नाटक करत होते. सुप्रसिद्ध चित्रपट अभिनेते व समाजवादी कार्यकर्ते निळू फुले त्यात प्रमुख भूमिका करत होते.

मला वसतिगृहासाठी मदत मिळविण्याचा हा चांगला मार्ग वाटला व मी होकार कळविला.

सांगलीतील मुजीब मुल्ला हा पथनाट्य सादर करणारा धडपड्या तरुण माझ्या संपर्कात आला होता. त्याला भेटलो. त्यानं सांगलीत नाटक लावण्याची जबाबदारी घेतली.

कोल्हापुर व सांगलीत प्रयोगाची तिकिटे खपवण्यासाठी निळूभाऊंनी खास मदत केली. शिवाय त्या प्रयोगाच्या नाईटचे पैसेही त्यांनी वसतिगृहास मदत म्हणून दिले. त्यांच्या मदतीमुळेच वसतिगृहासाठी रक्कम उभी राहिली. त्याशिवाय पत्रकार बाळ मकवाना, सुरेश शिपूरकर, शेखर कासार, प्रा. वैजनाथ महाजन व रोटरी क्लबचे डॉ. सुभाष आठले, भरत लाटकर यांची मदत झाली. त्यावेळचे जिल्हाधिकारी दिनकरराव पाटील व माजी आमदार रवींद्र सबनीस कार्यक्रमास उपस्थित राहिले.

खर्च वजा जाता सात हजार रुपये उभे राहिले. आणखी पैशांची जुळणी करून दोन खोल्या कशा तरी उभ्या केल्या. विक्रमनगर सुन्नत जमातीचे माजी अध्यक्ष, कॉंट्रॅक्टर अब्बास इमाम जमादार यांनी बांधकाम विनामूल्य करून दिलं. आणि मुलांच्या राहण्याची सोय झाली.

शहाजहान पटेल, अन्सार नदाफ, मिनाज नदाफ, रमजान शेख, मेहबूब सोमजाळ,मेहबूब मदारखान, अशी मुलं वाढत गेली. या सर्वांचं जेवण माझ्या घरी

आमच्या बरोबरच होत असे. आयेशाला कामाचा कंटाळा नसायचा. आम्हाला मुलगी नसल्यामुळे मिनाजचं आयेशा सर्व काही करायची. वेणीफणी, उवा काढणं. याचबरोबर ही मुलं शाळेतून उशीरा यायची, मग शोधायला जा, असे प्रकारही घडत. आयेशा बालवाडी चालवून, आवडीनं हे काम पार पाडायची. कोणताही अभिनिवेश न बाळगता हे आपलंच काम आहे असं समजून ती सर्व काही करायची.

आपल्या हिंमतीवर वसतिगृह चालवत असल्यानं फारशी मदत मिळत नव्हती. आमचं महिन्याचं धान्य दहा दिवसांतच संपू लागलं व मग त्यांच्यासाठी पैसा जमविणं गरजेचं झालं.

पैसे मागायला जायचं म्हणजे पावतीपुस्तक हवं. मंडळाच्या स्थापनेपासून माझ्याबरोबर काम करणारे आय. एन. बेग, एम. ए. नाईक, जी. आय. मुल्ला, आयेशा व विक्रमनगरातील वसतिगृहाच्या कामात मदत करणारे ए. बी. शेख, अब्बास ईमाम जमादार, जे. बी. जमादार यांची कार्यकारिणी बनवली व संस्था रजिस्टर करून घेतली.

वसतिगृहात अजून दिव्याचं कनेक्शन यायचं होतं. मुलं कंदील लावून अभ्यास करीत असत. एके रात्री शहाजहान वाचत वाचत तसाच झोपला व त्याच्या पांघरुणास आग लागली. तो जागा झाला व थोडक्यात भागलं म्हणून निभावलं.

जयसिंगपूरची शेख नावाची बाई कोणा उर्दू शिक्षकांचं पत्र घेऊन आली व आपला मुलगा आमच्याकडे सोडून गेली. माझ्या घरी टी. व्ही. पाहून म्हणाली, "टी. व्ही. है, फीर हमारा छोरा यहाँ रहिंगा। "

दोन दिवस तो व्यवस्थित राहिला, पण तिसऱ्या दिवशी सायंकाळी सात वाजले तरी घरी परतला नाही. शनिवार असल्याने शाळा आकरा वाजताच सुटली होती. शाळेत शोधून आलो. वाट पाहून थकलो. राजारामपुरीत राहत असलेले माझे मित्र अप्पासाहेब इनामदार घरी आले होते. त्यांच्याशी चर्चा झाली. आम्ही दोघे शरीफला शोधण्यास रात्री आठ वाजता स्पार्क गाडीवरून जयसिंगपूरला गेलो. शेखबाईंचं घर शोधायला रात्रीचे दहा वाजले. आम्ही विचारलं,

"तुम्हारा लडका इधर आया है क्या?"

"क्यों? क्या बात है?"

"वह सुबहको स्कूलको गया था मगर रातको आठ बजे तक आया नही था, इसलिए इधर देखने आये।"

"फिर उसे स्टँडपर देखनाता, यहाँ कायको आनेका? उने सिनेमाको गया रहिंगा और वहाँ स्टँडपर सोया अचिंगा। उसे वैसी आदत है।"

कपाळाला हात लावण्यापलीकडे आम्ही काही करू शकत नव्हतो. कोल्हापुरला यायला अकरा वाजले. घरी येऊन पाहतो तर शरीफ जेवून झोपला होता.

त्याच्या अशा सवयीमुळे पुढे तो पंधरा दिवसांतच जयसिंगपूरला परत गेला.

पुढे दोन वर्षांनी शहाजहान एस्. एस्. सी. होऊन मुंबईस गेला. तो आता स्वत:चा छापखान्याचा व्यवसाय करतो आहे. रमजान शेखनं पुढे डी. एड्. केलं व तो सध्या सोलापूर जिल्ह्यात शिक्षक म्हणून नोकरी करत आहे. मदानखान कोल्हापुरात नोकरी करत आहे. मेहबूब सोमजाळ हा एम. एस्सी. ला असताना आमच्या वसतिगृहात आला. तलाक मुक्ती मोर्चात आमच्या बरोबर होता. तो आता प्राध्यापक आहे. पुढे १९८८ मध्ये मला विक्रमनगर सोडावं लागल्यानं मुलं कमी झाली.

या कालावधीत आमचे मित्र, निपाणीचे प्रा. सुभाष जोशी व पुण्याचे शरद कुलकर्णी यांनी संस्थेला स्थिरता प्राप्त व्हावी म्हणून काही योजना तयार करण्यास मदत केली.

कन्याकुमारी ते दिल्ली अशी चंद्रशेखर यांची पदयात्रा कोल्हापुरातून जाणार होती. पदयात्रेतील मंडळींची उतरण्याची व्यवस्था आंतरभारती शिक्षण मंडळाच्या कोरगावकर हायस्कूलमध्ये केली होती. आम्ही स्वयंसेवक होतो. पदयात्रेस फार चांगला प्रतिसाद मिळत होता. जनतेत एक नवा उत्साह संचारला होता. म. गांधींची दांडीयात्रा कशी असेल याची कल्पना येत होती.

पदयात्रा पुढे गेल्यावर शाळेत आमचे मुख्याध्यापक देशपांडे सरांनी एक कल्पना मांडली की, ''पदयात्रेत कोणी जाणार असेल तर पाहा. त्यांच्या रजेची व्यवस्था करता येईल.'' मला वाटलं आपण जावं, एक अनुभव घेऊन यावं.

या पदयात्रेतून मुस्लीमांपर्यंत जाता येते का ते पाहावं म्हणून सातारा जिल्ह्यात वाठार स्टेशन ते सासवडपर्यंत तीन दिवस मी पदयात्रेतून फिरलो. या काळात आयुबखाँशी मोकळेपणाने बोलता आले.

महम्मद आयुबखाँ हे बिहारचे. जमशेदपूर विधानसभा मतदार संघातून जनता सरकारच्या राजवटीतून निवडून आलेले. चंद्रशेखर यांच्याबरोबर ते पदयात्रेत होते. पदयात्रेतील ते एकमेव मुस्लीम.

मी मुस्लीम सत्यशोधक मंडळाचा कार्यकर्ता आहे म्हटल्यावर त्यांनी हमीद दलवाईंच्या संबंधी चर्चा सुरू केली. म्हणाले,

''एक मोठी शक्ती निरीश्वरवादाच्या कारणाने फुकट गेली. मुस्लीम समाज अजून उदारमतवादी बनलेला नाही. तो धर्माची चिकित्सा करणेच मान्य करीत नाही. अशा वेळी धर्मावर टीका करत त्यांच्यात सुधारणा करावयास निघणे हे त्या समाजाला मानवणारे नव्हते व नाही.''

प्राथमिक अवस्थेत कोणत्याच समाजाला ते मानवत नाही. सर्वच धर्मातील सुधारकांना त्या त्या समाजानं सुरुवातीला विरोध केलेलाच आहे याची मी आठवण

करून दिल्यावर ते म्हणाले,

"मार्टिन ल्यूथरसे सत्यशोधक फुले तक देखिए किसीने भी खुदा को नामंजूर नही किया, सिर्फ प्रीस्ट, पोप या भटशाही को विरोध किया है।"

आम्हाला नास्तिकतेची चळवळ चालवावयाची आहे,अशी दलवाईंची कधीच भूमिका नव्हती. आमच्यात दलवाई सोडून सगळे 'खुदा' मानणारे होते व आहेत. या घटनेकडे त्यांचं लक्ष वेधलं तेव्हा ते म्हणाले, "धर्ममार्तंड ज्या पद्धतीने विरोध करतात तसा मला विरोध करावयाचा नाही. उलट एखाद्याला नास्तिक असण्याचा हक्क आहे, हे मी मानतो. पण दलवाईंनी जितके काम उभे केले त्यापेक्षा अधिक काम मुस्लीम समाजाला बरोबर घेऊन ते करू शकले असते. पण मुस्लीम समाजाने त्यांना समजून घेतले नाही व त्या दोघांच्यात विचारांची दरी वाढत गेली."

तलाकचा प्रश्न हाती घेऊन दलवाई विधायक कामाकडे वळले होतेच. धर्माचा उपयोग गुलामगिरी टिकविण्यासाठी, अज्ञान जोपासण्यासाठी केला जातो. तेव्हा एकाकीपणे विरोध करावा लागतो. त्याप्रमाणे कोंडी फोडण्याचं कार्य मुस्लीम समाजात हमीद दलवाईंनी केलं हेही त्यांनी मोकळेपणाने मान्य केलं.

दलवाईंच्या कार्याची पुढची पायरी म्हणजे महाराष्ट्रात उभं राहत असलेलं विधायक कार्य. हमीदभाईंच्या बरोबर काम करणारी मंडळीच आज या कामात रस घेताना दिसतात.

विदर्भात वजीर पटेल यांनी सुरू केलेलं मुस्लीमांतील कुटुंब नियोजनाचं कार्य लक्षात घेण्यासारखं आहे. त्यांनी आतापर्यंत दहा हजार मुस्लीमांच्या नसबंदीच्या शस्त्रक्रिया घडवून आणल्या आहेत. रजिया पटेल, विजापूरची नजमा बांगी यांनी तबलीग जमातीसारख्या संघटनांनी मुस्लीम स्त्रियांनी चित्रपट पाहायचा नाही म्हणून त्यांच्यावर सिनेमाबंदी लादली असता व्यक्तिगत व संघटित लढा देऊन मुस्लीम स्त्री जागृत होत असल्याची पावती दिली; किंवा कोल्हापुरात सुरू असलेलं तलाकपीडितांच्या मुलांचं वसतिगृह या संस्था ही त्या कामाची पावतीच आहे.

या गोष्टींचा आयुबखाँना वृत्तांत दिल्यावर ते म्हणाले, 'फक्त टीका करत बसण्यानं काही साध्य होणार नाही. छोट्या का होईना पण विधायक कामानं आपण समाज बदलू शकतो.'

आयुबखाँ पूर्वाश्रमीचे समाजवादी कार्यकर्ते. जयप्रकाश हे त्यांचं श्रद्धास्थान. वीस वर्षे जे. पीं. च्या बरोबर सर्वोदयात काम करीत होते. त्यांचा विधायक कामाकडे कल असणं स्वाभाविक आहे. मुस्लीम समाजाच्या पाहणीसाठी बिहारमध्ये येण्याचं आमंत्रण त्यांनी मला दिलं.

ते शेवटी म्हणाले, "महाराष्ट्रात तलाकचा जो भयानक प्रश्न आहे, तसा आमच्याकडे नाही. यहाँ महाराष्ट्र में बहुत बेहुदा तरीकेसे तलाक दिये जाते है। और

जबतक तलाक मजहबी मामला है ऐसा कहकर कोई मजहब के परदे के पीछे छिपना चाहे तो, उस मजहबी पर्दे को तोड देना चाहिए और इस मामले में दलवाईसाबका काम सही है ।''

''बंगालमें सती प्रथा के विरुद्ध राजा राममोहन रॉय ने जो काम किया वह इसी तरहका था ।''

ठिकठिकाणी लोक पदयात्रेचं जोरदार स्वागत करत. जनता पक्षाचे ज्येष्ठ नेते भाई वैद्य पूर्ण पदयात्रेत चंद्रशेखर यांच्याबरोबर होते. भाईंनी माझी चंद्रशेखरांशी ओळख करून दिली. चंद्रशेखर म्हणाले, ''अच्छा तो आप दलवाई के विचारों से जुडे हुए है ।''

''हाँ उन्होंने स्थापन किये मुस्लीम सत्यशोधक मंडल का काम हम आगे बढा रहे हैं ।'' मी सांगितलं.

''आप जो कर रहे है वो ठीक है । मगर मेरा मानना है के आदमी के लिए रोटी का सवाल सबसे बडा है । बाद मे कानून बदलनेका काम, मगर चलने दिजिए आपका काम ।'' असं म्हणून त्यांनी विषय संपवला होता.

''आझादी के बाद इतने सालों बाद भी इस देश के बच्चे दूध के लिए तडपते हैं । औरत को जलाया जाता है'' अशी चंद्रशेखरजींची एकच एक भाषणाची टेप ऐकून मला तीन दिवसांत त्यांचं भाषण पाठ झालं होतं!

पदयात्रा महाराष्ट्रात आल्यापासून सर्वत्र जिलेबी-लाडूचं जेवण दिलं जायचं. केरळ, तामीळनाडूतील मंडळी वैतागून म्हणायची, ''देहली जाते जाते हमे डायबेटीस हो जायेगा!'' चंद्रशेखर त्यांना जपत असत. त्यांच्या जेवणात दहीताक ठेवा, अशी संयोजकांना सूचना देत.

पहिल्याच दिवशी ३२ किलोमीटर चालावं लागल्यानं रात्री माझे पाय आकडले. झोप येईना. पण सकाळी पुन्हा चालण्याशिवाय गत्यंतर नव्हतं. दोन दिवसांनी चालणं थांबलं की माझे पाय दुखू लागत. पदयात्रेत सामील होताना मी ठरवलेला उद्देश सफल करण्यासाठी जेजुरीत मुक्काम असताना मी पहाटे मशिदीत नमाजला गेलो. तिथल्या मंडळींना ''मी पदयात्रेतून आलो आहे, मुस्लीम समाजाविषयी माहिती घ्यायची आहे.'' असं सांगितल्यावर तिथल्या मौलानानं नमाजनंतर लोकांनी थांबावं असं आवाहन केलं. मग मी त्यांच्यासमोर पाच मिनिटं बोललो व अडचणी विचारल्यावर म्हातारी मंडळी म्हणाली, ''दीन का काम बहूत आस्ते बढ रहा है । मशिद देखो कितनी बडी है, मगर लोक नमाज में कम आते है !'' तिथले सेक्रेटरी म्हणाले,''हमारे यहाँ कबरस्तान में गैर लोगोंने अतिक्रमण किया था । अब कम्पाउंड बना रहे है । मदद की जरूरत है ।'' नंतर आग्रहानं त्यांनी मला कबरस्तान दाखवायला नेलं. तिथं फुलझाडं वगैरे नवीनच लावली होती. मास्टरप्लॅनसारखी

आखणी केली होती. कम्पाउंड बांधकाम सुरू होतं.

सासवडनंतर मी पदयात्रेतून बाहेर पडून ट्रकनं पुण्याला गेलो. ट्रकवाल्याशी गप्पा मारताना मी पदयात्रेतून आलो हे त्याला कळल्यावर, त्यानं माझ्याकडून पैसे घेण्याचं नाकारलं. उलट पुण्यात मला स्वत:च्या पैशानं चहा पाजला.

या पदयात्रेचा पुढे १९८५ साली तलाक मुक्ती मोर्चाचे नियोजन करण्यास उपयोग झाला. याच धर्तीवर कोल्हापूर ते नागपूरपर्यंत १५ दिवस तलाक मुक्ती मोर्चा फिरला. तेव्हा प्रत्येक जिल्ह्यात पुरोगामी विचारांच्या संघटनांना घेऊन स्वागतसमित्या स्थापन केल्या व त्यायोगे मोर्चा व्यवस्थित पार पडला.

श्री. एन्.आर.बारगीर हे मुस्लीम सत्यशोधक मंडळाचे सुरुवातीच्या काळातील कार्यकर्ते. मध्यंतरी त्यांनी मंडळ सोडलं. हे नबीसाब मुल्लाना घेऊन माझ्याकडे आले. म्हणाले,

"यांची मुलगी इथेच अकबर मोहल्ल्यात दिली. तीन महिन्यांपूर्वी लग्न झाले. लग्नात तीस हजार खर्च झाला. आता मुलीला नांदवत नाहीत." कारण लग्नानंतरची टी.व्ही., पंखा, स्टील कपाट, पंचवीस साड्यांची मागणी आम्ही पुरवू शकलो नाही. त्यामुळे मुलगा आता म्हणतो, "मला मुलगी पसंत नाही."

"तुम्ही काय प्रयत्न केले?" मी विचारलं.

"आम्ही जमातीत अर्ज दिला. जमातची मीटिंग होऊन मुलग्याला, त्याच्या बापाला समजावण्याचा प्रयत्न केला. पण ते ऐकत नाहीत."

"तुम्ही जमातीकडे गेला असाल व जमात प्रयत्न करत असेल तर फार चांगली गोष्ट आहे. त्यांच्यामार्फत मिटवा. कारण तुमच्या बाजूने कायदा नाही. तेव्हा जमातीच्या प्रयत्नानंच काही तडजोड होऊ शकेल. कायदेविषयक मदत हवी असेल तर आमच्याकडे या, पण जमातीनं मिटवलं तर फारच छान," मी त्यांना सल्ला दिला.

या जमातीकडेच लग्नरजिस्टर असतं त्यात लग्नं नोंदविली जातात. जमातीची पंचमंडळी असतात व एकमेकांच्या सहकार्यानं व्यवहार पार पडतात. काही भांडणतंटे असल्यास सर्वजण एकत्र बसून सोडवतात. काही प्रमाणात जमातीचा दबाव मोहल्ल्यातील सभासदांवर असतो.

यानंतर साधारणपणे दीडएक महिन्यांनी श्री.मुल्ला यांचा मुलगा शिकंदर हा मला भेटायला आला. म्हणाला, "माझ्या बहिणीला तिच्या नवऱ्यानं तलाक दिला. जमात प्रकरण मिटवू शकली नाही. तुम्हीच काय करायचं ते पाहा."

अकबर मोहल्ला जमातीनं बराच प्रयत्न केला होता. संपूर्ण जमात मुल्लांच्या बाजूनं होती. मुल्लांनी जमातीकडे अर्ज दिला की, "जनाब शेख हे आपल्या

जमातीचे सदस्य आहेत. त्यांचा मुलगा हरूनरशीद बरोबर माझी मुलगी शरीफाचा विवाह दि. २० जाने. ८५ रोजी झाला आहे. आपल्या जमातीच्या पंचांसमक्ष लग्नठराव यादीप्रमाणे सोन्या चांदीचे दागिने, कपडे, संसारोपयोगी भांडी, कॉटगादी, जेवणावळी वगैरे रीतिरिवाजाप्रमाणे करून दिलं आहे. त्यासाठी मला वीस हजार रूपये खर्च आला. इतके करूनही मुलगी नांदवत नाहीत.

माझ्या मुलीकडून कोणतीही चूक झाली नाही. तिचा काहीही दोष नसताना अचानक तिचा नवरा, सासूसासरे, घरच्या मंडळींनी कट रचून 'आम्हाला मुलगी पसंत नाही. तिच्या चेहऱ्यावर डाग आहेत, तिला आजार आहेत.' असे काहीतरी निमित्त करत आहेत.

माझ्या मुलीचं जीवन उद्‌ध्वस्त होण्याची वेळ आली आहे. तरी या सर्व गोष्टींचा सहानुभूतीपूर्वक विचार करून आपल्या जमातीकडून माझ्या मुलीस न्याय मिळवून द्यावा अशी नम्र विनंती आहे. अल्ला व अल्लाच्या कृपेनं आपली जमात योग्य निर्णय घेईल अशी आशा आहे.''

या अर्जावर जमातीने विचार केला. समाजात असे तलाक होतात हे रोखण्यासाठी काहीतरी करता आलं पाहिजे. सर्वत्र अशा तलाक झालेल्या मुली आहेत. ही सत्य परिस्थिती जमातीसमोर होती. तेव्हा आपल्या मोहल्ल्यातील शेख कुटुंब आपल्या सुनेवर अत्याचार करत असेल तर आपण गप्प बसून चालणार नाही, असा विचार करून जमातीनं शेख पितापुत्रांना बोलावून जाब विचारला.

प्रकरण जमातीत गेलं हे पाहून शेखनी दुसरंच कारण पुढे केलं की, ''मुलगीला कुष्ठरोग झाला आहे. तिच्या चेहऱ्यावर डाग आहेत. मुलगी आम्हाला पसंत नाही.''

शेख कुटुंबाच्या या आरोपावर जमातीचा विश्वास बसणं शक्य नव्हतं. जमातीनं रोखठोक भूमिका स्वीकारली. मुलीची वैद्यकीय तपासणी आम्ही करून देऊ असं जमातीनं सांगितलं.

शेख पितापुत्रांनी मुलीच्या वैद्यकीय तपासणीचा प्रस्ताव फेटाळला व मुलगीच पसंत नाही अशी भूमिका घेतली.

जमातीनं त्याबद्दल त्यांना दोष दिला व असं करणं योग्य नसल्याचं समजावलं व जमातीच्या कार्यकारिणीच्या बैठकीत निर्णय घेतला की, 'शेख कुटुंब जर जमातीचा सल्ला न मानता विनाकारण तलाक देत असेल तर त्या कुटुंबाला जमातीतून काढून टाकावं.'

जमातीचा हा निर्णय शेख कुटुंबाच्या कानावर घालावा म्हणून त्यांच्या जवळच्या मित्रांना बोलवून त्यांना समजावण्याचा पुन्हा एकदा प्रयत्न केला गेला. पण शेख कुटुंबावर त्याचा काहीही परिणाम न झाल्याचं पाहून पुढे आठ दिवसांनी त्यांना जमातीमधून काढून टाकण्यात आलं.

शरीफाला आपण यापेक्षा जादा मदत करू शकत नाही, हे जमातीच्या लक्षात आल्यावर अकबर मोहल्ला सुन्नत जमातीच्या सरपंचांनी शरीफाच्या वडिलांना पुढीलप्रमाणे पत्र लिहिलं—

'जनाब मुल्ला,

तुमच्या मुलीस तिच्या सासरच्या घरच्या लोकांनी नांदवावे म्हणून आमच्या कमिटीने सर्वोतोपरी आटोकाट प्रयत्न केले. परंतु तुमचे इवाई व जावई यांपैकी कोणीही समजूतदारपणा घेऊन प्रकरण मिटवण्यास राजी दिसत नाहीत. या जमातीच्या मध्यस्थीने हे प्रकरण मिटेल याची आता शक्यताच राहिलेली नसल्याने तुम्हास हे कळविण्यात येते की, संस्थेने तुमचा अर्ज निकालात काढला आहे.'

हे होईपर्यंत हरून रशिद शेखनं शरीफाला पोस्टानं तलाक पाठवून दिला. हतबल झालेली शरीफा व तिचे वडील मुस्लीम सत्यशोधक मंडळाकडे आले. मुल्ला कोल्हापूर भागातील पण नोकरीनिमित्त त्याचं कुटुंब मुंबईत स्थायिक झालेलं. कोर्ट-कचेऱ्यांत त्यांचं आयुष्य गेलेलं. पण कायद्याच्या अभावानं या प्रकरणी ते जेरीस आले होते.

"मैने तीस हजार रुपये खर्च किये लडकीके शादीमें और अब उसको तलाक दिया गया है ।"

मुल्ला बंबई हिंदीत बोलत होते.

"तलाक रद्द नही होता, कोर्ट में भी रद्द होता नही ।" मी.

"फिर अब हम क्या करे? मैने शादीको बीस हजार खर्चा किया और दस हजार का जेज दिया है ।"

"शादीका खर्चा कोर्ट से भी नही मिलेगा । मगर जेजमें दिया हुआ साहित्य हम वापस माँग सकते है." मी म्हणालो.

"फिर आप हमारा उतना काम करो । मेहमान लोक बहुत नालायक है, उनके जमातपास हमे गये थे । जमातने हमें साथ दिया मगर वो लोग जमातकाभी मानने तैयार नही ।"

"ठीक है, मंडलके नामसे एक अर्जी दे देना, फिर हम काम करेंगे ।"

शरीफाच्या वडीलांकडून मी अर्ज घेतला व तिच्या सासऱ्यांना भेटलो.

"सलामालेकूम."

"वअलैकुम सलाम, बोलो क्या है?" व्यापारी असलेले शरीफाचे सासरे म्हणाले.

"मैं हुसेन जमादार । मुस्लीम सत्यशोधक मंडलका सेक्रेटरी । तुम्हारे लडकेने बिनावजह तलाक दिया है । हमारे पास तक्रार दर्ज है, उसकी मालूमात लेनेके लिए मैं आया हूँ ।" मी सांगितलं.

"तुम्हारे संस्था का काम मझे मालूम है," शेखनी समजूतदारपणे सांगितले.

''माझ्या घरात घडू नये ते घडलं आहे. माझा मुलगा बायको पसंत नाही म्हणतो. मी त्याची समजूत घालण्याचा प्रयत्न केला. ही पसंत नसेल तर बाकीच्या मुलांची लग्न झाल्यावर तुझं दुसरं लग्न करूया असंही मी त्याला सांगितलं. पण माझा मुलगा माझं ऐकत नाही.''

''तुमच्या मुलानं लग्नानंतर अवघ्या चार महिन्यांत शरीफाला तलाक दिला आहे. तेव्हा लग्नात तिच्या वडिलांनी दिलेलं साहित्य परत द्या.'' मी म्हटलं.

''तुम्ही सामोपचारानं हे प्रकरण मिटवत असाल तर आम्ही लग्नात दिलेलं साहित्य परत देतो. उद्या भेटा. मी वकिलाचा सल्ला घेतो.'' शरीफाचे सासरे उत्तरले.

'उद्या भेटा' म्हणणाऱ्या शेखनी 'वकील नाहीत,' 'आता रमजान महिना संपत आला आहे,' 'ईद' नंतरच प्रकरण मिटवू' असं सांगितलं.

''शरीफाचं सर्व कुटुंब गेली दोन महिने कोल्हापुरात आहे. त्यांना पण 'ईद' आहे. तेव्हा ईदपूर्वीच सर्व संपवा.'' असा आग्रह धरल्यावर एकदाची ॲड. एन्.ए.मुल्ला यांच्याकडे बैठक झाली. मुलीच्या वडिलांनी दिलेल्या सर्व वस्तू व मेहेरची रक्कम द्यायचं ठरलं. दुसऱ्या दिवशी स्टॅम्प करायचा. त्यांना स्टॅम्पवर लिहून पाहिजे होतं.

स्टॅम्प लिहिण्यापूर्वी वकिलांनी मसुदा तयार केला, त्यात ''मला तलाक मंजूर आहे. वरील सर्व वस्तू मिळाल्या व मी पोटगी मागण्याचा अधिकार स्वखुषीनं सोडून देते.'' असे लिहिले होते.

ही नवीनच अट पाहून हा करार करण्याचं आम्ही नाकारलं. तेव्हा शेखनी सांगितलं,

''तसं लिहून देणार नसाल तर आम्ही कोणतंही साहित्य परत देणार नाही.''

प्रकरण मिटतं आहे असं वाटत असतानाच नवीन प्रश्न उभा राहिला. कोर्टाकडून हे साहित्य मिळवता आलं असतं. पण बराच कालावधी लागला असता, तेव्हा नाइलाजास्तव तसं लिहून देण्याशिवाय पर्याय नव्हता.

''मुलीला घराबाहेर काढताना लग्नात घातलेले दागिने व इतर साहित्य काढून घेतलं आहे. त्यामुळे शेख पितापुत्र सर्व साहित्य द्यायला तयार आहेत, असं म्हणत असताना ऐनवेळी पोटगी मागणार नाही, असं तुम्ही लिहून मागता ही बाब मुलीला न्याय देणारी आहे का?'' असं मी मुल्ला वकिलांना विचारलं असता ते म्हणाले,

''हा न्याय नसला तरी मी वकील म्हणून तसं लिहून घेतलंच पाहिजे!''

साहित्य घ्यायला जाताना शरीफाच्या वडिलांनी सोनं तपासून घेण्यासाठी सोनार बरोबर घेतला होता. शरीफासह मुस्लीम सत्यशोधक मंडळाचे आम्ही सर्व कार्यकर्ते अकबर मोहल्ल्यात शेखच्या घरी गेलो. यादीप्रमाणे साहित्य, मेहेरचे रु. एक हजार, इद्दतची पोटगी दरमहा दीडशे रुपये प्रमाणे तीन महिन्याचे साडेचारशे शेखनी कबूल केले, अशी एकूण दहा हजारांची वसुली झाली. सर्व मोहल्ला तमाशा पाहायला गल्लीत उभा होता, पण सर्वांची सहानुभूती शरीफाला होती.

मुलीच्या चेहऱ्यावर कुष्ठरोग आहे, असा शेख कुटुंबाचा आरोप होता. म्हणून मुद्दाम मुलीला बरोबर नेलं होतं. मोहल्ल्यातील लोकांनी पाहून खात्री करावी हा उद्देश होता.

आम्ही साहित्य मिळविण्यात यशस्वी झालो असलो तरी पोटगीचा हक्क सोडून देतो असं, आमच्या इच्छेविरुद्ध लिहून द्यावं लागलं होतं. या अन्यायाविरुद्ध आपण आवाज उठविला पाहिजे व मुस्लीम स्त्रीची असहायता जनतेसमोर मांडावी यासाठी लाक्षणिक उपोषण करावं व तसं कलेक्टरना निवेदन द्यावं असं आम्ही ठरविलं.

शरीफा व तिच्या कुटुंबीयांशी बोललो. त्यांनाही ही कल्पना पटली. उपोषणात सहभागी होण्याचं त्यांनी मान्य केलं. दि. १७ जून १९८५ रोजी पत्रकार बैठक घेऊन शरीफाची कहाणी मांडली.

दि.१८ जून रोजी बिंदू चौकात उपोषणास बसलो. शरीफासह तिचे वडील, बहीण, भाऊ व मुस्लीम सत्यशोधक मंडळाचे कोल्हापूर भागातील सर्व कार्यकर्ते उपोषणात सहभागी झाले होते.

वर्तमानपत्रांतून शरीफाच्या छळाची बातमी पहिल्या पानावर होती. सकाळी आठ वाजता बिंदू चौकातील महात्मा जोतिबा फुले व डॉ.बाबासाहेब आंबेडकर यांच्या पुतळ्यास शरीफाच्या हस्ते हार घालून उपोषण सुरू केलं. नऊ वाजल्यापासून अकबर मोहल्ला, बारा इमाम, बागवान मोहल्ला व शहरातील इतर भागांतील मुस्लीम महिला गटागटानं बिंदू चौकात येऊ लागल्या.

सुरुवातीला शरीफाला पाहण्याचं औत्सुक्य होतं पण हळूहळू महिला वाढू लागल्या. तशा धीट महिला शरीफाला भेटू लागल्या. तिच्या जवळ बसून तिचं दुःख हलकं करण्याचा प्रयत्न करू लागल्या. तिच्या भूमिकेला पाठिंबा व्यक्त करत होत्या. त्या मोहल्ल्यात जाऊन दुसऱ्या महिलांना पाठवू लागल्या आणि दिवसभर बिंदू चौकात मुस्लीम स्त्री पुरुषांची रीघ लागली.

मुस्लीम पुरुष गटागटानं चर्चा करू लागले. दिवसभर शहरात हा एकच विषय होता. जबानी तलाकामुळे स्त्रीवर होत असलेल्या जुलुमाची उजळणी सुरू झाली. मुस्लीम सत्यशोधक मंडळाच्या वतीनं ठेवलेल्या वहीत मुस्लीम स्त्रीपुरुषांनी आपल्या प्रतिक्रिया लिहिल्या आहेत. त्यांपैकी काही प्रतिक्रिया अशा :

"जबानी तलाकची अनिष्ट प्रथा शासनाने कायदा करून बंद करावी."

"हर लडकीके साथ ऐसा जुलूम होता है,जुबानी तलाकसे हर लडकी बेजुबान हो जाती है । जुबानी तलाक बंद होना चाहिए ।"

सायंकाळी पावणेपाच वाजता हे उपोषण सोडण्यात आलं, त्यानंतर मोर्चानं जाऊन याबाबतचं निवेदन जिल्हाधिकारी दिनकरराव पाटील यांना देण्यात आलं.

जुबानी तलाक पद्धती बंद करावी, घटनेच्या ४४ व्या कलमाची अंमलबजावणी करावी, समान नागरी कायदा करावा, मुस्लीम महिलांना संरक्षण द्यावे, इ. मागण्या या निवेदनात करण्यात आल्या.

सुमारे शंभरावर प्रमुख स्त्रीपुरूष कार्यकर्त्यांच्या या उत्स्फूर्त मोर्च्यात मुस्लीम सत्यशोधक मंडळाबरोबरच भारतीय महिला फेडरेशन, यूथ फेडरेशन, समाजवादी महिला सभा, महिला दक्षता समिती, मास मूव्हमेंट इ. संघटनांचे प्रतिनिधी सहभागी झाले होते. दलितमित्र बापूसाहेब पाटील व कोरगावकर ट्रस्टच्या सुचेता कोरगावकर ह्या आमच्या बरोबर होत्या.

यानंतर शरीफानं मेहरून्निसा दलवाईंच्या मदतीनं शिक्षण पूर्ण केलं. एस्.एस्.सी., डी.एड्. झाल्यावर कोल्हापुरात आंतर भारती शिक्षण मंडळानं तिला नोकरी दिली व आमच्यातील एक कार्यकर्ता राजेश पेंढारीशी तिचं लग्न झालं.

मुस्लीम सत्यशोधक मंडळ व कोरगावकर ट्रस्ट यांच्या वतीनं आयोजित केलेल्या या तलाकपीडित स्त्रीच्या नोंदणीपद्धतीच्या विवाहास कोल्हापुरचे जिल्हाधिकारी श्री. शिवाजीराव देशमुख, आमदार बाबूराव धारवाडे, दै. 'सकाळ'चे संपादक अनंत दीक्षित, व इतर सामाजिक संस्थांचे कार्यकर्ते आवर्जून उपस्थित होते.

शरीफाच्या उपोषणाच्या निमित्तानं आम्हाला मुस्लीम समाजाचा पाठिंबा मिळाला व त्याचवेळी शहाबानोच्या केसमध्ये तलाकपीडित मुस्लीम स्त्रीला तिच्या नवऱ्याकडून पोटगी मिळावी असा ऐतिहासिक निर्णय सर्वोच्च न्यायालयानं दिला.

या निकालाचं निमित्त करून "आमच्या व्यक्तिगत कायद्यात हस्तक्षेप होतो आहे म्हणून हा सुप्रीम कोर्टाचा निकाल रद्द करा." अशी मागणी मूलतत्ववादी मुस्लीम संघटनांकडून देशभर होऊ लागली. मध्यप्रदेशात इंदोरला या निकालाविरुद्ध मुस्लीम नेतृत्वाने ओरड सुरू केली. बिहारमध्ये ठिकठिकाणी मुल्ला मौलवी रस्त्यावर आले. मोर्चे निघाले. त्यानिमित्त हिंसाचार झाला. उत्तर प्रदेश, पं. बंगाल व महाराष्ट्रात मुंबईत मुस्लीम पर्सनल लॉ बोर्डनं आंदोलन उभं करण्याचा प्रयत्न केला. त्यांनी असं चित्र निर्माण करण्याचा प्रयत्न केला की, सुप्रीम कोर्टाच्या निकालाविरुद्ध सर्व मुस्लीम समाज आहे.

खरं पाहता या निकालानं आपल्याला अभय मिळाल्याची भावना मुस्लीम स्त्रीमध्ये होती. बहुसंख्य मुस्लीम समाज या निर्णयाचं स्वागत करताना दिसत होता. पण उघड बोलण्यास अजून धजावत नव्हता. हे चित्र बदलावं म्हणून या निकालाला पाठिंबा व्यक्त करत महाराष्ट्रभर फिरावं, ठिकठिकाणच्या कलेक्टरना निवेदन द्यावं व हिवाळी अधिवेशनाच्या वेळी नागपूर येथे मुस्लीम महिलांचा मोर्चा काढून निवेदन द्यावं अशी कल्पना सुचली.

या केसमधील वादी अहमद खाँ हा पेशानं वकील होता. अहमद खाँने १९३२ मध्ये शहाबानोबरोबर विवाह केला. त्या जोडप्याला पाच मुले झाली. १९७५ साली अहमद खाँने सततच्या भांडणामुळे आपल्या पत्नीला घरातून बाहेर काढले.

तेव्हा शहाबानोनं एप्रिल १९७८ मध्ये ज्युडिशियल मॅजिस्ट्रेट कोर्टात अर्ज दाखल करून पाचशे रुपये पोटगी मागितली, पण कोर्टानं दोनशे रुपये पोटगी ठरवून दिली. नोव्हेंबर १९७८ ला अहमद खाँने शहाबानोस तलाक दिला व युक्तिवाद केला की, ''शहाबानो आता माझी पत्नी नाही. तेव्हा तिला पोटगी देण्याची जबाबदारी माझ्यावर नाही.''

''गेल्या दोन वर्षांच्या काळात मी दरमहा दोनशे रुपये प्रमाणे पोटगी दिली आहे. शिवाय मेहेर व इद्दत काळातील (तीन मासिक पाळीचा काळ) पोटगी म्हणून मी तीन हजार रुपये कोर्टात भरले आहेत. तेव्हा मला आता मुक्त करावं.'' असा त्यानं अर्ज केला.

तेव्हा मॅजिस्ट्रेटनी दरमहा पंचवीस रुपये पोटगी ठरवून दिली. यानंतर शहाबानोने मध्यप्रदेश हायकोर्टात आपलं गाऱ्हाणं मांडलं. तिचं म्हणणं होतं की, तिच्या पतीचं वार्षिक उत्पन्न साठ हजार रुपये आहे. तेव्हा क्रि.प्रो. कोड १२५ प्रमाणे दरमहा पाचशे रुपये पोटगी मिळावी.

मध्यप्रदेश हायकोर्टानं पोटगी वाढवून दरमहा एकशे एकोणऐंशी रुपये वीस पैसे केली.

हायकोर्टाच्या या निकालाविरुद्ध स्वत: अहमद खाँ सुप्रीम कोर्टात गेला. सुप्रीम कोर्टात आपली बाजू मांडताना अहमद खाँ म्हणतो,

''मुस्लीम व्यक्तिगत कायद्याप्रमाणे तलाक दिलेल्या स्त्रीस फक्त इद्दत काळातील पोटगीची रक्कम द्यावी एवढीच जबाबदारी पतीवर आहे.''

आपल्या या म्हणण्याला आधार म्हणून अहमद खाँने धार्मिक ग्रंथाचा हवालाही दिला होता.

न्यायमूर्ती चंद्रचूड यांनी वादीचा युक्तिवाद अमान्य करताना म्हटले,''योग्य निर्णय करताना ग्रंथातील पुरावे पुरेसे नाहीत'' व पुढे म्हटले की,

''मेहेर अदा केला तरी पोटगी टाळता येणार नाही. कारण पत्नीबद्दल आदर व्यक्त करण्याचे साधन म्हणून मेहेर नवऱ्यावर बंधनकारक आहे, मेहेर हा घटस्फोटाचा मोबदला नव्हे.'' असं म्हणून हायकोर्टात ठरवून दिलेली पोटगी सुप्रीम कोर्टानं कायम केली.

शहाबानो केसच्या निकालानं आम्हा सुधारणावादी कार्यकर्त्यांत उत्साह संचारला नसता तरच नवल. मुस्लीम सत्यशोधक मंडळाचे संघटक सय्यदभाईंनी मुस्लीम

स्त्रीवरील अन्यायाविरुद्ध लढा देणाऱ्या या बहाद्दर बाईस १८ जुलै ८५ ला पुण्यात आणून त्यांचा टिळक स्मारक भवनात मंडळाच्या वतीनं जाहीर सत्कार घडवून आणला.

१७ ऑगस्ट ८५ ला मुंबईत मेहरुन्निसा दलवाईंनी मराठा मंदिर हॉलमध्ये पोटगीबचावपरिषद घेतली. मी त्याच्या पूर्वतयारीसाठी आठवडाभर अगोदर मुंबईस जाऊन राहिलो होतो.

गोव्यातील पुरोगामी मुस्लीम कार्यकर्त्या रशिदा मुजावर, मरहूम प्रा. मुमताज रहिमतपुरे, मृणाल गोरे, डॉ. शमुन लोखंडवाला, मी व सय्यदभाई प्रमुख वक्ते होतो.

आम्ही हॉलमध्ये जाण्यासाठी निघालो तेव्हा हॉलसमोर जमातवादी मुस्लीमांचा एक गट आमच्या निषेधाच्या घोषणा देत उभा होता. हॉल पहिल्या मजल्यावर होता. हॉलमध्ये तर बुरखाधारी महिलांची उपस्थिती दिसत होती. मंडळाच्या व्यतिरिक्त महिला फेडरेशनच्या मुस्लीम महिला परिषदेस उपस्थित राहणार होत्या. त्यामुळे त्यांच्या महिला असतील असा आमचा समज झाला.

श्रीमती मेहरुन्निसा दलवाई परिषदेचं प्रास्ताविक करीत असतानाच गोंधळाला सुरुवात झाली, एका मुस्लीम तरुणानं त्यांच्या भाषणात अडथळा आणून 'प्रश्न विचारायची परवानगी आहे का?' अशी पृच्छा केली. परिषदेच्या कामकाजात अडथळा न आणता मागाहून काय ते बोला, असं दलवाईभाभी त्यांना म्हणाल्या. पण तोपर्यंत इस्लामिक स्टुडण्ट्स व यूथ कॉन्फरन्सचे १५ ते २० कार्यकर्ते उठून उभे राहिले आणि त्यांनी आरडाओरड करायला सुरुवात केली. मी सर्वांना शांत राहण्याचं आवाहन केलं. पण तिकडे दुर्लक्ष करून काहीजण व्यासपीठावर चढले. बुरखाधारी महिला व सत्यशोधक मंडळाच्या कार्यकर्त्या डॉ.शमीम आत्तार-नाथन यांचीही तोपर्यंत चांगलीच बाचाबाची सुरू झाली. सभागृहात एकच गोंधळ माजला आणि प्रकरण हातघाईवर आलं.

सभागृहात गोंधळ चालू असताना जनता दल नेत्या मृणाल गोरे यांनी ध्वनिक्षेपकाचा ताबा घेऊन आरडाओरड करणाऱ्या बुरखाधारी स्त्रियांना सडकून दम भरला. "इथे कोणावरही येण्याची सक्ती नाही. ज्यांना ऐकायचं नाही त्यांनी मुकाट चालू लागा."

त्यांनी आपल्या भाषणात "जातीयवादी शक्तीविरुद्ध आवाज उठविण्यासाठी या परिषदेचं आयोजन करण्यात आलं आहे. हिंदूंमधील पुरोगामी चळवळ व मुस्लीमांमधील पुरोगामी चळवळ यात ७५ वर्षांचं अंतर आहे व म्हणूनच चळवळीनं जोर धरला पाहिजे." असं सांगितलं. 'पुरोगामी मुस्लीम' च्या पोटगी समर्थन विशेषांकाचं मृणाल गोरे यांच्या हस्ते प्रकाशन करण्यात आलं.

डॉ. शमुन लोखंडवाला यांनी इस्लामच्या इतिहासातील दाखले देत इस्लाममध्ये असलेल्या मूळ चांगल्या कल्पना मुल्लामौलवींनी कशा भ्रष्ट केल्या हे मांडले व

मुस्लीम स्त्रीस पोटगी मिळण्याचे समर्थन केले.

गोव्यातील पुरोगामी कार्यकर्त्या रशिदा मुजावर यांनी गोव्यामध्ये पोर्तुगीजांनी केलेला समान नागरी कायदा सध्याही अस्तित्वात आहे व तेथील मुसलमानांना लागू आहे. त्यामुळे गोव्यातील मुस्लीम पुरुषाला एकापेक्षा अधिक बायका करता येत नाहीत. तसेच तोंडी तलाक देता येत नाही. तलाक कोर्टामार्फत होतो व पोटगीची जबाबदारी मुस्लीम पुरुषावर असते, असे सांगितले.

परंतु गोवा स्वतंत्र झाल्यानंतर धर्मांध मुल्लामौलवींनी या कायद्यातून मुसलमानांना वगळावे अशी मागणी करण्यास गोव्यात सुरुवात केल्याने रशिदा मुजावरनी मुस्लीम महिलाना संघटित करून त्याविरुद्ध चळवळ सुरू केली असल्याचे सांगितले. तसेच गोव्यातील कायद्याप्रमाणे सर्व भारतातील मुस्लीमांना समान नागरी कायदा लागू करावा अशी मागणी केली.

शहाबानो प्रकरणी सुप्रीम कोर्टाने दिलेल्या निकालाचे स्वागत करणारा ठराव या परिषदेत एकमताने पारीत करण्यात आला.

निदर्शक नंतर रस्त्यावर जाऊन उभे राहिले. त्यांनी 'मेहरून्निसा चोर है।' 'नारी की रक्षा कौन करेगा? इस्लाम करेगा.', 'मुस्लीम सत्यशोधक मुर्दाबाद' अशा घोषणा द्यायला सुरुवात केली. परिषद संपेपर्यंत तब्बल चार तास ही घोषणाबाजी चालू होती.

इतकंच नव्हे तर परिषद संपल्यावर सत्यशोधक मंडळाच्या कार्यकर्त्यांचा त्यांनी मुंबई मध्य रेल्वे स्थानकापर्यंत पाठलाग केला. अंधेरीहून मंडळाच्या महिला कार्यकर्त्या आल्या होत्या. अंधेरीस जाण्यासाठी आम्ही टेम्पोत जाऊन बसलो ही बातमी निदर्शकांत जाऊन पोहोचली व ते गाडीच्या समोर येऊ लागले. परिस्थितीचं गांभीर्य आमच्या लक्षात आलं; परंतु पोलिसांनी प्रसंगावधान राखून निदर्शकांना बाजूस करून आमच्या गाडीला रस्ता करून दिला. अशा रीतीनं ही परिषद गाजली.

शहाबानो केस निकालाच्या समर्थनासाठी मुस्लीम महिलांचा मोर्चा महाराष्ट्रभर काढावा ही कल्पना मला गप्प बसू देईना.

१९८५ चा शाहू पुरस्कार मेहरून्निसा दलवाईंना मिळाला होता. त्या निमित्त त्या कोल्हापुरला आल्या असता, त्यांना मी मोर्च्याची कल्पना सांगितली. त्यांनी होकार दर्शविला. मग आम्ही कोरगावकर ट्रस्ट, दलितमित्र बापूसाहेब पाटील, दत्त साखर कारखान्याचे अध्यक्ष अप्पासाहेब तथा सा.रे.पाटील यांना व इतर संस्थाध्यक्षांना भेटलो. एस.टी मधून मोर्चा काढण्याची कल्पना सर्वांना आवडली. मदतीची आश्वासनं मिळाली. स्मरणिका काढायचं ठरलं.

'तलाक मुक्ती मोर्चा' हे नाव सुचलं. मोर्चा म्हणावे की म्हणू नये, असा

माझ्यापुढे प्रश्न होता; पण तेच नाव निश्चित केलं. कार्यकर्त्यांची बैठक घेतली व तलाक मुक्ती मोर्चा काढण्याचं निश्चित झालं.

अंतिमत: मुस्लीमांसह सर्वांना समान नागरी कायदा केलाच पाहिजे, पण समाजाचं प्रबोधन करताना एकाच गोष्टीवर अडून बसणं योग्य नव्हे. समाजाला बरोबर घेताना म.गांधीजी म्हणायचे त्याप्रमाणे सुधारणावाद्यांनी समाजाच्या दोन पावलं पुढे असावं. पन्नास पावलं पुढे राहिल्यास आपला व समाजाचा संबंध तुटतो. समाजाच्या दोनच पावलं पुढे राहून हाका घालत समाजाला बरोबर नेलं पाहिजे. हे पंधरा वर्षांच्या अनुभवांतून आम्ही शिकलो होतो. म्हणून फक्त पुढील मागण्या घेऊन मोर्चा काढायचा असं ठरविलं.

(१) तोंडी तलाक कायद्याने बंद करा.

(२) मुस्लीमांना द्विभार्या प्रतिबंधक कायदा लागू करा.

(३) शाहबानो केसमध्ये सर्वोच्च न्यायालयाने दिलेला निकाल कायम राहावा.

यदुनाथजींना भेटलो. महाराष्ट्रातील जवळ जवळ सर्व जिल्ह्यांत त्यांचा संचार असतो. प्रत्येक जिल्ह्यात कोणी ना कोणी त्यांच्या ओळखीचं होतंच. 'पुरोगामी मुस्लीम'चे वाचक महाराष्ट्रभर असल्याने संपर्काचे पत्ते होते. राष्ट्र सेवा दल, सर्वोदय मंडळ, समाजवादी मंडळी, जनता दलाची मंडळी, पुरोगामी विचारांच्या संघटना, युवक क्रांती दल, समाजवादी महिला सभा, छात्र युवा संघर्ष वाहिनी यांच्या मदतीनं हा मोर्चा सज्ज झाला.

दौऱ्याचे नियोजन डोक्यात होतेच. पूर्वतयारीसाठी महाराष्ट्रभर फिरायचं. स्वागत-समित्या बनवायच्या. आम्हा मोर्चेवाल्यांची राहण्याजेवण्याची व्यवस्था स्थानिक मंडळींनी करायची, जमल्यास आम्हाला निधी जमवून द्यायचा.

कोल्हापूर विभागात १९७० पासून जे कार्यकर्ते आमच्या समवेत काम करत होते, ती मंडळी मोर्चात असणार होती. त्या सर्वांची एक बैठक घेतली.

कोल्हापूर भागातील आम्ही बरेच कार्यकर्ते शिक्षणक्षेत्रात असल्यानं दिवाळीच्या सुट्टीच्या कालावधीमध्ये मोर्चा आयोजित करू. महाराष्ट्राच्या जास्तीत जास्त जिल्ह्यांतून जाऊ. पुढे जानेवारीत नागपूरला अधिवेशन भरेल. तेव्हा नागपूरला जाऊन विधान-भवनावर मोर्चा काढू. आपण आपल्या परीनं शिकस्त करू असं ठरलं.

महत्त्वाचा प्रश्न निधीचा. कूपन्स काढू. समाजात जाऊ. लोक पैसा देतील. सहकारी संस्था आहेत. जाहिरातींच्या माध्यमातून पैसा उभा करू. असे बेत केले. सर्व कार्यकर्त्यांना योजना पसंत पडली. बरीच चर्चा झाली. ''अशा मोर्च्यात महिला अधिक असल्या पाहिजेत!'' एम.ए.नाईकांनी सूचना मांडली.

''आपल्या कुटुंबाला बरोबर घेऊ, म्हणजे तलाकपीडित महिलांना यायला

अवघड वाटणार नाही.'' मी म्हणालो.

''अवश्य. मी माझ्या पत्नीला घेऊन येतो'' नाईक.

''प्रत्येकानं आपल्या पत्नीला मोर्चात सहभागी करावं.'' या सूचनेला बेग व इनामदार यांनी अनुमोदन दिलं.

निधीसाठी कूपन्स काढण्याची व खपवण्याची, जाहिराती मिळविण्याची, आपल्या भागातील तलाकपीडित महिलांना मोर्च्यात सहभागी होण्यासाठी प्रवृत्त करण्याची जबाबदारी सर्वांनी स्वीकारली. ज्यांना सुट्ट्या नसतील त्यांनी रजा घ्यायची असं ठरलं.

मी पूर्वतयारीसाठी प्रथम महाराष्ट्रात फिरून यायचं. मोर्च्याच्या सर्व तयारीची व्यवस्था माझ्याकडे सोपवण्यात आली. दलवाई भाभींनी जाहिरातींच्या माध्यमातून निधी जमवायला मदत करायची असा निर्णय झाला.

आय.एन.बेग व बशिर तांबोळी यांनी पथनाट्याची कल्पना मांडली. प्रा. ऐनूल आत्तार चांगल्या गातात. स्त्रीमुक्तीची गाणी बसवावीत, अशा एक ना दोन अनेक सूचना आल्या.

मी श्रीगोंद्यास जाऊन मंडळाचे अध्यक्ष बाबूमियाँ बँडवाले यांच्या कानावर ही योजना घातली. त्यांची संमती घेतली. प्रा. मुमताज रहिमतपुरे माढ्यास होत्या. कोल्हापुरहून त्यांची मंचर, कर्जत, माढा अशी सलग सहा वर्षे बदली झाल्यानं चळवळीशी त्यांचा संपर्क तुटला होता. त्यांना भेटलो. आता त्या बाललेखिका म्हणून प्रसिद्ध पावत होत्या. त्यांनीही मोर्चात येण्याचं मान्य केलं.

महाराष्ट्रातील ज्यांचे पत्ते मिळाले होते, त्या सर्वांना मोर्च्यांचं पहिलं पत्रक पाठविलं व मोर्च्याची स्वागतसमिती बनविण्यासाठी येत असल्याचं कळविलं.

आर्थिक मदतीसाठी कोरगावकर ट्रस्टनं पहिले चार हजार रुपये दिले. आप्पासाहेब तथा सा. रे.पाटील, चळवळीचे पाठीराखे यांनी जाहिरातीच्या माध्यमातून दीड हजार रुपये दिले व माझा पूर्वतयारीचा दौरा सुरू झाला. तसंच मोर्च्याच्या मार्गाचा नकाशा तयार होऊ लागला.

'पुरोगामी मुस्लीम' मधून मोर्च्याची सविस्तर योजना मांडली. अंक सर्वत्र रवाना झाला.

शक्यतो जिल्ह्याची ठिकाणं घ्यावीत. जिल्हाधिकाऱ्यांना मोर्च्यानं जाऊन निवेदन द्यावं. जाहीर सभा घ्यावी. जमल्यास मुस्लीमांची बैठक घ्यावी.पोस्टर प्रदर्शन लावावं. शक्य तिथे पथनाट्य करावं. मुस्लीम मोहल्यात जावं. दुसऱ्या दिवशी पुढच्या मुक्कामावर निघावं, असा साधारण रोजच्या कार्यक्रमाचा आराखडा ठरला.

मिरज हे मुस्लीम वस्तीचं शहर. तिथे अरब येऊन राहतात व गरीब मुलींशी विवाह करून परत जाताना तलाक देऊन जातात. त्यामुळे मिरजेत मोर्चा घ्यावा

म्हणून तेथील राष्ट्र सेवादलाचे ॲड. चिमण लोकूर यांच्याशी संपर्क साधला . स्वागत समिती बनविण्याची त्यांच्यावर जबाबदारी टाकली.

सोलापूरचे आमचे जुने मित्र प्रा. फकरुद्दीन बेन्नूर, राष्ट्रसेवा दलाचे पन्नालालजी सुराणा, शंकर पाटील यांना भेटलो. स्वागतसमितीची पहिली बैठक घेतली.

उस्मानाबादला बशिर तांबोळी होता. तिथे त्यांच्या समता मंचाचा गट, पत्रकार भारत गजेंद्रगडकर, सुनील बडूरकर, वडगावकर, यांच्याशी बोलणं झालं.

लातूरला जनता दलाचे ॲड. मनोहरराव गोमारे यांना भेटलो. त्यांनी काही मुस्लीम मंडळींना भेटवलं व कार्यक्रम घेण्याचं निश्चित केलं.

बीड जिल्ह्यात आंबेजोगाईला समाजवादी कार्यकर्ते, लोहिया पतीपत्नी 'मानव लोक' संस्था चालवतात, तिथे जाऊन उतरलो. प्राथमिक चर्चा झाली. आमच्या विचारांचा मित्र अमर हबीबवर जबाबदारी टाकू म्हणत होतो, पण तो बाहेरगावी होता.

परभणीत कृषी महाविद्यालयात काम करणारे प्रा. साळुंखे यांच्याकडे निरोप ठेवला. ते गडबडीत होते, पण सर्व करण्याची त्यांनी तयारी दर्शविली.

नांदेडमध्ये दै. 'प्रजावाणी'चे संपादक सुधाकर डोईफोडे यांना भेटण्याचा प्रयत्न केला. ते नव्हते. पत्र ठेवलं. नरहर कुरुंदकरांचं हे गाव, पण ते आता आपल्यात नव्हते. पत्रावर काम भागलं.

नांदेडनंतर लांबचं अंतर चंद्रपूर. बाबा आमट्यांच्याकडे आनंदवनात उतरावं व तिथे नियोजन करावं म्हणून चंद्रपूरला जायचं ठरवलं. पण त्या आधी अकोल्यास गेलो. संपूर्ण दिवस विविध मंडळींना भेटलो. आत्तापर्यंतच्या अनुभवास अपवाद ठरलं अकोला. कोणी होकार देईनात. एकमेकांची नावं सुचवू लागले.

रात्री मुक्कामाला अमरावतीला वजीर पटेलांच्याकडे गेलो. ते आता छायानगरच्या झोपडपट्टीत राहत नव्हते. झाकिरकॉलनीत त्यांनी मोठा बंगला बांधला होता. कुटुंबनियोजनाच्या कामाचा त्यांनी धडाका लावला होता.

पश्चिम महाराष्ट्राच्या मानानं विदर्भमराठवाड्यात मुस्लीम समाजात कुटुंबनियोजनाचा प्रचार कमी. सरकारी मंडळी सुद्धा मुस्लीम मोहल्ल्यात जायला मागत नसत. त्यामुळे कुटुंबनियोजनाचा कार्यक्रम मुस्लिम समाजात राबविण्यासाठी वजीर पटेल उभे राहिल्यावर त्यांना चांगला प्रतिसाद मिळू लागला. त्यांनी दहा हजार मुस्लीमांच्या नसबंदी शस्त्रक्रिया घडवून आणल्या होत्या.

या कामाच्या जोडीला राजकीय मंडळींतही त्यांचा वावर होता. काही मुस्लीम तरुणांना नोकऱ्या लावण्यात ते यशस्वी झाले होते. त्यामुळे चार मुस्लीम मंडळी त्यांच्याबरोबर होती. 'बागबान' नावाचं उर्दू पत्रक ते चालवत. त्यांच्या कामाचा बाज औरच होता.

"अरे हुसेन, ये मुसलमान तुझको निकलनेच नहीं देंगे। तू कैसा मोर्चा निकलेगा? "वजीर पटेल.

"मैं कोल्हापूर से निकला हूँ। अबतक सात जिलोंका कार्यक्रम तय करके आया हूँ। कहीं भी आप जैसा किसी ने नही कहा." माझं उत्तर.

"सच कहता है तू?" वजीर पटेल.

मी माझ्या सात जिल्ह्यांच्या दौऱ्याचा सर्व वृत्तांत त्यांना दिला. तेव्हा त्यांना शक्य वाटू लागलं. शहाबानो केसच्या निकालानंतर अमरावतीत मुस्लीमांचा मेळावा झाला होता. निकालावर ताशेरे झाडण्यात आले होते. मुस्लीम लीगच्या बनातवाल्यांना बोलावून मोठा मेळावा घेण्याचं ठरलं होतं. त्यामुळे वजीर पटेलांना धास्ती वाटणे साहजिकच होतं. पण माझं बोलणं ऐकल्यानंतर त्यांनी होकार भरला.

अमरावतीनंतर बुलढाणा. छात्र संघर्ष वाहिनीचे ॲड. खंडागळे तिथे माझ्या माहितीचे होते. त्यांच्याकडे गेलो. छोट्याशा खोलीत ते राहत होते. त्यांनी आपल्या मित्राकडे उतरण्याची माझी सोय केली. दुसऱ्या दिवशी एक बैठक झाली. काही मुस्लीम मंडळींना भेटून कार्यक्रम निश्चित केला.

त्यानंतर जळगावमध्ये राष्ट्र सेवादलाचे भाऊ रायसोनी यांच्याकडे उतरलो. या मंडळींचा व माझा कधी परिचय नव्हता. पण 'पुरोगामी मुस्लीम' हे आमचं मासिक त्यांच्याकडे जात असे. कामामुळे लोक जोडले जायचे. भिकचंद शर्मा यांनी कार्यक्रम घेण्याचं आश्वासन दिलंच, पण निधीसाठी जाहिरातीही मिळवून दिल्या.

आमचे मित्र लियाकत अली सय्यद जळगाव आकाशवाणी केंद्रात नोकरी करीत होते. त्या सर्वांनी पुढील जबाबदारी घेतली.

रजिया पटेल व तिचा नवरा श्रीकांत सावंगीकर औरंगाबादमध्ये राहत होते. युवक क्रांती दलाची मंडळी होती. ॲड. अंकुश काकडे, प्रकाश चिटगोपीकर असे अनेक जण तिथे भेटले. दै. 'मराठवाडा' चे संपादक अनंतराव भालेराव यांच्या कानावर हा वृत्तांत घातला.

अहमदनगरमध्ये राष्ट्र सेवा दलाचे डॉ. एस्. टी. महाले यांनी सर्व जबाबदारी घेतली.

श्रीरामपूरमध्ये प्रा. नजमा मणेर व प्रा. शिराज मणेर ही पतीपत्नी नोकरी करतात. त्यांनी एक बैठक घेऊन काही मंडळींना भेटवलं. स्वागतसमिती बनविण्यात आली.

मालेगाव हे जातीय दंगलींनी सतत तप्त असलेलं शहर. डॉ. सुगन बरंठ तिथं असत. त्यांचा मुस्लीम समाजाशी जवळचा संबंध. एका मुस्लीम डॉक्टरांची भेट झाली. ते विचारांनी पुरोगामी असले तरी कृतीत उतरावयास तयार नव्हते. त्यांनी छान बिर्याणीचे जेवण दिलं, पण इतर सहकार्य दिलगिरीपूर्वक नाकारलं. डॉ. बरंठ

म्हणाले, "मालेगावात आता दोन्ही बाजूंनी वातावरण तापले आहे. तेव्हा आपण नंतर विचार करू."

तिथले जनता पक्षाचे आमदार निहाल अहमद भेटले नाहीत. त्यांनी पत्रोत्तर सुद्धा दिलं नाही.

नाशिक येथे कुसुमताई पटवर्धनांच्याकडे उतरलो. त्या 'महिला संरक्षण समिती' तर्फे अनेक महिलांचे प्रश्न सोडवत आहेत. मुस्लीम भगिनी पण होत्या. त्यांची आघाडी कार्यरत होती. त्यांनी तलाक मुक्ती मोर्च्यांचा कार्यक्रम घेण्याचं मान्य केलं.

नाशिकहून मोर्चा मुंबईस न्यावा असा माझा इरादा होता. पण भाभी पूर्णत: कामात गुंतल्या होत्या. त्यामुळे पहिल्या टप्प्यात मुंबई न करता दुसऱ्या टप्प्यात मुंबई घ्यावी असं ठरलं.

जिथे जिथे महाराष्ट्रात मंडळाचं काम आहे त्या भागात मोर्चा न्यायचा नाही, असं ठरल्यानं व इतर जिल्ह्यात संपर्कात असलेली फारशी मंडळी नसल्यानं शेवटी नागपूरला गेलो. डॉ. भा. ल. भोळे, डॉ. रुपा कुलकर्णी, सर्वोदय लॉजचे डॉ. आर्सेकर यांना भेटलो. पण अधिवेशनाच्या वेळी म्हणजे जानेवारी फेब्रुवारी मध्ये मोर्च्याचा दुसरा टप्पा घ्यावा असं ठरवावं लागलं.

मोर्च्याची प्राथमिक आखणी करून महिन्याभराचा दौरा आटोपून मी कोल्हापुरला आलो. तोपर्यंत मोर्च्याच्या सर्व कल्पना डोक्यात स्पष्ट झाल्या होत्या.

प्रत्यक्ष मोर्चा निघण्यात आता काही अडचणी दिसू लागल्या. मुख्य अडचण एस्.टी. बसची सोय करण्याची होती. त्यासाठी तीस हजार रुपये डिपॉझिट भरावं लागणार होतं. त्याची सोय करण्यासाठी स्मरणिकेला मुंबईहून अधिकाधिक जाहिराती मिळणं गरजेचं होतं. म्हणून एका जिल्ह्याचा कार्यक्रम ठरला की, मुंबईला फोन करून दलवाई भाभींना कळवत असे.

त्यामुळे त्याही कामाला लागल्या होत्या. मोर्चाचं प्रतीक म्हणून चित्रकाराकडून आराखडा करून घेतला. मनाजोगतं चित्र मिळेना. हमीदभाईंच्या पुस्तकावर सुभाष अवचटांचं बुरखाधारी स्त्रीचं मुखपृष्ठ होतं. बुरख्यातील स्त्रीचे फक्त दोन डोळेच दिसत होते. तेच चित्र माझ्या मनात ठसलं. क्रांतीचे प्रतीक म्हणून मशाल घेतलेली, महिलेच्या हातातली बेडी तुटलेली असं प्रतिकात्मक चित्र तयार झालं.

शिवाजी विद्यापीठात इंग्रजीच्या प्राध्यापिका असलेल्या प्रा. माया पंडित यांनी एक पथनाट्य लिहून दिलं. त्यात गीतंही होती. त्यापैकी एक गीत असं होतं—

मला माणूस म्हणूनच जगायचंय
मला माणूस म्हणूनच जगायचंय

मला घर हवं, मला मुलं हवी

मला सुरक्षिततेची हमी हवी
माझ्या हक्कासाठी मला झगडायचंय
मला माणूस म्हणूनच जगायचंय

मी माणूस आहे,मी नाही गुलाम!
हा जुबानी तलाक, मी करीन निलाम!
माझ्या स्वातंत्र्यासाठी मला झगडायचंय
मला माणूस म्हणूनच जगायचंय
मला बुरखा नको, मला कैद नको
मला तीन सवतींची भीती नको
अशा रुढींबरोबर मला झगडायचंय
मला माणूस म्हणूनच जगायचंय

मी लढेन लढा, मी मिळवेन न्याय!
माझ्या बरोबरीनं तुम्ही येणार काय?
चला एकीचं बळ आता दाखवायचंय
मला माणूस म्हणूनच जगायचंय.
मला माणूस म्हणूनच जगायचंय.

या प्रकटनानं सभेचा समारोप व्हायचा होता. त्याच्या तालमी रोज सुरू झाल्या. आय.एन. बेग, बशिर तांबोळी रोज ५० किलोमीटरवरून तालमीला येत.

कूपन्स छापण्यात आली. दोन रुपये, पाच रुपये, दहा रुपये किंमतीची कूपन्स काढली. पावती पुस्तकं छापली. आम्ही निधीकरिता, जाहिराती मिळवण्यासाठी गटागटानं फिरू लागलो.

ठिकठिकाणी वाटायला पुस्तिका हव्यात म्हणून चळवळीविषयीच्या शहाबानो केसच्या छोट्या पुस्तिका छापून घेतल्या. कोल्हापुरात वातावरण निर्मितीची गरज होती म्हणून, राजकीय पक्षांची मंडळी व प्रबोधन चळवळीतील कार्यकर्ते अशा सर्वांची बैठक घेतली. दलितमित्र बापूसाहेब पाटील, आमदार बाबूराव धारवाडे, कॉ. गोविंद पानसरे, विमलाबाई बागल, चंद्रकांत यादव, प्रा. उदय नारकर, आर. बी. कांबळे, प्रा. शरद नावरे, रवींद्र सबनीस, श्रीमती सुचेता कोरगावकर, एच्. डी. पाटील, अल्ताफ मुजावर, मनोहर माने, व्यंकप्पा भोसले, दत्ता जाधव, प्रा. एम. डी. देशपांडे , शंकर धोंडी पाटील, आमदार श्रीपतराव शिंदे, प्रा. सुभाष जोशी, जे. बी. जमादार इ. मंडळींनी आपापल्यापरीने मोर्चास साहाय्य केले.

कोल्हापुरचे महापौर श्री. रेडेकर, हमीद दलवाईंचा पहिला दौरा झाला तेव्हा ते नगराध्यक्ष होते. त्यांनी सर्व सहकार्य देऊ केले.

पोलीस संरक्षणासाठी कोल्हापुरच्या डी. एस्. पी. ना भेटलो. ते म्हणाले, "दोन पोलीस देऊ तुमच्याबरोबर संपूर्ण दौऱ्यात."

ज्या, ज्या जिल्ह्यात मोर्चा जाणार होता. त्या सर्व डी.एस्. पी. ना मोर्चाला संरक्षण देण्याबाबत पत्रे पाठविली. कलेक्टरना निवेदन स्वीकारण्यास उपस्थित राहण्याबद्दल विनंती पत्रे गेली. याचा योग्य तो परिणाम झाला व मोर्चा निघण्याच्या आदल्या दिवशी २ नोव्हेंबरला कोल्हापुरात 'तलाक मुक्ती मोर्चा' मदत फेरी काढली तेव्हा पंचवीस हत्यारी पोलीस मोर्चाबरोबर होते.

मोर्च्याला विरोध करण्यासाठी कोल्हापुरात मुस्लीम पर्सनल लॉ बोर्डाच्या वतीने येथील मुस्लीम बोर्डिंगमध्ये मेळावा घेण्यात आला. मुंबईहून काही मुल्लामौलवी आले होते. "यह मोर्चा निकलनेसे पहलेही खत्म कर डालो." अशी चिथावणीखोर भाषणे मेळाव्यात झाली. मोर्चाच्या विरोधी पोस्टर्स कोल्हापुरात लागली. याचाही परिणाम पोलीस संरक्षण मिळण्यात झाला असावा.

रुढीवादींच्या विरोधाकडे लक्ष देण्यास आम्हाला सवड नव्हती. आम्ही उचललेले पाऊल मुस्लीम समाजाच्या भल्यासाठी आहे, याची खात्री आम्हाला होती.

तलाक मुक्ती मोर्चासाठी एस्.टी. ची मागणी केली होती. परंतु महाराष्ट्र राज्य परिवहन मंडळाचा बस देण्याचा निर्णय लौकर होईना. अनेकांनी खाजगी बस घेण्याचा सल्ला दिला. पण या मोर्चास मुस्लीमांकडून विरोध झाला आणि दगडफेक झाली तर खाजगी गाडीचा मालक दौरा अर्ध्यावर सोडून आल्यास काय करायचं? म्हणून एस्. टी. वरच विसंबून राहिलो.

कोल्हापुरच्या एस्. टी. ऑफिसात रोज एक चक्कर मारत होतो. अधिकारी सांगत, "आम्ही गाडी तयार ठेवली आहे. फक्त वरून हिरवा कंदील दाखवला की, तुम्हाला गाडी देऊ."

मुंबईत दलवाई भाभीही रोज मंत्रालयात जाऊन गाडी मिळवण्याचा प्रयत्न करत होत्या. मोर्चाची तारीख जवळ आली तेव्हा त्यावेळचे दळणवळण मंत्री अनंतराव थोपटे यांना भेटून एकदाची एस्. टी. बस मिळविली.

२ नोव्हेंबरला सर्व मोर्चेकरी कोल्हापुरात आले. त्याची एक पक्की यादी तयार केली. २२ महिला, १४ पुरुष व ८ मुले होती. दलवाई भाभी म्हणाल्या, "मोर्चात मुले कशाला? काही त्रास झाल्यास?" पण ज्यांची लहान मुले होती त्यांनी काय करायचं? १५/२० दिवस त्यांना कोण सांभाळणार? जी. आय. मुल्लाचा मुलगा मुदस्सर तर दहा महिन्यांचा होता. त्यामुळे मुलांना घेणे अपरिहार्य होते.

पहिला मुक्काम मिरजेला होता. तेवढ्यात मिरजेहून ॲड. चिमण लोकूर यांचा

फोन आला, ''तुम्ही मिरजेला मुक्काम न करता, सोलापूरला जा.''

आम्ही सर्वांना तारखा दिल्या होत्या. बदल करणं शक्य नव्हतं. आम्ही मुक्काम मिरजेतच करू असं कळविलं.

३ नोव्हेंबर १९८५ ला दु. ४ वा. 'तलाक मुक्ती मोर्चा' निघण्यास सिद्ध झाला. बिंदू चौकात सभा झाली. मी व दलवाईभाभींनी मोर्चाचा उद्देश व पार्श्वभूमी मांडली. मोर्चाला शुभेच्छा देण्यासाठी दीडदोनशे महिला बिंदू चौकात जमा झाल्या होत्या. स्त्री मुक्तीचे अध्वर्यू महात्मा ज्योतीराव फुले व डॉ. बाबासाहेब आंबेडकरांच्या पुतळ्यास हार अर्पण करून मोर्च्याची सुरुवात झाली. शुभेच्छा द्यायला आलेल्या महिला दसरा चौकापर्यंत मोर्चात सहभागी झाल्या. तिथे राजर्षि शाहू महाराजांच्या पुतळ्यास पुष्पहार अर्पण करून आम्ही एस्. टी. त बसलो. तलाक मुक्ती मोर्च्याने मिरजेकडे कूच केले.

मोर्च्यात सहभागी झालेले सहकारी या चळवळीत सातत्यानं भाग घेणारे जाणकार होते. प्रा. मुमताज रहिमतपुरे ही मधल्या दहा बारा वर्षांच्या अंतरानंतर या मोर्च्यामुळे पुन्हा चळवळीशी जोडली गेली. आयेशा मोर्च्यात सहभागी झाल्याने पूर्णपणे कार्यकर्ती बनली. जी. आय. मुल्ला १९७२ पासून कॉलेजशिक्षणासाठी आमच्याकडे आला. तो व त्याची पत्नी हमीदा आपल्या दहा महिन्यांच्या मुलासह संपूर्ण मोर्च्यात होती.

आप्पासाहेब इनामदार नावावरून मुस्लीम वाटत नाहीत. पण ते सुधारणावादी विचारांचे मुस्लीम आहेत. त्यांनी आपण होऊन माझी ओळख करून घेतली व चळवळीत सहभागी झाले. ते, त्यांची पत्नी रफियाभाभी व मुलगी सिरीन आमच्याबरोबर होते. महंमद गौस नाईक आमच्या चळवळीतील सुरुवातीपासूनचे कार्यकर्ते. फार पुढे जायचं नाही, फार मागे राहायचं नाही, असा त्यांचा स्वभाव. त्यांच्या पत्नी शहिदाभाभी व मुलगा नवाज मोर्च्यात होता.

प्रा. ऐनूल आत्तारला तलाकला सामोरं जावं लागलं होतं पण ती धीरानं उभी राहिली. तिनं शिक्षण पूर्ण केलं. स्वत:च्या पायावर उभी राहिली. मंडळाच्या कामात वेळ देते. मोर्च्याच्या तयारीसाठी पूर्ण वेळ दिला. नोकरीतून रजा काढून ती मोर्च्यात सहभागी झाली.

निजाम मुल्लाणी हाही दीर्घकाळ चळवळीत असलेला कार्यकर्ता. बशीर तांबोळी हा मूळचा उस्मानाबादचा. पुरोगामी मुस्लीममध्ये मोर्च्याचं निवेदन वाचून त्यानं आपणहून पत्र लिहून ''मोर्चा उस्मानाबादला आणावा, त्याच्या व्यवस्थेची जबाबदारी मी व माझे सहकारी घेतो'' असं कळविलं होतं. तो सध्या सांगलीला साखर कारखान्यात नोकरी करीत आहे.

समीर मणियार, नगर जिल्ह्यातील श्रीगोंद्यांचा मंडळाचा कार्यकर्ता. सध्या

'महाराष्ट्र टाइम्स'मध्ये नोकरी करीत आहे. काही काळ आमच्या वसतिगृहात असलेला प्रा. मेहबूब सोमजाळ, अजमतबी सय्यद, कु. शहनाज सय्यद, कु. शबनम सय्यद बिलालबी, जमादार सलिम मुल्लाणी, अब्दुल मजीद नगारजी हाशमुद्दीन सय्यद, वहिदा बँडवाले, बाबासाहेब मुल्लाणी, रमेजाबी मुल्लाणी, दिदार शेख हे मोर्च्यात सहभागी झाले होते.

मुस्लीम सत्यशोधक मंडळाचे अध्यक्ष बाबूमियाँ बँडवाले पंच्याहत्तर वर्षांचे स्वातंत्र्यसेनानी. अहमदनगर जिल्ह्यातून त्यांची ताम्रपदकासाठी स्वातंत्र्यसैनिकांतून निवड झालेली. या स्वातंत्र्यसैनिकाचं वैशिष्ट्य हे की, हे स्वातंत्र्यसैनिकांना मिळणाऱ्या कोणत्याही सोईसवलती घेत नाहीत. इतकेच काय, पेन्शनसुद्धा त्यांनी स्वीकारलेली नाही. त्याबद्दल ते म्हणतात, ''मातृभूमीसाठी तुरुंगात गेलो त्याची पेन्शन कसली घ्यायची?'' थोर समाजवादी व राष्ट्र सेवा दलाचे सेनानी रावसाहेब पटवर्धनांचा त्यांच्यावर प्रभाव आहे. मंडळाच्या स्थापनेच्या वेळी ते वर्तमानपत्रांतील बातमी वाचून पुण्यास आले व सध्या ते मंडळाचे अध्यक्ष आहेत.

त्याबद्दल ते सांगतात की, ''पाकिस्तान निर्मितीच्या वेळी आम्ही त्याला विरोध केला, तेव्हा आम्हाला काफर ठरविण्यात आले. आता मी हमीद दलवाईंनी स्थापन केलेल्या मुस्लीम सत्यशोधक मंडळाचा अध्यक्ष झालो म्हणून आताही मला काफर ठरविलं जात आहे. स्वातंत्र्यपूर्व काळातही माझी भूमिका योग्य होती व आताही ती योग्यच आहे.''

१९७१ साली भारतपाक युद्धाच्यावेळी त्यांनी 'रायगडला जेव्हा जाग येते' या नाटकाचे प्रयोग करून पंचवीस हजार रुपये संरक्षणनिधीला मदत म्हणून दिले आहेत. नाटकात ते, त्यांची पत्नी, मुलगा, सून व नातू अशा तीन पिढ्या काम करीत होत्या.

मी मोर्च्याबद्दल सांगण्यास गेलो तेव्हा त्यांची पत्नी मीनाबी या अर्धांगवायूनं आजारी होत्या. ते म्हणाले, ''हिचं सर्व मला करावं लागतं.' मी इथूनच मोर्च्याला शुभेच्छा व्यक्त करणार.''

पुढे नोव्हेंबरमध्ये मोर्चा निघण्यापूवी दहा दिवस आधी, त्यांच्या पत्नी निवर्तल्या. म्हणून मी भेटायला गेलो, तर म्हणाले, ''मीना गेली, आता मी मुक्त आहे. आता मी तलाक मुक्ती मोर्च्यात पूर्णकाळ सहभागी होणार.'' आणि ते मोर्च्यात आले.

मोर्चेकरी नसलेले पण मुद्दाम आम्ही आग्रहानं आमच्याबरोबर घेतलेले, राष्ट्र सेवादलाचे माजी अध्यक्ष श्याम पटवर्धन बरोबर होते.

मोर्च्यातील आम्ही सगळे तरुण अननुभवी. आम्हाला सेवा दल सैनिकांच्या शिस्तीत ठेवण्यासाठी ते आम्हाला बरोबर हवे होते. चाळीस जणांना पंधरावीस दिवस, काही वाद न होता, एकत्र ठेवणं सोपं काम नाही. त्यासाठी मी आग्रहानं

त्यांना बरोबर घेतलं होतं.

हमीद तांबोळी सातारा जिल्ह्यातील, माण तालुक्यातील, गोंदवले बुद्रुक गावचे. पेशाने शिक्षक असणारे, मंडळाचे जागृत कार्यकर्ते. त्यांनी मोर्च्यासाठी पोस्टरप्रदर्शन बनवलं होतं. शिवाय संपूर्ण राज्यातील फोटोसाठी त्यांचा कॅमेरा सज्ज होता.

मुलांमध्ये अयुब आत्तार, जमीर आत्तार, सुहेल जमादार, फारुक सय्यद, फिरोज नायकवडी. मुदस्सर मुल्ला हे मोर्च्यात सहभागी होते.

तर तलाकपीडितांमध्ये मुंबईच्या शरीफा मुल्ला व लैला पटेल, सांगलीच्या फातिमा आत्तार व हव्वाबी आत्तार या भगिनी, तर कोल्हापुरची शानूरबी शेख या होत्या.

आय्.एन्.बेग हा मुस्लीम समाजाशी फटकून न वागता, मशिदीतील मंडळींशी संवाद साधून, त्यांचे प्रबोधन करणारे कार्यक्रम, मशिदीतून पार पाडणारा कार्यकर्ता. व्यवसायाने शिक्षक. त्याच्यामुळेच बांगला देशाचं स्वागत करणारा मोर्चा अकोळमधील मुस्लीम जमात काढू शकली. भारत पाक युद्धाच्या वेळी असो, की इराकचं कुवेतवर आक्रमण असो, बेगच्या नेतृत्वाखालील तिथल्या जमातीनं आपली प्रतिक्रिया व्यक्त केलेली असते. त्याशिवाय शेतकरीसंघटनेचे काम असो, समाजवादी प्रबोधिनीची व्याख्यानमाला असो, तरुण मंडळाचे कार्यक्रम असोत, मग तो अकोळला असो वा मुरगूडला. त्याचं काम सतत चालू असते.

तलाक मुक्ती मोर्च्यात तो, त्याची पत्नी सफूरा, मुलगी शबनम व मुलगा रिजवान हे सर्व आमच्याबरोबर होते.

साने गुरुजींच्या 'आता उठवू सारे रान' या गीतावरून आय्.एन्.बेगने मोर्च्यागीत लिहिले होते. त्या मोर्च्यागीतानेच तलाकमुक्तीमोर्च्याचा कार्यक्रम सुरू होत असे. ते गीत असं—

आता उठवू सारे रान
आता पेटवू सारे रान
तलाक मुक्ती मोर्च्यासाठी
लावू पणाला प्राण ।। धृ.।।

पुरोगाम्यांची फौज निघे
प्रतिगाम्यांना भय लागे
गोषापरद्यातील नारी
गाती मुक्ती गान।। धृ ।।

तलाकपीडित उठतील
लढण्या कंबर कसतील

मानवतेची मशाल घेऊन
पेटवतील हे रान।। धृ ।।

पडून राहू ना आता
खाऊ लाथा ना आता
पोटगीच्या हक्कासाठी
मांडणार हो ठाण।। धृ ।।

मोर्च्यामध्ये पोस्टरप्रदर्शन बरोबर असावं असं ठरवून मंडळाचे कार्यकर्ते हमीद तांबोळी यांना त्याप्रमाणे कळविलं. मुस्लीम स्त्रीचे चित्र स्पष्ट करणारी पुरेशी पोस्टर्स हमीद व त्याचा मित्र पवार यांनी वेळेत पूर्ण केली. मोर्चा निघण्यापूर्वी येथील शाहूस्मारकभवनात पोस्टरप्रदर्शन भरविलं. सुप्रसिद्ध चित्रकार पी. सरदार हे उद्‌घाटनाला आले होते.

पायलट म्हणून जी.आय्. मुल्ला यास पुढे पाठविलं. तो परभणी, लातूर, उस्मानाबादची व्यवस्था पाहून सोलापूरला येऊन मोर्च्यात सहभागी होणार होता.

कोल्हापूर जिल्हाधिकाऱ्यांना पहिलं निवेदन दिलं. आम्ही चार वाजता मिरजेला पोहोचणार होतो. पण पोहोचायला सहा वाजले. वाटेत जयसिंगपूरला लोक उभे होते, त्यांनी गाडी अडविली. मोर्चेकऱ्यांना हार घातले व आम्हाला आमच्या कामाचं महत्त्व जाणवू लागलं.

मिरजेत मात्र पोलिसगाड्यांच्या ताफ्यानं आमचं स्वागत केलं. तत्पूर्वी सांगली जिल्ह्याच्या हद्दीत प्रवेश करताना सांगली जिल्ह्याचे डी.एस्.पी. आले होते. त्यांनी आम्हा चाळीस जणांच्या गाडीचा ताबा आपल्या संरक्षणाखाली घेतला.

मिरजेत मिशन हॉस्पिटलजवळ गांधींच्या पुतळ्याजवळ मोर्च्याचं स्वागत करण्याची योजना होती. गर्दी खूप होती. ॲड. चिमण लोकूर आपल्या कार्यकर्त्यांसह स्वागतास हजर होते; तर एका मुस्लीम संघटनेने काळे झेंडे लावून आमचा निषेध केला होता. तिथून मोर्चा सभास्थानाकडे, किसान चौकात निघाला. ॲड. चिमण लोकूर, समाजवादी महिला सभेच्या कुसुम कुलकर्णी व मी,

"तलाक मुक्ती मोर्चा"......
"झिंदाबाद,"
"जुबानी तलाक" ......
"कायद्याने बंद झालाच पाहिजे."
"तलाकपीडित स्त्रियांस पोटगी"......
"मिळालीच पाहिजे." अशा घोषणा देत होतो.

मूळ मोर्च्यातील लोकांच्या दहापट लोक मोर्च्यांत सहभागी झाले होते. समाजवादी

महिलासभेच्या महिला मोर्च्यात सामील झाल्या होत्या. मिरजेतील सर्व सभा किसान चौकात होतात. तो चौक फुलून गेला होता. बंदुकधारी पोलीस चौफेर होतेच.

दलवाईभाभी, बाबूमियाँ बँडवाले, प्रा. मुमताज रहिमतपुरे, ॲड.लोकूर व मी स्टेजवर बसलो.

स्टेजच्या समोर स्थानिक मुस्लीम संघटनेने काळा ध्वज रोवला होता. व आमच्या निषेधाचा बोर्डही लावला होता.

सभेत एक प्रकारचं भीतीचं वातावरण होतं. सभा सुरू होता होता चौकातील भाजीमार्केटच्या पत्र्यावर एक दगड आला. मागे उभी असलेली मंडळी पळू लागली. पण आमच्यावर काहीच परिणाम झाला नाही. थोड्याच वेळात गोंधळ थांबला.

सभा व्यवस्थित पार पडली. पोलिसांनी आमच्या भोवती कडं केलं. आम्ही चालत मुक्कामाच्या ठिकाणी पोहोचलो. जेवण घेतलं. काही मुस्लीम मंडळी भेटण्यास आली होती. पण आम्हाला पाहण्यापलीकडे त्यांनी काही चर्चा केली नाही.

रात्री उशिरा मंडळी झोपू लागली. पोलिसांचा उभा पहारा आमच्या हॉलमध्ये संपूर्ण रात्रभर होता. काही पोलीस एस्.टी. त झोपले होते. कोणी एस्.टी.ची नासधूस करू नये म्हणून म्हणे.

आम्हाला आपण व्ही.आय्.पी. असल्यासारखं उगीचच वाटू लागलं! शानूरबी शेख नावाची तलाकपीडित महिला हे सर्व पाहून हबकली व कोल्हापुरला परत गेली.

सकाळी सहालाच आम्ही सोलापूरकडे जाण्यासाठी तयार झालो होतो. तोवर एस्.टी. डेपोचे मॅनेजर आले व म्हणाले,''गाडी एस्.टी.डेपोत घ्या. ब्रेक तपासायचे आहेत.'' आम्हाला पुन्हा एक सुखद धक्का. गाडी डेपोत जाऊन आली. सर्व ठीक होतं.

मोर्च्याची पोलिसांनी फारच दखल घेतली होती. विरोधकांनी जोर धरला असावा, म्हणूनच इथे मुक्काम नको असा स्थानिक कार्यकर्त्यांचा सूर असावा.

आम्ही सोलापूरकडे निघालो. यामुळं पोलीस व कार्यकर्त्यांचा जीव भांड्यात पडला! आम्हा मंडळीत मात्र सुदैवानं काहीच भीतीचं वातावरण नव्हतं.

आम्ही सांगोल्यात थांबून चहा घेतला व मोर्चा पुढे निघाला. पोलिसांची गाडी आमच्या एस्.टी. मागे पडू लागली. आम्ही पुढे, पोलिस जीप मागे! सोलापूरचे पेपर मिळाले, पहिल्या पानावर मोर्च्याचं स्वागत करणारी व सभेच्या कार्यक्रमाची माहिती देणारी जाहिरात होती.

पण आमच्या एस्.टी. चा मार्ग चुकला व आम्ही मंगळवेढामार्गे सोलापुरात

आलो. आमच्या स्वागतासाठी मंडळी जकातनाक्यावर वाट पाहत होती. आम्ही धर्मशाळेत गेलो. कार्यकर्त्यांना मार्ग बदलल्याचं कळल्यावर ती मंडळी तिकडे आली. प्रा. फकरुद्दीन एच्.बेन्नूर, पन्नालाल सुराणा, शंकर पाटील, मंडळाचे जुने कार्यकर्ते बालम शेख इ. मंडळी होती. सोलापुरात वातावरण स्फोटक होतं असं त्यांनी सांगितलं.

त्यामुळे मोर्च्यानं कलेक्टर कचेरीवर जाण्यास पोलिसांनी प्रतिबंध केला. आम्ही आमची एस्.टी. घेऊन कलेक्टर कचेरीवर गेलो व निवेदन दिलं.

त्यानंतर पत्रकार बैठक झाली. हॉलमध्ये सभा सुरू झाली. बुरखाधारी तीनचार स्त्रियां स्टेजवर आल्या. त्यांनी त्यांच्यावर नवऱ्याने केलेल्या अन्यायाचं निवेदन आणलं होतं. ते आम्ही स्थानिक कार्यकर्त्यांकडे सोपवून दिलं.

आमच्या समाजातील मंडळी सभेत दिसत होती. आम्ही शांतपणे आमची भूमिका मांडली. १९७४ च्या क्रि.प्रो. कोड १२५ पासून शाहबानोच्या केसपर्यंतचा इतिहास मुमताजनं सांगितला. आम्ही भाषणात धर्मावर टीका करत नव्हतो; 'फक्त आपल्या आयाबहिणीस न्याय द्या' असं आवाहन करत असू. त्यामुळे काही गडबड झाली नाही.

मुक्कामाच्या ठिकाणी आल्यावर रात्रौ श्यामनी सुचवलं,"तुम्ही प्रमुख कार्यकर्त्यांची बैठक घेऊन पुढील नियोजन करा" त्याप्रमाणे आम्ही ठराविक मंडळी एकत्र बसलो. काय व्हायला हवं, काय नको, काय बोलावं, काय नको, याची चर्चा झाली. बेन्नूर म्हणाले,"लोकांच्या भावनेला हात घातला जात नाही. सर्वांची भाषणं आटोपशीर आहेत, पण भिडणारी नाहीत. निदान सभाध्यक्षांनी आपलं भाषण सविस्तर करावं."

तो मुद्दा मी धरून ठेवला.

उस्मानाबादच्या कॉलेजमध्ये उतरण्याची सोय होती. रात्री चौकात जाहीर सभा झाली. मला विक्रमनगरातील मशिदीत झालेल्या मौलानांच्या बयानची आठवण झाली. मी मुद्दा उचलला

"इस्लामधर्मात फार चांगली तत्त्वं सांगितली आहेत. इस्लामचा संदेश पाहा तुम्ही तुमचा कामधंदा आटोपून संध्याकाळी घरी परतला. रात्रीचं जेवण घ्यायचं आहे. तर तत्पूर्वी तुमच्या घराच्या उजव्या बाजूस चाळीस घरांत व डाव्या बाजूस चाळीस घरांत कोणी उपाशी आहे का पाहा. असा कोणी उपाशी असल्यास त्याच्या जेवणाची व्यवस्था करा व मगच तुम्ही जेवा," असं इस्लाम सांगतो. "मग एका पासष्ट वर्षांच्या परित्यक्ता महिलेस दरमहा दोनशे रुपये तिच्या नवऱ्यानं पोटगी म्हणून द्यावेत" असं सुप्रीम कोर्टानं सांगितलं तर मुस्लीमांना राग येण्याचं कारण काय? याचा मुस्लीम बांधवांनी विचार करावा. आपल्याच आईबहिणीवर हा अत्याचार

आपण का म्हणून होऊ देतो? हा बिनतोड मुद्दा मुस्लीमांना साद घालून गेला. सभेनंतर मुस्लीम मंडळी भेटली व समाधान व्यक्त करून गेली.

याप्रसंगी बोलताना उस्मानाबादचे उपनगराध्यक्ष श्री. यशपाल सरवदे म्हणाले की, ''डॉ. बाबासाहेब आंबेडकर यांनी 'माणूस धर्मासाठी नाही तर धर्म माणसासाठी आहे' असं सांगितलं होतं. तेव्हा 'शरियत' ही माणसासाठी असल्यानं मानवाच्या कल्याणासाठी असली पाहिजे.''

कडेकोट बंदोबस्तात झालेल्या या सभेस प्रचंड जनसमुदाय हजर होता. सभा व्यवस्थित पार पडली. पोस्टरप्रदर्शन पाहण्यास मुस्लीम महिलांनी गर्दी केली होती.

दुसऱ्या दिवशी पायलट जी.आय्. मुल्लानं निरोप आणला की, परभणीत वातावरण तंग आहे.

आम्ही त्याचा विचार न करता लातूर गाठलं. ॲड. मनोहर गोमारे, प्राचार्य जनार्दन वाघमारे, बडगीरे, ॲड. धनंजय पाटील, सौ. आरळीकर, सौ. वसुधा पाटील, अशोक गोविंदपूरकर व जनता दलाची मंडळी यांनी चोख व्यवस्था ठेवली होती. त्यांनी मोर्च्याचं जोरदार स्वागत केलं. विविध संघटनांचे प्रतिनिधी आमच्या स्वागतास आले होते. मुक्कामाचं ठिकाण असलेलं बसवेश्वर मंगल कार्यालय ते जिल्हाधिकारी कार्यालय असा सुमारे २००० नागरिकांचा मोर्चा नेण्यात आला. जिल्हाधिकारी श्री. उमेश सरंगी यांना मोर्च्याच्या वतीनं मागण्यांचं निवेदन देण्यात आलं.

बसवेश्वर मंगल कार्यालयात लातूरकरांनी तलाकमुक्ती मोर्चा संबंधीचं चित्रप्रदर्शन भरवलं होतं. या प्रदर्शनात 'मुस्लीम स्त्री सुद्धा भारतीय नागरिक आहे' अशी सूचक घोषवाक्यं लिहिलेली होती. तसंच समाजसुधारकांच्या छायाचित्रांसह त्यांची कामगिरी प्रदर्शित करण्यात आली होती. या प्रदर्शनाला बुरखाधारी स्त्रियाही भेट देत होत्या.

सायंकाळी चार वाजता परिसंवाद व सहा वाजता पत्रकार परिषद घेण्यात आली.

रात्री गांधीचौकात झालेल्या जाहीर सभेस चांगला प्रतिसाद होता. या सभेत बाबूमियाँ बँडवाले थोडे भावनावश होऊन बोलले. ते म्हणाले, ''मला माहिती आहे की, आम्ही सुधारणावादी काम करतो म्हणून माझा खून मुसलमानाकडून होईल.'' त्यांचं वाक्य ऐकून मी सर्दच झालो, पण क्षणात स्वत:ला सावरून उभा राहिलो. बाबूमियाँ बँडवाले यांच्या पाठीवर हात ठेवला. बाबूमियाँजी सावरले. त्यांनी आपलं भाषण आटोपतं घेतलं.

मोर्चा काढताना दगडफेक होईल, विरोध होईल हे आम्ही गृहीतच धरले होते; म्हणून भाषणात कोणते मुद्दे मांडावयाचे, कोणते मांडावयाचे नाहीत, याची चर्चा

होत होती. पण काहीही कारण नसताना बाबूमियाँ प्रक्षोभक बोलून गेले होते.

सभा संपल्यावर मी या विषयावर त्यांच्याशी बोललो. आम्ही मुस्लीम समाजाचे शत्रू नाही. प्रबोधनाचं कार्य हळूहळूच आकार घेतं. बाबूमियाँच्या मनात मुस्लीम समाजाबद्दल शत्रुत्वाची भावना नव्हती पण ते भावनेच्या भरात बोलून गेले होते.

लातूरकरांनी दुसऱ्या दिवशी आम्हाला निरोप देताना पाचशे रुपयांची रोख मदत दिली. त्याचवेळी स्थानिक वर्तमानपत्रात जनता पक्षाच्या बारा मुस्लीम सदस्यांनी जनता पक्ष तलाक मुक्ती मोर्च्याच्या कार्यक्रमात सहभागी झाल्याच्या निषेधार्थ जनता पक्षाच्या प्राथमिक सदस्यत्वाचा राजीनामा दिल्याची बातमी झळकली होती. मराठवाड्यातील मुस्लीम माणसांची झलक पाहायला मिळाली. जणू ती पुढे होणाऱ्या विरोधाची नांदीच होती.

दि. ७ नोव्हेंबरला आम्ही आंबेजोगाईकडे कूच केलं. आंबेजोगाईत स्वागतसमिती वगैरे स्थापन झाली नव्हती. त्यामुळे स्वागताला कोणीच आलेलं नव्हतं. लोहियांच्या 'धडपड' कार्यालयावर आम्ही जाऊन उतरलो. लोहिया पतीपत्नी दिल्लीला गेले होते. पण ते आमची राहण्याची व्यवस्था करून गेले होते.

इथे समिती बनली नसली तरी वर्तमानपत्रांतील बातम्यांवरून गावात मोर्च्याविषयी औत्सुक्याचं वातावरण बनलं होतं. आम्ही स्थानिक लोकांची वाट न पाहता मोर्च्यानं तहसिलदार कार्यालयावर गेलो. तिथे उपजिल्हाधिकारी श्री. दिनेश गीते मुद्दाम येऊन थांबले होते. त्यांच्याकडे निवेदन दिलं. वार्ताहर मंडळी जमली होती. स्थानिक लोक मोर्चात सामील झाले नसले तरी बरीच मुस्लीम मंडळी गोळा झाली होती. मोर्च्यानंतर आम्ही मुक्कामावर गेलो. मोर्च्या आल्याची बातमी गावात पसरल्यानं दुपारी मंडळी भेटण्यास येऊ लागली.

एक दाढीवाला भेटण्यास आला व म्हणाला, "मैं जमाते इस्लामीका कार्यकर्ता हूँ।" मी म्हणालो, "आईए, बैठीए, क्या नाम है आपका?" "नामसे क्या मतलब? हम आपका निषेध करते है ।"

एवढंच वाक्य बोलून तो चालू लागला. त्याला थांबवून मी म्हणालो, "तुम्हारे इस खयालातकी भी हम कदर करते है । लेकिन हम और आप बैठकर बातचीत करेंगे और तुम्हारा हमारा क्या गलत है, वो देखेंगे ।" तो म्हणाला, "बातचीत, आपसे? नामुमकीन है ।" व चालता झाला.

प्रा. सबनीस यांच्या पुढाकारानं संध्याकाळी नगरपरिषदेच्या सभागृहात सभा घेण्याचं निश्चित झालं. त्यासाठी स्पीकरवरून सभेची घोषणा चालू झाली. संध्याकाळी सभागृहाबाहेर पोस्टरप्रदर्शन लावण्यात आलं.

रात्री उशीरा सभा झाली. मुस्लीम मंडळींनी हॉलमध्ये गर्दी केली होती. बाहेरच्या

आवारातही गटगटांनी लोक थांबले होते. सभा चांगली झाली.

सकाळी आंबेजोगाईत मोर्चा आला तेव्हाचं वातावरण व आता रात्रीची सभा संपतानाचं वातावरण यांत जमीन आसमानाचा फरक होता. तलाक मुक्ती मोर्च्याची चर्चा करत आंबेजागाईकर झोपी गेले.

दुसऱ्या दिवशी परळीवैजनाथ मार्गे परभणीकडे आगेकूच केली. परभणीच्या पाच किलोमीटर अलीकडे एका मोटारसायकलवरून दोघेजण आमचा निषेध करीत पुढे चालले होते. त्यापैकी एकाच्या हातात काळं निशाण होतं; व ते आमच्या एस्. टी.च्या पुढे सतत आपली गाडी राहील याची काळजी घेत होते. अशाप्रकारे त्यांनी परभणीपर्यंत आमचं स्वागत केलं. त्यामुळे आम्ही सावध झालो.

परभणीत 'सिमला' लॉजवर आमची उतरण्याची सोय होती. या लॉजचे मालक मुस्लीम होते. ते हिंदूमुस्लीम ऐक्य समितीचे पदाधिकारी होते. त्यांनी लॉजवर जागा दिली म्हणून काही मुस्लीम युवक आदल्या दिवशी रात्री लॉजमालकावर दडपण आणण्यासाठी येऊन गेले होते. तरीही त्यांनी जागा दिली होती.

दरम्यान इकडे पेट्रोलपंपाजवळ मुस्लीमांचा समुदाय जमला. तलाकमुक्तीमोर्चा शनिवार बाजार मैदानावरून निघणार होता. आम्ही बसनं तिथं गेलो. जुम्माची नमाज झाल्यावर मुस्लीम समाजातील मंडळी त्या ठिकाणी धावत आली. तीनशे ते चारशे लोक होते. ते संतप्तपणे घोषणा देत होते. त्यांना पोलिसांनी आमच्यापासून लांब असतानाच अडवलं. त्यातील अनेकजण आमच्या बसमधील महिलांना उद्देशून अचकट विचकट घोषणा देत होते, आम्ही शांतपणे सहन करीत होतो. पोलीस त्यांना शांत करण्याचा प्रयत्न करीत होते.

जिल्हा पोलीस प्रमुख शिंदे त्यांना समजावत होते. ''त्यांना मोर्चा काढण्याचा अधिकार आहे. तुम्ही इथे उभे राहून निदर्शनं करायला काही हरकत नाही. रस्ता मोकळा करा.''

''नाही, त्यांना आम्ही मोर्चा काढू देणार नाही!'' संतप्त आवाज.

शिंदे म्हणाले, ''तुम्हाला त्यांना अडवता येणार नाही''

''मोर्च्यात काय घोषणा देणार आहेत?'' एक दाढीवाला.

मी तिथे उभा राहून सर्व ऐकत होतो. शिंदे मला न विचारता आमच्या बसकडे गेले व त्यानी आमच्या घोंषणांची पत्रकं मागून आणली. आमच्या घोषणा ठरलेल्या होत्या. त्या अशा

'तलाकपीडित स्त्रियांना पोटगी मिळालीच पाहिजे.'

'शहाबानोच्या केसचा निकाल कायम ठेवा.'

'जुबानी तलाक कायद्यानं बंद करा.'

'मुस्लीमांना द्विभार्या प्रतिबंधक कायदा लागू करा.'

"या घोषणा द्यायच्या नाहीत." मघाचाच तो मनुष्य.

मी आमच्या बसकडे गेलो आणि जिल्हा पोलीस प्रमुखांकडे निरोप पाठविला, "आम्ही मोर्च्यानं न जाता बसमधूनच कलेक्टर कचेरीकडें जाऊ."

आम्ही मोर्चा काढणार नाही याचा त्यांना आनंद झाला.

जमलेल्या मुस्लीम बांधवांनी एकच जल्लोष केला.

"नारे तकबीर अल्लाहू अकबर, मुस्लीम पर्सनल लॉ कमिटी झिंदाबाद."

लगेच कोणीतरी दाढीवाला त्यांच्यासमोर भाषण करू लागला. तो मुस्लीम पर्सनल लॉ कमिटीचा अध्यक्ष असल्याचे आम्हाला नंतर कळले. आम्ही सर्वजण बसमध्ये बसलो. आमच्या बसच्यापुढे जिल्हा पोलीस प्रमुखांची कार होती.

बस निघाली. आम्ही सर्वजण शांत होतो. आम्ही शंभर फूट सुद्धा गेलो नसू. एकाएकी त्या भाषण करणाऱ्याच्या नेतृत्वाखाली सर्वजण गाडीच्या आडवे येऊन उभे राहिले. पोलीस त्यांना बाजूला करण्यास सरसावले आणि एकाएकी बसवर दगड येऊ लागले. आम्ही स्वत:ला वाचवण्यासाठी सीटखाली लपू लागलो.पोलिसांनी लाठीमार चालू केला. लाठीमार सुरू झाल्यावर लोक सैरावैरा धावू लागले. पाहता पाहता समोरचं मैदान रिकामं झालं. पन्नासभर सायकली, चपलांचे ढीग इतस्तत: पसरलेले दिसू लागले. आम्ही एका नवीन अनुभवातून गेलो. मोर्चा सुरू झाल्यापासून अशा प्रकारचा पहिलाच अनुभव होता. आम्ही सर्वजण डोळे फाडून पाहत होतो. फौजदार मोहसीन खाननी मुस्लीम पर्सनल लॉ कमिटीच्या अध्यक्षाला मानगुटीस पकडून आणलं. त्याच्या डोळ्यांवरचा गॉगल कुठल्या कुठे जाऊन पडला होता.

आमचा रस्ता मोकळा झाला व आमच्या गाड्या पुढे जाऊ लागल्या. पुढेही तलाकमुक्तीमोर्चा निर्वेधपणे जाऊ नये, यासाठी निदर्शकांनी काही ठिकाणी कचराकुंड्या आडव्या टाकल्या होत्या. पोलीस निदर्शकांचा पाठलाग करत लांबपर्यंत गेले. पटापट दुकानं बंद होत होती. संचारबंदी लागू केल्याप्रमाणे रस्ते ओस पडले होते. आम्ही कलेक्टरकचेरीवर पोहोचलो. कलेक्टरला निवेदन दिलं. झाल्या प्रकाराबद्दल कलेक्टरांशी बरीचशी चर्चा झाली.

आम्ही लॉजवर आलो तर, लॉजमालक गयावया करत आमचे पाय धरू लागला व लॉज सोडण्याची विनंती करू लागला. आम्हाला त्याची अडचण कळत होती. शेतकरी संघटनेचे श्री. नारायण जाधव, जनता पक्षाचे ॲड. बांगर, कम्युनिस्ट पक्षाचे अन्वरअली खान व पत्रकारांनी पुढाकार घेऊन आमच्यासाठी शासकीय विश्रामगृह मिळवलं. आम्ही तिथे मुक्काम हलवला. तिथे एक पत्रकार बैठक झाली. अर्थात सभा होणं शक्य नव्हतं.

रात्री काही मुस्लीम मंडळी येऊन भेटत होती. त्यात अन्वरअली खान व त्यांची

पत्नी विशेष लक्षात राहिले. आमच्या सर्वांच्यात या प्रसंगाबद्दल चर्चा झाली. पुढील आडाखे, नवीन अनुभव, थरारकता, पुढे काय होणार याची धास्ती, यात संपूर्ण रात्र गेली. शहरात लाठीमार झाला असला तरी, दोन बुरखाधारी स्थानिक महिला कलेक्टर कचेरीत मोर्च्यात सहभागी झाल्या होत्या, हे आमचं यश होतं.

दि. ८ नोव्हेंबरला आम्ही नांदेडकडे निघालो. परभणी नांदेड अंतर फार नव्हतं. अकराच्या दरम्यान आम्ही नांदेडला पोहोचलो. परभणीप्रमाणे इथेही तणाव असल्याचं जाणवलं. सायंकाळी कलामंदिरापासून मोर्चा जिल्हाधिकारी कार्यालयाकडे निघाला.

कलामंदिरापाशी दुपारी दोन वाजता दहा तलाकपीडित महिला मोर्च्यात सामील होण्यासाठी जमल्या होत्या, त्यांना काही सनातन मुसलमानांनी धमकावून पळवून लावलं. मात्र एक महिला तिथेच उभी राहिली व नंतर ती मोर्च्यात सामील झालीच.

शहरातील तणाव लक्षात घेऊन कोणत्याही प्रकारच्या घोषणा न देता, फक्त घोषणांचे बोर्ड हाती घेऊन मूक मोर्चा जिल्हाधिकारी कार्यालयाकडे गेला. तिथे उपजिल्हाधिकारी वसंतराव सांगवीकर यांनी निवेदन स्वीकारलं.

स्थानिक चारपाचशे लोक मोर्च्यात सामील झाले होते. निवेदन देऊन परत एस्. टी. बसमधून आम्ही निघालो. शासकीय दवाखान्याजवळ बस आली असता, बाजूच्या गल्लीमधून आलेल्या जमावानं आमच्या बसवर दगडफेक सुरू केली. आमच्या बसमध्ये गुलाब मुल्लाने घोषणा दिली, 'तलाक मुक्ती मोर्चा'............. 'झिंदाबाद' म्हणून सर्वांनी उत्स्फूर्तपणे प्रतिसाद दिला.

आमच्या बसच्या पुढे असलेली पोलिसांची गाडी थांबली. पोलिसांनी दगडफेक करणाऱ्यांचा पाठलाग सुरू केला. हा प्रकार चालू असताना एक नाट्य घडलं.

लांबून एक दगड भिरभिरत आला. आमच्या बसवर आदळला व जवळच असलेल्या बसस्टॉपवर उभ्या असलेल्या तबलिगी पेहरावातील एका म्हाताऱ्या गृहस्थांच्या डोक्यावर बसला. क्षणात रक्त वाहू लागलं. नंतर वर्तमानपत्रात आलेल्या बातमीनुसार त्यांचं नाव इमाम मौलाना असल्याचं कळलं. तसंच दै. 'प्रजावाणी'चे संपादक नंदकुमार देव यांच्या घरावर निदर्शकांनी दगडफेक केली.

एवढ्यावरच भागलं व आम्ही सुखरूपपणे मुक्कामाच्या ठिकाणी आलो. पण शहरात शिवाजीपुतळ्यापाशी व रेल्वेस्थानकासमोर बससवर दगडफेक झाली. पोलीस बंदोबस्त चोख होता. त्यामुळे प्रकरण चिघळलं नाही.

या प्रकारामुळे संध्याकाळी होणारी जाहीर सभा सार्वजनिक ठिकाणी होऊ नये असा पोलिसांनी सल्ला दिला. या प्रबोधनाच्या कार्यात मुस्लीम मूलतत्त्ववादी नेतृत्वाकडून विरोध होणार आहेच. पण त्याचं निमित्त करून जातीय दंगलीचा कोणी फायदा उठवू नये म्हणून आम्ही ती सूचना मान्य केली व रात्री पीपल्स कॉलेजच्या

हॉलमध्ये सभा घेतली. शहरातील अनेक मुस्लीम मंडळी, काही मुस्लीम नगरसेवक सभेला हजर होते.

हमीद दलवाईंच्या बरोबरीनं प्रा. नरहर कुरुंदकर यांनी मुस्लीम सत्यशोधक चळवळीला मार्गदर्शन केलं होतं. त्यांच्याच कॉलेजमध्ये होणाऱ्या सभेच्या वेळी मी बोलायला उभा राहिलो तेव्हा त्यांच्या आठवणीनं मला गहिवरून आलं. या सभेत, ''मुस्लीम महिलांना न्याय मिळवून देण्यासाठी गरज पडली तर दिल्लीला मोर्चा नेऊ!'' अशी घोषणा मी केली.

माझ्यानंतर दलवाई भाभी बोलल्या. ''तलाकमुक्तीमोर्चा 'भारत जोडो' यासाठी आहे मोर्च्याच्या या 'भारत जोडो' कार्यक्रमात सर्वांनी सहभागी व्हावं'' असं त्यानी आवाहन केलं.

मोर्चा यशस्वी करण्यात श्री.सुधाकर डोईफोडे, प्रा. गायकवाड, प्राचार्या परांजपे व त्यांच्या सहकाऱ्यांनी मदत केली.

गाडीवर होणारी दगडफेक लक्षात घेता खिडक्यांना जाळ्या बसवून घेण्याची कल्पना आमचे कार्यकर्ते व एस्.टी. चे ड्रायव्हर श्री. हाशमुद्दीन सय्यद यांच्या डोक्यात आली व आम्ही ती तातडीनं अमलात आणली. नांदेडच्या एस्.टी. आगारानं आमच्या विनंतीवरून त्या बसवून दिल्या.

सकाळी आम्ही चंद्रपूरकडे जाण्यास निघालो. परभणी व नांदेडमधील दगडफेकीचे प्रकार लक्षात घेता आमच्या बसच्यापुढे व पाठीमागे नऊ पोलीस गाड्या होत्या. नांदेड जिल्हा हद्द संपेपर्यंत त्या गाड्या आमच्याबरोबर होत्या.

पण पुढे मात्र मोटर सायकलवरून फक्त एक फौजदार आमची गाडी आपल्या देखरेखीखाली घेण्यास आला होता. यापूर्वी प्रत्येक जिल्ह्याचे डी. एस्. पी. व पोलीसगाड्या असायच्या. यवतमाळ जिल्ह्यात आमचा कार्यक्रम नसल्यामुळे कदाचित अधिक संरक्षण नसेल असा आम्ही अंदाज केला.

नांदेड, परभणी येथे तलाकमुक्ती मोर्च्यावर झालेल्या दगडफेकीच्या बातम्या सर्व वर्तमानपत्रांतून पहिल्या पानावर असल्याचं आढळून आलं.

आमच्या गाडीला दोन्ही बाजूंनी तलाकमुक्तीमोर्च्याचे बॅनर्स होते. त्यामुळे मोर्च्याची बस लगेच ओळखू यायची व आता मात्र पोलीस संरक्षण कमी, यामुळे आम्हा मोर्चेकऱ्यांना नाही म्हटलं तरी थोडी भीती वाटत होतीच. कारण आमच्या गाडीत बावीस महिला व आठ मुलं होती. तसंच काही घडल्यास त्या फौजदाराच्या कमरेला पिस्तूल होतं. ही एकच आम्हाला दिलासा देणारी गोष्ट होती. चार तासांच्या प्रवासानंतर उमरखेड या गावात चहासाठी थांबलो असता अनेक मुस्लीमांचा घोळका आमच्या गाडीभोवती गोळा झाला. मनात उगीचच धास्ती वाटू लागली. आम्ही

आवरतं घेतलं व पुढच्या प्रवासाला लागलो. बारा तासांच्या प्रवासानंतर सायंकाळी सात वाजता चंद्रपूरला आनंदवनात पोहोचलो. बाबा दौऱ्यावर होते. साधनाताई आमच्या स्वागताला गरम जेवण करून तयार होत्या.

पुढे दोन दिवस दिवाळी होती. दिवाळीच्या काळात आम्ही कार्यक्रम घेतले नव्हते. बाबा आमटे यांनी आमची तीन दिवस तिथे राहण्याजेवण्याची सोय केली होती.

आनंदवनातील कुष्ठरोग्यांच्या बरोबर साधनाताई व डॉ. विकास आमटे यांच्या आग्रही पाहुणचारात आम्ही बुडून गेलो. दुसऱ्या दिवशी चंद्रपूरला कलेक्टर कचेरीवर मोर्चा नेऊन निवेदन दिलं.

निवेदन दिल्यानंतर गांधीचौकात स्थानिक नागरिककृती समितीच्या वतीनं आयोजित केलेल्या जाहीर सभेत तलाकपीडित श्रीमती शरीफा मुल्ला, लैला पटेल, स्थानिक फातिमा सरकार, नियाज परवीन यांनी आपली व्यथा व्यक्त केली.

चंद्रपूरच्या मुक्कामात महिलाविकास मंडळाच्या प्रा. प्रभावती मुठाळ, नागरी कृती समितीचे अध्यक्ष पुरुषोत्तम भागवत व हिराचंद बोरकुटे यांनी सहकार्य दिलं.

राहिलेल्या दोन दिवसांत आम्ही आमच्या कार्यकर्त्यांचं एक शिबिर घेतलं. त्यात एम. ए. नाईक, आय.एन. बेग, बाबूमियाँ बँडवाले यांनी बौद्धीकं घेतली. सय्यद गाडी घेऊन चंद्रपूरच्या आगारात तेलपाणी करण्याकरिता गेले असता वर्तमानपत्रातील दगडफेकीच्या बातम्या वाचल्यानं तिथल्या अधिकाऱ्यांनी तलाकमुक्ती मोर्च्याची सर्व पोस्टर्स काढून गाडी धुऊन दिली व पोस्टर्स न लावण्याविषयी सूचना दिली.

दि. १३ नोव्हेंबर, अमरावतीला वजीर पटेल राहत असलेल्या भागात येईपर्यंत मोर्चा इथे येणार आहे याची नोंद कोणी घेतल्याचं दिसत नव्हतं. पण पुढे छायानगरच्या अलीकडे मुख्य रस्त्यावर मुस्लीम सत्यशोधक मंडळाचं कार्यालय होतं. तिथे एक मोठी कमान उभी केली होती. तिच्यावर 'तलाक मुक्ती मोर्च्याचं स्वागत असो.' असे ठळक अक्षरातील बॅनर लावले होते.

आमची गाडी तेथे जाताच, स्वागतास उभे असलेल्या मंडळींनी तेथे जल्लोष केला. सर्व मोर्चेकऱ्यांचं हार घालून स्वागत करण्यात आलं. ढोल, ताशाच्या तालावर तलाकमुक्तीमोर्चाची मिरवणूक काढण्यात आली. आम्ही मोर्चेकरी, दगडानं स्वागत होणार की काय, या चिंतेत असताना हा सुखद धक्का होता.

वजीर पटेल चालवत असलेल्या कुटुंबनियोजन केंद्राच्या इमारतीत आमची उतरण्याची सोय केली होती. तिथपर्यंत ही मिरवणूक चालली. तिथे जमलेल्या स्त्रीपुरुष कार्यकर्त्यांसमोर आतापर्यंत झालेला मोर्च्याचा वृत्तांत सादर केला व दुसऱ्या

दिवशी निघणारा तलाक मुक्ती मोर्चा यशस्वी करण्याचं आवाहन करून मी व दलवाई भाभींनी स्वागताची सभा संपवली.

इथलं मोकळं वातावरण पाहून आमच्यातील मंडळी अमरावतीचा फेरफटका करून आली.

दुसऱ्या दिवशी १४ नोव्हेंबरला सकाळपासूनच अमरावती, तसेच आसपासच्या गावांतून मुस्लीम स्त्रिया मोर्च्यासाठी येऊ लागल्या. दुपारपर्यंत पाचशे मुस्लीम महिला व चार पाच हजार पुरुष मोर्च्यासाठी जमा झाले व मोर्च्याला सुरुवात झाली.

मोर्च्याच्या अग्रभागी बँडपथक गाण्यांची धून वाजवत होतं.

'मुस्लीम औरतको खावटी मिलनी चाहिए ।'

'शहाबानोके केस का निकाल कायम रहे ।'

'तलाक मुक्ती मोर्चा झिंदाबाद ।'

'मुस्लीमोंको द्विभार्याप्रतिबंधक कानून लागू करो ।'

'जुबानी तलाक कानूनसे बंद करो ।'

अशा घोषणांचे कापडी बॅनर होते. पाचशे महिलांमध्ये अनेक बुरखाधारी होत्या. शेकडो पुरुषही मोर्च्यात सामील झाले. मुस्लीम वस्ती असलेल्या या भागातील असंख्य लोक रस्त्याच्या दुतर्फा राहून औत्सुक्यानं पाहत होते.

आम्ही कोल्हापुरहून निघाल्यापासून पहिल्यांदाच मुस्लीम महिलांचा मिळालेला भरघोस पाठिंबा पाहून आमचा उत्साह द्विगुणित झाला. म. फुल्यांच्या पुतळ्यास दलवाई भाभींच्या हस्ते पुष्पहार अर्पण करून मोर्चा पुढे जात असताना मोर्च्याच्या दिशेनं लांबून दोन दगड आले. त्यामुळे मोर्च्यात हलचल निर्माण झाली. परंतु पोलीस दक्ष होते.

वजीर पटेल जीव तोडून सर्व व्यवस्था पाहत होते. मोर्चा कलेक्टरकचेरीवर गेला. दुपारची वेळ असल्यानं मोर्च्यातील महिलांची सावलीत बसण्याची व्यवस्था केली. त्यांना पाणी दिलं. निवडक महिला घेऊन कलेक्टरांना निवेदन देऊन आलो. कलेक्टरनी आमची मागणी मुख्यमंत्र्यांकडे पोहोचवण्याचं आश्वासन दिलं.

महिलांच्यासमोर शहाबानूच्या केसप्रकरणी लागलेला निकाल कायम राहण्याची गरज विशद केली व यासाठी जरूर पडल्यास प्रदीर्घ लढा द्यावा लागेल, त्यासाठी तयार राहण्याचं आवाहन करून मोठ्या संख्येने मोर्च्यात सहभागी झाल्याबद्दल त्यांना धन्यवाद देऊन सभा समाप्त केली.

मुस्लीम महिलांतील जागृती पाहून तलाकमुक्तीमोर्चा काढण्याचा हेतू सफल झाल्याचं समाधान लाभलं. वर्तमानपत्रांनी व आकाशवाणीनं पुरेशी प्रसिद्धी दिली होती. जनमानसावर त्याचा परिणाम झालेला दिसत होता.

रात्री आम्हा मोर्चेकऱ्यांची बैठक झाली. सर्वांच्या चेहऱ्यावर समाधान दिसत

होतं. वजीर पटेलनी समाज प्रबोधनाच्या कार्यास विधायक कार्याची जोड दिल्यामुळे मुस्लीम समाजाचा इतक्या मोठ्या प्रमाणावर प्रतिसाद मिळाल्याचं स्पष्ट होत होतं. कोल्हापुरपासून आमच्याबरोबर असलेले राष्ट्र सेवा दलाचे श्री. श्याम पटवर्धन सोलापूरातून सेवादलाच्या मीटिंगसाठी उत्तर प्रदेशात गेले होते. ते इथे येऊन आमच्या मोर्च्यात सहभागी झाले.

दि. १५ नोव्हेंबरला सकाळी बुलढाण्याकडे प्रयाण केलं. भाई रजनीकांत हे आमचे मित्र व कार्यकर्ते, आमच्याबरोबर आले. बुलढाण्यात नव्यानंच स्थापन झालेल्या छात्र युवा संघर्ष वाहिनीनं संयोजन केलं होतं. तरी पण लोकांचा प्रतिसाद चांगला मिळाला. कलेक्टर कचेरीवर मोर्चा गेला व आम्ही कलेक्टरांना निवेदन दिलं.

संध्याकाळी चौकात जाहीर सभा ठेवली होती. नेहमीप्रमाणे बेग पतीपत्नी, आयेशा व बेगची मुलगी शबनम यांनी तलाकमुक्ती मोर्चाचे गीत सादर केलं. मी मोर्चाची पार्श्वभूमी मांडली. दलवाई भाभी बोलल्या.

सभेला लोकांचा प्रतिसाद चांगला होता. बरीच मुस्लीम मंडळी होती. बुलढाण्यातील पठाण नावाचे गृहस्थ आपल्या मुलीला घेऊन मोर्चात सहभागी झाले होते. ज्यांच्या कुटुंबावर तलाकची आपत्ती आली आहे त्या कुटुंबाला तलाकमुक्तीमोर्चाचा आधार वाटायचा. अशा अन्याय पीडितांना एकत्र करून चळवळीची व्याप्ती वाढविता येईल, असा विश्वास वाटत होता.

दि. १६ नोव्हेंबरला जळगावकडे जाताना अजिंठा येथे चहासाठी थांबलो. थोडी सवड काढून अजिंठ्याची लेणी पाहिली. परभणी, नांदेडकडे असलेला तणाव कमी झाल्याचंच हे लक्षण होतं.

बाराच्या दरम्यान जळगावला पोहोचलो. भिकचंद शर्मा, भाऊ रायसोनी यांच्या नेतृत्वाखाली मोर्च्याच्या स्वागतासाठी लोकांनी गर्दी केली होती. एका फ्लॅटमध्ये उतरण्याची व्यवस्था करण्यात आली होती. दुपारी मोर्चा कलेक्टर कचेरीवर जाण्यासाठी साने गुरुजी रुग्णालयापासून निघाला. शिवाजी महाराजांच्या पुतळ्यास हार अर्पण करून मोर्चा पुढे सरकला. तेथील चौकास नगरपालिकेनं 'हमीद दलवाई चौक' असं नाव दिलं आहे ही एक लक्षणीय गोष्ट.

मोर्च्याच्या अग्रभागी महिला असायच्या. आयेशा, शबनम, सय्यद या घोषणा द्यायच्या. निजाम मुल्लाणी पायाच्या दुखापतीमुळे फार चालू शकत नव्हता. तो बसमध्ये असायचा. मोर्चाच्या मागे बस असायची.

मोर्चा चालू असताना मुंबईहून मुद्दाम आलेल्या प्रतिभा रानडे मोर्च्यात सहभागी

झाल्या. हमीद तांबोळी आपला कॅमेरा सज्ज ठेवायचा. त्याच्या जोडीला प्रतिभा रानडेही फोटो घेऊ लागल्या.

हा मोर्चा सुभाषचौक, सराफ बाजार, रथचौक, राजकमल टॉकीज, चित्रा टॉकीज, शास्त्री टॉवर,नेहरु चौकातून कलेक्टर कचेरीवर गेला.

उपजिल्हाधिकारी श्री. बनसोडे यांच्याकडे मागण्यांचं निवेदन सादर करण्यात आलं. तिथे राहणारे हमीद तडवी, वानखेडे यांच्यासह अनेक कार्यकर्ते मोर्च्यात सहभागी झाले होते. तसेच माजी खासदार वाय. एम, बोरोले, मनोरमा ओझा, यशोदा सोनावणे इ. कार्यकर्ते मोर्च्याच्या अग्रभागी होते.

रात्री म्युनिसिपल धर्मशाळेच्या चौकात जाहीर सभा सुरू झाली. नेहमीप्रमाणे मोर्चागीत व माझं प्रास्ताविक भाषण झाल्यानंतर महंमद गौस नाईक बोलण्यास उभे राहिले. तेव्हा एक कोपऱ्यात उभी राहिलेली मुस्लीम मंडळी स्टेजवर चालून आली. त्यांना पोलिसांनी अडवलं. सभेत गोंधळ निर्माण झाला.

आम्ही स्टेजवर निश्चल उभे होतो. जळगावमधील अकबर रहमानी व आणखी एकानं शांतता प्रस्थापित करण्यास मदत केली. त्यानंतर प्रा.मुमताज रहिमतपुरे, दलवाई भाभी यांची भाषणं झाल्यावर पुन्हा थोडी गडबड झाली व स्टेजच्या रोखानं दोनचार दगड आले. तसंच एका पोलिसाला दगड लागून तो जखमी झाला. पोलिसांनी सौम्य छडीमार करून जमाव पांगवला.

सभा उधळण्याचा दोन वेळा प्रयत्न झाला असला तरी जळगावमधील दोन मुसलमान गृहस्थ मुद्दाम येऊन भेटले व आमच्या कामाला त्यांनी पाठिंबा व्यक्त केला.

आपण कोल्हापुरहून निघून चौदा दिवस झाले. आणखी चार दिवसांनी मोर्च्याचा समारोप होईल अशी चर्चा करून मंडळी झोपावयास गेली. आय.एन.बेग, एम.ए.नाईक, जी.आय.मुल्ला, बशीर तांबोळी, निजाम मुल्लाणी व मी झालेल्या कार्यक्रमावर चर्चा करण्यास बसलो.

आजच्या सभेत मुमताज रहिमतपुरेनं आपल्या भाषणात स्त्रीपुरूष समानतेबाबत उदाहरण देताना हिंदू धर्मातील अर्धनारीनटेश्वराची कल्पना मला आवडते असं प्रतिपादन केलं होतं.

मुस्लीम समाज मूर्तिपूजेचा विरोधक आहे व अशी उदाहरणं देण्यानं आपल्या चळवळीस विरोध करण्यास जात्यन्ध मुस्लीमांना आणखी एक हत्यार मिळेल असा चर्चेचा सूर होता. 'भारतीय संस्कृतीतील काही आदर्श गोष्टींची उदाहरणं देण्यात काही चूक नाही' असं मी म्हणालो तरी त्याबद्दल मुमताजशी बोललं पाहिजे असं ठरवून आम्ही झोपी गेलो.

जळगाव औरंगाबाद अंतर फार नसल्यानं लवकर उठून प्रवास करण्याचं काही

कारण नव्हतं. तरी पण गेले पंधरा दिवस मी सकाळी पाचच्या दरम्यान जागा होत असे. सहापर्यंत माझं सर्व आवरून इतरांना जागं करत असे. सर्वांच्या आंघोळी वगैरे आटपल्यानंतर साहित्य गाडीत भरण्याचं काम चाले व चहा घेऊन पुढचा प्रवास सुरू होई.

तसा आजही मी पाचला उठलो. आम्ही उतरलेल्या बिल्डिंगखाली हॉटेल होतं. तिथं चहा पिण्यास गेलो तर 'लोकमत' आलेला होता. पहिल्या पानावर बातमी होती की, महाराष्ट्रभर फिरत असलेल्या तलाकमुक्तीमोर्चास औरंगाबाद जिल्हा बंदी घोषित करण्यात आली आहे!

मोर्च्याच्या आत्तापर्यंतच्या प्रवासात अशी बंदी पहिल्यांदाच घालण्यात आली आहे. सविस्तर बातमी होती— 'दि. १७ नोव्हेंबर रोजी दुपारी बारा वाजता या मोर्च्याचं येथे आगमन निर्धारित होतं. दिल्ली गेटजवळ येथील मंडळी स्वागत करणार होती आणि तेथून हा मोर्चा अवघ्या फर्लांगावर असलेल्या जिल्हाधिकारी कार्यालयावर जाणार होता.

या मोर्च्यावर बंदी घालण्यात यावी या मागणीसाठी येथील अनेक मुस्लीम पुढारी जिल्हाधिकारी यांना सतत भेटत होते.

गेल्या काही दिवसांपासून तलाक मुक्ती मोर्च्याच्या विरोधात आणि मोर्च्याच्या समर्थनार्थ शहरात पत्रकं निघाली. बैठका झाल्या. काही ठिकाणी भिंतींवर घोषणा लिहिल्या गेल्या. त्यामुळे वातावरण तापत गेलं. कदाचित मोर्च्याच्या दिवशी शहरात काहीतरी अनुचित घडेल असं वाटण्याइतपत स्फोटक वातावरण निर्माण झालं होतं. त्यामुळे अनुचित प्रकार टाळण्यासाठी पोलिसांनी मोर्च्याच्या जिल्हाबंदीची शिफारस वरिष्ठांकडे केली असावी असं बोललं जात आहे.

तणाव टाळावा म्हणूनच हा मोर्चा दिल्ली गेटपासून तिथल्या तिथे जिल्हाधिकारी कार्यालयावर नेण्याचं ठरलं होतं. परंतु आता मोर्च्यास जिल्हाबंदी करण्याचे घोषित झाल्यानं तलाक मुक्ती मोर्च्याच्या येथील समर्थकांनी तीव्र शब्दांत निषेध नोंदविला आहे.'

'हा लोकशाही हक्क डावलण्याचा निंद्य प्रयत्न असून त्याचा आम्ही निषेध करीत आहोत.' अशी प्रतिक्रिया तलाक मुक्ती मोर्चा स्वागत समितीच्या अध्यक्षा रजिया पटेल यांनी व्यक्त केली आहे.

कै. अनंत भालेराव, ॲड. कमरुद्दीन, श्री. हबिबुद्दीन, रतिलाल जरीवाला, डॉ. पंढरीनाथ रानडे, इं. कॉं. चे माजी आमदार श्री. अशोक पाटीलडोणगांवकर, म. य. दळवी, प्रकाश चिटगोपीकर, प्रा. मोतीराज राठोड, अंकुश भालेकर, सुभाष लोमटे, याशिवाय भारतीय कम्युनिस्ट पक्षाचे जिल्हा सचिव कॉ. मनोहर टाकसाळ, कॉ. सय्यद हबिबुद्दीन, कॉ. फक्रुद्दीन आदींनी एक पत्रक काढून जिल्हाबंदीचा निषेध केला

आहे.

हा तलाकमुक्तीमोर्चा औरंगाबादला आल्यानंतर दुपारी चार वाजता पत्रकारपरिषद ठेवण्यात येणार होती. ती सभा आता जिल्हा बंदीच्या निषेधार्थ होईल असं बातमीत होतं.

बातमी वाचून मी क्षणभर स्तब्ध झालो. चहा घेतला व पुढे काय करायचे याचा विचार करत वर आलो, सहज म्हणून अंथरुणावर पडलो. त्या बातमीने मी हतबुद्ध झालो होतो. का? ते माझं मलाच कळेना. मोर्चास बंदी घातल्यानं त्याच्या निषेधाचं जे पत्रक निघालं होतं त्यावर सह्या केलेल्या मंडळींची नावं वाचून आपण एकाकी नाही, इतके लोक आपल्या पाठीशी आहेत या विचाराने माझं ऊर भरून आलं. माझ्या डोळ्यांतून पाणी वाहू लागलं. मी इतका भावनाविवश झालो की, स्फुंदून रडू लागलो. रडण्याचे उमाळे येऊ लागले. आता आपण मोठ्यानं रडणार व त्यामुळे बाकीचे लोक जागे होतील व आपणास हसतील असं वाटल्यानं मी उठून पुन्हा खाली आलो. रडण्यामुळे मन मोकळं झालं. आपल्या कामाचं महत्त्व लक्षात आलं व उगीचच जबाबदारी वाढल्यासारखं वाटू लागलं.

पुन्हा एकदा ती बातमी वाचली व गंभीरपणेच जिना चढून वर हॉलमध्ये आलो.

भाभी म्हणाल्या, "अरे मोर्च्यावर बंदी आली आहे."

मी म्हणालो, "मी वर्तमानपत्रात वाचलं आहे."

तत्पूर्वी त्यांनी औरंगाबादहून आलेल्या इन्स्पेक्टरांशी चर्चा केली होती. इन्स्पेक्टर तलाकमुक्तीमोर्चास औरंगाबादमध्ये जिल्हाबंदीचं समन्स बजावण्यासाठी आले होते. दलवाईभाभी इन्स्पेक्टरांना माझी ओळख करून देत म्हणाल्या,

"हे हुसेन जमादार"

मोर्चाचा संयोजक म्हणून समन्स माझ्या नावे होतं. त्यामुळे इन्स्पेक्टर मला शोधत होते. इन्स्पेक्टरनी सही घेऊन समन्सची प्रत मला दिली व म्हणाले, "औरंगाबादच्या जिल्हाधिकाऱ्यांनी मोर्च्याला जिल्ह्यात प्रवेश करण्यास बंदी घातली आहे. मोर्च्यातील कोणीही औरंगाबाद जिल्ह्याच्या हद्दीत प्रवेश केला तरी अटक होईल. तेव्हा तुम्ही औरंगाबादचा कार्यक्रम रद्द करणं योग्य."

इन्स्पेक्टर समजावणीच्या सुरात बोलत होते. आम्हीही त्यांच्याकडून कायदेशीर बाबी विचारून घेतल्या.

'आम्ही विचार करू' असं आश्वासन दिल्यानंतर ते निघून गेले. आम्ही सर्वांनी एकत्र बसून ते समन्स वाचलं. पुढं काय करायचं यावर विचार करू लागलो.

"बंदी असेल तर औरंगाबादला न जाणं उत्तम. कारण बंदी मोडून गेल्यास अटक करतील व अटक झाली की, कोर्टाच्या फेऱ्या माराव्या लागतील कोल्हापुर औरंगाबाद." अशी नाईक व बेगची सूचना आली.

''बंदी मोडून प्रवेश करायचा नाही'' असे भाभी व मुमताज म्हणाल्या. पण गुलाब मुल्लाचा उत्साह दांडगा होता. तो म्हणाला, ''आपण ठरल्याप्रमाणे जाऊ, काय करतात ते करू देत.''

''आपण औरंगाबाद जिल्ह्याच्या हद्दीवर जाऊन निषेधार्थ धरणं धरावं'' असं मी म्हणालो.

मी बंदीच्या बातमीबरोबर दै. 'लोकमत' मध्ये आलेली शहाबानोची बातमी वाचून दाखविली. ती बातमी अशी होती की, 'शहाबानो प्रकरणी पोटगी खटल्यात पतीनं तिला पोटगी द्यावी असा सर्वोच्च न्यायालयानं दिलेला निर्णय मागे घ्यावा.' अशी विनंती खुद्द शहाबानोनंच केली होती. शाहबानोच्या अंगठ्याचा ठसा असलेलं तिचं पत्रक आज येथे एका पत्रकार परिषदेत वाटण्यात आलं. या पत्रकारपरिषदेत बोलताना ही वृद्ध महिला म्हणाली की, ''तलाक दिलेल्या पत्नीला पोटगीची तरतूद असलेलं कायद्यातील १२५ वं कलम लागू करू नये.'' या खटल्यातील विजयामुळे देशात जागोजागी गौरव करण्यात आलेल्या शहाबानो असंही म्हणाल्या की, ''मुस्लीम व्यक्तिगत कायद्यात कोणत्याही प्रकारे ढवळाढवळ न करण्याची सरकारनं हमी द्यावी. कोणत्याही दबावाखली येऊन मी हे निवेदन देत नाही.'' असं सांगून त्या म्हणाल्या होत्या की, ''मात्र अनेक धार्मिक नेत्यांनी आपली भेट घेऊन सर्वोच्च न्यायालयाच्या निवाड्यामुळे धर्मावर कोणते परिणाम होऊ शकतील याची कल्पना दिली आहे. म्हणून मी हा निर्णय घेतला आहे.''

बातमी वाचल्यानंतर आमच्या मोर्च्याचा हेतूच नष्ट झाल्यासारखं वाटू लागलं. बंदीच्या निषेधाचं पत्रक काढून आम्ही जळगावातच मुक्काम करायचं ठरविलं. मग मोर्च्यातील काही मंडळी शहरात फिरावयास गेली.

काही ठराविक मंडळी शहाबानोच्या 'घूमजाव' वर चर्चा करीत तिथेच बसून राहिली. जळगावमधील तलाकमुक्तीमोर्चा समितीतील सर्व मंडळी गोळा झाली. विशेष म्हणजे आठ-दहा मुस्लीम आम्हाला मुद्दाम भेटायला आले. काल भेटायला आलेल्यांपेक्षा ते वेगळे होते.

ते शहाबानोबद्दल राग व्यक्त करीत होते. त्यांच्यापैकी अनेकांच्या नात्यातील महिलांच्या पोटगीचे दावे कोर्टात होते. भेटायला आलेल्यांपैकी एकदोन मुसलमानांनी मोर्च्याबद्दल आपली सहानुभूती दाखविली. आम्ही जे काम करीत आहोत ते लाखमोलाचं आहे, असं ते म्हणाले. हे व असे अनेक आमचे छुपे पाठीराखे होते. फक्त समाजाच्या दबावानं हे उघडपणे आमच्याबरोबर यायला धजावत नव्हते. आता मात्र कायदा रद्द होईल की काय या भीतीनं आम्हाला भेटायला आले होते.

'मुख्य प्रश्न किताबकुराणाचा नसून रोजीरोटीचा आहे. आमच्या आयाबहिणींना सुखासमाधानानं जगता यावं याचा आहे' लोक म्हणाले, 'तुम्हाला उघडपणे पाठिंबा

द्यावा असं आम्हाला कितीही वाटलं तरी तसं वागता येत नाही.'

"आता तर शहाबानूनं माघार घेतली आहे. म्हणजे शासन तुमच्या बाजूला असणार नाही. मग आम्ही कसे तुम्हाला पाठिंबा देऊ?" या प्रश्नानं त्यांची मानसिकता कळत होती.

रूढी, रीतिरिवाज, दडपण यांना झुगारून देण्याची हिंमत अजूनतरी या लोकांजवळ नाही. पण आज ना उद्या हे लोक ताकदीनं उभे राहतील. त्यामुळे एका बाजूला तलाक मुक्ती मोर्चाचा पायाच ढासळला असं वाटत असताना अशा मोर्च्याची आता नितांत गरज आहे असंही पटत होतं. आज फक्त शहाबानोनंच माघार घेतली. उद्या हा निकाल सुद्धा रद्द होईल. म्हणून याहीपेक्षा अधिक व्यापकता त्याला आणली पाहिजे, असंही वाटू लागलं. पण मी जरी असं म्हणत असलो तरी आम्हा सर्वांच्या मनातील उल्हास नाहीसा झाला होता हे लपविण्यात अर्थ नाही!

त्यानंतर औरंगाबादला रजिया पटेलशी फोनवरून संपर्क साधण्याचा प्रयत्न केला. ती भेटली नाही. पण आम्ही निषेध व्यक्त करून जळगावातच थांबलो हे कळविण्याची व्यवस्था केली. औरंगाबादला मात्र मोर्च्यांच्या जिल्हाबंदीच्या निषेधार्थ सभा झाली.

सरकारच्या या निर्णयाविरुद्ध न्यायालयात जाऊन बंदी उठल्यावर तलाक मुक्ती मोर्च्याचं शहरात पुन्हा आयोजन करण्याचा निर्णयही या जाहीर सभेत घेण्यात आला. सभेच्या अध्यक्षस्थानी श्रीमती रजिया पटेल होत्या.

औरंगाबादमधील वर्तमानपत्रांनी कोल्हापुरहून निघालेल्या तलाक मुक्ती मोर्च्याचे फोटो देऊन दौऱ्याचा वृत्तांत दिला होता. मोर्चा शहरात येऊ शकला नाही. परंतु स्वागतसमिती व मोर्च्याच्या समर्थकांनी ठरल्याप्रमाणे एक सभा सरस्वतीभुवन सभागृहात घेतली. या सभेला चांगला प्रतिसाद मिळाला.

सभेत बोलताना डॉ. हबिबुद्दीन म्हणाले, "जातीयवादी गैरप्रचार रोखण्यासाठी सरकार कधी पुढे येत नाही, परंतु चांगल्या व न्याय्य मागण्यांसाठी लढणाऱ्यांना बंदी घालण्यास सरकार पुढे येतं ही गोष्ट निषेधार्ह आहे." तलाक मुक्ती मोर्च्यानं मुस्लीम स्त्रियांच्या पोटगीचा व समान नागरी कायद्याचा मूलभूत प्रश्न उभा केल्याचं त्यांनी नमूद केलं.

शहाबानो प्रकरणाचा गाजावाजा करणाऱ्यांना उद्देशून हबिबुद्दीन म्हणाले, "आज जिल्हा न्यायालयात रोज अनेक पोटगीचे दावे मुस्लीम महिला दाखल करीत असून मुस्लीम वकीलच या महिलांना न्याय मिळवून देतात. तेव्हा आजच या निर्णयाविरुद्ध ओरड करण्याचं कारण नाही." तलाक मुक्ती मोर्च्यात कमी लोक असले तरी ही संख्या कालांतराने वाढेल असा विश्वास त्यांनी व्यक्त केला.

श्रीमती रजिया पटेल आपल्या भाषणात म्हणाल्या, की, "सुप्रीम कोर्टाच्या

निकालाचा आदर करणाऱ्यांविरुद्ध सरकार कायद्याचा बडगा उगारते.'' ही विसंगती असून या मुस्कटदाबीचा निषेध साऱ्यांनी करण्याचं आवाहन त्यांनी केलं. गुलाम राष्ट्रातील स्वातंत्र्यलढे पुन्हा पुन्हा पराभूत होतात, म्हणून गुलामगिरी अमर राहील असं आपण मानणार आहोत काय? दहा उठाव फसतील परंतु शेवटी गुलामगिरी संपणारच आहे, असा निर्धार त्यांनी शेवटी आपल्या भाषणात व्यक्त केला.

या सभेत सर्वश्री व्ही.व्ही.देशपांडे, विजयेंद्र काब्रा, रतिलाल जरीवाला, प्रा.हिरालाल देसरडा, ॲड. अंकुश भालेकर, सुभाष लोमटे, श्रीमती करुणा चौधरी यांची भाषणं झाली. साऱ्यांनी जिल्हाबंदीच्या निर्णयाचा धिक्कार केला.

शेवटी सभेत एक ठराव संमत करण्यात आला. 'तलाक मुक्ती मोर्चाला बंदी घालण्याचा निर्णय हा भेकड, नामर्द व लोकशाहीविरोधी असून जातीयवादी शक्तींचे हात बळकट करणारा आहे. या सरकारी निर्णयाचा ही सभा निषेध करीत असून मोर्चावरील बंदी उठवावी व त्याचा मार्ग खुला करावा अशी मागणी करीत आहे.' श्री. प्रकाश चिटगोपेकर यांनी आभार प्रदर्शन केले. रजिया पटेलनं या प्रवेशबंदी विरुद्ध हायकोर्टाच्या खंडपीठात रिट अर्जही दाखल केला.

सकाळी मोर्च्यावर बंदी घालण्यात आल्याचं जाहीर होऊनही दिल्लीगेट येथे मोर्च्याचे समर्थक, स्वागत समितीचे सदस्य व नागरिक जमा झाले होते, तर मौलाना आझाद महाविद्यालय, हरसूल व फुलंब्री येथे रस्त्यावर गटागटाने मोर्च्याचे विरोधक मोठ्या प्रमाणावर जमा झाले होते. या वेळी सभेच्या ठिकाणी कडेकोट पोलीस बंदोबस्त ठेवण्यात आला होता.

दि. १८ नोव्हेंबरला अहमदनगरकडे जायचं होतं, पण जाताना औरंगाबाद जिल्ह्यातून बस नेता येणार नाही असं तिथल्या पोलीस अधिकाऱ्यांनी सांगितलं. त्यामुळे औरंगाबाद जिल्ह्याची हद्द टाळणं आवश्यक होतं. आम्ही औरंगाबाद जिल्ह्याला वळसा घालून अहमदनगरकडं जायला निघालो. त्याशिवाय पर्यायच नव्हता.

आम्हाला मालेगावजवळून जावं लागणार होतं. तोही रस्ता टाळावा अशी पोलिसांची सूचना होती, पण तिसरा मार्ग नसल्यानं मालेगाव जवळून जाणं भागच होतं.

नाशिक जिल्ह्याची हद्द सुरू झाल्यावर नाशिकचे डी.एस्. पी. अंकोला आपल्या पोलीसताफ्यासह आमच्या स्वागतास आले होते. त्यांचीही गाडी आमच्या गाडीपुढे धावू लागली.

मालेगावच्या पंधरा किलोमीटर अलीकडे बस आल्यावर बघता बघता मागे पुढे पोलीसगाड्यांची संख्या वाढली. आता पुढे दोन जीप आणि एक डी. एस. पी. ची

पांढरी ॲम्बॅसडर गाडी होती. पाठीमागे पोलिसांच्या सहा बसेस होत्या. सगळे पोलीस हत्यारबंद होते. हा एवढा पोलीस बंदोबस्त मालेगाव पार करून पुढे येवल्यापर्यंत बरोबर होता.

एकाएकी वाढलेल्या पोलीस बंदोबस्ताबद्दल एका पोलीस अधिकाऱ्याला प्रतिभा रानडेंनी विचारले, तेव्हा ते म्हणाले,''मालेगावच्या लोकांनी धमकी दिली आहे की, तुमची बस मोर्चेकऱ्यांसह जाळून टाकू. म्हणूनच ही खबरदारी. स्पेशल रिझर्व्ह पोलिसांच्या सहा कंपन्या आमच्याबरोबर बंदोबस्तासाठी घेतलेल्या आहेत. म्हणजे सव्वाशे पोलीस आहेत. तुम्ही मंडळी कोल्हापुरहून आलात ना? मी पण कोल्हापुरचाच आहे. तुमच्यापैकी कुणाच्याही केसाला धक्का लागू देणार नाही. आमची तयारी भरपूर आहे.'' असे त्या पोलिस अधिकाऱ्याने सांगितले. यावरून पुढे काय घडणार याची कल्पना करता येत होती.

दुपारी एकच्या दरम्यान अहमदनगरमध्ये शिरताशिरताच दिल्ली दरवाज्याजवळ अचानकपणेच बसवर जोरदार दगडफेक झाली. लोकांचा जमाव जमला आहे व मॉबसायकॉलॉजीचा परिणाम म्हणून बसवर दगडफेक होत आहे हे वेगळं, इथे फक्त चार दाढीवाले मुस्लीम तरुण दिसत होते व जीव तोडून बसवर दगड मारत होते. हे लक्षण मला खुनशी वाटले.

नगरपालिकेच्या हॉलवर आमची उतरण्याची व्यवस्था करण्यात आली होती. आमच्याअगोदर तिथे आमचा निषेध करणारेच पोहोचले होते.

नगरच्या मुक्कामाला आल्याबरोबर स्थानिक समितीचे कार्यकर्ते, आम्ही व पोलीस अधिकारी यांच्यात आपापसात चर्चा सुरू झाल्या. पोलीस अधिकारी गावातल्या एकंदर वातावरणाची खबर घेत होते. मुक्कामासमोर जमलेला विरोधकांचा जमाव वाढतच होता.

काळी निशाणं घेतलेली ही मंडळी मोर्च्याचे आयोजक, स्वागत समितीचे अध्यक्ष डॉ. एस्.टी. महाले यांच्या नावाने मुर्दाबादच्या घोषणा देत होती. 'नारे तकबीर अल्ला हो अकबर!' च्या घोषणा देत होती. त्यांच्या दृष्टिकोनातून हे धर्मयुद्धच होतं.

पुढे सरकणाऱ्या जमावाला पोलीस मागे रेटत होते. पोलिसांच्या सांगण्याप्रमाणे मोर्चा नगरला येण्याअगोदर दहापंधरा दिवसांपासूनच रोज एक दोन जाहीर सभा होत होत्या. मशिदीतून दरवेळच्या नमाजाच्या वेळी प्रक्षोभक भाषणं करून तणाव वाढवण्याचं काम पद्धतशीरपणे चालू होतं. मोर्च्याच्या दिवशी शहरातील मुसलमानांनी आपली दुकानं बंद ठेवून मोर्च्याला निषेध व्यक्त केला होता. त्यांची एकच मागणी होती की, ''हा तलाक मुक्ती मोर्चा गावातून निघता कामा नये. जाहीर सभेची तर बातच दूर!''

मोर्चा मुक्कामाच्या ठिकाणी पोहचल्याचं कळल्यावर निशाणदार नावाचे पोलीस अधिकारी आले, "दहा हजार मुस्लीमांचा मोर्चा तिकडे कलेक्टर कचेरीवर गेला आहे. त्यात तीनशेच्यावर स्त्रिया आहेत व तुमच्या मोर्च्यातील स्त्रियांवर ते हल्ला करणार आहेत." अशी माहिती ते आम्हाला पुरवू लागले. "तुम्ही इथे मोर्चा काढताच कामा नये, अशी विरोधकांची भूमिका आहे. तेव्हा तुम्ही काय करणार?" असं त्यांनी विचारलं.

"आम्ही आमचा ठरलेला कार्यक्रम करणार, मोर्च्याला संरक्षण देण्याची तुमची जबाबदारी आहे. ती तुम्ही पार पाडा." डॉ. महाले त्यांच्यावर उखडले. पोलीस फौजदार निशाणदार म्हणाले, "आम्ही तुम्हाला संरक्षण देऊ याची खात्री बाळगा. पण तुमची भूमिका काय?"

प्रसंगाचं गांभीर्य लक्षात घेऊन मी म्हणालो, "मोर्च्याला विरोध होणार, ही शक्यता आम्ही नाकारत नाही. तो अनुभव घेतच आम्ही इथे आलो आहोत. पण इथली परिस्थिती फारच स्फोटक दिसते. आम्ही काही दिग्विजय प्राप्त करायला निघालो नाही. तेव्हा आम्ही मोर्च्यानं जाण्याचं रद्द करू. बसनं जिल्हाधिकारी कार्यालयावर जाऊ. नांदेड, परभणीत आम्ही असंच केलं आहे. विरोधकांना आपला विजय झाला, असा आनंद मिळवायचा असेल तर तो आनंद त्यांना आम्ही मिळू देऊ. सभा शक्य नसेल, तर तीही रद्द होईल. फक्त निवेदन देऊन येऊ."

अहमदनगरचे एक मुस्लीम पुढारी फिरोज तांबटकर. इतर सर्वच बाबतीत ते पुरोगामी विचारसरणीचे. नगरमधील मुस्लीमांचे ते पुढारी आहेत आणि आम्ही त्यांच्या पुढारीपणालाच आव्हान देत होतो, हा त्यांना स्वत:चा व्यक्तिगत अपमान वाटला असावा.

'मी इथे असताना आमच्या गावात हे लोक मोर्चा घेऊन येतातच कसे? त्यांची हिंमत कशी होते? त्यांनी मुकाट्यानं निघून जावं, अन्यथा परिणामांना तयार राहावं' अशी त्यांची भूमिका असल्याचं त्यांना भेटून आलेल्या दलवाई भाभींनी सांगितलं. दहशतवादाचा हा वेगळाच नमुना पाहायला मिळाला.

तोवर छोटे छोटे गट निषेध व्यक्त करायला येतच होते. हे सगळं वातावरण पाहून, नाईक भाभी मला म्हणाल्या, "भैय्या, आता फार गडबड होणार असे दिसते."

मी त्यांना धीर दिला. तोवर निशाणदार फौजदार म्हणाले, "कलेक्टरकचेरीवरील मोर्चा इकडे येऊ लागला आहे. ते सर्व आले तर मी तुम्हाला संरक्षण देऊ शकणार नाही. तुम्ही इथून डी.एस्. पी. ऑफिसवर चला."

मी त्यांना सांगितलं, "तुम्ही अधिक पोलीस मागवून घ्या. आम्हाला ही जागा सोडा कसे म्हणता?"

पण त्यांनी आपली असमर्थता व्यक्त केल्यावर आम्ही जागा सोडण्याचा निर्णय घेतला. सामान गाडीत ठेवू लागलो. तर श्याम पटवर्धन येऊन म्हणाले, "अरे,सय्यद गाडी चालवणार नाही म्हणत आहे."

मी त्यांना काही बोललो नाही. ड्रायव्हरवर टेन्शन येणं साहजिक होतं. पण मी त्यांना समजावू शकेन असा मला विश्वास वाटला. मी शांतपणे सय्यदना भेटलो व म्हणालो,

"पोलीस संरक्षण देणार आहेत. आपण डी. एस्. पी. ऑफिसवर जाऊ या." ते काही न बोलता गाडीत बसले व आम्ही निघालो.

मोर्च्यातील महिलांवर हल्ला करण्यात येणार आहे. मोर्च्याचे संघटक या नात्याने मी व दलवाई भाभींनी फौजदारांच्या जीपमध्ये बसून कलेक्टर कचेरीवर जावं. तिथेच निवेदनही देता येईल. असा फौजदार निशाणदार यांचा आग्रह होता.

मी त्यांना म्हणालो की, "आता निवेदन देणं महत्त्वाचं नाही. तुम्ही आम्हा सर्व लोकांना संरक्षण देणं जरुरीचं आहे. तेव्हा तुम्ही आमच्या गाडीबरोबर असावं. आम्हाला निवेदन देण्यासाठी कुठे नेऊ नये."

पण मी असं म्हणत असतानासुद्धा, दलवाईभाभी त्यांच्या जीपमध्ये जाऊन बसल्या. निशाणदार मला फार आग्रह करू लागले. मी त्यांना ठणकावून सांगितले की, "मी माझ्या सहकाऱ्यांना सोडून तुमच्या गाडीत बिलकूल येणार नाही." मी एस्.टी. तच थांबलो. मुमताज रहिमतपुरे मात्र आपली पर्स उचलून हळूच त्या जीपमध्ये जाऊन बसली. माझ्या कृतीनं माझ्या सहकाऱ्यांना जो दिलासा मिळाला तो मला लाखमोलाचा वाटतो.

आमची बस डी.एस.पी. ऑफिसकडे जाण्यास निघाली. गल्लीतून बाहेर पडतो तर समोरच्या जमावानं जोरदार दगडफेक सुरू केली. मी सय्यद ड्रायव्हरच्या मागे उभा राहून त्यांना धीर देत होतो. एकच पोलीसजीप आमच्या बरोबर होती.

पुढच्या वळणावर एक आठ दहा लोकांचा जमाव गाडीला आडवा आला व एकाने दोन्ही हातांनी एक मोठा दगड ड्रायव्हरच्या समोरच्या काचेवर मारला. संपूर्ण काच फुटून ड्रायव्हरच्या मागे मी होतो तिथपर्यंत काचा आल्या.

गाडी चालविण्यास नकार देणाऱ्या हाशमुद्दिन सय्यदनी आता मात्रं आपलं कसब पणाला लावलं. पण मला मात्र भीती वाटू लागली की, ड्रायव्हरच्या समोर काच नाही. एखादा दगड त्यांना लागला म्हणजे?

पण नांदेडमध्ये जाळ्या बसवून घेतल्याचं नंतर आठवलं व मग मला ती जाळी समोर असल्याचं दिसू लागलं.

अशा प्रकारे आमची बस दगडफेकीला तोंड देत देत डी.एस्. पी. कार्यालयावर आली. तर विरोधक अगोदरच ट्रकमधून येऊन तिथे उतरलेले व त्यांनी डी.एस. पी.

ऑफिसच्या आवारात दगडफेक सुरू केली. तेव्हा डी.वाय. एस्. पी. इनामदार बाहेर आले. पोलिसांना त्यांनी काही सूचना दिल्या. पण त्याची काही अंमलबजावणी झालेली दिसेना.

डी.एस्. पी. ऑफिसच्या फाटकाबाहेर जमाव वाढतच होता. तोपर्यंत डॉ. महाले व संगमनेरचे कार्यकर्ते अॅड. अब्दुल शेख मला येऊन भेटले.

डॉ. महाले म्हणाले, "श्रीरामपूर, नाशिकला फोन करून तिथल्या परिस्थितीचा अंदाज घेतला. श्रीरामपूर तर नगरपेक्षाही प्रक्षोभक झालं आहे. पुढं काय करायचं?"
"अगोदर आमच्या मुक्कामाची सोय करा. मग ठरवू." मी म्हणालो.

शेख म्हणाले, "संगमनेरला चला. "

त्यापेक्षा नाशिकाला जाऊन मुक्काम करणं बरं असं मला वाटलं, कारण आमचा शेवटचा टप्पा नाशिक होता.

हे आमचं बोलणं चालू असतानाच दलवाईभाभी व मुमताज डी. वाय.एस्. पीं. च्या ऑफिसातून बाहेर आल्या व सर्वांना गाडीत बसायला सांगू लागल्या. मी जवळ जाऊन चौकशी केली.

"कुठे जायचे आपण?"

"आम्ही डी. वाय. एस्. पीं. शी बोललो. फार भयानक परिस्थिती आहे. त्यामुळे पोलीस आपल्याला पुण्याला नेऊन सोडणार आहेत." त्या म्हणाल्या.

"पोलीस सोडणार आहेत म्हणजे आपल्याला अटक केली आहे का त्यांनी?" माझा प्रश्न.

"अटक केली नाही पण पुण्याला नेऊन सोडणार आहेत, चला." दलवाईभाभी म्हणाल्या आणि गाडीत चढण्याचा अवकाश पोलिसांनी आमची गाडी फाटकाबाहेर काढली. फाटकासमोरच्या जमावानं जोरदार दगडफेक केली.

आत काहीजण बसच्या सीटखाली डोक्यावर चादरी घेऊन स्वत:चे संरक्षण करत होते. एकजात सर्वजण भ्याले होते. गाडी पुण्याच्या दिशेनं शहरातून बाहेर पडू लागली तेव्हा आमच्यापुढे पोलिसांच्या दोन जीपगाड्या होत्या ; पण मागून एका स्कूटरवरून दोघेजण आमच्या गाडीचा पाठलाग करीत होते.

स्कूटर आमच्या बसजवळ आल्यावर मागे बसलेल्या माणसानं आपल्या हातातील मोकळा शिसा ड्रायव्हरच्या दिशेनं फेकला. सर्वांचं दैव बलवत्तर होते म्हणून असेल, शिसा सय्यद ड्रायव्हरला न लागता एस्. टी. च्या आरशावर आदळला. बाटली नेमकी बसल्यामुळे आरसा तुटून पडला.

आपला शेवटचा प्रयत्न हुकल्याने स्कूटरस्वार मागे फिरले. त्यांच्या मागोमाग लोक असलेली एक जीपही मागे फिरली.

ड्रायव्हर जायबंदी झाल्यास आपोआप एस्. टी. थांबेल; तेव्हा आपण मोर्चेकऱ्यांना

धडा शिकवू, असा त्यांचा होरा असावा. मनात आले, ''मारनेवालोंसे बचानेवाला बहुत बडा होता है ।''

एकूण नगरमध्ये प्रवेश केल्यापासून बसवर झालेली दगडफेक, पोलिसांचं सौम्य धोरण, डी.एस्.पी. व कलेक्टर यांची शहरातील अनुपस्थिती व 'मोर्चा परत न्या किंवा त्याचे परिणाम भोगा' असं तांबटकरांचं दरडावणं, वाहनातून येऊन हल्ला करणारे विरोधक व शेवटी जबरदस्तीने आम्हाला पुण्याला घेऊन चाललेले पोलीस यावरून या सर्वांचं संगनमत होते की काय अशी शंका येऊ लागली. पण आम्ही आता काहीच करू शकत नव्हतो.

परतीच्या वाटेवरून येताना मला प्रतिभा रानडेंनी विचारलं, ''हा स्वत:चा पराभव आहे असं वाटतं का तुम्हाला?''

''मुळीच नाही'' मी आवेशानं म्हणालो. ''याला पराभव म्हणता येणार नाही. मी तर याला पराभव म्हणणारच नाही. फार तर यशस्वी माघार म्हणेन. गांधीजींनी चौरीचौऱ्याचा सत्याग्रह मागे का घेतला हे समजून घेतलं की, मग मी काय म्हणतो ते ध्यानात येईल तुमच्या. अर्थात मी काही आमची तुलना गांधीजींशी करीत नाही. आम्ही जर हट्टानं मोर्चा काढलाच असता तर पोलिसांनी आमचं संरक्षण केलं असतं याची मला खात्री वाटते. पण तरीही हाणामाऱ्या झाल्याच असत्या. ज्या सर्वसामान्य मुसलमान समाजाच्या शिक्षणासाठी आम्ही हा मोर्चा काढला आहे, त्याच समाजातील पाचपंचवीस माणसे मेली असती. शिवाय हिंदूमुस्लीम दंगलही पेटली असती. नेमकं तेच आम्हाला नको आहे. म्हणूनच आम्ही औरंगाबादला गेलो नाही व आताही माघार घेत आहोत.''

''सामाजिक सुधारणा हव्यात म्हणणाऱ्यांना नेहमीच विरोध होत असतो. फुले-आगरकरांना काय कमी त्रास झाला? आमच्या धर्मातील लोक जास्त परंपरावादी असल्यामुळे आम्हाला जास्त त्रास होणार. हे आम्हाला माहीत आहे व त्याला तोंड देण्याची आमची तयारी आहे. असल्या बारीक सारीक माघारीला पराभव मानणे चूकच. आम्हाला फार लांबचा पल्ला गाठायचाय. आमची बाजू न्यायाची असल्यामुळे आमचा विजय शेवटी ठरलेलाच आहे हे निश्चित.

''आम्ही जिथे जिथे जात होतो, तिथे तिथे आम्हाला विरोध करणारे तर होतेच. पण विरोध होऊनसुद्धा गावातल्या एकदोन तलाकपीडित स्त्रिया व्यासपीठावर येऊन आपापल्या आयुष्याची परवड सांगत होत्या, न्याय मागत होत्या. लोकांच्या सद्सद्विवेकबुद्धीला आवाहन करीत होत्या. हे व्यासपीठावर येण्याचं धारिष्ट्य त्यांच्यात कसं आलं असेल? याचा विचार व्हायला हवा.''

''मुस्लीमांना हा शहाबानोचा निकाल नको आहे का? तर तसं चित्र नाही. इथे तलाक देण्यावर बंधन नसल्यानं व अशिक्षित समाज मोठ्या प्रमाणावर असल्यानं

अगदी लहान सहान कारणावरून तलाक होतात. तलाक होणं याला समाजात कमीपणा मानला जात नाही. तलाकपीडितांची काही प्रमाणात पुन्हा लग्नंही होतात हे खरं आहे. पण यामुळेच मोठ्या प्रमाणावर तलाक होतात. तेव्हा कमीअधिक सर्व मुस्लीमांचं हे दु:ख आहेच. त्यांना मनातून असं व्हायला नको आहे. शासनाचा एखादा कायदा होऊन तोंडी तलाकवर बंदी आली, तलाक दिलेल्या स्त्रीला पोटगीचा अधिकार मिळाला तर हवाच आहे. परंतु नेतेमंडळी मुल्लामौलवींना हाताशी धरून याला विरोध करतात व मग सामान्य माणूस त्यांच्या विरोधात जायला तयार होत नाही. एकप्रकारे त्यांची कोंडी झालेली आहे.''

''आणखीही एक गोष्ट लक्षात घ्या. जेव्हा कुणा मुल्लामौलवींच्याच घरच्या मुलींना तलाक मिळतो तेव्हा दिवसा विरोध करणारे हे मुल्लामौलवी रात्रीच्या अंधारात आमच्याकडे येतात आणि त्यांच्या मुलीच्या बाबतीत काही मदत करा म्हणून आग्रह धरतात. पण हे सगळं गुपचुप.''

''पण अशा लोकांची नावं तुम्ही जाहीर का करीत नाही?'' रानडेंचा प्रश्न.

''आम्ही नावं जाहीर केली की ते लोक आमच्याकडे येणार नाहीत. मग त्यांच्या मुलींच्या आयुष्यातील समस्या सुटणार कशा? म्हणजे मुल्लामौलवींनासुद्धा आता या बाबतीत आमचाच आधार वाटायला लागला आहे.''

त्यानंतर दलवाईभाभींना बोलतं करण्यासाठी प्रतिभा रानडेंनी म्हटलं, ''आता तुमचे विरोधक म्हणणार, आम्ही मोर्चेवाल्यांना पळवून लावलं म्हणून.''

''म्हणू देत त्यांना काय म्हणायचं ते. खरं कोण आहे , न्याय्य बाजू कोणाची आहे, हे काळच ठरवील.'' दलवाईभाभी म्हणाल्या. त्या पुढे असंही म्हणाल्या की,

''चौदाशे वर्षांपूर्वीच्या अरब समाजाचा विचार केला तर असं दिसतं की, पैगंबरांनी स्त्रीला काही अधिकार दिले. पण या पुरुषधार्जिण्या समाजाने, सत्ताधाऱ्यांनी, धर्माच्या ठेकेदारांनी, इस्लामच्या नावाखाली ते स्त्रीला कधीच वापरू दिले नाहीत. त्यांच्या घरातच त्यांच्या आयाबहिणींवर होणारे अन्याय त्यांना दिसत नाहीत का? आमच्या चळवळीचा फायदा त्यांनाही मिळणार आहे, हे त्यांना का बरं कळत नसावं?''

मुस्लीम सत्यशोधक मंडळाचे अध्यक्ष बाबूमियाँ बँडवाले म्हणाले, ''मुसलमान पुरुष तर स्वत:ला परमेश्वर समजतो. त्याला कोणाची भीती वाटत नाही, की कसलीही लाज वाटत नाही. त्याला वठणीवर आणण्यासाठी कायद्याचा बडगा हवा, त्याशिवाय तो ऐकायचा नाही.''

''काळ बदलत गेला की, माणसानंही बदलायला हवं, ही गोष्ट त्यांना मान्य नाही. आधुनिक काळातल्या सुखसोयी मुसलमानांना हव्या आहेत. पण आधुनिक काळाप्रमाणे स्त्रियांना वागविण्याची त्यांची तयारी नाही. हा त्यांचा दुष्टपणा आहे.''

हे बाबूमियाँचं परखड मत.

अशा आमच्या गप्पा चालू असतानाच, आमच्या गाड्या, रस्त्यात कुठेही न थांबता, तीन तासांनंतर रात्री पुण्यात पोहोचल्या. नगरच्या पोलिसांनी आम्हाला पुणे पोलिसांच्या हवाली केलं.

बराच वेळ झाल्या प्रकाराची उलट सुलट चर्चा करून आम्ही कंटाळल्यावर, आता मुक्काम कुठे करायचा यावर विचार सुरू झाला.

सय्यदभाई मुस्लीम सत्यशोधक मंडळाचे चिटणीस होते. ते किंवा पुण्याचे कोणीच मोर्च्यात नव्हते. ते पुण्यात बसूनच पत्रकं काढत होते. परभणी, नांदेड येथे मोर्च्यावर झालेल्या हल्ल्यांच्या बातम्या, देशाच्या सर्व वर्तमानपत्रांतून आल्या होत्या. ते वाचून सुद्धा त्यांनी फक्त पत्रकच काढलं. त्यामुळे आमचा त्यांच्यावर राग होता. म्हणून त्यांना भेटावं, राहण्याची व्यवस्था करून घ्यावी असे आम्हांपैकी कोणालाच वाटलं नाही. 'कोठे थांबणार?' असं पोलिसांनी विचारल्यावर मी पटकन् म्हणालो, "साने गुरुजी स्मारकावर. राष्ट्रसेवादलाच्या ऑफिसवर जाऊ."

श्याम पटवर्धनांनी साने गुरुजी स्मारकावर आम्हा सर्वांची उतरण्याची व्यवस्था केली. पोलीस रात्रभर बाहेर पहारा देत होते.

आम्ही मध्यरात्री उशिरापर्यंत चर्चा करीत होतो. नाईकभाभी म्हणाल्या, "आता परत जाऊ या." बिलालबी जमादार तसबीचे मणी ओढत, सुखरूप परत आल्याबद्दल वारंवार अल्लाचे आभार मानत होती.

नाईक, बेग व मी नाशिकला जाण्याचा विचार करीत होतो. निश्चित काहीच ठरलं नाही. सकाळी ठरवू म्हणून आम्ही झोपी गेलो.

पहाटे कोणीतरी मला जागं केलं. उठून पाहतो तर सर्वजण माझ्याभोवती जमा झाले होते. नाईक म्हणाले, "हुसेन उठ! आम्ही गाडीत सामान भरलं आहे. कोल्हापुरला जाऊ." मी घडयाळ पाहिलं तर तीन वाजले होते.

रोज सकाळी सर्वांना मी जागे करत असे. आज मात्र मी सर्वांच्या शेवटी उठलो होतो. माझी बॅग अगोदरच गाडीत नेली होती.

दलवाईभाभी, लैला पटेल व शरिफा मुंबईस जाणार होत्या. मुमताज पुण्यात आपल्या बहिणीकडे थांबणार होती, "म्हणजे मोर्चा इथेच संपवायचा तर?" माझा प्रश्न.

"मोर्चा कालच नगरमध्ये पोलिसांनी संपवलाय, चल आता." नाईक.

माझे सहकारी आता अधिक धोका पत्करायला तयार नव्हते. मग माझा वेगळा निर्णय असूच शकत नव्हता. माझे सहकारी हीच माझी ताकद. मी माझं आवरलं व गाडीत बसलो आणि कोल्हापुरचा प्रवास सुरू केला.

ड्रायव्हरसमोरील काच फुटली असल्याकारणाने भन्नाट वारं आत येत होतं.

पण हाशमुद्दीन डोक्याला टॉवेल बांधून बिनधोकपणे गाडी चालवत होते. प्रत्येकाच्या चेहऱ्यावर समाधान होतं. अनेकजण झोपेच्याही अधीन झाले होते.

सकाळी साडे आठनऊच्या दरम्यान कोल्हापुरच्या हद्दीबाहेर शिरोली येथे आम्ही पोहोचलो. पेट्रोलपंपावरून दलितमित्र बापूसाहेब पाटील व सुरेश शिपूरकर यांना फोन करून आम्ही पंधरावीस मिनिटांत कोल्हापुरात शाहू महाराजांच्या पुतळ्याजवळ येत असल्याचं कळविलं.

बापूसाहेबांनी व शिपूरकरांनी काही मंडळींना फोन करून मोर्चाच्या स्वागताची तयारी केली होती, बिंदू चौकात फुले, आंबेडकर व वरुणतीर्थ मैदानावरील गांधीजींच्या पुतळ्यास हार अर्पण करून, दसरा चौकात शाहू महाराजांच्या पुतळ्याजवळ आलो. पत्रकार जमले होते. छोटीशी सभा झाली.

बापूसाहेब, कॉ. पानसरे व मोर्चेकऱ्यांची भाषणं झाली. शाहू महाराजांच्या पुतळ्याला हार अर्पण करून मोर्चाचा समारोप केला. पत्रकारांनी माघारीबद्दल विचारलं असतां, मोर्चाचा हेतू सफल, झाल्याचं सांगून, त्यांना मोर्चाचं इतिवृत्त दिलं.

आम्ही सर्वजण आपापल्या घरी जाण्यास उत्सुक होतो. नाईक, बेग, निपाणीस गेले. आत्तार भगिनींना सांगलीस पाठवलं. हमिदा व गुलाब मुल्ला कडेगावास गेले व आम्ही कोल्हापुरकरांनी आपापली घरं गाठली. अशा प्रकारे मोर्चाचा पहिला टप्पा संपला.

पुढे महिनाभर आम्ही मोर्चाच्या भारावलेल्या वातावरणात होतो. रजिया पटेलनं दाखल केलेल्या रिट अर्जाची सुनावणी ५ डिसेंबरला होती. मी सकाळी औरंगाबादला पोहोचलो. प्रकाश चिटगोपीकरकडे उतरलो. रजिया पटेलना भेटलो.

कोर्टात न्यायमूर्ती चंद्रशेखर धर्माधिकारी व न्यायमूर्ती विजयकुमार साळवे यांनी यावेळी औरंगाबादच्या जिल्हाधिकाऱ्यांना बंदी घालण्याचं कारण विचारलं, "तलाक मुक्ती मोर्चा येणार आहे असं पंधरा दिवस अगोदर तुम्हाला कळवून मोर्चाच्या संयोजकांनी संरक्षण मागितलं होतं. तुम्ही त्यांना संरक्षण देण्याऐवजी जिल्हा प्रवेशबंदी कशी घातली?"

"शहरात गडबड होण्याची शक्यता जास्त वाटत होती. म्हणून बंदी घालावी लागली." जिल्हाधिकारी.

"गडबड म्हणजे काय?" न्यायमूर्तींचा प्रश्न.

"दंगा धोपा झाला असता." जिल्हाधिकारी.

"दंगा धोपा कोण करणार होतं? मोर्चेवाले की त्यांना विरोध करणारे?"

"मोर्चा आल्यानं विरोध होणार होता."

"मग तुम्ही अटकाव दंगा करणाऱ्यांना करायचा का शांततापूर्ण मोर्चा काढणाऱ्यांना

बंदी घालायची?'' कोर्टानं विचारलं.

मुंबई उच्च न्यायालयाच्या औरंगाबाद खंडपीठात हे प्रकरण दाखल झाल्यानंतर अतिरिक्त जिल्हाधिकाऱ्यांनी हा बंदीहुकूम मागे घेतला. त्याबद्दल न्यायमूर्तींनी नापसंती व्यक्त केली.

न्यायालयात विवेचन चालू असताना न्यायमूर्तींनी सरकारी वकिलांना विचारलं की, ''एखाद्या सज्जन माणसास गुंड लोक त्रास देण्याचा संभव आहे म्हणून सरकार त्या सज्जन माणसालाच शांतता भंग होईल असं कारण दाखवून तुरुंगात टाकणार काय?''

कलेक्टर निरुत्तर झाले. दोन्ही बाजूंच्या वकिलांनी पूर्वीचे काही दाखले दिले. कैफियती मांडल्या. त्या ऐकून घेऊन मोर्च्यावरील बंदी बेकायदेशीर असल्याचा निकाल न्यायमूर्तींनी दिला.

दि. १७ नोव्हेंबर रोजी औरंगाबादला प्रवेश करू इच्छिणाऱ्या मोर्च्यास प्रतिबंध करणारा हुकूम १६ नोव्हेंबर रोजी अतिरिक्त जिल्हाधिकाऱ्यांनी काढला. त्यामुळे मोर्चेकऱ्यांशी किंवा मोर्च्याचं स्वागत करू इच्छिणाऱ्या नागरिकांशी चर्चा झाली नाही व संबंधितांना नोटीस देऊन त्यांचं म्हणणं पुरेसा अवधी असतानाही ऐकून घेतलं नाही, असा अभिप्रायही न्यायालयानं व्यक्त केला.

तलाक मुक्ती मोर्च्यातील लोक ज्या सामाजिक कार्यासाठी मोर्चा काढू इच्छित होते, त्याचा उल्लेख करताना न्यायमूर्तींनी आपल्या निकालपत्रात म्हटलं, ''तरुणांचे सामाजिक कृतिशील गट हे रुढ चाकोरीत न बसणारे असले व हितसंबंधी गटांचा त्यांना विरोध असला तरीही ज्यांच्यावर अन्याय होतो त्यांना संघटित करण्याचा ते प्रयत्न करतात व लोकांना अन्यायाविरुद्ध लढण्याची प्रेरणा देतात.''

अर्जदार रजिया पटेल यांच्यावतीने ॲड. भारतलाला वाजपेयी, ॲड. नरेंद्र चपळगांवकर व ॲड. अंकुश भालेकर यांनी काम पाहिलं तर राज्य सरकारच्या वतीने ॲड. आर. जी. देव यांनी काम पाहिलं.

अशा रीतीनं या खटल्याचा निकाल आमच्या बाजूनं लागला खरा, पण उशीरा!

जानेवारीच्या तिसऱ्या आठवड्यात नागपूरला विधानसभेचं हिवाळी अधिवेशन सुरू व्हायचं होतं. त्या अधिवेशनात तलाक मुक्ती मोर्चाच्या वतीनं मुख्यमंत्र्यांना निवेदन द्यायचं म्हणून पूर्वतयारीसाठी आठ दिवस अगोदर मी नागपूरला गेलो. तर पोलीसखात्याची मंडळी मला घ्यायला स्टेशनवर आली. त्यांनी आपल्या जीपमधूनच मी उतरणार होतो त्या ठिकाणी आमदार निवासात मला नेलं. माझ्या पूर्ण संरक्षणाची त्यांनी जबाबदारी घेतल्याचं सांगितलं व त्यांना सूचना दिल्याशिवाय मी बाहेर जाऊ नये असंही त्यांनी बजावलं. अर्थात ते मी फारसं मनावर घेतलं नाही.

कोल्हापूर जिल्ह्यातील गडहिंग्लजचे जनता पक्षाचे आमदार ॲड. श्रीपतराव

शिंदे यांच्याकडे मी उतरलो. डॉ. भा.ल. भोळे, डॉ. रुपा कुलकर्णी, डॉ. आर्सेकर, छात्र युवा संघर्षवाहिनीचे कार्यकर्ते यांच्या मदतीनं मोर्च्याचा कार्यक्रम ठरविला.

नागपूर येथे संघर्षवाहिनीच्या मंडळींनी या प्रश्नावर सौ. विमलाबाई जठार सभागृहात जाहीर सभा ठेवली होती. डॉ. बाबा आढाव व मी प्रमुख वक्ते होतो. मी 'तलाक मुक्ती मोर्च्याचा संपूर्ण वृत्तांत व मुस्लीम स्त्रियांची अवस्था' या विषयावर भाषण केलं.

डॉ. बाबा आढावांनी एकूण मुस्लीम समाजाच्या प्रबोधनाची आवश्यकता व त्याची दिशा मांडून मुस्लीम सत्यशोधक मंडळाच्या कार्यास पाठिंबा दिला.

स्थानिक तलाकग्रस्त महिला, सुरैय्या शेखनं "मैं माँ बननेवाली थी, तब मझे तलाक दिया गया । अब मेरा बच्चा तेरह सालका है ।" असं सांगितलं.

नूरजहाँ म्हणाल्या, "मटनमास पकाना नही आता, यह सबब बताकर मझे तलाक दिया गया, तब मेरे शोअरके पाँव पर मेरे पिताजी ने सरकी टोपी रखकर मझे तलाक न देनेकी भीक माँगी थी । यह मझे पता चलने के बाद अदालत में मझे शरण लेनी पडी ।" आणखी एका महिलेनं आपली व्यथा सांगितली. अशा प्रकारे महिलांचा प्रतिसाद होता. पण मोर्च्याला पोलिसांनी परवानगी नाकारल्यामुळे आम्ही मोर्चा न काढता धरणं धरायचं ठरविलं.

मुंबईहून दलवाईभाभी, तलाकपीडित लैला पटेल, कोल्हापुरहून निजाम मुल्लाणी, हाशमुद्दीन सय्यद, आयेशा जमादार, आय.एन.बेग, नगरहून समीर मणियार, जळगावचे भाऊ रायसोनी व भिकचंद शर्मा, बुलढाण्याचे जाधव, उस्मानाबादचे बशिर तांबोळी, मुमताज रहिमतपुरे, अशी मोजकीच मंडळी नागपूरला कार्यक्रमाच्या दिवशी आली.

नागपूरमधील सर्व मंडळी व आम्ही विधानभवनासमोर धरणं धरलं. येथे अधिवेशनाच्या काळात धरणं धरणाऱ्यांच्या अनेक मंडपांमुळे त्याला एक जत्रेचंच स्वरुप आलेलं असतं. डॉ. बाबा आढाव, विरोधी पक्षनेत्या श्रीमती मृणाल गोरे यांनी उपोषणाच्या ठिकाणी भेट दिली.

शिवाजी पाटील निलंगेकर हे त्या वेळी मुख्यमंत्री होते. शिष्टमंडळात पाचसहा लोकांनाच परवानगी होती. आम्ही मुख्यमंत्र्यांची भेट घेऊन पुढील निवेदन सादर केलं.

"तलाक मुक्ती मोर्चाच्या वतीनं निवेदन देण्यासाठी आम्ही आपली भेट घेत आहोत. आमच्या शिष्टमंडळात दहा तलाकपीडित महिला असून आमच्या प्रमुख मागण्या पुढीलप्रमाणे आहेत.

(१) जुबानी तलाकपद्धती कायद्याने बंद व्हावी.

(२) मुस्लीम समाजाला सवतबंदीचा कायदा लागू करण्यात यावा.

(३) सर्वोच्च न्यायालयाने तलाकपीडित मुस्लीम स्त्रियांना दिलेला पोटगीचा हक्क अबाधित राहावा.

मुस्लीम समाजातील सनातन्यांचा आमच्या मागण्यांना विरोध आहे. आणि कोणत्याही समाजातील सामाजिक सुधारणांना त्या त्या वेळी विरोध होत असतो. या विरोधाला किंवा दबावाला बळी पडून राज्य किंवा केंद्र शासनाने सनातनी मुस्लीमांच्या अनुनयाची भूमिका घेऊ नये ही आग्रहाची विनंती. आमच्या मागण्यांच्या समर्थनार्थ केंद्र सरकारकडे निवेदन पाठविण्यात यावे अशी मागणी करीत आहोत.

आम्ही मुस्लीम समाजात जनजागरणाचे, प्रबोधनाचे कार्य करीत आहोत. आमच्या मोर्च्यास 'औरंगाबाद जिल्हाबंदी' घालण्यात आली होती. या घटनेकडे आम्ही आपले लक्ष वेधू इच्छितो. याशिवाय नगर जिल्हयात सनातन्यांनी जो धुडगूस घातला त्याबद्दल शासनाने कठोर पावले उचलावयास हवी होती, पण तसे घडले नाही असे खेदाने म्हणावे लागते.

तलाकपीडित मुस्लीम भगिनींना आपण मुख्यमंत्री या नात्याने साहाय्य करावे अशीही मागणी करीत आहोत. आम्ही 'तलाकपीडित सहाय्य निधी' उभारलेला आहे. त्याला आपल्याकडून हातभार लावावा ही विनंती.''

मुख्यमंत्र्यानी आस्थेनं माहिती घेतली व मोर्च्याचं निवेदन केंद्रशासनाकडे पाठविण्याचं आश्वासन दिलं. मोर्च्यास औरंगाबाद जिल्हाबंदी झाली. तसंच अहमदनगरमध्ये तुफान दगडफेक झाली व पोलिस संरक्षण देऊ शकले नाहीत याबद्दलही त्यांनी खेद व्यक्त केला. मोर्च्याने केलेल्या जनजागरणाच्या कार्याची मुख्यमंत्र्यांनी प्रशंसा केली व 'मुस्लीम स्त्रियांच्या व्यथा स्वत: पंतप्रधानांकडे मांडेन' अशी ग्वाही दिली.

कोल्हापूर ते नागपूर जाणाऱ्या या मोर्च्याची अशा रीतीनं १६ जानेवारी १९८६ रोजी नागपुरात सांगता झाली.

शहाबानो केसच्या निकालानंतर देशभरच्या मुस्लीम समाजातील जातीयवादी संघटनांनी या निकालाविरोधी जनमत तयार करण्याचा नाना प्रकारे प्रयत्न चालविला होता.

मोर्च्याच्या अगोदर सहा महिने कोलकाता हायकोर्टात कोणी एकानं 'कुराण' हे परधर्मियांविषयी अनुदारतेचा प्रचार करतं, त्यामुळे कुराणावर बंदी घालावी असा अर्ज केला होता. परंतु अर्थात् तो खटला दाखल करून घेतला गेला नव्हता. तरी पण त्याचं निमित्त करून 'कुराणावर सरकार बंदी घालणार आहे.' असा खोडसाळ प्रचार करून मुस्लीमांतील पुनरुज्जीवनवादी संघटनांनी बिहारात पाटणा येथे, उत्तर प्रदेशात, तसेच मध्य प्रदेशात खुद्द शहाबानोच्या शहरात इंदौरात, दिल्लीला इ. विविध ठिकाणी लाखो मुस्लीमांचे मोर्चे संघटित केले.

मुंबईमध्येही मुस्लीम जातीयवाद्यांनी मुस्लीम पुरुषांचा प्रचंड मोर्चा काढला.

तलाक मुक्ती मोर्च्याला त्यांचं हे उत्तर होतं. ह्या मोर्च्यामध्ये एकाही मुस्लीम स्त्रीचा समावेश नव्हता, हे लक्षात घेण्यासारखं आहे.

मुस्लीम सत्यशोधक मंडळानं तलाक मुक्ती मोर्च्याचा शेवटचा टप्पा म्हणून दिल्लीस जाऊन पंतप्रधानांची भेट घेऊन त्यांना सर्व परिस्थिती प्रत्यक्ष सांगून निवेदन देण्याचं ठरवलं.

'भारतीय दंडविधान संहिता कलम १२५' मधून मुस्लीमांना वगळणारं नवे विधेयक २० फेब्रुवारी १९८६ ला खुद्द काँग्रेस सरकारच घाईघाईने मांडणार आहे असे माजी खासदार प्रमिलाताई दंडवतेंच्याकडून कळल्यावर मोर्चा तातडीनं दिल्लीला नेऊन शासनाचं दार ठोठावून येण्याचं आम्ही ठरविलं. त्याप्रमाणे मुंबई, कोल्हापूर, पुणे, अमरावती इथल्या मुस्लीम सत्यशोधक मंडळाच्या शाखांनी दोन-चार दिवसांतच दिल्लीला जाण्याची तयारी केली. या वेळी मोर्च्यामध्ये एकंदर पस्तीस स्त्रिया होत्या. त्यांपैकी बावीस स्त्रिया तलाकपीडित होत्या.

वीस फेब्रुवारीला केंद्रीय कायदामंत्री अशोक सेन हे 'मुस्लीम महिला विधेयक' लोकसभेत मांडणार होते. परंतु लोकसभा अध्यक्षांच्या आदेशानुसार त्यांनी या विधेयकासंबंधी 'सात दिवसाची नोटीस' दिली नव्हती, त्यामुळे ते लोकसभेत मांडण्याचं लांबणीवर पडलं होतं. तेव्हा आम्हाला आशा निर्माण झाली की, या कालावधीत तत्कालीन पंतप्रधान राजीव गांधींना भेटून त्यांचं मन वळवलं तर कदाचित हे विधेयक मांडलंच जाणार नाही.

२० फेब्रुवारीला राष्ट्रपतींच्या भाषणानंतर, कायदामंत्री अशोक सेन यांना भेटण्याचं ठरलं. आम्ही मोर्चेकऱ्यांनी आपलं निवेदन खासदार मधू दंडवते यांना दिलं व या नव्या विधेयकाला लोकसभेत विरोध करावा, अशी विनंती केली. ही विनंती मधू दंडवते यांनी मान्य केली. आमच्या मागणीला आपला स्वत:चा आणि पक्षाचा पाठिंबा असल्याचं त्यांनी सांगितलं.

आम्ही कायदामंत्री अशोक सेन यांना भेटलो. त्यांचं ऑफिस छोटं होतं. आम्ही मोर्चेकऱ्यांनी त्यांना गराडाच घातला. त्यांनी प्रमिलाताईंना विचारलं, "क्या आपको छोडकर यह सब मुस्लीमही हैं?" आम्ही होकार दिला.

दलवाईभाभी, शेख वजीर पटेल, सय्यदभाई यांनी आपलं म्हणणं क्रमाक्रमानं मांडायला सुरुवात केली. परंतु मंत्रीमहोदय ऐकून घेण्याच्या मन:स्थितीतच नव्हते. ते म्हणाले, "आप लोक मुट्ठीभर हैं, लेकिन आपको अपोज करनेवाले कई लाख है । उलटा यह नया 'मुस्लीम महिला विधेयक' मुस्लीम महिलाओंको न्याय देगा ।" ते प्रमिलाताईंना म्हणाले, "मुझे आप लोगोंसे सहानुभूती है । लेकिन इस मामलेमें मुझे कुछ बतानेके बजाय आप लोक बनातवाला, शहाबुद्दिन इने मिलकर उन्हे कन्व्हिन्स क्यों नही करते?"

सेन ऐकून घेण्याच्या तयारीत नव्हतेच. दुसऱ्या दिवशी आम्ही नजमा हेपतुल्लांना भेटण्यासाठी सर्वजण गेलो तेव्हा त्या म्हणाल्या, ''मर्दोंको बाहरही रहने दो और सिर्फ औरतोंको अंदर आने दो ।''

स्लीव्हलेस पोलकं घालून, केसांचा बॉबकट करून राज्यसभेत उपाध्यक्षपद भूषवून शेर शायरी करीत सदस्यांना आवरणारी ही महिला मुस्लीमांसमोर मात्र पुरुषांसमोर परदा पाळण्याचं नाटक करते हे पाहून आम्हाला तिची कीव आली!

आम्ही बाहेरच्या हॉलमध्ये थांबलो. तासाभरांनी बाहेर आलेल्या प्रतिभा रानड्यांनी चर्चेचा वृत्तांत दिला. बंगल्यात २५ बायका नजमाबाईंच्या भोवती बसल्यावर त्यांनी बोलायला सुरुवात केली. त्या म्हणाल्या :

''मुस्लीम औरतके दु:ख की कल्पना मैं कर सकती हूँ । मुझेभी लडकियाँ है, लेकिन मैं सिर्फ मुस्लीम तलाकपीडितोंकाही खयाल नही करती बल्कि मुझे और भी खयाल करने पडते है ।'' त्यानंतर त्यांनी आपल्या सभोवती बसलेल्या स्त्रियांना प्रश्न केला की, ''मुझे अगर मेरे शोहरने घरमेंसे बाहर निकाल दिया, तलाक दिया तो मैं उसके एक पैसे को भी छुनेवाली नही । पोटगी माँगना तो दूरकी बात । मैं स्वाभिमानसे जीऊँगी । आप स्वाभिमानसे क्यो नही जीते? कुराणने हम सबको मेहरका हक दिया है । तुम्हारे पिताजी हजार देडहजार रुपये मेहरपर तुम्हारी शादी लगा देते है, उसे आप कैसे तैय्यार हो जाती हैं?''

मुसलमानांच्या सर्व मुली म्हणजे नजमाबाईंना त्यांच्यासारख्या मौलाना आझादांच्या नाती आहेत, असं वाटलं असावं! बहुसंख्य मुस्लीम समाज झोपडपट्टीत राहतो, आणि मुलींना शिकविलंच तर ऊर्दू चौथीपाचवीपर्यंत. मुलगी वयात आली की, कधी एकदाचं तिचं लग्न करतो असं आईबापाला झालेलं असतं आणि नजमाबाई मेहरची गोष्ट बोलतात! त्यांना माहीत तरी आहे का, मेहर एकोणपन्नास रुपयांपासून जास्तीत जास्त पाचशे रुपयांपर्यंत असतो. म्हणे स्वाभिमानानं जगा! बाईला तलाक मिळाला की, एखाद दुसरं मूल गळ्यात असतं. आई, वडील, भाऊ , भावजय वर्षभरात तिला कंटाळतात. 'तुझं तू पाहा,' म्हणून सांगतात. तिला मग जगण्यासाठी धुणी भांडी इ. काम पाहावं लागतं. यात बाई तरली तर बहाद्दर. नाहीतर वाममार्ग वाट पाहात असतात. वेश्याव्यवसाय करणाऱ्या स्त्रियांत पंचवीस टक्के मुस्लीम स्त्रिया असतात, हे माहीत तरी आहे का त्यांना? 'म्हणे स्वाभिमानानं जगा.' फुकटचं बोलायला नजमाबाईंचं काय जातं?

त्यानंतर पत्रकार बैठक घेऊन, आम्ही राष्ट्रपतींची भेट घेण्यास गेलो. राष्ट्रपतीभवनाच्या एका भव्य दालनात बसायची व्यवस्था केली होती. ठरलेल्या वेळी राष्ट्रपती झैलसिंग दालनात आले. राष्ट्रप्रमुख म्हणून त्यांचा मान होता, अधिकार होता. वस्तुस्थिती त्यांच्या कानावर घालावी, म्हणजे आपलं म्हणणं त्यांना समजावून सांगून त्यांची

मदत मागावी, हा भेटीचा मुख्य हेतू होता.

मेहरून्निसा दलवाई राष्ट्रपतींना निवेदन देताना म्हणाल्या, "मुस्लीम नेताओं और मुल्ला मौलवीयोंके दबाव के कारण सरकार अब मुस्लीम औरतोंके बारेमे एक नया विधेयक लोकसभामें पेश करनेवाले हैं । अगर वह विधेयक पास हो जाय तो मुस्लीम औरतोंकी हालत बहुत बुरी होनेवाली है ।"

"आप मेरे पास आनेकेबजाय मुल्ला मौलवीयोंके पास क्यों नही जाते? तुम्हारा कहना अगर उनको समझ जाय तो अच्छा है ।"राष्ट्रपती.

लोकशाही देशाचे राष्ट्रप्रमुख म्हणून त्यांच्याकडे या तलाकपीडित स्त्रिया न्याय मिळेल या आशेनं गेल्या होत्या. तर त्यांचं हे उत्तर! तेव्हा ऐनूल तावातावानं म्हणाली,

"हम मुल्ला मौलवीयोंके तरफ जाके क्या फायदा? हम भारतीय नागरिक है, इसलिए आपके तरफ न्याय माँगने आये है । मुस्लीम मर्द जब चाहे तब तलाक देते हैं, और पोटगी माँगनेका अधिकार भी सरकार नया कानून बनाकर छीन रही है । यह हमपे बडा जुल्म ढाया जा रहा है । हम आपसे बिनती करते है की, आप इस विधेयकको रोकिए । मुल्ला मौलवीयोंका हमे कोई फायदा नही, उल्टा वेही हमारे रास्तेकी रुकावट है ।"

आपल्या पंजाबी ढंगातील हिंदीत झैलसिंग म्हणाले, "आप लोक किसी एखाद दुसरे मौलवी को ठीक नही कर सकते?" या त्यांच्या प्रश्नार्थक विधानानं आम्हा सर्वांना संभ्रमात टाकलं, पण त्यांच्या या प्रश्नाला आमच्याकडे उत्तर नव्हतं.

तलाकपीडित स्त्रियांची कहाणी ऐकूनसुद्धा एवढ्या अल्पवयीन बायका तलाकपीडित आहेत यावर राष्ट्रपतींचा विश्वास बसत नव्हता. कोवळ्या, भाबड्या चेहऱ्याच्या नाहिदाकडे पाहून ते म्हणाले, "इस बच्चे का तो तलाक नही हो सकता." पण तिला तलाक मिळून सव्वा वर्ष झालं होतं. त्यानंतर राष्ट्रपती म्हणाले, "मुझे आपसे हमदर्दी है, मगर फैसला करना सरकार के हाथ में हैं । मैंने आपका निवेदन स्वीकार किया है, मैं मेरा ओपिनियन महामंत्री तक पहूँचाऊंगा । मगर उन्होने मेरा कहना माना नहीं तो?"

तिथून आम्ही हताश होऊनच परतलो.

२२ फेब्रुवारीला सकाळी १० वाजता पंतप्रधानांनी भेटण्यास वेळ दिली होती. आम्ही सगळे जण त्यांच्या निवासस्थानाच्या व्हरांड्यासमोर येऊन पोहोचलो. सर्व तपासण्यांना तोंड देऊन आत गेलो. तिथे खुर्च्या मांडून बसण्याची व्यवस्था केली होती. राजीव गांधी दहा वाजता आले. उमदं व्यक्तिमत्त्व, शांत हसरा चेहरा, नमस्कारांची देवाण घेवाण झाल्यावर त्यांनी बोलायला सुरुवात केली. ते म्हणाले, "हमारे सामने अनेक समस्याएँ हैं । उसमें से बहुतसी समस्याएँ धार्मिक हैं । हमे

किसी की धार्मिक भावना नहीं दुखाते हुए यह समस्या हल करनी है ।''

पण तेवढ्यात त्यांना दलवाईभाभी मध्येच थांबवून म्हणाल्या, ''राजीवजी, मैं बीचमें बोल रही हूँ, माफ करना । ये सभी समस्याएँ हैं, इसलिए तो हम यहाँ आये हैं, आपके पास फरियाद लेके । हम सबोंकी दिलोजहाँसे एक बिनती है की, यह जो नया बिल आप ला रहे है, वह रोक दो । वरना मुस्लीम औरत का तलाकके बाद कोर्ट में जाकर पोटगी माँगने का रास्ताही बंद हो जायेगा । कॉमन सिव्हिल कोड बनाइए ।''

त्यांचं बोलणं ऐकून घेतल्यावर स्मितहास्य करून राजीव गांधी म्हणाले, ''कॉमन सिव्हिल कोड लाना इतना आसान नहीं । उसके वास्ते सभी धर्म के कायदे कोडीफाय होना जरुरी है । मुस्लीम कायदे कोडीफाय नहीं हुए हैं । वह होने के बाद सभी धर्म के जो कायदे सभीको फायदे के रहेंगे वे इकठ्ठा करके फिर उसका कॉमन सिव्हिल कोड बनाया जायेगा । यह नया 'मुस्लीम महिला विधेयक' कॉमन सिव्हिल कोड करने का पहला कदम है ।''

त्यानंतर राजीव गांधींनी तलाकपीडित स्त्रियांच्या दर्दभऱ्या कहाण्या ऐकल्या. मुस्लीम स्त्रियांबद्दल वाटणारी सहानुभूती त्यांच्या डोळ्यांतून स्पष्टपणे व्यक्त होत होती. ते म्हणाले, ''पर्सनली मुझे आपका कहना ठीक लगता है, लेकिन आपकी ताकद बहुतही कम है । सच देखा जाय तो इस विषयपर वादविवाद, चर्चासत्र बडे पैमानेपर होने चाहिए । आपके समाजके लोगोंके तरफसेही बडे पैमानेपर सुधारके लिए माँग आनी चाहिए ।''

अन्वर राजन, सय्यदभाई, वजीर पटेल व मी, आम्ही सर्वांनी परोपरीनं राजीव गांधींच्या समोर मुस्लीम स्त्रीची असहाय्यता मांडण्याचा प्रयत्न केला व या नवीन कायद्यानं मुस्लीम पुरुषांनाच संरक्षण मिळणार आहे व त्यामुळे स्त्रियांची अवस्था किती दयनीय होईल, हे मांडण्याचा प्रयत्न केला.

आम्ही पंतप्रधानांच्या समोर आलो होतो ते काही तरी करतील या अपेक्षेनं, आमच्यात असलेल्या बावीस तलाकपीडित महिलांपैकी जवळ जवळ सर्व जणींनी थोडक्यात आपल्या कहाण्या सांगितल्या. त्या कहाण्या ऐकून राजीव गांधींच्या डोळ्यांत पाणी आलं, पण कायदा रोकतो अशी भाषा काही त्यांच्या तोंडी आली नाही.

या चर्चेत पाऊण तास गेला. सव्वा अकरा वाजता आमची गाडी सुटणार होती. आम्ही चुळबुळ करू लागलो.

मुस्लीमांच्या लग्नाचं रजिस्टरही होत नाही. हा मुद्दा त्यांच्यासमोर आणल्यावर ती लग्न कायदेशीररीत्या रजिस्टर करण्याचं आश्वासन घेऊन आम्ही अकरा वाजता बाहेर पडलो.

आम्ही २२ फेब्रुवारी रोजी दिल्ली सोडली व २५ फेब्रुवारीला 'मुस्लीम महिला विधेयक, १९८६' लोकसभेत सादर करण्यात आलं.

ऊर्जा राज्यमंत्री असलेल्या अरिफ महंमद खान यांनी २५ फेब्रुवारी १९८६ रोजीच मंत्रिपदाचा राजीनामा सादर करून ह्या बिलास आपला विरोध प्रकट केला.

१९८६ च्या एप्रिल महिन्यात जनवादी महिला, महिला दक्षता समिती, ऑल इंडिया वुमेन्स् फेडरेशन, मुस्लीम सत्यशोधक मंडळ इ. संघटनांच्या वतीनं सुमारे दोन हजार मुस्लीम महिला भारताच्या विविध प्रांतांतून दिल्लीत आल्या व त्यांनी मुस्लीम महिला विधेयक मागे घेण्याच्या मागणीसाठी बोटक्लबवर निदर्शनं केली. सायंकाळी झालेल्या जाहीर सभेत राजस्थान, बंगाल, तामिळनाडू, केरळ, महाराष्ट्र, मध्यप्रदेश, कर्नाटक, आसाम अशा विविध राज्यांतील महिला बोलल्या. या सर्वजणी आपापल्या भाषेत बोलत होत्या. पण त्यांच्या बोलण्यातलं सार एकच होतं. ते म्हणजे "नवऱ्यानं 'तलाक' म्हटलं व मला घराबाहेर काढलं. हा तलाक बंद झाला पाहिजे. पोटगीची जबाबदारी नवऱ्यावर असली पाहिजे." या सभेला शहाबानो केसमध्ये असलेले ॲड. डॅनियल लतिफही उपस्थित होते. अरिफ महंमद खानांच्या ॲडव्होकेट असलेल्या पत्नीही उपस्थित होत्या. सभेनंतर राष्ट्रपती व पंतप्रधानांना निवेदनं देण्यात आली.

मेहरून्निसा दलवाई, मी व महम्मद दलवाईंनी अरिफ मोहम्मद खानांची त्यांच्या 'सुनहरी बाग' येथील बंगल्यावर भेट घेतली. त्यांनी घेतलेल्या भूमिकेची सराहना केली व या लढ्यात त्यांनी आमची साथ द्यावी अशी त्यांना विनंती केली. ते म्हणाले, "मैं सियासती आदमी हूँ. रिफॉर्मिस्ट नही हूँ । मुझे जितना पॉसिबल था उतना मैंने किया ।"

तेव्हा "मुंबईत आम्ही या विषयावर परिषद आयोजित करत आहोत त्या परिषदेस आपण यावं." असं निमंत्रण आम्ही त्यांना दिलं. ते निमंत्रण त्यांनी स्वीकारलं व आम्ही परतलो.

३ ऑक्टोबर १९८६. दुपारची गोष्ट. मी शाळा सुटल्यानंतर घरी आलो होतो व आम्ही निपाणीस जाण्याची तयारी करीत होतो. तेवढ्यात कोरगावकर हायस्कूलमधील शिक्षक व माझे मित्र शशिकांत महाडेश्वर व अशोक शेवडे घरी आले व म्हणाले,

"काम आहे, चला जरा."

"अहो आम्ही निपाणीस निघालो आहोत." मी म्हणालो.

"रद्द करावं लागेल. मुमताज रहिमतपुरेंना अपघात झाला आहे. सीरियस आहे,

चला.''

कावळानाका येथे मेरी वॉन्लेस हॉस्पिटलमध्ये उपचार चालू होते म्हणून गेलो, तर सगळं संपल्याचंच कळलं.

नवीनच घेतलेल्या मोपेड गाडीवरून पुणे-बेंगलोर महामार्गावरून मुमताज जात असताना, मागून येणाऱ्या टँकरनं जोरदार धडक दिल्यानं ती गाडीसह दहा बारा फूट लांब उडाली होती. डोक्याला जोरदार मार लागला होता. तिच्यावर दवाखान्यात उपचार होण्यापूर्वीच तिचा मृत्यू झाला होता.

सगळीकडे निरोप पाठविले. रीतसर पंचनामा व पोस्टमॉर्टेम झाल्यावर संध्याकाळी दफन करायचं ठरलं होतं. तोवर प्रा. आनंद पाटील व पोलीस अधिकारी वेंगुर्लेकर यांनी मुमताजच्या आईवडिलांचा फोन आल्याचा निरोप आणला. ते मुंबईहून निघाले आहेत. त्यांच्या बरोबर मुमताजचा लहान मुलगा फारूक होता.

मग प्रेत दुसऱ्या दिवशी सकाळपर्यंत ठेवण्याचा निर्णय घेण्यात आला.

मुमताजच्या कलेवरात आवश्यक ती औषधं भरून गांधीनगर येथील तिच्या घरी नेण्यात आलं. रात्रभर आम्ही प्रेताजवळ बसून होतो. वर्तमानपत्रांनी ही बातमी पहिल्या पानावर छापली.

पहाटे मुमताजचे आईवडील, बहीण व मुलगा आला. दफन विधीची तयारी सुरू झाली. प्रेताला आंघोळ घालणे हा एक विधी असतो. प्रेताला स्नान घालणारी स्त्री मिळेना तेव्हा तो विधी जाणणाऱ्या एका पुरुषाला आणले व त्याच्या मार्गदर्शनाखाली आयेशा व ऐनूल आत्तार यांनी मुमताजच्या बहिणींच्या मदतीनं शवाला स्नान घातलं. प्रेत शववाहिकेतून राजर्षी छत्रपती शाहू महाविद्यालयावर नेण्यात आलं. तिथून अंतिम यात्रा सुरू व्हायची होती.

तिथे 'जनाजा' आणून ठेवला होता. कॉलेजचे हजार एक विद्यार्थी हजर होते. इतर अनेक मंडळी तिथे जमली होती. आमदार प्रा.एन्.डी.पाटील आले होते. त्यांनी श्रद्धांजली वाहिली. अनेकांनी हार अर्पण केल्यानंतर प्रेतयात्रा निघाली.

अजून आम्ही निम्मे अंतर पार केलं नव्हतं. तोवर प्रा. येडेकर यांनी शिपूरकरना बाजूला नेलं. काही कानात सांगितलं, तेव्हा ते प्रेतयात्रेतून बाहेर पडून पुढे गेले.

आम्ही पाच-पाच पावलाला खांदा बदलत जनाजा पुढे नेत होतो. कबरस्तानजवळ पोहोचलो तर फाटक बंद! तबलिगी पेहरावातील पाचपन्नास तरुण रस्ता अडवून उभे होते. ते सुरेश शिपूरकर यांच्याशी हुज्जत घालत होते. आम्ही जनाजा खाली ठेवला. मला याची पूर्व कल्पना नव्हती. मला हा शॉक होता. तोवर त्या तरुणाकडून कॉमेंट्स आल्या. ते म्हणाले, ''गुलाल उधळा.'' तेव्हा शिपूरकर त्यांच्या बाजूला जाऊन त्यांना काही सांगू लागले.

हमीद दलवाईंनी 'आपलं प्रेत विद्युत दाहिनीत दहन करावं.' असं मरण्यापूर्वी

लिहून ठेवल्यामुळे तसं करण्यात आलं होतं. त्यावेळी मुस्लीम समाजाकडून झालेला विरोध, उपेक्षा समजू शकत होतो. पण आता तर सरळ आम्ही इस्लामी तत्त्वाप्रमाणे दफन करत होतो. कारण आम्ही मुसलमान आहोत. मग हा विरोध का?

'नारे तकबीर अल्ला हो अकबर!' या नाऱ्यानं भानावर आलो. संपूर्ण बागलचौक लोकांनी भरला होता. कॉलेजच्या विद्यार्थ्यांची बेचैनी वाढत होती. तणावपूर्ण वातावरण होतं.

यातून मार्ग काढण्यासाठी बोलणी केली पाहिजेत, याची मला जाणीव झाली. कोणीतरी म्हणालं, "पलीकडच्या सायकल दुकानात बोलणी सुरू आहेत." मी तिकडे जाण्याचा प्रयत्न केला. आत जाण्याचा रस्ता बंद होता. अनेक दाढीवाल्यांनी साखळी केली होती. कोणालाही आत किंवा बाहेर जाता येत नव्हतं.

मी दांडगाईनं आत जाण्याचा प्रयत्न केला. मला मागे रेटण्यात आलं. मी म्हणालो, "मैं हुसेन जमादार, मुस्लीम सत्यशोधक मंडळका सेक्रेटरी हूँ , डिस्कशनके लिए मुझे अंदर जाने दीजिए।" पण माझं न ऐकता मला तिथेच उभं राहण्याबद्दल तंबी देण्यात आली. मी हताशपणे बघत उभा राहिलो.

आमदार प्रा. एन्. डी. पाटील, माजी आमदार रवींद्र सबनीस, प्रा. ए.डी. आत्तार (मुमताजचे वडील) ही मंडळी चर्चा करीत होती. विरोधकांत होते कोल्हापूर म. न.पा. च्या दवाखान्यात डॉक्टर असलेले डॉ. बागवान व दुसरे एक डॉ. आत्तार,मुस्लीम बोर्डिंगचे अध्यक्ष गणी आजरेकर व निहाल मज्जिदचे मौलाना आकिवाटे ही मंडळी हातवारे करीत तावातावाने बोलत होती. इकडे बाहेर मात्र तणाव वाढतच होता. पोलिसांची कुमक आली होती. एका कोपऱ्यात गडबड झाली. एक दोघांची झोंबाझोंबी सुरू झाली. तेव्हा प्राध्यापकांच्या साहाय्यानं विद्यार्थ्यांना शांत करावं लागलं.

इतकं होईपर्यंत श्री. महंमदसो हुदली हे मुस्लीम समाजातील कार्यकर्ते तिथे आले. दलितमित्र बापूसाहेब पाटलांनी त्यांना झापले. तेव्हा त्यानी विरोधकांना सांगितलं की, "विरोध करण्याची ही वेळ नव्हे. संपवा हे सगळं."

चर्चा करणारी मंडळी बाहेर येऊ लागली. त्यांपैकी एकजण म्हणाला, "आम्ही परवानगी देणार आहोतच हो, खड्डा तयार ठेवलेला आहे. पण या पंथाच्या इतर लोकांना धडा मिळावा म्हणून आम्ही यांना अडविलं होतं."

मुस्लीम बोर्डिंगच्या अध्यक्षांनी कबरस्तानाच्या फाटकाशी असलेल्या गटाला दरवाजा उघडण्यास सांगितलं. तेव्हा ते म्हणू लागले, "क्या हुआ?"

मी पुढे झालो व म्हणालो, "आपके जिम्मेदार लोग थे, उनसे डिस्कशन हुवा। अब आप हट जाइए।"

मी इतकं म्हणण्याचा अवकाश की त्यांच्यापैकी एकजण ओरडला, "यही है

वो हरामजादा हुसेन जमादार ।''

मी पाहातोय तोच, एक दाढीवाला माझ्या रोखानं पुढे आला व त्यानं माझ्या मुस्काटात लगावली. मी मान फिरविल्यानं निसटती थप्पड बसली.

"अस्तग ऽ ऽ फिरुल्ला." माझ्या तोंडून अनवधानाने उद्‌गार निघाले. (राग आवरण्यासाठी या शब्दाचा उच्चार केला जातो.)

त्याला कुणीतरी मागं खेचलं व फाटक उघडलं गेलं.

माझ्याजवळ शिपूरकर होते. त्यांनी, मी व इतर दोघांनी जनाजा उचलला. जनाजा आत नेऊन मशिदीच्या बाहेरील मंडपात ठेवला. तंग वातावरण निवळलं.

इथे प्रेताची नमाज अदा करायची असते. त्याला नमाज-ए-जनाजा असे म्हणतात. त्यानंतर प्रेत दफन करण्याच्या जागी नेतात. फाटक उघडण्याचं नाटक कसं घडलं अशा विचारात अनेक दाढीवाली मंडळी अद्याप फाटकातच उभी होती.

आमच्यातील काही मंडळी वजू करून नमाज-ए-जनाजासाठी तयार झाली. नमाज मशिदीतील मौलाना पढवत असतात. त्यांना बोलावणं पाठविलं. पण कोणी येईना. अनेक दाढीवाले भिंतीला लागून कठड्याला रेलून उभे होते. पण कोणी नमाज पढवण्यास येईना. तेव्हा मी ओळखलं की, हे नमाज पढवायला येणार नाहीत. मग जे पंधरावीस जण नमाजासाठी तयार झाले होते, त्यापैकी कोणीतरी नमाज पढवावी, अशी मी विनंती केली.

कोणीच पुढे येइनात. तेव्हा मी नमाज पढवली. ही नमाज उभ्या उभ्यानेच, पण इशाऱ्याने अदा करतात. नमाज झाल्याबरोबर जनाजा घेऊन कबर खणली होती तिकडे गेलो.

कबरमध्ये प्रेत ठेवल्यावर तिरक्या फळ्या रचतात व माती ढकलतात. पण इथे फळ्या दिल्या नाहीत. बाहेरून आणाव्यात, अशी चर्चा चालू असतानाच मुमताजचे वडील म्हणाले, "कशाला, शेवटी मातीच व्हायची आहे. तशीच माती ढकला."

आम्ही मुमताजचं शेवटचं दर्शन घेऊन कबर बुजवली व हातपाय धुऊन बाहेर आलो. बाहेर पडल्यावर घरी जाताना मात्र, मी माझे अश्रू आवरू शकलो नाही. सुधारणावादी कार्यकर्त्याच्या वाट्याला मरणानंतर आलेल्या अवहेलनेसाठी ते अश्रू होते. अश्रू ढाळल्यावरच मन मोकळं झालं.

दुसऱ्या दिवशी वर्तमानपत्रात मुस्लीम बोर्डिंगकडून बातमी देण्यात आली की, रहिमतपुरेंच्या कुटुंबीयांकडून माफीपत्र घेतल्यानंतरच दफनास परवानगी देण्यात आली.

त्याबद्दल विचारता मुमताजचे वडील बाबूजी म्हणाले, "मुमताज इस्लामविरोधी बोलत होती म्हणून, त्या मुस्लीम नाहीत व त्यामुळे त्यांना इथे दफन करता येणार नाही, असं विरोधक मंडळी म्हणत होती. तेव्हा मी विरोधकांना सांगितलं की,

"आम्ही इस्लामविरोधी बोलत नाही. फक्त अनिष्ट रुढींबद्दल बोलतो. त्या रुढी नष्ट झाल्या पाहिजेत, असं आमचं मत आहे. पण आम्ही मुसलमान आहोत. तेव्हा तुम्ही विरोध करण्याचं कारण नाही. अशी चर्चा झाली होती.

"काहीजण म्हणाले, तसे लिहून द्या व कोणीतरी माझ्यासमोर कागद आणून ठेवला. तेव्हा 'मी मुसलमान आहे' एवढं एकच वाक्य मी लिहीलं व सही केली आहे." असे बाबूजी म्हणाले.

यात आम्हाला काहीच चूक वाटलं नाही. 'मी मुसलमान आहे' असं आम्ही दहा हजार वेळा लिहून द्यायला तयार आहोत. तसा खुलासा मी वर्तमानपत्रांकडे पाठविला.

मुमताजनं जर आपल्या प्रेताची विल्हेवाट कशी लावावी, हे लिहून ठेवलं असतं तर त्याप्रमाणे आम्ही केलं असतं. पण आम्ही मुसलमान असल्यानं मृत्यूनंतर मुस्लीम कबरस्तानात दफन होणं हा आमचा हक्क आहे व तो आम्ही मुमताजच्या बाबतीत बजावला आहे.

प्रश्न आहे तो प्रेत अडविण्याचा अधिकार काही मुस्लीमांना आहे का? कबरस्तान हे सार्वजनिक आहे. मी मुसलमान आहे असं म्हणणाऱ्या कोणाही व्यक्तीला दफन करण्यास आडकाठी करता येणार नाही.

कोल्हापूर महानगरपालिकेनं स्मशानभूमीत मोफत दहन करण्याची सोय केली आहे. येथील कबरस्तानात सुद्धा अशी व्यवस्था होणं जरुरीचं आहे. म्हणजे कबरस्तान हे आपोआपच नगरपालिकेच्या ताब्यात जाईल. अशी अडवणूक करण्याची संधी आडमुठ्या मुस्लीम पुढाऱ्यांना मिळणार नाही.

मुसलमान समाजातील शिया पंथीय, बोहरा समाजातील सय्यदना कबरस्तान हेच सुधारणावाद्यांना रोकण्यासाठी अंतिम शरणागतीचं शक्तिस्थान म्हणून वापरतो आहे. त्याची नक्कल करण्याचा प्रयत्न कोल्हापुरच्या कबरस्तान समितीच्या पदाधिकाऱ्यांनी केला.

'तबलीग जमाअत' हा पंथ धर्मजागृतीच्या नावाखाली पुरोहितशाही प्रस्थापित करण्याच्या मागे लागला आहे. पण पुरोहितशाहीमुळे धर्म भ्रष्ट होतो, असा सर्वच धर्मांचा इतिहास सांगतो. तेच इस्लाम धर्माचं होईल, हे सांगण्यास कोण्या ज्योतिषाची जरुरी नाही.

महाराष्ट्र शासनानं किंबहुना भारत सरकारनं सर्वधर्मीय नागरिकांसाठी स्मशानस्थानं त्या त्या ठिकाणच्या नगरपालिका किंवा ग्रामपंचायतीच्या व्यवस्थापनाखाली सुरू करणं, हाच यावर एकमेव उपाय आहे. अर्थात यासाठी सुद्धा प्रबळ जनआंदोलनाची गरज आहे, हेही तितकंच खरं.

पुढे १९ सप्टेंबर, १९८८ ला संगमनेर येथील मुस्लीम सत्यशोधक मंडळाचे

कार्यकर्ते ॲड. अब्दुल शेख यांचं अपघाती निधन झालं तेव्हाही तेथील मुस्लीम समाजानं त्यांच्या प्रेत दफनास विरोध केल्यामुळे निम्होण या त्यांच्या गावी प्रेत दफन करावं लागलं.

या घटनेनंतर मुस्लीम सत्यशोधक मंडळाच्या वतीनं त्या वेळचे महाराष्ट्राचे मुख्यमंत्री श्री. शरद पवार यांना 'महाराष्ट्रातील कबरस्तानं शासनानं ताब्यात घ्यावीत.' अशी मागणी घेऊन आम्ही भेटलो. त्याचा योग्य तो परिणामही झाला व शासनाच्या वतीनं सर्व महानगरपालिका, नगरपालिका व ग्रामपंचायतींना तसे आदेश दिले गेले.

कोल्हापूर जिल्ह्यातील जयसिंगपूर नगरपालिकेत हा विषय चर्चेला आला असता तेथील मुस्लीम समाजाला नगरपालिकेनं नोटीस पाठविली. 'आम्ही कोणाच्याही दफनास विरोध केलेला नाही व पुढेही करणार नाही.' असं लेखी निवेदन त्यांच्यावतीनं नगरपालिकेस देण्यात आल्याची बातमी वर्तमानपत्रात आली. सर्वत्र असा परिणाम दिसेल अशी आशा करण्यास जागा आहे.

मुमताज रहिमतपुरेचं प्रेत अडविल्यामुळे आमच्या काही कार्यकर्त्यांमध्ये दहशतीचं वातावरण निर्माण झालं होतं. त्यामुळे कोल्हापुरात मंडळाचा एखादा कार्यक्रम घेण्याची गरज होती.

शहाबानो प्रकरणी आलेल्या मुस्लीम महिला विधेयकामुळे मंडळाच्या कार्याला खीळ बसली होती. त्यामुळे मुस्लीम महिलांव्यतिरिक्त इतर विषयांकडे लक्ष केंद्रित झालं. राष्ट्रीय पातळीवर वेगवेगळ्या राज्यात मुस्लीमांमध्ये सुधारणावादी गट आहेत, हे दिसून आलं होतं. त्यांना एकत्र करून राष्ट्रीय पातळीवर संघटन करावं असं ठरल्यानं सय्यदभाई महाराष्ट्राबाहेर फिरत होते.

ऑल इंडिया प्रोग्रेसिव्ह मुस्लीम कॉन्फरन्स घेण्याचं निश्चित झालं. हा कार्यक्रम कोल्हापुरला घेण्याची आम्ही तयारी दर्शविल्यावर ती मागणी एकमतानं मान्य झाली. २६ व २७ सप्टेंबर १९८७ ह्या तारखा निश्चित झाल्यावर आम्ही कामास लागलो.

मुस्लीम महिला विधेयकाच्या निषेधार्थ केंद्रीय राज्यमंत्रिपदाचा राजीनामा देणारे आरिफ मोहम्मद खान यांना आम्ही दिल्ली मोर्च्याच्या वेळी भेटलो होतो. तेव्हा त्यांनी, "मी काही प्रबोधनकार नाही तर राजकारणी मनुष्य आहे," म्हणून आमच्याबरोबर येण्यास असमर्थता दाखविली असली तरी एखाद्या परिषदेला येण्याचं मान्य केलं होतं. त्यामुळे ऑल इंडिया प्रोग्रेसिव्ह मुस्लीम कॉन्फरन्सचे उद्‌घाटक म्हणून त्यांचं नाव निश्चित करण्यात आलं. पण परिषद कोल्हापुरसारख्या छोट्या शहरी होत असल्यानं प्रवासास इतका वेळ देता येणार नाही हे निमित्त पुढे करून त्यांनी परिषदेस उपस्थित राहण्याचं अशक्य असल्याचं कळविल्याने मुंबई उच्च न्यायालयाचे न्यायमूर्ती श्री. एस्. एम. दाऊद यांना परिषदेच्या उद्‌घाटनासाठी आमंत्रित केलं. ते

उद्घाटक म्हणून परिषदेस उपस्थित राहिले.

२६ सप्टेंबर ८७ च्या स्थानिक वर्तमानपत्रात पहिल्या पानावर कोल्हापुरातील मूलतत्त्ववादी मुस्लीम संघटनेची 'या परिषदेस उपस्थित राहू नये. जो उपस्थित राहील तो मुसलमान राहणार नाही.' अशी धमकीवजा जाहिरात आली होती. त्यामुळे परिषदेवर दहशतीचं सावट निर्माण झालं होतं. मी,सय्यदभाई व दलवाईभाभींना घेऊन पोलीस अधिकाऱ्यांची भेट घेतली. त्यांनी योग्य ते सहकार्य दिलं.

परिषदेचं उद्घाटन कोल्हापूर येथील शाहू स्मारक भवनात संपन्न झालं. मी प्रास्ताविक भाषण केले. उद्घाटक न्यायमूर्ती श्री. एस्. एम्. दाऊद आपल्या भाषणात म्हणाले, "धार्मिक स्वातंत्र्य प्रत्येक व्यक्तीसाठी आहे. परंतु या वैयक्तिक स्वातंत्र्याला सार्वजनिक स्वरूपात परिवर्तित करून आपल्यात धर्म, जात, भाषा, प्रांत यांसारखे भेदभाव आणणं चुकीचं आहे. कोणत्याही धर्मग्रंथापेक्षा राज्यघटना श्रेष्ठ आहे, धर्मनिष्ठेपेक्षा राज्यनिष्ठा श्रेष्ठ आहे. भारतीय घटना ही कुराण, बायबलप्रमाणे आहे."

परिषदेला दिल्ली, राजस्थान, गुजराथ, आंध्रप्रदेश, तामीळनाडू, कर्नाटक, पश्चिम बंगाल, गोवा, इ. राज्यांतून तसेच बंगलोर, हैदराबाद, मुंबई, लखनौ, पुणे, फलटण, सातारा, श्रीगोंदा, अहमदनगर, औरंगाबाद, श्रीरामपूर, सांगली, मिरज, इचलकरंजी इ. ठिकाणाहून सुमारे साडेतीनशे प्रतिनिधी आले होते.

दिल्लीहून आलेले जामिया मिलीयाचे सदस्य अब्दुल लतिफ आझमी यांनी भाषण केलं. ते आपल्या भाषणात म्हणाले, "ह्याप्रकारे सामाजिक सुधारणेचं काम करणं सोपं नसतं. फार थोडे लोकच या प्रकारच्या कामासाठी मदत करतात."

दिल्लीहून आलेले दुसरे पाहुणे रेवतीसरण शर्मा यांनी स्त्रियांच्या प्रश्नांना घेऊन टी. व्ही. सिरियल बनविली होती. तिच्यासाठी प्रेरणा मुस्लीम स्त्रियांच्या समस्यांपासून मिळाली असं त्यांनी सांगितलं.

दिल्लीचे डॉ. के. एस. दुराणी म्हणाले, "आम्हाला नव्या जगाबरोबर पुढे जायचं असेल तर विज्ञानाचा स्वीकार केलाच पाहिजे. तसंच रोजीरोटी देऊ शकेल अशा राज्यभाषेतूनच शिक्षण घेतलं पाहिजे."

ह्याच वेळी 'मुस्लीम सत्यशोधक मंडळ भूमिका व उद्दिष्टे' या पुस्तकाची उर्दू आवृत्ती आझमींच्या हस्ते प्रकाशित केली. उर्दू भाषांतर हैदराबादचे रहिमान खुद्दूस यांनी केलं.

ह्या नंतर सीमा काझी, ॲड. सी. आर.दळवी, पन्नालाल सुराणा, मेहबूब अली (राजस्थान) इत्यादींची भाषणं झाली.

२७ सप्टेंबरच्या सकाळच्या सत्रामध्ये 'जातीय दंगे समस्या तथा शिक्षण क्षेत्रामध्ये मुस्लीम युवकांची संख्या कमी का?' या विषयावर महंमद गौस नाईक, प्रा. विलायत शेख, हुसेन दलवाई, लखनऊचे प्रमोदकुमार मोहम्मद रऊफ, रहिमान

खान (कर्नाटक), आय. एन्. बेग, डॉ. बाबा आढाव, केशवराव जाधव (हैद्राबाद), मेहरुन्निसा दलवाई, अमिनभाई इ. लोकांची भाषणे झाली.

दुपारच्या सत्रात 'महिलांच्या समस्या' या विषयावर चर्चा झाली. रशिदा मुजावर (गोवा), रजिया पटेल, सीमा काझी, सीमा मक्की, सारा अबुबकर (कर्नाटक), (त्यांचे मुस्लीम महिलांच्या समस्यांवर लिहिलेले पुस्तक 'चंद्रगिरीया तिरदल्ली', 'चंद्रगिरी के किनारे' ह्या पुस्तकानं कर्नाटकातील मुस्लीम समाजात सनसनाटी पैदा केली होती) बोलल्या.

कर्नाटकातील गदगहून आलेल्या चाँद बेगम तलाकशुदा आहेत. त्या आता तलाकपीडित स्त्रियांसाठी काम करतात. त्यांनी आपले अनुभव सांगितले.

ऑल इंडिया प्रोग्रेसिव्ह मुस्लीम कॉन्फरन्स हेच नाव घेऊन संस्था स्थापावी व देशाच्या पातळीवर राष्ट्रीय एकात्मता व मुस्लीम समाज प्रबोधनाचं कार्य करावं असा निर्णय झाल्यानं दुसऱ्या दिवशी कॉन्फरन्सची ॲडहॉक कमिटी बनविण्यात आली.

दिल्लीचे अब्दुल लतीफ आझमी अध्यक्ष, सय्यदभाई सरचिटणीस व इतर तीन चिटणीस ठरले. त्यांपैकी मी एक होतो. या कमिटीत तामीळनाडू, केरळ, प. बंगाल, कर्नाटक, बिहार, मध्यप्रदेश, गुजराथ, महाराष्ट्र, राजस्थान, उत्तर प्रदेश, आंध्र प्रदेश, गोवा इ. राज्यांचे प्रतिनिधी होते. नंतर मुंबई, हैद्राबाद, येथे बैठका होऊन घटना बनविण्यात आली व ॲडहॉक कमिटीचेच कार्यकारिणीत रूपांतर झाले. ३१ जुलै १९८८ ला तिच्या वतीनं अहमदाबादला तलाकपीडित महिला परिषद घेण्यात आली. १९८९ साली बेंगलोर येथे व फेब्रुवारी १९९० मध्ये तामीळनाडूत मदुराई व १९९२ मध्ये पुणे येथे परिषदा झाल्या. नवीन नवीन मंडळी त्यात सहभागी होत आहेत व ऑल इंडिया प्रोग्रेसिव्ह मुस्लीम कॉन्फरन्सचं काम वाढत आहे.

१९८८ एप्रिलच्या ८,९ व १० तारखांना कोल्हापुरजवळील शिरोली येथे तबलीगचा इज्तेमा झाला. मी त्या शिबिरात दोन दिवस उत्सुकतेनं उपस्थित होतो.

इज्तेमा म्हणजे शिबिर किंवा मेळावा. तबलीग जमात पैगंबराच्या काळचा समाज म्हणजे चौदाशे वर्षांपूर्वीचा समाज अस्तित्वात आणायचा असं ध्येय समोर ठेवून काम करते.

या जगातलं जगणं खरं नाही तर परमेश्वर घेत असलेल्या परीक्षेसाठी आपण या जगात आलो आहोत, तेव्हा आपलं खरं जगणं आपण मेल्यानंतर सुरू होणार आहे. स्वर्गप्राप्तीचा मार्ग म्हणजे पाच वेळची नमाज पढणं, उठता बसता अल्लाची याद करणं, सत्याच्या मार्गावर चालणं, असा त्यांचा प्रचार चालू असतो.

पंजे बसवून मोहरम साजरा होतो. ती चुकीची पद्धत असून मोहरमच्या महिन्यात हजरत हुसेनचं बलिदान घडलं आहे, तेव्हा रोजे करा, नमाज पढा, 'गम'

चा महिना म्हणून पाळा असाही प्रसार ते करतात.

मुसलमानांचं मुसलमान म्हणून वेगळं अस्तित्व आहे. त्यांच्या चेहऱ्यावर दाढी, डोक्यावर टोपी आणि इस्लामिक 'लिबास' म्हणजे कपडे असावेत असाही ते आग्रह धरतात.

मनुष्य मेल्यानंतर त्याच्या कबरीवर फुलं वाहू नयेत. नमाजमध्ये अमुक दुवा म्हणू नये वगैरे त्यांचे बरेच बारकावे आहेत.

दर्ग्यास त्यांचा विरोध आहे. दर्ग्याचा ऊरुस करण्यास ते मना करतात. त्यामुळे काही गावांत उदा. मिरजेत दर्गा आहे व मोठा ऊरुस भरत असल्यानं त्याला मानणाऱ्यांचा व मुजावर मंडळींचा तबलीग जमातला विरोध आहे. काही मशिदींतही त्यांना विरोध होतो. तबलिगीविरुद्ध सुन्नी असाही प्रकार काही ठिकाणी दिसतो.

तबलिगी विचाराची मंडळी असं मानतात की, मुसलमान हा खऱ्या इस्लाम धर्मापासून लांब गेला आहे. त्याला खऱ्या धर्माकडे आणण्यासाठी 'तबलीग' म्हणजे खऱ्या धर्माचा प्रचार करून मुसलमानांत धर्माची जागृती निर्माण करण्यासाठी ते दौरे काढतात. शहरातल्या शहरात, एका मोहल्ल्यातून दुसऱ्या मोहल्ल्यात, एका गावाहून दुसऱ्या गावी, एका राज्यातून दुसऱ्या राज्यात, इतकेच नव्हे तर, एका देशातून दुसऱ्या देशात या जमाती 'तबलीग' करत फिरत असतात. फिरणाऱ्यानं स्वखर्चानं फिरावं असं मानलं जातं. पाच-दहा-पंधरा जणांचे गट फिरत असतात. सहा महिने किंवा वर्षासाठी, एकेक जिल्हा निवडून तिथे ही मंडळी काम करतात. सर्व देशभर फिरणारे गट एकत्र येण्यासाठी इज्तेमा घेतात. ते जिल्हा पातळीवर, राज्य पातळीवर किंवा देशपातळीवरही असतात.

तबलीग जमातचं संघटन फार पद्धतशीर आहे. हजला सर्व जगातील मुसलमान एकत्र जमतात. तिथे जगाच्या पातळीवर एक समिती बनविली जाते. मग देशाच्या पातळीवर, मग राज्य, जिल्हा, गाव व गावात पुन्हा मोहल्ला अशी व्यवस्थित बांधणी असते. परंतु मुस्लीम समाजाला गतिहीन बनविण्याचं काम ही मंडळी करीत आहेत, असंच म्हणावं लागतं. कारण यांचा शिक्षणाला विरोध, नव्या विचाराला विरोध असतो. व यातून फिरणारी, उत्तर प्रदेश व बिहारातून जी मंडळी येतात, ती तर अत्यंत जातीयवादी विचारांची असतात. या मंडळींचा महाराष्ट्रातही सुळसुळाट झाला आहे.

अशा या तबलिगइज्तेमासंबंधी कोल्हापूर 'दै.सकाळ' मध्ये 'इज्तेमात मुस्लीमांचे प्रबोधन झालं' अशा आशयाचा लेख प्रसिद्ध झाला होता. खरं पाहता नेहमी होतात त्याप्रमाणे इज्तेमात लौकिक जीवनाबद्दल औदासिन्य निर्माण करणारीच व्याख्यानं झाली होती.

त्या भाषणांचे दाखले देऊन 'कालचक्र उलटे फिरवणारा इज्तेमा' या शीर्षकाचा माझा लेख कोल्हापुरच्या दै.सकाळमध्ये ६ मे १९८८ रोजी प्रसिद्ध झाला.

३ मेच्या हमीद दलवाई स्मृतिदिनाच्या कार्यक्रमासाठी आम्ही सर्व कार्यकर्ते मुंबईस गेलो होतो. ७ मे रोजी सकाळी मी कोल्हापुरला परतलो. रात्रीच्या प्रवासामुळे दुपार झोपण्यात गेली. चारच्या दरम्यान कोणीतरी बोलवायला आले. म्हणून मी बाहेर आलो. तर एक पंधरा सोळा वर्षांचा डोक्यावर टोपी घातलेला मुलगा उभा होता. त्याच्या मागोमाग एक तरुण आला व म्हणाला "फलटणहून तुम्हाला भेटायला लोक आलेत. त्यांच्याबरोबर बायका पण आहेत. ते मशिदीजवळ थांबलेत व तुम्हाला बोलावलं आहे."

"इतक्या लांबून आलेत तर मशिदीजवळ का थांबलेत? त्यांना घरी घेऊन या."असं मी म्हणालो. ते गेले पण मी माझा मुलगा सुहेल यास पाठविलं, कोण लोक आहेत त्यांना घेऊन ये म्हणून.

मशिदीजवळ पाचसहा जण होते व बोलवायला आलेले दोघे स्कूटरवर बसून गेले, असं सुहेल सांगत आला. घरी बाबासो काझी, राजेश पेंढारी हे कार्यकर्ते होते. बोलवायला आलेले कोण असावेत? त्यांचा उद्देश काय असावा? दगा फटका करणारे होते का? अशी आमच्यात चर्चा झाली.

तुमच्या लेखाचा परिणाम दिसतो. काळजी घ्या. आपण पोलिसात कळवावं का? स्कूटरचा नंबर पाहिला का? असे आयेशाचे अनेक प्रश्न.

"काही झालं नसताना पोलिसात कशाला जा? इतकं आपण गृहीत धरलं पाहिजे." असं म्हणून मी उडवून लावलं.

रविवारची मध्यरात्र. दरवाजा खटखट वाजल्यानं मी जागा झालो."कोण आहे?"

"जमादार, जरा दार उघडा." तो अज्ञात माणूस म्हणाला.

मी उघड्या असलेल्या खिडकीतून बाहेर पाहिलं. दिव्याच्या मंद प्रकाशात कम्पाउंडबाहेर दहाबारा मंडळी उभी असलेली दिसली. एक दोघे कम्पाउंडच्या आत होते. क्षणाचाही विलंब न लागता माझ्या डोक्यात शनिवार दुपारचा प्रसंग 'क्लिक' झाला. मी वेळीच सावध झालो.

"कोण आहात तुम्ही? आता इतक्या रात्री काय काम आहे?" मी विचारलं.

"काम आहे, जरा बाहेर या." ते म्हणाले.

"काय काम?" मी पुन्हा प्रश्न केला.

"उत्तर नाही!"

मग मी स्तब्ध झालो. ते दार वाजवत होते. बाहेर या म्हणत होते. आणि मी दाराजवळ असलेलं टेबल दाराशी ढकलत होतो. इतक्यात आयेशा उठली. आम्ही

दोघे गप्पच राहिलो.

"निकालो सालेको बाहर."

बाहेरून आरोळी ऐकू आली. दारावर दगड घातले जाऊ लागले. खिडक्यांतून भराभर दगड येऊ लागले. एका दगडानं दारावरच्या बल्बचा वेध घेतला. तिन्ही खिडक्यांतून दगड येऊ लागले. दोन दगड खिडकीची काच व जाळी भेदून आत आले. कॉटवर समीर व सुहेल झोपले होते. त्यांना आतल्या खोलीत हलवलं. मी आयेशाला म्हणालो, "मागच्या बाजूला जा आणि कोणाला तरी हाक मार."

अमक्याची आई, तमक्याची आई , म्हणून आयेशा हाका मारू लागली त्यामुळे मागच्या बाजूस लोक जागे झाले. दारं उघडली गेली. तेव्हा हल्लेखोरांनी पळ काढला. माझं घर विक्रमनगरच्या पूर्वेस शेवटच्या टोकाला होतं. समोर शेती व मागे वस्ती आहे. हल्लेखोरांना हवी तशी एकान्ताची जागा होती. त्यामुळे ते पळून जाऊ शकले.

बाहेर असलेली माझी स्पार्क गाडी मात्र हल्लेखोरांनी दगड घालून निकामी केली होती. माझ्या घरापासून हाकेच्या अंतरावर दोन्ही बाजूला मुस्लीमांची घरं आहेत. ती मंडळी उठली नाहीत. उठली असली तरी काय प्रकार आहे याची त्यांनी चौकशी केली नाही.

समीर, सुहेल जागे झाले होते. समीरने व जवळच असणाऱ्या चौगुलेंच्या मुलांनी ॲड. किरण महाजन या कार्यकर्त्यास मशिदीजवळून बोलावून आणलं. मी त्यांच्यासोबत मशिदीजवळ असलेल्या हवालदाराकडे जाऊन झाल्या प्रकरणाची कल्पना दिली. तो काहीच करू शकत नव्हता. पोलिसांना फोन करण्याची गरज होती. म्हणून मग महाजनांच्या मदतीनं रिक्षा मिळवून शाहूपुरीत आलो. सर्व हॉटेल्स बंद होती. टेलिग्राफ ऑफिसात जाण्याचं ठरवलं. रस्त्यात शिपूरकरांचं घर होतं. त्यांना उठविलं. तिथून पोलीस स्टेशनला फोन केला. लगेच मदत मिळाली. दोन पोलीस पहारा देण्यासाठी घरासमोर उभे राहिले. त्यानंतर आम्ही झोपी गेलो.

स्थानिक वर्तमानपत्रांत माझ्या घरावर झालेल्या हल्ल्याची बातमी होती. सकाळी जवळपासची हिंदू मंडळी भेटून गेली. पण अवतीभवतीचा एकही मुसलमान भेटायला आला नाही! आमच्यावर जमातीचा बहिष्कार असतानासुद्धा जे आमच्याकडे येत असत, ती मंडळी निरोप पाठवूनसुद्धा आली नाहीत. भागातील राजकीय पुढारी मंडळीसुद्धा फिरकली नाहीत. त्यांच्या मुस्लीम व्होट बँकेवर परिणाम होऊ नये असं त्यांना वाटणं साहजिकच आहे म्हणा!

हल्लेखोर विक्रमनगरातील नसावेत असा जबाब मी पोलिसांना दिल्याने, विक्रमनगर सुन्नत जमातीच्या अध्यक्षांनी समाधानाचा सुस्कारा सोडला. गेली वीस

वर्षे काम करीत असताना, आम्हाला, अनेक प्रसंगांना तोंड द्यावे लागले आहे. हमीदभाईंच्यावर पुण्यात हल्ला झाला. वजीर पटेल तर त्यांच्यावर झालेल्या हल्ल्यातून सुदैवानेच बचावले. तलाक मुक्ती मोर्चावर अनेक ठिकाणी दगडफेक झाली. सभा उधळण्यात आल्या. अहमदनगरमधील मूलतत्त्ववादी मुस्लीम नेत्यांनी तर गाडी पेटवण्याचा प्रयत्न केला. या सर्व प्रसंगांतून जात असताना भीतीचा लवलेशही आम्हा कार्यकर्त्यांना शिवत नव्हता. पण दगाफटका करून मध्यरात्री एखाद्या कार्यकर्त्यावर हल्ला होणं व स्थानिक मंडळींनी त्याला एकाकी सोडणं हे अकल्पित होतं. या एकाकीपणानं मला विक्रमनगरचं घर सोडण्यास भाग पाडलं.

विक्रमनगर सोडताना मात्र माझ्या पोटात खड्डा पडला खरा, १९६७ सालापासूनच्या आठवणी मनात साचल्या. आम्ही इथे राहायला आलो, तेव्हा शोधून ७८ मुस्लीमांची घरं सापडली. बँडमास्तरांच्या सतत पाठपुराव्यानं मी जमात स्थापन करण्याच्या कामी उभा राहिलो. माझं स्वतःचं घर जमातीचं ऑफिस झालं. माझ्या दारात, मोकळ्या पटांगणात ताडपत्री टाकून मशीद उभी राहिली. वजूसाठी पाणी भरणं, मशिदीत बिछायत घालणं, हे काम माझ्या आईचं, बहिणींचं. शहरातील मौलानांना नियमितपणे बोलावून आणणं, रोज सकाळी दोनचार मंडळींना बरोबर घेऊन मुस्लीमांची घरं शोधत जाणं, सकाळी ६ ते ८ ह्या वेळेतील हा माझा कार्यक्रमच ठरून गेला होता. संध्याकाळी आल्यानंतर, पुन्हा रात्रीच्या नमाजला जमलेली मंडळी मशिदीचं काय? हा प्रश्न घेऊन बसलेली असायची. वर्गणी जमविणं, हिशेब ठेवणं, भांडणं मिटवणं, यातच माझा वेळ जायचा.

जमातीतील लग्नसमारंभ किंवा इतर कार्यक्रम असेल, तर पहिलं निमंत्रण माझ्या घरी येत असे. माझी आई त्यांची मार्गदर्शिका होती. त्यामध्ये एक वेगळा आनंद वाटत असे.

मशिदीला इमारत मिळाली व मशीद आकाराला आली, हे पाहून शहरातील मुसलमान मंडळी या वसाहतीत जागा विकत घेऊ लागली. राहायला येऊ लागली. त्यांनी मशीद आपल्या ताब्यात घेतली. परंपरागत मौलाना आले. धर्मांध विचार पसरू लागले. उर्दू शाळेबद्दल आग्रह धरू लागले. मुस्लीमांना त्यांच्या वेगळेपणाची जाणीव करून देण्यात येऊ लागली. याला मी विरोध करू लागल्यावर, मी बाजूला पडत गेलो. उघडपणे विरोध करू लागल्यावर व वर्तमानपत्रांतून हे मांडण्याचा प्रयत्न केल्यावर माझ्या घरावर हल्ला होण्याइतपत त्याचा परिणाम झाला.

या हल्ल्यानं मी खचून जाण्याचा प्रश्नच उद्‌भवत नाही. शांतपणे बाजूला होऊन आपण आपलं काम करीत राहायचं हा माझा स्वभावधर्म असल्यानं, मी आज विक्रमनगर सोडून जात असलो तरी समाजहिताचं व प्रबोधनाचं काम करीतच

राहणार आहे, असा दृढ विश्वास मात्र माझ्या मनात आहेच.

गेल्या पंचवीस वर्षांपासून अव्याहतपणे आम्ही हे काम करीत आहोत, ते केवळ आमच्या समाजाच्या प्रेमापोटीच. चुकीच्या रुढी, परंपरांमुळे मुस्लीम समाज गर्ततेत जातो आहे याची जाणीव आम्हाला गप्प बसू देईना. म्हणून आम्ही मुस्लीम प्रबोधनाची चळवळ सुरू केली. मुस्लीम समाजाकडून याला विरोध होणार हे माहीत होतंच.

माझ्या घरावर हल्ला झाल्यानंतर माझे आप्तस्वकीय व मित्र भेटायला येत. माझ्यावरील प्रेमापोटी काहींनी मला हे काम सोडण्याचा सल्ला दिला. त्यांच्या या अजाण सल्ल्याची हेटाळणी न करता, मी त्यांना एवढेच सांगत असे,

'यह कामही मेरी इबादत है ।'

माझ्याबरोबर हे सोसताना आयेशाने किंवा मुलांनी कधी तक्रार केली नाही. ती माझ्याबरोबर आपोआपच चळवळीत ओढली गेली. सुहेल तर तलाक मुक्ती मोर्चात हट्टानं आला होता. तो घोषणा लीड करायचा. मोर्चातून आल्यावर सुहेलनं शाळेत 'एक अविस्मरणीय प्रसंग' या उत्स्फूर्त भाषणात अहमदनगरमधील प्रसंग सांगितला होता. समीर मात्र मोर्च्यात न येता म्हणाला, "तुम्ही मोर्चा करा. मी व शहाजहान वसतिगृह सांभाळत राहतो."

आपण लग्न करायचं असा विचार जेव्हा डोक्यात आला, तेव्हा अत्यंत समजदार, सोशिक, आहे त्यात गोड मानून राहणारी अशी बायको असावी, भांडणतंटा न करता दोघांनी मिळून आनंदात संसार करावा, दोघांनी एकत्र नमाज अदा करावी, शांत, समंजस जीवन जगावं, असं चित्र मी रंगवलं होतं.

माझी बहीण मरियम व आयेशा यांच्यात भांडणं व्हायची. अशाच एका भांडणातून आयेशा लहान असलेल्या समीरला घेऊन घराबाहेर पडली. गल्लीच्या एका कोपऱ्यास उभी राहिली.

माझा पारा चढला. माझ्या सगळ्या स्वप्नांचा चक्काचूर झाला. मुस्लीम समाजात तलाक इतके का होतात, याची कारणं मला अनुभवायला मिळाली आणि स्वप्न भंगण्याची सवय झाली.

चार दिवस आयेशानं माहेरी जावं असं वाटायचं, पण तिचं माहेर असून नसल्यासारखं आहे, हे आठवायचं.

एकदा आयेशाची बहीण नूरजहाँच्या सासूबाई पहिल्यांदा आयेशाचं घर पाहायला म्हणून आल्या होत्या. तेव्हा माझं मानधन बंद झाल्यामुळे, घरात खडखडाट होता. चहा तरी करावा म्हणून गल्लीतल्या दुकानदाराकडून उधार चहापूड व साखर

आणली. फक्त चहाच्या पाण्यावर ती पाहुणी परत गेली.

लहानपणीच्या माझ्या कल्पना होत्या, आपला मोठा उद्योग असावा, साखर कारखान्यासारखा. त्यात अनेकांना सामावून घेता यावं असं स्वप्न होतं.

या प्रेरणेतूनच महाबूबला घर नाही म्हणून माझ्या घराबरोबर तिला एक खोली बांधून दिली.

तिच्या व माझ्या जीवनमार्गात बदल झाल्यावर, विशेषत: जमातीनं माझ्यावर बहिष्कार घातल्यावर, तिनं सुद्धा माझ्यावर बहिष्कार टाकला. ती तबलीगचं काम करीत असल्यानं आमच्या सर्व नातेवाईकांत तिला प्रतिष्ठा प्राप्त झाली होती. तिनं माझ्याशी असहकार पुकारल्यावर इतर नातेवाईकही माझ्याशी, आमच्या घराशी संबंध ठेवण्याचं टाळू लागले.

मनाला विशेष करून जाणवलेली गोष्ट म्हणजे यास्मिनचं लग्न. माझ्या अंगाखांद्यावर खेळून मोठी झालेली महाबूबची थोरली मुलगी, अभ्यासात हुषार होती. तिला ताराराणी विद्यापीठात शिकायला घातलं होतं. महाबूबची इच्छा असूनही ती शिकू शकली नव्हती. ती बोचणी माझ्या मनात होती. म्हणून यास्मिनला आपण शिकवायचं असं मी ठरविलं होतं. पण ती नववी पास झाल्यावर ती मोठी झाली, म्हणून तिची शाळा बंद करण्यात आली. तिला गोषात ठेवलं गेलं. तिचं लग्न ठरलं तिच्या लग्नालासुद्धा मला बोलावलं नाही. तिच्या व माझ्या घरात अंतर फक्त एका भिंतीचं. जमातीनं पुढाकार घेऊन तिचं लग्न मशिदीत लावलं. मी मात्र परक्यासारखा लांब होतो.

जगाच्या विरुद्ध आपण निर्णय घेत गेलो म्हणून कुणाजवळ दु:ख सांगण्याची चोरी. ऐन उमेदीत नोकरी करायची नाही असं ठरवलं. मंडळाच्या कामात राहिलो. घरच्या जबाबदाऱ्या वाढल्यावर मात्र वयाच्या पस्तिसाव्या वर्षी नोकरी मिळवावी लागली.

'महाराष्ट्र टाइम्स' सुरू झाल्यापासून मी त्याचा वाचक आहे. बालगोपाल तालमीजवळ राहत होतो. तिथे मर्दाने नावाच्या न्हाव्याच्या दुकानात केस कापायला जात होतो. त्यामुळे पेपर वाचायला रोज तिथं जात असे. तिथे मला म. टा. भेटला. तो अजूनही माझा सखा आहे. मी नोकरी करू लागल्यावर म.टा. विकत घेऊ लागलो. विक्रमनगरला पेपर येत नसे. मी येताना घेऊन यायचो. गांधीनगरला राहिल्यावर रविवारी मंडळाचे ऑफिस बंद ठेवत असू, पण फक्त म.टा. घेण्यासाठी मी गांधीनगरहून कोल्हापुरला येत असे.

मी सोलापूरला असताना माझं पहिलं पत्र म. टा. मध्ये प्रसिद्ध झालं. नंतर मुस्लीम सत्यशोधक चळवळीला म. टा. नं सतत प्रसिद्धी दिली. मुस्लीम प्रश्नावरचे माझे लेख म. टा. ने प्रसिद्ध केले. हा म. टा. माझ्या घरी येऊन पडावा हे माझं

छोटसं स्वप्न. मी रुईकर कॉलनीत राहायला गेल्यावर साकार झालं.

गुलाब मुल्ला हा जत तालुक्यातील वळसंगचा. दहावीनंतर जतला वसतिगृहात राहून शिकत होता. १९७२ च्या दुष्काळात वसतिगृह बंद झाल्यानं त्याचं शिक्षण थांबलं. तो रोजगारहमी कामावर जायचा. त्याला आमच्याकडे आणलं. येथील शाहू कॉलेजमध्ये 'कमवा व शिका' योजनेत त्याची सोय झाली. प्राचार्य गायकवाड यांच्या सहकार्यानं जत तालुक्यातील अनेक विद्यार्थी 'कमवा व शिका' योजनेत भरती केले. अशा रीतीने त्यांचं शिक्षण मार्गी लागलं.

जी. आय. मुल्लाला बी.ए. झाल्यावर एम्. ए.साठी शिवाजी विद्यापीठात 'कमवा व शिका' योजनेत प्रवेश मिळाला नाही. म्हणून त्या वेळचे कुलगुरु डॉ. भा. शं. भणगे यांच्याकडे प्रकरण नेलं व मुस्लीम सत्यशोधक मंडळाचा कार्यकर्ता म्हणून त्याला प्रवेश मिळाला. पुढे तो बी. एड्. झाला.

आयेशाचे नातेवाईक शेख गुरुजी सांगली जिल्ह्यातील कडेगावला असतात. त्यांच्या नात्यातील एक मुलगी हमीदा शेख ही एम्. ए. बी.एड्. झाली होती. तिच्यासाठी स्थळ शोधत होते. त्यांना आमच्याकडे असलेल्या जी. आय.मुल्लाची माहिती कळल्यावर ते आमचे घर शोधत आले. पुढे हे लग्न झालं व आता हमीदा व गुलाब विवेकानंद शिक्षण संस्थेत साताऱ्याला माध्यमिक शिक्षक म्हणून नोकरी करीत आहेत. संस्थेच्या कामात दोघेही वेळ देतात.

बाबासाब काझी हा टाटा सामाजिक विज्ञान संस्था, मुंबई येथून सोशल वर्कमध्ये एम्. ए. ची पदवी घेतलेला. त्याने मुस्लीम समाजातील सुधारणावादी चळवळीवर शिवाजी विद्यापीठात पीएच्. डी. केली आहे. मुस्लीम समाज प्रबोधन संस्थेचा चिटणीस होता. 'पुरोगामी मुस्लीम'च्या कार्यकारी संपादकपदाची जबाबदारीही त्याच्यावर सोपविली होती.

हमीद दलवाईंची अखेरची इच्छा 'इस्लामिक रिसर्च इन्स्टिटयूट' स्थापन व्हावी अशी होती. त्या कामी बाबासाब काझीला घेऊन काम उभं करू शकू अशी अपेक्षा बाळगून आहे.

२२ मार्च, १९८९ ला मुस्लीम सत्यशोधक मंडळाने २० व्या वर्षांत पदार्पण केलं. त्यानिमित्त मंडळानं पुण्याच्या हमालभवनात द्वीदशकी मेळावा आयोजित केला होता.

पु. ल. देशपांडे फौंडेशनच्या वतीनं मंडळाच्या सय्यदभाईंना व मला प्रत्येकी पाच हजार रुपयांचा पुरस्कार देण्यात आला. तसेच १९९१ ला इचलकरंजी फाय फौंडेशनचा पुरस्कार पंतप्रधान चंद्रशेखर यांच्या हस्ते मला प्राप्त झाला.

मुस्लीम सत्यशोधक मंडळ, मुस्लीम समाज प्रबोधन व शिक्षण संस्था, भाजीभाकरी केंद्र, पुरोगामी मुस्लीम या सर्व कामात मग्न असूनही मला स्वत:ला मात्र एकटेपणाची जाणीव होत राहते.

नोकरी इमाने इतबारे करतो. संध्याकाळी घरी निघालो की, आता घरी जाऊन काय करायचे? असा प्रश्न माझ्यासमोर असतो. मोकळा वेळ खायला उठतो. मग वाचन हा त्यावर उत्तम उपाय असतो.

माझा खास असा मित्रपरिवार नाही. ज्याच्याजवळ सर्व सुखदु:खे मांडावीत, मन मोकळं करावं, असा कोणी बालपणीचाही मित्र नाही. आपले लाड कोणीतरी चालवून घेतं असंही कोणी नाही.

बालपणातच आईच्या वागण्याची जाणीव झाल्यानं डोक्यावर जबाबदारीचं ओझं आलं. आपल्याच विचारात राहण्याची सवय लागली.

आपलं दु:ख आपणच भोगायचं. कोणासमोर तोंड उघडायचं नाही. कुढत राहायचं असंच आम्हा भावंडांतही दिसतं.

चांगल्या चित्रपटांनी माझ्यावर फार खोलवर परिणाम केलेत. उदाहरणादाखल म्हणून मला आठवतो तो 'सत्यकाम' चित्रपट. त्यातला ध्येयवादी तरुण बलात्कार झालेल्या एका तरुणीशी विवाह करतो. नंतर तिला मुलगा होतो. त्यानं केलेलं हे लग्न त्या तरुणाच्या नातेवाईकांना आवडत नाही. त्याचे आजोबा संन्यासी बनलेले असतात. त्यांना तो सर्व खरं तेच सांगतो. तरुणाचा जेव्हा अकाली मृत्यू होतो, तेव्हा त्याचं उत्तरकार्य त्या मुलानं करू नये, असं आजोबांना वाटतं. त्यामुळे तो संन्यासी आजोबा त्या मुलाला म्हणतो, "तू अजून लहान आहेस. तू हे उत्तरकार्य करू नकोस." तेव्हा तो मुलगा आजोबास विचारतो, "मी का करू नको? मी वडिलांपासून झालो नाही म्हणून?" आजोबा चमकून विचारतात, "तुला हे कसं माहीत?" तेव्हा मुलगा सांगतो, "मला आईनं सर्व सांगितलं आहे" आणि मग त्या मुलाच्याच हस्ते उत्तरकार्य पूर्ण होतं. सत्याची कास धरलेला 'सत्यकाम' मला आदर्श वाटतो.

एका गोष्टीचं मात्र मला आकर्षण लागून राहिलेलं आहे; ते हे की, "जे जे भव्य, दिव्य व अद्वितीय आहे त्यास अनुसरणे. विशेषत: अशी थोर माणसं समोर आली असता आपण त्यांच्यासारखं असावं, आपण तसं बनावं असं वाटत राहतं.

त्या मंडळींचे आदर्श फक्त उगाळत बसायचे नाहीत तर आपणच तसं बनायचं या प्रबळ इच्छेनं व विचारानं माझ्या मनात घर केलं आहे.

ही निरागस इच्छाच माझ्या संकल्पांचा पाठपुरावा करत असावी, असा माझा विश्वास आहे.

म. गांधीजींच्या 'सत्याचे प्रयोग' या पुस्तकानं मला जिंकलं. गांधीजींच्या

सत्याग्रही वृत्तीनं मला आपलंसं केलं. खरं बोलण्यात शक्ती आहे हे मनानं हेरलं. गांधीजी वकिली करताना दोन्ही पक्षांना एकत्र आणून त्यांच्यामध्ये समेट घडवून आणत असत. त्यांच्या या वृत्तीनं मला प्रभावित केलं.

आयुष्याच्या या टप्प्यावर उभा असताना प्रश्न पडतो, 'मी कार्यकर्ता कसा बनलो?' मागे वळून पाहताना आता लक्षात येते की, १९६४ साली पंडित नेहरूंची प्रकृती चिंताजनक असताना, त्यांना आराम पडावा म्हणून विविध धर्मियांच्यावतीने प्रार्थना होत होत्या. त्याप्रमाणे मुस्लीमांनीही जुम्माच्या नमाजनंतर 'दुवा' केल्याची बातमी वर्तमानपत्रांत आली होती. परंतु दुसऱ्या दिवशी दिल्लीच्या प्रमुख मौलानाने 'काफिर माणसासाठी अशी दुवा करता येत नाही' असे म्हटल्याची बातमीही वर्तमानपत्रांतून आली होती.

या देशाच्या पंतप्रधानांच्या प्रकृतीस आराम पडावा अशी प्रार्थना करणे ही अत्यंत योग्य कृती असताना, मौलाना असा कसा माथेफिरू असू शकतो की, मुसलमान नसलेल्याबद्दल अशी 'दुवा' करता येत नाही, असे जाहीर पत्रक काढतो? माणुसकी म्हणून तरी त्याने गप्प बसायला हवे होते. असा विचार माझ्या बालमनात आला व अपराधीपणाची भावना माझ्या मनात निर्माण झाली होती. मौलानाची कृती चूक आहे, हे पक्के मनात बसले.

याच वेळी पुण्यात गणेशमूर्तीची मोडतोड होण्याचे निमित्त होऊन हिंदूमुस्लीम दंगल पेटली होती. 'हल्या' नावाच्या गुंडाने ती मोडतोड केली होती, असे उघडकीस आले होते. तो मुस्लीम होता. तेव्हाही माझ्या मनात विचार आले होते की, एका मुस्लीम गुंडाने हे कृत्य केले तर मग त्याला शासन करावे, संपूर्ण समाजाला या घटनेचे जबाबदार धरून त्यांची घरे पेटवणे बरोबर नाही.

पुढे ६५ साली मी एस्. एस्. सी. परीक्षा दिली तेव्हा मराठीच्या पेपरमध्ये 'राष्ट्रीय एकात्मता' हा विषय निबंध लेखनासाठी होता. तेव्हा मी तोच निबंध लिहिला व त्यात वरील विचार लिहिले होते.

कोल्हापुरास राजर्षी शाहू महाराजांच्या अनेक देणग्या लाभल्या आहे. हिंदू मुस्लीम एकता ही त्यांपैकी एक.

शहरात अनेक तालीम मंडळे आहेत. या तालमींतून जसा वर्षाचा गणपती बसतो, तसाच वर्षाच्या मोहरमचा पीरही बसवला जातो. हिंदू-मुस्लीम दोन्ही समाज एक दिलाने हे दोन्ही समारंभ साजरे करत असतात. आम्ही राहत होतो तिथे जवळच, बाराईमाम मोहल्ल्यामध्ये जमादारवाड्यात मोहरमचा पीर बसायचा. ज्यांच्या अंगात पीर येतो त्यास झाड म्हणतात. हे झाड चव्हाण नावाचे हिंदू गृहस्थ, बालगोपाल तालीम मंडळाचे होते. या पीराला दोन्ही जमातींतून नैवेद्य येत.

आम्हा मुलांची गॅंग गणेशोत्सव सीन मांडण्यात व रात्र रात्रभर मेळे पाहण्यात दंग असे.

कोल्हापुरातील बाजू जमालचा दर्गा म्हणजे हिंदुमुस्लीम एकतेचे प्रतीकच. कारण या दर्ग्याच्या चौकटीवर गणपतीची मूर्ती कोरलेली आहे. मुजावर बाबूजमालच्या 'मजारीस' धूप जाळताना या गणपतीला उदबत्ती लावतो. या सर्व वातावरणामुळे कोल्हापुरात, इतिहासात कधी जातीय दंगल झालेली नाही.

याच काळात कोल्हापुरात कोल्हापूर संस्थानचे छत्रपती शहाजीराजे यांनी घेतलेल्या दत्तकावरही एक मोठं आंदोलन दीर्घकाळ चाललं होतं.

राजर्षी छत्रपती शाहूंचे पुत्र राजाराम महाराज यांना फक्त मुलगी होती, त्यांचे नाव पद्माराजे. पण मुलगा नाही. म्हणून देवास संस्थानचे राजपुत्र शहाजीराजे यांना दत्तक घेऊन कोल्हापूर संस्थानचे छत्रपती बनविले होते. ते दत्तक आले तेव्हा त्यांना मुले होती. त्यापैकी एका मुलास देवासच्या गादीवर बसवून शहाजीराजे इकडे दत्तक आले होते.

शहाजीराजांना नंतर मूल न झाल्यानं, त्यांनी आपल्या मुलीचा मुलगा दत्तक घेण्याचे ठरविले. परंतु कोल्हापुरच्या जनतेची मागणी पद्माराजेंच्या मुलास दत्तक घ्यावे अशी होती. या दत्तकप्रकरणी कोल्हापुरच्या जनतेने चळवळ सुरू केली. त्यातून पद्माराजे साहाय्यक समिती स्थापन करण्यात आली होती.

मेजर दादासाहेब निंबाळकर, एच्.डी.पाटील, हारूण फरास, दत्तोबा चव्हाण, आनंदराव साळोखे, रवींद्र सबनीस, बापूसाहेब पाटील, हिंदूराव साळोखे, विमलाबाई बागल, केशवराव जगदाळे, रंगराव पाटोळे अशी अनेक मान्यवर मंडळी या चळवळीचं नेतृत्व करीत होती.

कोल्हापूर जिल्ह्याची लोकचळवळच होती ती. अनेक वेळा या प्रश्नावर जाहीर सभा, मोर्चे व कोल्हापूर बंद करण्यात आलं होतं. पुढे बंगलोर येथे शहाजी महाराजांनी आपल्या मुलीच्या मुलास दत्तक घेण्याचा विधी पार पाडल्यावर त्याच्या निषेधार्थ विजयमाला राणीसरकार यांच्या नेतृत्वाखाली कोल्हापुरात अभूतपूर्व मोर्चा निघाला होता. या मोर्चात कोल्हापुरातील घर अन् घर सहभागी झालं होतं. या चळवळीत मुस्लीमही आघाडीवर होते. महात नावाच्या मुस्लीम बाई मुस्लीम स्त्रियांच्या सभा घेत असत व मोठ्या प्रमाणावर मुस्लीम स्त्रिया सभेला येत असत. हिंदु मुस्लीम अशा वेगळ्या जाणीवेचा मागमूसही तिथे नव्हता.

पुढे या दत्तकाच्या प्रश्नावर विजयमाला राणीसरकारनी शे. का. पक्षाच्यावतीने लोकसभेची निवडणूक लढविली होती व त्यांच्याविरुद्ध कॉंग्रेस पक्षाच्या वतीने निवडणूक लढविणारे माजी लेफ्टनंट जनरल एस्. पी. पी. थोरातांना हरवून त्या निवडूनही आल्या होत्या. या विजयानं शाहू महाराजांनी केलेल्या कार्याची पावतीच

जनतेनं दिली होती. हायस्कूलचा विद्यार्थी असणारा मी या सर्व चळवळीतील मोर्च्यात जात असे. सभा ऐकत असे.

हायस्कूलमध्ये शिकत असताना बाबू ताटेशिवाय, उत्तम साळोखे, शिवाजी यादव व सिकंदर जमादार हे जवळचे मित्र होते. आमच्यात सामाजिक प्रश्नावर चर्चा व्हायची. आमच्यात सिकंदर जरा जहाल डोक्याचा होता. योग्य गोष्टीसाठी तो हाणामारीही करायला तयार असायचा. त्याला मी समजावत असे. तो माझं ऐकायचा. पण म्हणायचा, "तू समाजाचा फार विचार करतोस. समाजसेवक शोभतोस."

मी म्हणायचो, "समाजसेवक वगैरे नव्हे, पण काहीजणांनी समाजाचाही विचार केला पाहिजे ना?"

तसेच त्या काळात आमच्या घरात गोरीचा प्रश्न आमच्या सर्व घराचा प्रश्न झालेला असायचा.

"गोरीचे पाय गेलेत. तिला चालता येत नाही."

"ती पांढरी पडलीय."

"गोषामुळे!"

कोणी गल्लीतल्या बायका निपाणीला जाऊन आलेल्या असायच्या. आईनं त्यांना चमनच्या घरी जाऊन या म्हणून सांगितलेलं असे. त्या येऊन सांगायच्या,

"तुमच्या इणबाईंनी आम्हाला घरात सुद्धा घेतलं नाही. उंभऱ्यावर उभी होती. चौकटीला आडवा हात लावून."

"चमनला सुद्धा भेटू दिलं नाही."

"काय पोरीचे हाल हो!"

हे संवाद ऐकले की, माझ्या अंगावर शहारे यायचे, गोरीच्या दु:खानं माझं मन रडू लागायचं.

"गोरीला व तिच्या नवऱ्याला वेगळं ठेवलं आहे."

"गोरीला तिच्या नवऱ्यानं मारलं. तिच्या हातात तलाकचा कागद देऊन तिला रात्रभर घराबाहेर उभी केली होती." असा एक निरोप आला.

अशा अनेक बातम्या यायच्या.

गोरीला छळणाऱ्या बडेभईला खलास करावं व गोरीला या नरकातून सोडवावं असा विचार लहानपणी कित्येक दिवस माझ्या डोक्यात होता.

परंतु सारासार विचार करू लागलेल्या मनानं सांगितलं की, असं फक्त चित्रपटातच घडतं आणि गोरीप्रमाणेच गल्लीतील जुलेखाँ, चांदबी, आबेदा, बिस्मिल्ला इ. यांच्याही अशाच कहाण्या व होरपळ आहे. हे हळूहळू कळू लागलं व मन सावध होत गेलं.

पुढे गोरीला आमच्या घरी आणून ठेवलं. दोन वर्षे ती इथेच होती. तिचा नवरा तिला नेण्यासाठी हरएक प्रयत्न करत होता. तो थकला व त्याने दुसरं लग्न उरकलं. मग आमच्या बाजूनं प्रश्न मिटला.

पण गोरीचा विचार आम्ही कुठे केला होता? नवऱ्यानं दुसरं लग्न केलं म्हटल्यावर ती हादरली. याउरपही तो गोरीला नेण्यासाठी आला, तेव्हा गोरीनं जाण्याची तयारी दर्शविली व आईनं पण जमातीला बोलावून तिला पाठवून दिली!

मला मात्र चुकीचं वाटत होतं, पण मला कोण विचारत होतं?

तेव्हाच अशा हतबल मुसलमान स्त्रियांबद्दल काहीतरी केलं पाहिजे याची खूणगाठ मनात बांधली जात होती.

शालेय अभ्यासक्रमातील सतीचा कायदा, महर्षि कर्वे यांनी केलेले विधवा कल्याण कार्य या घटनांकडे मी चौकस बुद्धीनं पाहू लागलो होतो.

माझी घर सुधारण्याची इच्छा जबरदस्त होती. सुधारणं म्हणजे अधिक पैसे मिळवणं व गरिबीतून वर येणं. कसं करणार?

एकच उपाय— नोकरी.

त्यासाठी शिक्षण हवं. पण मी तर एस्. एस्. सी. झाल्यानंतर गरज म्हणून दरमहा ८० रुपयांवर नोकरी पत्करली होती. कॉलेजची फी भरू शकत नव्हतो म्हणून कॉलेजात जात नव्हतो.

माझ्या जिवाची तडफड होत होती. मी पाण्याबाहेरील माशाप्रमाणे कॉलेज शिक्षणासाठी तडफडत होतो.

मोहल्ल्यातील वातावरणही असंच होतं. मीच काय, परंतु माझ्यासारखे अनेक मुस्लीम तरुण छोट्या मोठ्या धंद्याला जात होते. कोणी आइस्क्रीम विकायचा, कोणी हॉटेलात लागला होता. कुणी टेलर होत होता. ज्याला काही भवितव्य नाही असा तरुण सिनेमा तिकिटांचा काळाबाजार करून आपला संसार चालवत होता. कोणी आकडा घेण्याकडे वळत होता. शहाबुद्दीन म्हणून माझ्या गल्लीतला एक तरुण तर चक्क हातभट्टीची दारू विकायला जायचा. त्यातून त्याला अटकही झाली होती.

हे सर्व पाहून माझं दुःख वाढलं. या सर्वांसाठी काहीतरी केलं पाहिजे असं वाटू लागलं.

पेपरमध्ये स्मगलर, चोर, दरोडेखोर, आकडा घेणारे, अशा गुन्हेगारांच्या बातम्या यायच्या, त्यात मुस्लीम नावं बघून मला शरमायला व्हायचं. त्यांची कीव वाटायची. पण यापलीकडे मी काही करू शकत नव्हतो.

अशा मनाच्या अवस्थेत असतानाच माझ्या हातात 'कर्मवीरोपनिषद' हे कर्मवीर आण्णांच्या जीवनावरचं पुस्तक आलं व मला त्यातून स्फूर्ती मिळाली.

मी हे वाचत असताना एक विश्वास आला की, "आपलं शिक्षण, आपल्या

समाजाचं शिक्षण करता येणं शक्य आहे. असंच काही आपणही करावं'' असा संकल्प मनात दृढ झाला. कर्मवीर भाऊराव पाटलांच्या हिमालयाएवढ्या कामासमोर माझं काम क:पदार्थ आहे. पण मनात ऊर्मी मात्र त्या वेळी निर्माण झाल्या आहेत.

त्याचाच परिणाम म्हणून सरकारी नोकरी करायची नाही हे मनानं ठरविलं होतं. आपण समाजासाठी काम करायचं, हे सर्व आतून आपोआप येत होतं व मला ते अत्यंत आवडत होतं. पुढे पुढे तर मी वेगळं काही न करता आपोआप घडत गेलो.

विक्रमनगरला आल्यावर समाजाच्या कामात ओढला गेलो पण यापेक्षा अधिक काही करायचं आहे असं वाटू लागलं असतानाच हमीदभाईंचा परिचय झाला.

आपल्या मनात असलेलं काम आपण केलं पाहिजे असं पराकोटीचं वाटत असताना हमीदभाईंनी आपणहून पूर्ण वेळ कार्यकर्ता होण्याबद्दल पत्रातून विचारलं व ते पत्र मिळताच दुसऱ्या दिवशी मी नोकरीचा राजीनामा दिला.

पुढे काय याची फिकीर नव्हती. पण अंधारात झोकून देताना पुढे मार्ग मिळेल असा अतोनात विश्वास मात्र मनात होता. तसाच तो आजही आहे.

हमीद दलवाई गेल्यानंतर मंडळाचे काम ठप्प झाले. त्यामुळे कोरगावकर ट्रस्टने माझे मानधन बंद केले. मी नोकरी मिळवण्यापुरते शिक्षण पूर्ण केले व नोकरी मिळाली.

स्वत:च्या पायावर उभे राहून समाजकार्य करण्याचा आनंद वेगळाच.

वसतिगृह सुरू केलं. आयेशानं कुरकुर केली नाही. मुलांचं जेवण व इतर सर्व जबाबदारी तिनं स्वत:वर घेतली. मात्र आयेशा म्हणाली, ''दोनपेक्षा अधिक मुलं स्वत:ला होऊ दिली नाहीत. पण दुसऱ्यांची मुलं आपण सांभाळायची, हे गणित मला कळत नाही.''

आयेशा व मी, आम्ही एकमेकांसाठी कधी जगलोच नाही. फक्त नवरा-बायको म्हणून इतिकर्तव्य करत राहिलो. आयेशाला दागिन्यांचा सोस, तर मला त्यांचा भयंकर तिटकारा. तिने बोटात अंगठी घातलेली सुद्धा मला आवडत नाही. त्यामुळे तिची हौसमौज राहूनच गेली.

मध्यंतरी आयेशा बालवाडीत नोकरी करत होती. तिथं तिच्यावर अफरातफरीचा आळ आला.

संस्थेला मी सांगितलं, ''आयेशाने अफरातफर केली असेल तर तिला शिक्षा झाली पाहिजे या मताचा मी आहे.''

आयेशाला सांगितलं की, ''जे काही घडलं असेल ते खरं खरं संस्थेकडे मांड व राजीनामा देऊन मोकळी हो. मी तुझ्यासाठी कोणाचेही पाय धरायला जाणार नाही.''

त्यामुळे या कटकारस्थानातून काही निष्पन्न झालं नाही. आमचा मन:स्ताप वाढला नाही. एक मात्र फायदा झाला की, दीडशे रुपयांवर नोकरी करणाऱ्या

आयेशाला हजार रुपये पगाराची नोकरी मिळाली.

आई आम्हा सर्वांना जरबेत ठेवायची. माझ्या शाळेबद्दल ती फार जागरूक होती. मी. एस्. एस्. सी. होईपर्यंत ती डोळ्यांत तेल घालून मला व माझ्या शाळेला जपत असायची. माझ्या बहिणींची लग्न तिनं व्यवस्थित लावून दिली. पूर्वीची ती बड्या घराण्यातली असल्यामुळे रीतिरिवाज सर्व तिला माहीत होते. आमच्या नातेवाईकांत किंवा परिचितांत एखादं कार्य असल्यास तिचा सल्ला घेत. तिला मानानं बोलावून नेत.

नमाज, रोजेही ती आस्थेने करायची. प्रत्येकाचे मानमरातब राखून असायची. तिचे जावई तिचा आदर करायचे.

माझ्या सावत्र भावाची मुलगी इमामबी हिला तिचा नवरा भांडणतंट्यामुळे आमच्या घरी सोडून तडकाफडकी निघून गेला होता. आईनं इमामबीला घरात पाणी सुद्धा पिऊ दिलं नाही व कोल्हापुरपासून दहा किलोमीटरवर असलेल्या तामगावला चालत घेऊन गेली व इमामबीला सासूसासऱ्याची माफी मागायला लावून व तिला समज देऊन निघून आली. आमच्या सर्व नातेवाईकांत तिच्याबद्दल आदरयुक्त दरारा होता. तरी आईनं जे भोगलं किंवा तिची जी परवड झाली ती पाहता तिची ही अवस्था रुढीपरंपरेमुळे झाली होती हे लक्षात आलं. घराण्याचा बडेजाव व हिंदू संस्कृतीचा परिणाम यामुळे विधवेचं लग्न लावून देण्यात तिच्या घरच्या मंडळींनी अप्रतिष्ठा मानली. परिणामतः पुढील रामायण आईच्या आयुष्यात घडलं. म्हणून या असल्या रुढीपरंपरा तोडून मोडून टाकायच्या हाही विचार मनात रुजत गेला.

समाज प्रवाहपतित असतो. तो कोणतंही धाडस करण्यास धजत नाही. फक्त आहे ते जपत असतो, चुकीचंसुद्धा. समाजमनाला तो शापच असावा. अशा समाजाची आपण पर्वा करायची नाही. प्रसंगी समाजाच्या विरोधात जाऊन आपल्याला पटलेलं सत्य सांगायचं हे मनानं घेतलं.

माझ्या जन्मापासून घरात निपाणीच्या दस्तगीरसाबच्या नावानं चांदीचे घोडे केले होते. ते प्रत्येक गुरुवारी पुजले जायचे. मी जाणता झाल्यावर ते काम माझ्यावर सोपविण्यात आलं होतं. मी, स्वतःचे विचार नव्हते तोपर्यंत, इमाने इतबारे प्रत्येक गुरुवारी अंघोळ करून घोड्याला ऊद घालून त्यांच्यासमोर चिराग पेटवून पूजा केल्यावरच चहा घेत असे.

हायस्कूल जीवनात शिक्षणानं व वाचनानं विज्ञाननिष्ठ झालेल्या माझ्या मनानं ही पूजा मिथ्या आहे हे जाणले व घोड्यापुढे चिराग लावणे मी बंद केलं. लाख सांगून मी चिराग लावत नाही हे पाहून आई ते करायची. पण पुढे मी मिळवता झाल्यावर वर्षाकाठी घरात दस्तगीरसाहेबांच्या नावानं लावले जाणारे चिराग व

साजरा केला जाणारा ऊरुस उत्सवही बंद केला. विशाळगडच्या मलिकध्यानबाबाला भजणं तर केव्हाच बंद केलं होतं.

मशिदीशी जोडला गेलो तेव्हाही रमजानच्या महिन्यात संपूर्ण कुराणाचं पारायण पूर्ण केलं जातं म्हणून त्यातील 'सुरह' चा अर्थ जाणून घेण्याचा प्रयत्न करीत असता, इस्लाम धर्मानं दिलेले सर्व सामाजिक कायदे या सुरहमधून अंतर्भूत करण्यात आले आहेत. पूर्वीच्या काळी लिखित स्वरूपात कुराण नव्हतं तेव्हा कुराणाचा संदेश कायम टिकावा म्हणून कुराणातील सर्व सुरह तोंडपाठ ठेवण्याची गरज होती. म्हणून प्रार्थनेत संपूर्ण कुराणाचा अंतर्भाव झाला हे लक्षात आलं.

त्यात तलाक कसा द्यावा याबद्दल काही सुरह आहे. मला असा प्रश्न पडला की, परमेश्वराची प्रार्थना करताना हे सुरह का म्हणायचे?

सुरह 'फातिहा' ज्यात अल्लाची करुणा भाकली आहे. असेच सुरह मी माझ्या नमाजमध्ये म्हणतो. कुर्बानीसारख्या भाकड कथांचा मी आदी झालो नाही.

हे जग चालतं. निसर्गाचं हे चक्र चालू आहे. यामागे एखादी शक्ती आहे. ती शक्ती म्हणजे 'निर्मिक'. महात्मा जोतिबा फुलेंनी दिलेले हे नाव होय. त्या निर्मिकाचं अस्तित्व मला मान्य आहे. निर्मिक व खुदा एकच आहेत.

काही तडजोडी कराव्या लागतात. अन्यथा तुमचा समाजाशी संवादच होणार नाही. ही तडजोड म्हणजे दांभिकता नव्हे. टाळता न येणारी ती एक स्थिती आहे.

आता इथे निदान महाराष्ट्रात मुस्लीम समाजानं गरज म्हणून का होईना कुटुंबनियोजन स्वीकारलेलं आहे. १९९१ साली आमच्या संस्थेच्या वतीनं जो सर्व्हे केला आहे त्याची आकडेवारी पुरेशी बोलकी आहे. कोल्हापूर, सांगली, सातारा जिल्ह्यातील ५००० मुस्लीम कुटुंबांचा सामाजिक, शैक्षणिक व आर्थिक सर्व्हे १९९१ मध्ये केला आहे. त्यात ५९ टक्के मुस्लीमांनी कुटुंबनियोजन स्वीकारल्याचं दिसून आलं आहे.

असं असलं तरी स्वत:ला इस्लामचे पाईक समजणारे, या विषयावर बोलताना 'कुटुंब नियोजन आम्हाला मान्य नाही' असं विधान करतात. तत्त्व म्हणून आग्रहही धरतात. बहुसंख्य समाजानं प्रत्यक्षातही ते स्वीकारलं आहे. किंबहुना ती काळाची व आजच्या यांत्रिक युगाची गरजही आहे.

आज देशात अस्पृश्यताविरोधी कायदा आहे; व बहुसंख्य समाजाने तो स्वीकारला आहे, तरी शंकराचार्यांनी मात्र याला विरोध करत राहायचं, तशीच जाहीर वक्तव्यंही करायची, अशा मानसिक अवस्थेतील, अनेक संसारी मंडळीही आपली ही मन:स्थिती जपत राहतात. हे जसं आहे, तसंच वरील मंडळी बोलायचं तत्त्व म्हणून कुटुंबनियोजनाला विरोध करीत असतात. प्रत्यक्ष आचरण वेगळंच असतं.

जीवन सार्वजनिक बनलं की, तडजोडवादी भूमिका घ्याव्या लागतात. माझ्यातला

'मी' मागे पडतो व तडजोडवादी समन्वयकाची भूमिका निभवावी लागते. प्रत्यक्षात माझे अनेक अपेक्षाभंग झाले आहेत, पण मी ते उगाळत बसू इच्छित नाही..

धर्मासाठी माणूस नसून माणसासाठी धर्म आहे, हे अनेकजणांनी सांगितलं आहे. ही अवस्था यायला काही कालावधी जावाच लागेल. सुधारणावाद्यांनी कालावधीच्या बाबतीत हळवं बनून चालणार नाही.

शंभर वर्षांपूर्वी सतीची प्रथा जपणाऱ्या समाजानेच इंदिरा गांधींसारख्या एका विधवेला या देशाची पंतप्रधान बनू दिलं, हा काळाचा महिमा नव्हे काय?

या घटनेतून मुस्लीम समाज काही बोध घेणार आहे की नाही?

मला धर्मसुधारणेच्या मागे लागण्यापेक्षा मनुष्याला विचारानं आधुनिक बनविणं महत्त्वाचं वाटतं. भौतिक गरजा वाढणं ही परिस्थितीच त्याला सुधारणा स्वीकारायला भाग पाडेल. मग धर्मातील आग्रह आपोआप बाजूला पडतील. त्यासाठी मनुष्याला जोडण्यासाठी माध्यमांची गरज असते. 'संस्था' हे एक असं माध्यम आहे असं मला वाटतं.

मुस्लीम समाजाबद्दल विचार करताना एक गोष्ट प्रामुख्यानं लक्षात येते की, या समाजाला नेतृत्व नाही. धर्मधुरिणांत एकवाक्यता नाही.

तबलीगसारखी संघटना मुसलमानांना त्यांच्या खऱ्या धर्माची ओळख करून देण्याचं काम करत आहे असं मानतात. ते कार्य देशाच्या फाळणीनंतर खंडित झालं होतं. आता पुन्हा त्या कामाला जोर चढला आहे व परिणामतः इस्लामची बाह्यावडंबरं माजली आहेत. दाढी, टोपी, इस्लामी लिबास, बुरखा वगैरे. पण हे फार काळ टिकणार नाही.

मुस्लीम समाजातील नेते मंडळी समाजाला चुकीच्या मार्गाने नेत आहेत. हे लोक मुस्लीम पर्सनल लॉ किंवा बाबरी मशीदसारख्या प्रश्नावर मुस्लीम समाजाचे लढे संघटित करण्यात आपली मर्दुमकी समजतात. मध्यमयुगीन मनोभूमिकेतून बाहेर येऊन धर्मातील कोणत्या बाबी कालसुसंगत आहेत व कोणत्या कालबाह्य झालेल्या आहेत, याचा शोध आमच्या समाजाला घ्यावा लागेल. मुस्लीम विश्वबंधुत्वाच्या सिद्धांताचा त्याग करून आधुनिक राष्ट्रवादाचा स्वीकार करूनच आपली प्रगती करून घेता येईल. 'शरियत' ही अपौरुषेय असून ती परिपूर्ण आहे, आणि ती आपल्या श्रद्धेचा भाग असल्यामुळे त्यात बदल करण्याचा मानवी संस्थेला अधिकार नाही', ही भूमिका लोकशाहीत अभिप्रेत असलेल्या समानतेच्या व संसदेच्या सार्वभौमत्वाच्या विरोधी जाते. म्हणून समान नागरी कायद्याच्या मागणीस मान्यता देऊन संसदेचं सार्वभौमत्व व या देशाच्या समानतेवर नागरिकत्व मुस्लीम समाजानं स्वीकारण्याची गरज आहे. त्याचप्रमाणं हिंदुधर्मीय बहुसंख्य समाज जितका पुढे

जाईल तितकं त्याच्या मागोमाग मुस्लीम समाजाला सर्व भौतिक सुधारणांना सामोरं जावं लागेल. धर्म ही व्यक्तिगत बाब बनून चार भिंतींच्या आत राहील व बाहेर समाजात वावरताना तो भारतीय समाजाचा अविभाज्य घटक म्हणून जगू लागेल. अन्यथा तो शिल्लकही राहणार नाही. जगातल्या कुठल्याही मुस्लीम राष्ट्रातील संख्येपेक्षा भारतातील मुस्लीमांची संख्या अधिक आहे. तेव्हा भारतातील मुस्लीम समाजानं सुधारणा स्वीकारल्या तर सर्व जगातील मुस्लीमांपर्यंत त्या गेल्याशिवाय राहणार नाहीत, असं मला वाटतं.

◆

- ५ -

मुस्लीम सत्यशोधक मंडळाचं काम करीत असताना, मुस्लीम महिलांची दयनीय अवस्था पाहून हे काम पुरेसं नाही, प्रबोधनाच्या कामाला विधायक कामाची जोड द्यावी अशी सतत जाणीव होत होती. तसं विधायक काम आम्ही करीतही होतो. शिवणवर्ग चालविणं, शिलाईची कामं मिळवून देणं, वसतिगृह चालवणं इथपर्यंतच ते काम मर्यादित होते.

एके दिवशी मुंबईहून दलवाईभाभींचा फोन आला.''महिलांसाठी एखादा प्रोजेक्ट सुरू करता येतो का ते पाहू. मुंबईला चर्चेसाठी ये.'' आय्.डी.बी.आय्. च्या श्री.ए.जी.कारखानीसांनी चर्चेसाठी बोलाविलं होतं.

मुंबईत मी हे काम घेऊन बसावं असं भाभींच्या डोक्यात होतं. मलाही ते आवडलं, परंतु मुंबईत जागेचा मोठा प्रश्न होता व नेमकं काय करता येईल याची आम्हा कोणाजवळच योजना नव्हती. 'कोल्हापुरात काय करता येईल ते पाहा,' असं कारखानिसांनी सुचविलं.

पुढे त्यांचं पत्रही आलं की, वसतिगृह चालवता, त्याला जोडून महिलांना काय उद्योग देता येईल याचा विचार करा. महिलांना सहज शक्य असणारा उद्योग म्हणून त्यांनी मुंबईच्या अन्नपूर्णा महिला मंडळानं चालवलेल्या जेवणडबे पुरविण्याचा प्रकल्पाचा उल्लेख केला होता व मुंबईस जाऊन प्रेमा पुरव यांना भेटण्यास सांगितले होते.

मुंबईला जाऊन अन्नपूर्णाचा प्रकल्प पाहिला. तसंच पुण्यात चालणाऱ्या हमाल पंचायतीच्या 'कष्टाची भाकर' योजनेलाही भेट दिली व कोल्हापुरात भाजीभाकरी केंद्र सुरू करण्याचं निश्चित झालं. तलाकपीडित महिलांची यादी होतीच. त्यांची व कार्यकर्त्यांची बैठक घेऊन योजना मांडली. प्रस्ताव आय्.डी.बी.आय्. कडे पाठविला.

आयेशा, बी.टी.काझी. प्रा.ऐनूल आत्तार, नाईक पतीपत्नी, इनामदार पतीपत्नी, आय्.एन्.बेग, जी.एन्.सलाती, जी.आय्.मुल्ला, बशीर तांबोळी, ए.बी.शेख, जे.बी.जमादार अशी सर्व कार्यकारिणी कामाला लागली.

प्रकल्प पाठविताना हे काम घेऊन आपणास बसावं लागणार याचा मनात निश्चय केला होता. विक्रमनगरात असलेली जागाच या योजनेसाठी निश्चित केली होती. विक्रमनगर सोडावं लागलं असलं तरी तिथेच हा प्रकल्प उभा करण्याबद्दल मनात कोणताही किंतू नव्हता. कारण माझ्या घरावर हल्ला झाला असला तरी तो तत्कालिन उद्रेक होता हेही मला माहीत होतं. कारण आम्ही जे समाजप्रबोधनाचं काम हाती घेतलं आहे ते मुस्लीम समाजाच्या प्रेमापोटीच सुरू केलं आहे. आम्ही काही मुस्लीम समाजाचे शत्रू नाही व महिलांच्या प्रश्नावर आम्ही काम करीत असताना व्यक्तिश: सर्व मुस्लीम आमच्या विचारांना पाठिंबा देणारे असतात. मुल्ला मौलवींच्या दबावामुळे ते उघडपणे आमच्या बरोबर येत नाहीत. पण जेव्हा आम्ही तलाक पीडित महिलांची परिषद घेतली तेव्हा मोठ्या संख्येनं स्त्रिया अशा परिषदांना आल्या होत्या.

क्रि.प्रो.कोड कलम १२५ प्रमाणे घटस्फोटित मुस्लीम स्त्रीला पोटगीचा अधिकार होता. तेव्हा अनेकजणींनी कोर्टात धाव घेतली होती. तलाक मुक्ती मोर्चाला संपूर्ण महाराष्ट्रातून पाठिंबा मिळाला होता. या सर्व घटना मला पुन्हा विक्रमनगरात जाऊन काम करण्यास दिलासा देत होत्या.

विक्रमनगरला इमारत बांधून भाजी भाकरी उत्पादन केंद्र सुरू करता येईल. शहरात भाजी भाकरी विक्रीची व्यवस्था करू. सर्वच समाजातील घटस्फोटित स्त्रियांना काम देता येईल म्हणून 'तलाकपीडित महिला उद्योग' असं नाव या प्रकल्पाला निश्चित करण्यात आलं.

भारतीय औद्योगिक विकास बँकेचे विधी महाव्यवस्थापक श्री. ए.जी.कारखानीस व श्री.ए.एस.दांडेकर यांच्या बहुमोल सहकार्याने आ.डी.बी.आय. च्या महिला विकास निधीतून या प्रकल्पाला निधी उपलब्ध करून देण्यात आला व तलाकपीडित महिला उद्योग प्रशिक्षण व उत्पादन केंद्र सुरू करण्याची तयारी झाली.

केंद्राची इमारत उभी करण्यास पैसे हवे होते. विक्रमनगरातील आधीचे घर विकून आलेले तीस हजार रुपये बँकेत ठेवले होते, ते काढून आणले व इमारतीसाठी तात्पुरते वापरले.

आपण या कामाचा ध्यास घेतला तर त्यासाठी सर्वस्व पणाला लावायची जबाबदारी आपलीच आहे, हीच माझी वृत्ती असल्याने मी ते केलं.

मुस्लीम महिलांच्या प्रबोधनाच्या लढ्यात सतत आघाडीवर असणाऱ्या प्रमिलाताई दंडवते व मेहरून्निसा दलवाई यांच्या उपस्थितीत दि. १५ फेब्रुवारी १९९० रोजी भाजीभाकरी केंद्राचं उद्‌घाटन केलं.

जेवणघरात कामाला तोटा नाही. सुरुवातीच्या काळात सर्व कार्यकर्ते वेळ देत होते. पण हळू हळू ते काम आयेशाच्या गळ्यात पडलं. तीही आपली जबाबदारी आहे असे समजून सर्व काही करते. समीर, सुहेलही यापासून वेगळे राहू शकत नाहीत.

"आज दोन बायका कामावर आल्या नाहीत काय करू?" व्यवस्थापक फरिदा मालदारचा प्रश्न.

"कल्पना कांबळे कामावर येणार होती. तिचा अर्ज काढ. पत्ता बघ. इथेच विक्रमनगरात राहते. तिला बोलाव." आयेशाचा सल्ला.

तिला बोलवेपर्यंत आयेशानं चार किलो पीठ मळून तयारसुद्धा केलं.

"अजून आली नाही? आणा इकडे पोळपाट लाटणं एवढ्यात लाटून देते."

आयेशा चपात्या लाटते आणि व्यवस्थापक दोन दोन तव्यावर भाजू लागते. हे एवढ्यावरच संपत नाही. रोज नवीन नवीन प्रश्न उभे राहतात. ते सोडवायला वेळ देण्याची गरज असते. आम्हाल विक्रमनगरला राहायलाच यावं लागतं. घडी बसते आहे. प्रकल्प विस्ताराच्या योजना आखल्या जात आहेत.

"सलामालेकूम जमादार!"

"व अलैकूम सलाम!" असा प्रतिनमस्कार करून मी समोर पाहिलं तर विक्रमनगर सुन्नत जमातचे उपाध्यक्ष आत येत होते. त्यांच्याबरोबर दोन महिला होत्या.

"या आब्बासभाई, काय काम काढलं?"

"या दोघी. ही बेवा आहे व ही दुसरी तलाक झालेली आहे. त्यांना भाजीभाकरी केंद्रात कामाला घ्या."

मी क्षणभर स्तब्ध ....!

मी विक्रमनगरात परत येताना जो विश्वास मला मुस्लीम समाजाबद्दल होता त्याला पुष्टी देणारीच ही घटना होती.

◆

१९८९ पर्यंतच्या माझ्या आयुष्यातील घडामोडी जिहादच्या तिसऱ्या आवृत्तीमध्ये समाविष्ट आहे. वाचक विचारतात पुढे काय झाले? सध्या काय चालले आहे? चळवळीचे काय?

१९९१ मध्ये मला मानवतावादी कार्यासाठी इचलकरंजीच्या 'फाय फाऊंडेशन पुरस्कार' मिळाला. जिहादला मिळालेल्या पुरस्कारापैकी महाराष्ट्र फाऊंडेशन पुरस्कारामुळे सुनील देशमुख यांची ओळख झाली. तिचे मैत्रीत रूपांतर झाले.

१९९५ला पाचवी जागतिक महिला परिषद चीन मध्ये बीजिंगला झाली. मला त्या परिषदेला जाण्याची संधी मिळाली. भारतीय मुस्लीम महिलांची स्थिती यावर पेपर मांडला. चीनच्या भिंतीला धडक देऊन आलो. या परिषदेला जाण्यासाठी सुनील देशमुखांनी भरघोस मदत केली. व पुढे मुस्लीम समाज प्रबोधन संस्थेला महिलांसाठी बुक बाईंडिंग, पेपर फाईल तयार करणे असा छोटा प्रकल्पच दिला.

१९९२ला हिंदू दहशतवादाची आगळे रूप पाहायला मिळाले. बीजेपी व संघ परिवाराने बाबरी मस्जिद उद्‌ध्वस्त केली. याची मुळे शाहबानो पोटगी केस निकाल रद्द केला यात होती.

मुस्लीम वोट बँक सांभाळण्यासाठी तत्कालीन पंतप्रधान राजीव गांधींनी सर्वोच्च न्यायालयाने दिलेला शाहबानो पोटगी केस निकाल रद्द केला.

१९८६ मध्ये मुस्लीम महिला विधेयक पारीत करून राजीव गांधी शासनाने आपल्या पायावर धोंडा मारून घेतला.

कारण शाहबानो पोटगी केस निकाल रद्द झाल्याने बीजेपीने मुसलमानांचे लाड चालले आहेत त्यांचे ष्टुटीकरण करण्यात येत आहे. अशी ओरड सुरू केली. तेव्हा राजीव गांधींनी हिंदू वोट बँक सांभाळण्यासाठी राम मंदीराचे दरवाजे उघडले त्याचा फायदा अडवाणींनी रथ यात्रा काढून उठवला व त्यातून बाबरी मस्जिद उद्‌ध्वस्त केली. त्याला उत्तर म्हणून मुंबईत बाँबस्फोट झाले आणि पुढे काँग्रेस पक्षाची सत्ता गेली. इतके सगळे एका शाहबानो पोटगी केस निकाल रद्द केल्याने झाले.

अज्जी आपला टांगा घेऊन कोल्हापूरहून कडलग्यास जाण्यास निघाले होते. मीही त्यांच्याबरोबर होतो. आम्ही त्यादिवशी संकेश्वरमध्ये मुक्कामास होता. मुक्काम म्हणजे रस्त्याकडेला टांगा सोडायचा. घोड्याला गवत आणून टाकायचे. तिथेच अंग टाकायचे आणि पहाटे उठून पुढे प्रवास सुरू करायचा.

संध्याकाळ व्हायला आली तसा मला एकाकीपणा जाणवू लागला. मी असेन ८-९ वर्षांचा. आईपासून लांब आल्याचे जाणवले असेल, माझ्या अंगावर सरसरून काटा आला. मी अंग चोरून बसून राहिलो. पूना-बंगलोर हायवे संकेश्वरमधून जातो. हायवेवरून एखाद-दुसरी गाडी भरकन जायची.

रात्रीचा अंधार पडू लागला तसा रस्त्यावरचे कंदील पेटवणारा आला. तो प्रकाश करून गेला. अज्जींनी कंदिलाखालीच टांगा सोडला होता. अज्जींनी कुठून तरी जेवण पैदा केले. भात-भाकरी खाऊन, शरीराचा मुटकुळा करून मी झोपी गेलो. एकटेपणाने मनात घर केले होते.

आणि हळूहळू मला प्रकाश दिसू लागला. दिव्य प्रकाश, आकाशातून एकेक चांदणी खाली येऊ लागली. असंख्य चांदण्या खाली आल्या, त्यांनी माझ्याभोवती फेर धरला. माझ्या मनाला उभारी आली. मी आनंदलो, मनात एक समाधानाचा विश्वास प्राप्त होत होता. एकेक टपोरी चांदणी, चमकणाऱ्या चांदण्या माझ्याभोवती होत्या आणि मला जाग आली. रस्त्याने एक ट्रक जात होता. त्याच्या आवाजाने मी जागा झालो. त्या मंद तेवणाऱ्या कंदिलाच्या उजेडात मी कितीतरी वेळ जागा होतो. ते स्वप्न आठवत होतो. त्या चांदण्यांनी माझे संध्याकाळपासूनचे एकाकीपण नाहीसे केले आणि मी समाधानाने पुन्हा झोपेच्या अधीन झालो.

मी ज्या ज्या वेळी निराशेने ग्रासलेला असतो, तेव्हा तेव्हा मला ते चांदण्याचे फेर धरणारे स्वप्न आठवते आणि मी हर्षभरित होतो. ते चांदण्याचे माझ्याभोवती फेर धरणे हा काही नियतीचा संकेत असावा असे मला वाटते.

मला आवडलेली एक कविता आठवते. एक गिरणी कामगार पगार घेऊन घरी जाताना कोपऱ्यावर उभ्या असलेल्या भिकाऱ्याच्या झोळीत आपला खिसा रिकामा करतो. असा त्याचा आशय होता.

परमेश्वरावर श्रद्धा असणारा एकजण कामाच्या व्यापातून मंदिरात जाऊन पूजा-अर्चा करू शकत नाही परंतु तो रात्री झोपण्यापूर्वी देवाची आठवण करतो. मनातल्या मनात प्रार्थना करतो आणि झोपी जातो. ही त्याची आराधना असते. ही गोष्ट मला आवडली. मीही झोपण्यापूर्वी परमेश्वराची आठवण करतो. गेली कित्येक वर्षे माझा हा परिपाठ आहे. तेव्हा परमेश्वराच्या जवळ मी आहे, त्याची मला जाणीव असते. 'अत्तालेहोली'चा संदेश पैगंबरांचा आहे. ते म्हणतात, जगातील निर्धन, अपंग, आपद्ग्रस्त हे परमेश्वराने माझ्याकडे सोपवले आहेत. त्याप्रमाणे

मीही माझ्या परीने अशा लोकांना मदत करण्याचे काम करतो. तीच माझी हज यात्रा आहे असे मी मानतो.

अल्लाचे आभार मानत आज लिहीत आहे.

'नोबेल पुरस्कार' या शब्दाची ओळख मला त्याचा अर्थ कळत नव्हता, तेव्हा झाली. तो प्रसंग असा; मी शाळेत जात होतो पण मी बौद्धिकदृष्ट्या अतिमागास होतो. मला अभ्यासात गती नव्हती. मी शाळेत गेलो पाहिजे असे माझ्या आईला वाटायचे म्हणून मला शाळेत घातले. मी व्यवस्थित शाळेत जात नाही म्हणून, मला सोबत व्हावी म्हणून गोरीला (माझी मोठी बहिण) शाळेत घातले.

मला आठवतात तेव्हाचे शिक्षक. गणित कळावे म्हणून बाहेरच्या बागेतील वाळूतील गोटे गोळा करून आणायला सांगायचे. त्यातले चार गोटे अधिक तीन गोटे मोजून एकत्र करायला लावायचे आणि सर्व गोटे मोजून सात ही बेरीज येते असे सोपे शिकवायचे.

पहिली ते चौथी प्रत्येक वर्गात मी दोन दोन वर्षे घेतली आहेत; त्यामुळे १९व्या वर्षी मी एस.एस.सी. झालो, असो.

आमचे शिक्षक आमच्यासमोर नेहमी आदर्श व्यक्ती मांडत असत. माझ्या लक्षात राहिलेल्या काही व्यक्ती म्हणजे झाशीची राणी देशासाठी लढणारी, रवींद्रनाथ टागोर देशाला नोबेल पुरस्कार मिळवून देणारे. त्यातच एक नाव गोखले कॉलेज स्थापन करणारे बॅ. खर्डेकर, त्यांनी देशाला खेळातील ब्ल्यू स्टार (की काय तरी) पुरस्कार मिळवून दिला.

एके दिवशी या बॅ. खर्डेकरांनी डोक्यात गोळी झाडून घेऊन आत्महत्या केल्याची बातमी आली. का तर म्हणे त्यांना झोप येत नव्हती.

गोखले कॉलेज आमच्या शाळेच्या - रुईया विद्यालयाच्या - पुढेच होते. खर्डेकर वारल्याने शाळेला सुट्टी देण्यात आली होती. पण मी घरी न जाता शाळेच्या बागेत थांबलो, कारण खर्डेकरांची प्रेतयात्रा शाळेच्या दारासमोरून जाणार होती. ती पाहावी, आदर व्यक्त करावा असे वाटले असावे. शिक्षक व आणखी काहीजण ती प्रेतयात्रा पाहायला थांबले होते.

प्रेतयात्रा शाळेसमोरून गेली तेव्हा मनात नतमस्तक झालो आणि खर्डेकरांनी देशासाठी ब्ल्यू स्टार पुरस्कार मिळवला, आपण पण देशासाठी काहीतरी करावे असे मनात आले.

देशासाठी काम केलेली तीनच माणसे मला तेव्हा माहीत होती. झाशीवाली, लढाई करणे वगैरे आपणाला जमणार नाही. खर्डेकरांसारखे खेळाडू होणेही माझ्या मनात आले नाही. पण आपण देशासाठी रवींद्रनाथ टागोरांसारखा नोबेल पुरस्कार मिळवावा असे मनात आले. त्यावेळी मला दोन-चार वाक्येसुद्धा व्यवस्थित लिहिता

येत नव्हती.

पुढे मला शिक्षणाची जाण आली व मीहून विशालगड बाबांना आवाहन केले. 'या मलिकध्यानबाबा', 'मझे साल शिकनेका है। मझे शिकाव, मझे शिकाव।' दहावीलाही मला दोनदा बसावे लागले. पण वाचनाकडे माझा ओढा वाढला आणि मला नोबेल पुरस्काराचे महत्त्व कळले. तोपर्यंत मी ठरवून टाकले होते. रात्री झोपण्यापूर्वी परमेश्वराला आठवू लागलो आणि त्याला विनंती करू लागलो, तू माझ्या मनात नोबेल पुरस्काराची इच्छा निर्माण केली आहेस, ती पूर्ण करण्याची जबाबदारी तुझी आणि मी कुठेही असो; रात्री झोपण्यापूर्वी परमेश्वराची आळवणी करताना त्याला नोबेल पुरस्काराची आठवण देऊ लागलो.

आपण इतरांपेक्षा वेगळे आहोत ही जाणीवही मला हायस्कूलच्या जीवनात येत गेली. ते मनातून आतून येत होते. सर्वजण उजवीकडे केसाचा भांग पाडतात मी मात्र वेगळेपण म्हणून डावीकडे भांग पाडू लागलो.

त्या काळात फडके, खांडेकर यांचे युग होते. फडके केव्हाच माझ्या मनातून उतरले आणि ध्येयवादी खांडेकरांचे लिखाण मनात घर करू लागले. मी खांडेकर फार वाचले आहे असे नाही

नंतर मनाने आपोआप विज्ञाननिष्ठ भूमिका स्वीकारली. मग मुस्लीम समाजाचे डोळसपणे निरीक्षण आणि महात्मा फुले, राजा राममोहन रॉय, कर्वे यांच्या कामाचा ध्यास व मुस्लीम सत्यशोधक मंडळाचा पूर्णवेळ कार्यकर्ता आणि यदुनाथजींमुळे लिहिण्याकडे माझा कल वाढला व 'जिहाद' आकाराला आले. रोज झोपण्यापूर्वी मनात नोबेल पुरस्काराची आराधना होतच होती.

मग साक्षात्कार व्हावा तसे जिहाद हेच पुस्तक नोबेलकडे घेऊन जाईल असे वाटू लागले.

कुठेतरी मी लेखक राजन खान यांच्या भाषणाला उपस्थित होतो. ते आपल्या भाषणात म्हणाले, मराठी भाषेला नोबेल पुरस्कार मुस्लीमच घेऊन येईल! मला ते आवडले. मी मनात म्हणालो, होय मराठी भाषेला नोबेल पुरस्कार मुस्लीमच घेऊन येईल पण तो पुरस्कार हुसेन जमादार आणणार आहे.

वाई येथे मराठी विश्वकोश कार्यालय आहे. त्यांच्या वतीने विविध कार्यक्रम आयोजिले जातात. एकदा पुणे विद्यापीठाचे माजी कुलगुरू देवदत्त दाभोळकर यांनी कार्यक्रम ठेवला होता. त्यात मला 'माझ्याविषयी' बोलण्यासाठी बोलावले होते.

तेव्हा मी हा नोबेल पुरस्कार मिळवण्याचा प्रसंग कथन केला; तेव्हा दाभोळकर म्हणाले होते, 'मिळेल ना तुला नोबेल पुरस्कार!'

वाईतून निघणाऱ्या नवभारतमध्ये सदर कार्यक्रमाचा वृत्तान्त प्रसिद्ध केला होता.

मी आत्मकथनाला 'जिहाद' हे नाव दिले आहे. प्रिंट मिडियाने व दूरचित्रवाणीने

'जिहाद' हा शब्द बदनाम केला आहे.

मी माझे संपूर्ण आयुष्य मुस्लीम समाजाच्या भल्यासाठी खर्ची घातले आहे. मुस्लीम समाज या देशातील एक सन्माननीय घटक व्हावा असे माझे स्वप्न आहे. कारण आम्ही काही अरबस्तानातून आलेलो नाही. इथलेच, याच मातीत जन्मलेलो आहोत. आम्ही मुळचे दलितच असू. चातुर्वर्ण्य व्यवस्थेने केलेल्या विविध अत्याचारांना कंटाळून आमच्या ४०-५० पिढ्यांपूर्वी कुणीतरी हिंदू धर्म टाकून इस्लाम स्वीकारला असेल; त्यामुळे आम्ही या देशाचे मूलनिवासी आहोत. ख्रिश्चन, बौद्ध, जैन, पारशी, शीख, लिंगायत हेही मूलनिवासीच आहेत. म्हणून इथे धर्म लक्षात न घेता जो जो भारतीय वंशाचा आहे त्याला या देशात राहण्याचा आणि आपला विकास करून घेण्याचा अधिकार आहे. ही आमची ठाम भूमिका आहे.

हिंदू राष्ट्राची मांडणी संघ परिवार करतो आहे. त्यांनी आधी सकळ हिंदूंना एक करावे. मगच त्यांना हिंदू राष्ट्राबद्दल बोलता येईल आणि आम्ही मूळचे हिंदूच आहोत हेही त्यांनी लक्षात घ्यावे.

म्हणून डॉ. बाबासाहेब आंबेडकरांनी दिलेली धर्मनिरपेक्ष घटना आमचा प्राण आहे. ती अबाधित ठेवण्यासाठी या सर्व अल्पसंख्याक समाजाला बरोबर घेऊन, देशव्यापी आंदोलन उभे करून या धर्मनिरपेक्ष घटनेसाठी जर लढाई करावी लागली तर ती 'आर या पार'ची लढाई असेल आणि आम्ही ती सर्व शक्तिनिशी आणि सर्व पातळ्यांवर लढू हा आमचा वज्र निर्धार आहे.

'देश बचाओ, देश बनाओ' आंदोलन

एन.ए.पी.एम. या संस्थेच्या वतीने मेधा पाटकर यांच्या नेतृत्वाखाली 'देश बचाओ, देश बनाओ' आंदोलन तेरा राज्यांत राबविण्यात आले. केरळमधील प्लाचीमाडा येथे कोका-कोला कंपनीने आपला प्लॅन्ट लावला होता. सुमारे ८० बोअरवेल मारून कोको-कोलासाठी पाणी उपसण्याचे काम सुरू केले. काही कालावधीनंतर तिथल्या परिसरातील विहिरींमध्ये पाण्याऐवजी रसायन येऊ लागले; त्यामुळे गावकऱ्यांनी कोका-कोलाविरोधी आंदोलन सुरू केले होते. तेथून या आंदोलनाची सुरुवात करण्यात आली व तेरा राज्यांतील विविध प्रश्नांना गवसणी घालत शेवटी अयोध्येत समारोप करण्याचे ठरले होते.

केरळातून यात्रा सुरू करण्यात आली. वर्तमानपत्रांतून बातम्या येऊ लागल्या. असे काही आंदोलन सुरू झाले की, मी त्यापासून 'अलिप्त' राहू शकत नाही. या वेळीही तसेच झाले. यात्रा महाराष्ट्रात आली असता मी सांगलीत या सभेला गेलो होतो आणि यात्रेत सहभागी होण्यासाठी मन साद घालू लागले. सांगलीच्या सभेत उल्का महाजन यांनी सहभागी होण्यासाठी आवाहन केले व मी निर्णय घेतला,

आपणही सहभागी व्हायचे.

घरी सुहेलला फोन केला. माझे कपडे गोळा करून ठेव व गाडी तयार ठेव; मी देश बचाओ, देश बनाओ आंदोलनात सहभागी होणार आहे. त्यासाठी मला सांगलीला सोडायचे आहे. मी घरी येऊन बॅग भरली व सुहेलने मला सांगलीला सोडले. लक्झरी बसने पुढे जायचे होते. माझ्यासाठी एक जागा शिल्लक होती. आम्ही सोलापूरकडे निघालो.

दुसऱ्या दिवशी सकाळी कार्यक्रम सुरू व्हायचे. आम्ही सर्व यात्रेकरू जमलो होतो. प्रत्येकजण आपली ओळख करून देत होता. मीही ओळख सांगितली आणि अयोध्येपर्यंत मी या आंदोलनात असणार असल्याचे जाहीर केले. अर्थात मी शाळेत पत्र देण्यासाठी सुहेलकडे लिहून ठेवले होते. तीन महिन्यांची बिनपगारी रजा मिळावी असा अर्ज होता. अर्ज शाळेत पाठविण्यात आला. मागे तलाक मुक्ती मोर्चासाठी मी सहा महिने बिनपगारी रजा काढली होतीच.

भास्कर रेळेकर माझे सहकारी शिक्षक (आता मुस्लीम समाज प्रबोधन व शिक्षण संस्थेचे अध्यक्ष) यांनी मला फोन केला; म्हणाले, तुम्ही बिनपगारी रजेचा अर्ज दिलात पण संस्थेचे कार्याध्यक्ष बाबा मुळीक यांना फोन करून सांगा. मी तसे केले. बाबा म्हणाले, तुझे नेहमी काहीतरी सुरू असते. रजा घेण्यास माझी हरकत नाही. मग मी निवांतपणे निघालो. आंदोलनात सहभागी झालो.

छत्तीसगडमध्ये रायपूर जिल्ह्यातील एका खेड्यात मुद्दाम गेलो. कारण तिथे शिवनाथ नावाची साडेबावीस किलोमीटर लांबीची नदी एका खासगी कंपनीला विकली होती.

त्या कंपनीने तिथे पाणी अडवण्यासाठी छोटे धरण बांधले होते आणि गाववाल्यांना फक्त आठवड्यातून दोनदा पाणी सोडत होते. गावात चारशे घरे होती. त्यांचा व्यवसाय मच्छीमारी हा होता. त्यांना मच्छीमारीस बंदी घालण्यात आली होती. पास विकत घ्या; मग मच्छीमारी करा. शेतीसाठी पाणी उपसायला बंदी घातली होती. सर्व पाणी औद्योगिक वसाहतीकडे वळवण्यात आले होते. कंपनी पाणी विकून पैसा कमवत होती. धरणाभोवती पहारा होता. हातात दंडुका घेऊन पोलिसांच्या वेशातील लोक फिरत होते. आम्ही कुंपण तोडून टाकले व धरणाकडे धाव घेतली. अनेकांनी धरणात पोहायला सुरुवात केली. कंपनी परकीय आहे असे आम्हाला कळले होते, पण ती कंपनी परकीय नसून देशीच होती. जैन समाजातील पार्टनर होते. त्यांचा मॅनेजर आम्हा आंदोलकाकडे आला आणि हात जोडून इथून जा असे म्हणू लागला.

आम्ही म्हणालो, हे गाववाले किती पिढ्यांपासून इथे राहतात. त्यांचे पाणी बंद करणारे तुम्ही कोण? अशी कशी शासनाने नदी विकली? आमचे अनेक प्रश्न. संध्याकाळी रायपूरमध्ये जाहीर सभा घेतली. खासगी कंपन्यांना देश विकत असलेल्या

घटनेचा निषेध केला. आंदोलनाच्या बातम्या वर्तमानपत्रांत यायच्या, त्या कलेक्ट करून रेकॉर्ड ठेवण्याचे काम मला देण्यात आले होते. मी गावात जाऊन वर्तमानपत्रे विकत घेत असे व बातम्यांची कात्रणे ठेवत असे.

प. बंगालमध्ये जंबोदीप नावाचे बेट शासनाने परकीय कंपनीला विकले होते. तिथे कंपनी सेव्हन स्टार हॉटेल काढणार होती, त्यासाठी तिथे पिढ्यान्‌पिढ्या वसलेल्या मच्छीमारांना हटवण्याचे काम सुरू होते. पोलिसांनी अनेक बोटींतून जंबोद्वीपला वेढा घातला होता. त्यातून दंगल झाली आणि बारा मच्छीमार मारले गेले होते. तिथे देश बचाओ, देश बनाओ अभियान गेले. आम्ही बोटीने ११ किलोमीटर समुद्रात गेलो. तेव्हा जंबोद्वीपला पोहोचलो. सभा झाली. हुतात्म्यांना अभिवादन करून परत आलो.

बंगालमध्ये आणखी एक समस्या होती. गंगा नदीला पूर येतो तेव्हा पाण्याच्या वेगामुळे एका बाजूची जमीन कापली जाते; अशी दोन-दोन किलोमीटर कापली जाते. त्या दोन-दोन किलोमीटरमधील शेती नष्ट होते, घरे असतील तर जमीनदोस्त होतात. गाळाची भर पडून नवीन जमीन तयार होत जाते. ज्यांची जमीन नष्ट झाली त्यांना या नवीन निर्माण झालेल्या जमिनीचे वाटप करणे बंगाल शासनासमोर एक मोठे आव्हान असते.

तिथे अनेक म्हणजे हजारो बंगाली मुस्लीम पाहिले; ते बांगला देशातून आले होते. त्यांना बंगालीशिवाय कोणतीही भाषा बोलता येत नाही. उर्दूशी यांचा काही संबंध नाही. मग हे मुसलमान कसे? असा प्रश्न पडायचा.

प्रत्येक राज्यातील समस्या वेगळ्या. कुठे नदीवर धरण बांधल्याने पुढच्या गावात पाणी मिळेना म्हणून आंदोलन होते.

आम्ही आंदोलक रेल्वेने प्रवास करत होतो. प. बंगालमध्ये जलपायगुडी स्टेशनवर रिक्षाने पोहोचलो तर आमचे रिझर्व्हेशन असलेली गाडी आमच्या डोळ्यांसमोर निघून सुसाट गेली.

आम्हा ३५ जणांचे रेल्वेचे रिझर्व्हेशन होते. वाया गेले. रात्री प्लॅटफॉर्मवर झोपलो. सकाळी मिळेल त्या गाडीने पुढे गेलो. पुढच्या गावी आयोजित केलेला कार्यक्रम अर्थात रद्द झाला; असे अनुभव अनेकदा आले. म्हणून रेल्वेने प्रवास न करता एखादी गाडी घ्यावी, लक्झरी बस. तेव्हा महाराष्ट्रातील औराद जहाजानी येथे आंतरभारतीची गाडी असल्याचे कळले. सदाविजय आर्य यांचा नंबर मिळवून फोन करण्यात आला. त्यांचे इंजिनिअरिंग कॉलेज होते. त्यांची गाडी होती, ते विद्यार्थ्यांच्या सहलीसाठी गाडी वापरत.

मेधाताईंनी प्रयत्न करून ती गाडी मिळवली आणि आमचा पुढचा प्रवास सुखाचा झाला. अनेक शाळा-कॉलेजनी त्या आंदोलनाला सहकार्य केले होते.

आमची उतरण्याची व्यवस्था अशा कॉलेजमधून झाली होती. तामिळनाडूमध्ये ख्रिश्चन शाळा मोठ्या प्रमाणात होत्या.

राज्य बदलले की, गाडीच्या टॅक्सचा प्रश्न यायचा. मग मेधाताई कुणाकुणाला फोन करायच्या व गाडीला टॅक्स माफ व्हायचा. मेधाताईंची हिंदी, इंग्रजीवर कमांड होती. त्या तिन्ही भाषांतून बोलायच्या.

काही ठिकाणी आदिवासींच्या जमिनी गेल्या होत्या. नागपूरजवळ विमानतळासाठी अर्धे गाव उठविण्यात आले होते. हिमाचल प्रदेशात आम्ही चिपको आंदोलन करणाऱ्या सुंदरलाल बहूगुणा यांच्या गावी गेलो होतो. तिथे धरण बांधले होते व गाव बुडू लागले होते. त्यांना पर्यायी जमिनी मिळाल्या नव्हत्या. प्रवासाचा अंदाज यायचा नाही; ड्रायव्हरला रस्ता माहीत नसायचा. विचारत जायचे; त्यामुळे सभेची वेळ साधता येत नव्हती. एके ठिकाणी रात्रीची सभा होती पण आमची गाडी पहाटे ४.०० वाजता पोहोचली. वाट पाहून गाववाले झोपी गेले होते. हलगी वाजवत गावात फेरी करून त्यांना उठविण्यात आले. रात्रीचे जेवण आम्ही पहाटे पाच वाजता जेवलो आणि सभा घेऊन लगेच गाडीत बसलो. कारण दुसरीकडे पुढची सभा होती. असे अनेकदा व्हायचे. दुपारचे जेवण सायंकाळी ५.०० वाजता घेत होतो. सेवादलाची मंडळी गाणारी होती. त्यांची गाणी असायची. सलग प्रवास असल्याने रात्री कपडे धुवून घ्यावे लागायचे. इस्त्रीवाला भेटल्यास इस्त्री, अन्यथा तसेच!

अरुणा रॉय एक नेत्या होत्या. फार चांगले अनुभव आले. मेधाताई पत्रकार बैठकीत मला बोल म्हणायच्या; मग मी मुस्लीम समाजाविषयी बोलायचो. मुस्लीम स्त्रियांच्या स्थितीविषयी बोलायचो.

मुस्लीम वस्ती असलेल्या ठिकाणी मी हमखास वक्ता असायचो. नागपुरात मी देशात समान नागरी कायदा लागू व्हावा अशी मागणी केली. नागपुरातील एका वर्तमानपत्राने ही बातमी आठ कॉलम हेडलाइन टाकून छापली होती.

शेवट उत्तर प्रदेशातील अयोध्या येथे होता. सर्व दौऱ्याचा अहवाल मी तयार केला होता. लखनौच्या सभेत मी तो सादर केला. सभा झाली, पण पोलिसांनी अयोध्येकडे जाऊ दिले नाही. तिथेच सभा घेऊन समारोप केला.

मेधाताईंनी आम्हा महाराष्ट्रातल्या १५ जणांना परत जाण्यास सांगितले नंतर तिथे N.A.P. M.ची बैठक झाली.

तेरा राज्यांतील चार सेंटरवरून पुढे काम करायचे असे ठरले होते. पण लखनौच्या बैठकीत हे आंदोलन पुढे चालवायचे नाही असे ठरले म्हणे! २०० संघटना N.A.P. M.च्या सदस्य होत्या. पण एक चांगले व देशव्यापी आंदोलन बंद पडण्यात झाले. मी याची डायरी लिहिली होती. त्यावरून आंदोलन मासिकात ६ लेख लता म. प्र. यांनी प्रसिद्ध केले होते.

सद्भावना अभियान

सातारा जिल्ह्यातील वाई येथे जमातवादी शक्तींनी हिंदू-मुस्लीम दंगल घडविली. महाराष्ट्रात अशा दंगली इतरत्र उद्भवू नयेत म्हणून महाराष्ट्र प्रदेश सर्वोदय मंडळ आणि राष्ट्र सेवा दल यांच्या संयुक्त विद्यमाने स्वातंत्र्यसेनानी साथी एस. एम. जोशी व युसुफ मेहरअली जन्मशताब्दीनिमित्त दि. ८ जानेवारी ते ३० जानेवारी २००४ अखेर माझ्या नेतृत्वाखाली सातारा, सांगली, कोल्हापूर जिल्ह्यांत सद्भावना अभियान दौरा आयोजित केला. या अभियानादरम्यान तीन जिह्यांतील ४८ गावांना भेटी देण्यात आल्या. वाई, महाबळेश्वर, शिरवळ, लोणंद, फलटण, सातारा, कराड, कासेगाव, मिरज, सांगली, तासगाव, वाळवा, आष्टा, आटपाडी, इस्लामपूर, वारणा, कोडोली, कुरुंदवाड, इचलकरंजी, कौलव, सरवडे, मुरगुड, निपाणी, गडहिंग्लज, आजरा, उत्तूर, कोल्हापूर येथे ३८ महाविद्यालये व ४७ माध्यमिक शाळांमध्ये राष्ट्रीय एकात्मता या विषयावर व्याख्याने देण्यात आली. प्रा. चंद्रकांत पाटगांवकर व एस. आर. महाडेश्वर हेही एक व्याख्याते होते. अनेक मोहल्ला सभा झाल्या. सुमारे १ लाख लोकांपर्यंत या अभियानाचा संदेश शंकरराव बगाडे अध्यक्ष महाराष्ट्र प्रदेश सर्वोदय मंडळ यांच्या मार्गदर्शनाखाली पोहोचविण्यात आला.

विश्वशांती यज्ञ

मध्यंतरी कोल्हापुरात बिहारमधील संत-मंहत आले होते व त्यांनी कोल्हापुरातील गांधी मैदानावर यज्ञ करण्याचे जाहीर केले व त्यासाठी जनतेने उदारहस्ते निधी द्यावा. असे वर्तमानपत्रातून आवाहन केले होते. या यज्ञात ते ३५०० डब्बे तूप जाळणार होते. तसेच तेवढे गहू व तांदूळही जाळणार होते. याला कोल्हापुरातील पुरोगामी संघटनांनी व व्यक्तींनी विरोध करण्याचे ठरविले. 'आम्ही भारतीय आंदोलन'च्या वतीने कॉ. ॲड. गोविंदराव पानसरे, माजी आमदार बाबूराव धारवाडे, प्रा. टी. एस. पाटील यांच्या नेतृत्वाखाली या यज्ञास विरोध करण्याचे आंदोलन उभे केले. त्यावेळी मी व आबा कांबळेंनी सर्वोदय मंडळाच्या वतीने या यज्ञाला विरोध करण्याचे ठरविले आणि या यज्ञाच्या विरोधात 'चिपको आंदोलन' करण्याचे जाहीर केले. या यज्ञासाठी गांधी मैदानावर २५० खांबांचा मंडप उभारण्याचे काम चालू होते. त्या प्रत्येक खांबाला एकजण मिठी मारून उभा राहील असे आंदोलनाचे स्वरूप होते. हे वर्तमानपत्रात आल्यावर पोलीस खाते आमच्या मागे लागले. ते सर्वोदय मंडळाच्या ऑफिसमध्ये आले व आंदोलनात किती लोक भाग घेतील? असे विचारले. मी सांगितले, २५० खांब आहेत तर प्रत्येक खांबाला एक माणूस म्हणजे २५० लोक असतील. पोलीस निघून गेले. दुसऱ्या दिवशी गांधी मैदानावर ३०० पोलीस हजर

होते. मैदानाला छावणीचे स्वरूप आले होते. परंतु आमचे ५०-६० लोकच जमले होते. गांधी पुतळ्याजवळ कॉम्रेड अनिल चव्हाण यांनी सभा सुरू केली. यज्ञ मंडपात हिंदुत्ववादी संघटनांचे लोक मोठ्या प्रमाणावर गोळा झाले होते. ते आमच्या सभेकडे चाल करून येऊ लागले. पोलिसांनी त्यांना रोखले. मग आम्ही पत्रकारांसमोर निवेदन दिले. मी म्हणालो, आम्ही आज मुसलमान आहोत ते काही अरबस्तानातून आलेलो नाही; आम्ही मुळचे हिंदूच आहोत. चातुर्वर्ण्य व्यवस्थेने अनन्वित अत्याचार केल्यामुळे आमच्या ५० पिढ्यांपूर्वी कोणीतरी हिंदू धर्म टाकून समतावादी इस्लामचा स्वीकार केला. ही चातुर्वर्ण्य व्यवस्था पोसण्याचे काम ही यज्ञसंस्कृती करते आहे आणि यज्ञात लाखो लोकांना पुरेल इतके अन्न-धान्य व तूप जाळणार आहेत; म्हणून आमचा यज्ञाला विरोध आहे. इतके बोलून आम्ही यज्ञ मंडपाकडे 'चिपको आंदोलन' करण्यासाठी धावलो. तेव्हा पोलिसांनी आम्हाला अटक केली व जुना राजवाडा पोलीस स्टेशनमध्ये नेले. आमच्यावर गुन्हा दाखल करून, संध्याकाळी आम्हाला ५०-६० जणांना सोडून दिले. हे आंदोलन तसेच 'आम्ही भारतीय आंदोलन' यांनी केलेल्या प्रदीर्घ निदर्शनामुळे तो यज्ञ रद्द झाला आणि ते संत-महंत बिहारला पळून गेले.

काळी ईद

असेच आणखी एक आंदोलन मुंबईवर झालेल्या दहशतवादी हल्ल्यामुळे मी कोल्हापुरात केले; ती गोष्ट अशी आहे.

या मुंबईवरील हल्ल्यानंतर महिनाभरातच मुसलमानांची बकरी ईद आली होती. ही ईद मुसलमानांनी 'काळी ईद' म्हणून साजरी करावी असे पत्रक मी वर्तमानपत्रातून प्रसिद्धीस दिले होते. मुसलमानांनी काळ्या फिती लावून नमाज अदा करावी असे आवाहन केले होते. त्याला कोल्हापूर जिल्ह्यातील मुसलमान बंधूंनी उत्स्फूर्त प्रतिसाद दिला होता. कोल्हापुरातील मुस्लीम बोर्डिंग येथे आम्ही काळ्या फिती उपलब्ध करून दिल्या होत्या. आमचे पाहून मुस्लीम बोर्डिंगच्या पदाधिकाऱ्यांनीही काळ्या फिती व पिना वाटल्या. दुसऱ्या दिवशी वर्तमानपत्रात संपूर्ण कोल्हापूर जिल्ह्यामध्ये मुस्लीम बांधवांनी काळ्या फिती लावून नमाज अदा केल्याचे फोटो प्रसिद्ध झाले होते.

सच्चर का सच

न्यायमूर्ती सच्चर आयोगाच्या अहवालावर सर्वोदय मंडळाच्या सहभागाने महाराष्ट्रातील सुमारे वीस जिल्ह्यांत सच्चर अहवाल अभियान राबविण्यात आले. सच्चर का सच ही पुस्तिका मराठी व हिंदीतून प्रकाशित करून, त्याच्या ३० हजार

प्रती वितरित करण्यात आल्या. बारामती येथे भव्य मुस्लीम मेळावा झाला. केंद्रीय कृषीमंत्री मा. शरद पवार यांच्या हस्ते पुस्तिकेचे प्रकाशन करण्यात आले. २८ एप्रिल २००७ रोजी कोल्हापुरात पदयात्रा काढून सच्चर शिफारशींबाबत अभियान राबविण्यात आले.

बिंदू चौकात रात्री जाहीर सभा घेऊन भारतातील मुस्लिमांची स्थिती मांडण्यात आली. भाई वैद्य, कॉ. गोविंद पानसरे, सर्वोदयाचे आबा कांबळे यांची व्याख्याने झाली. अखिल भारतीय सर्वोदय मंडळाचे अध्यक्ष डॉ. सुगन बरंय यांच्या सहकार्याने अमळनेर, मालेगाव, नाशिक, धुळे, साक्री, पुणे, जालना, बारामती, वाशिम, औरंगाबाद, बुलढाणा, सांगली, कोल्हापूर जिल्ह्यांत हे अभियान राबविण्यात आले. आमचे सहकारी हाजी महंमदगौस नाईक यांनी पुस्तिकेचे भाषांतर केले होते.

आम्ही मशिदीतून इशाच्या नमाज नंतर बैठका घेतल्या. पहिल्या बैठकांना मुसलमान आले. परंतु दुसऱ्या दौऱ्यात मात्र मुस्लिमांची उपस्थिती कमी दिसू लागली. मुस्लीम समाज आपल्या रोजी-रोटीच्या मागे असतो. त्याला अशी आंदोलने करण्यात वेळ नाही. त्यांच्या नेत्यानांही सच्चर अहवालाचे महत्त्व नाही; त्यामुळे सच्चर अहवाल बासनामध्ये पडून राहिला.

२००८ मध्ये धुळे येथे जातीय दंगल झाली. तेथे पाहणी दौरा केला. शांततेसाठी गांधी पुतळ्याजवळ सर्वोदय मंडळाच्या सहकार्याने उपोषण केले.

मोदी सरकार दिल्लीत सत्तेवर असताना संघ परिवार आपला हिंदुत्ववादाचा छुपा अजेंडा राबवण्यास सुरुवात करतो आहे. त्याचाच एक भाग म्हणून २६ जानेवारी २०१५ रोजी प्रजासत्ताक दिनाच्या दिवशी देशातील प्रमुख वृतपत्रांतून केंद्र शासनातर्फे जाहिराती देण्यात आल्या. त्यात भारतीय राज्य घटनेची उद्देशिका पार्श्वभूमीला छापली आहे आणि भारतातील प्रातिनिधिक स्त्री-पुरुष त्यांच्या पारंपरिक वेषभूषेत दाखवले आहेत. पण त्यातून मुस्लीम-ख्रिश्चन व शीख या तिन्ही प्रमुख धर्माच्या व्यक्तिरेखा वगळ्यात आल्या आहेत. तसेच उद्देशिकेमधील सेक्युलॅरिझम व समाजवाद हे दोन शब्द नाहीत.

ही जाहिरात म्हणजे धर्मनिरपेक्ष राज्यघटनेला तिलांजली देण्याची सुरुवात होऊ शकते. तेव्हा 'संविधान सन्मान अभियान' आम्ही राबविणार आहोत.

हमीद दलवाई नास्तिक होते. अनेक वेळा ते आपल्या भाषणात म्हणायचे, मी खुदा मानत नाही, मी कुराण मानत नाही; मी पैगंबरांनाही मानत नाही. तसेच त्यांनी मरणानंतर कोणत्याची धर्माचे संस्कार न करता माझ्या कलेवराचे विद्युतदाहिनीत दहन करावे असे मृत्यूपत्र लिहून ठेवले होते आणि इंडियन सेक्युलर सोसायटीचे ए. बी. शहा, महंमद दलवाई यांच्याकडे त्याच्या प्रती देऊन ठेवल्या होत्या. त्याप्रमाणे त्यांचे दहन केले गेले.

हे त्यांचे नास्तिकपण मुस्लीम सत्यशोधक चळवळीला, अतिशय नुकसानकारक ठरले. कारण विरोधकांनी ही चळवळ नास्तिक लोकांची आहे असा प्रचार केला आणि तो मुस्लीम समाजाच्याही मनात रुजला. म्हणून ही चळवळ मुस्लीम समाजात वाढली नाही. पुणे व कोल्हापूर सोडून या चळवळीला इतरत्र सभासद मिळाले नाहीत, हे सर्वांना जाणवत होते. मी सरचिटणीस असताना हमीद दलवाईंचे नास्तिकपण नाकारू या अशी भूमिका घेतली आणि नवा जाहीरनामा सादर करण्याचे ठरले. त्यासाठी संस्थापक सदस्य, विचारवंत अ. का. मुकादम व आय. एन. बेग यांची समिती नेमून सहा महिन्यांनी तो नवीन जाहीरनामा लिहून पूर्ण केला आणि सर्वसाधारण सभेच्या बैठकीत त्यास मंजुरी घेऊन मुस्लीम सत्यशोधक समाज असे व्यापक नाव घेण्याचेही निश्चित झाले व परिषद घेऊन तो जाहीरनामा प्रसृत करण्याचे ठरले. परंतु पुणेवाल्यांनी ते होऊ दिले नाही. तो जाहीरनामा असा होता...

मुस्लीम सत्यशोधक मंडळ - नवा जाहीरनामा : नवी दिशा

२२ मार्च, १९७० रोजी पुणे येथे हमीद दलवाई यांच्या नेतृत्वाखाली मुस्लीम सत्यशोधक मंडळाची स्थापना झाली. मुस्लीम समाजात वैचारिक परिवर्तन घडवून आणणे म्हणजेच समाजात सेक्युलर, आधुनिक व वैज्ञानिक दृष्टीचा प्रसार करणे हे या चळवळीचे प्रमुख उद्दिष्ट ठरवण्यात आले होते. महाराष्ट्रातील आद्य समाजसुधारक म. ज्योतिराव फुले व त्यांची सत्यशोधक चळवळ ही प्रबोधनाची प्रेरणा असल्यामुळे, या चळवळीस मुस्लीम सत्यशोधक मंडळ असे नाव देण्यात आले.

शरियत किंवा मुस्लीम कायद्यामध्ये मुस्लीम पुरुषाला विवाह आणि घटस्फोटाच्या बाबतीत अधिक अधिकार दिले असल्यामुळे अनेक वेळा मुस्लीम स्त्रियांवर अन्याय होतो. या कायद्यात परिवर्तन घडवून आणण्यासाठी प्रयत्न करणे आणि वेगवेगळ्या उपक्रमांतून स्त्रियांवर होणाऱ्या अन्यायाचे प्रश्न समाजासमोर मांडून त्याद्वारे परिवर्तनाची मागणी करणे, त्यासाठी मुस्लीम समाजाशी संवाद साधून समाजाच्या व्यापक हितासाठी विद्यमान कायद्यात सुधारणा करण्याची मागणी करणे, हा मुस्लीम सत्यशोधक मंडळाच्या कार्याचा एक प्रमुख भाग राहिला.

नवी दिशा

मुस्लीम सत्यशोधक मंडळाच्या कार्याला चार दशके पूर्ण होत आहेत. कुठल्याही सामाजिक, सांस्कृतिक किंवा राजकीय चळवळीच्या वाटचालीत समाजातील विशिष्ट परिस्थितीमुळे काही टप्पे निर्माण होत असतात. अशा प्रत्येक टप्प्यावर त्या वेळेपर्यंत झालेल्या वाटचालीची व परिस्थितीत झालेल्या बदलांची दखल घेऊन चळवळीची उद्दिष्टे व स्वीकारलेली मूल्ये यांत गुणात्मक बदल न करता विषयांच्या

अग्रक्रमात बदल करणे व प्रसंगी नव्या विषयांचा समावेश करणे आवश्यक बनते. गेल्या दोन दशकांत जगात व देशात आणि मुस्लीम समाजातही बरीच स्थित्यंतरे झाली आहेत. या स्थित्यंतरांची दखल घेऊन चळवळीची नवी दिशा निश्चित करण्याची गरज निर्माण झाली आहे. या पार्श्वभूमीवर पुढील मुद्द्यांच्या आधारे नवी दिशा ठरवत आहोत.

१) कुराणाचा अन्वय - अर्थ लावणारे अधिकार

कुराण हा ईश्वरीय/अपौरुषेय ग्रंथ आहे आणि त्यामुळे तो परिपूर्ण व अपरिवर्तनीय आहे अशी मुसलमानांची श्रद्धा आहे. पण त्याचबरोबर कुराणाचा अन्वयार्थ लावण्याचा वा त्यावर भाष्य करण्याचा अधिकारही इस्लामने सर्व मुसलमानांना दिला आहे. इस्लामी समाजरचनेत पुरोहित वर्गाची संकल्पना नसल्यागुळे सामान्य मुसलमानांनाही कुराण, हदीस यांसारख्या इस्लामी धर्मशास्त्रीय ग्रंथांचा सखोल अभ्यास करून इस्लामचा अन्वय अर्थ समजावून घेता येतो. असे असतानाही मुस्लीम समाजात उलेमांचा असा एक पुरोहित वर्ग निर्माण झालाच. इतकेच नव्हे तर या वर्गाने इस्लामी धर्मशास्त्राचा अन्वय अर्थ लावण्याचा सर्वाधिकार आपल्याकडेच आहे व तोच अन्वय अर्थ सर्व मुसलमानांनी मान्य केला पाहिजे अशी टोकाची भूमिका सातत्याने घेतली व समाजावर आपले प्रभुत्व लादले. ही भूमिका इस्लामी धर्मशास्त्राशी विसंगत आहे. शिवाय उलेमांचा इस्लामी धर्मशास्त्राचा अभ्यास आणि व्यासंग मान्य केला तरी आजच्या काळातील गुंतागुंतीच्या जीवनात निर्माण होणाऱ्या प्रश्नांची उत्तरे केवळ धर्मशास्त्राच्या आधारे देता येणे शक्य नाही. त्यासाठी विज्ञान, वैद्यकशास्त्र, मानसशास्त्र, समाजशास्त्र अशा मानवी जीवनातील विविध ज्ञानशाखेतील तज्ज्ञांचा क्रियाशील सहभाग ही भूमिका स्वीकारून मंडळ आपली पुढील वाटचाल करील.

२) शरियतच्या अपरिवर्तनीयतेचा दावा आणि वास्तव

शरीयत परिपूर्ण व अपरिवर्तनीय आहे, या उलेमांच्या दाव्यात शरीयत किंवा इस्लामी न्यायशास्त्र त्यांच्या जन्मकाळापासून आजपर्यंत मूळ स्वरूपात टिकून राहिले आहे, असा अर्थ ध्वनित होतो. परंतु वस्तुस्थितीच्या निकषांवर तो टिकणार नाही, हे शरियतच्या इतिहासावरून सिद्ध होते. शिया-सुन्नी हे पंथभेद आणि त्यातून स्पष्ट होणारा शरियतचा भिन्न अन्वय अर्थ कुराण, हदीस इज्मा, कयास यांसारखी शरितयची किंवा इस्लामी न्यायशास्त्राची विविध साधने, हन्नमी, शामई, मालिकी, हंबली यांसारखे न्यायशास्त्राचे भिन्न संप्रदाय इत्यादी बाबी विचारात घेतल्या तर इस्लामच्या सुरुवातीच्या तीन-चार शतकांत इस्लामी न्यायशास्त्राचा सतत विकास होत गेला आहे, हे कळते. ब्रिटिशांनी तर आपल्या राजवटीत शरीयतचा ८० टक्के

हून अधिक भाग रद्दबातल करून मुस्लीम व्यक्तिगत कायदा हा विवाह, घटस्फोट, पोटगी आणि वारसाहक्क एवढ्या बाबींपुरताच शिल्लक ठेवला आणि स्वातंत्र्योत्तर काळात हीच परिस्थिती आजतागायत चालू ठेवण्यात आली आहे हे वास्तव आहे. शिवाय आजच्या काळातील जमाते इस्लामी, तबलीग जमात, दारुल उलूम देवबंद आणि इतर धर्मपीठे यांच्यात आपापसात असलेले अनेक मतभेद व गेल्या काही वर्षांत त्यांनी दिलेल्या मतमतांतून स्पष्ट झालेल्या विसंगती या सगळ्यातून शरीयत अपरिवर्तनीय आहे व त्यात बदल करण्याचे प्रयत्न म्हणजे धर्मात हस्तक्षेप आहे आणि पर्यायाने भारतीय संविधानाने दिलेल्या धर्मस्वातंत्र्याचा तो संकोच आहे, ही मुस्लीम समाजाच्या धार्मिक नेतृत्वाची भूमिका वस्तुस्थितीचा विपर्यास करणारी आणि म्हणून मुस्लीम समाजाची दिशाभूल करणारी आहे हे स्पष्ट होते. म्हणून मंडळाच्या कार्याची नवी दिशा ठरवताना, ही वस्तुस्थिती मुस्लीम समाजासमोर मांडून त्यांचे सर्वांगीण प्रबोधन करण्यास मंडळ प्राधान्य देईल.

३) मुस्लीम समाजासमोरील जमातवादाचे आव्हान

गेल्या काही वर्षांत हिंदू जमातवादाचे एक प्रचंड आव्हान भारतीय मुसलमानांसमोर उभे राहिले आहे. क्रिया-प्रतिक्रियात्यक स्वरूपात अस्तित्वात असणारा हिंदू जातीयवाद आता उघडपणे आक्रमक आणि हिंसक झाला आहे. मुस्लीम समाजातही जातीयवादी (धर्मवादी) प्रवृत्ती आहेत. पण एका समाजातील जातीयवादाला दुसऱ्या समाजातील जातीयवाद हे उत्तर होऊ शकत नाही. त्याचबरोबर जमातवादी दंगली कुणामुळेही किंवा कुठल्याही कारणास्तव सुरू झाल्या तरी अंतिमत: त्यात अल्पसंख्याक समाजाची जीवित आणि वित्तहानी अधिक होते; त्यामुळेच सामान्य मुसलमान असुरक्षित, हतबल व अगतिक झाला आहे. अशा परिस्थितीत मुस्लीम समाजातील जमातवादाविरोधात भूमिका घेत असताना, मुस्लीम सत्यशोधक मंडळ, हिंदू जातीयवाद व धर्मांधता यांच्या विरोधातही नि:संदिग्ध भूमिका घेईल त्याचबरोबर भारतीय समाज बहुधार्मिक व बहुसांस्कृतिक समूहघटकांनी तयार झाला आहे. अशा वैविध्यपूर्ण समाजात राष्ट्रीय एकात्मता निर्माण करण्यास सहिष्णुतेच्या आधारावर परस्पर सामंजस्य, स्नेहभाव व भावनिक एकता निर्माण करणे आवश्यक असते याचे भान ठेवून मुस्लीम सत्यशोधक मंडळ त्या दृष्टीने सतत प्रयत्नशील राहील. त्याचबरोबर हिंदू वा इतर समाजांत अशा तऱ्हेच्या ज्या व्यक्ती, संघटना वा चळवळी असतील त्या सर्वांशी मंडळ सर्वतोपरी सहकार्य करील.

४) सेक्युलॅरिझम व निरीश्वरवाद - मंडळाची भूमिका

विविधतेतून एकात्म समाज निर्माण करण्यासाठी आणि सामाजिक न्याय व समता या मूल्यांच्या प्रतिष्ठापनेसाठी भारत हे सेक्युलर राष्ट्र झाले. पण स्वातंत्र्य मिळून अर्धशतकाहून अधिक काळ लोटला असतानाही सेक्युलॅरिझमचा नेमका अर्थ लावण्यास सेक्युलर म्हणवून घेणाऱ्या राजकीय पक्षांना व सामाजिक संघटनांना अपयश आले आहे. कारण त्यांनी त्यांच्या सोयीप्रमाणे आणि मतांचे गणित मांडून सेक्युलॅरिझमचा अर्थ लावला. मुस्लीम सत्यशोधक मंडळाला असा सोयीचा अर्थ मान्य नाही. कारण तो अर्थ भारतीय संविधानाच्या प्रास्ताविकात स्वीकारल्या गेलेल्या मानवी मूल्यांच्या विरोधात जातो. म्हणूनच धर्म, जात, लिंग, वर्ण, भाषा इत्यादी कसलेही भेद न मानता सामाजिक न्याय आणि समता या मानवी मूल्यांवर आधारित एकात्म समाज निर्माण करण्यास साहाय्यभूत होणारी विचारप्रणाली म्हणजे सेक्युलॅरिझम, हा सेक्युलॅरिझमचा अर्थ मुस्लीम सत्यशोधक मंडळाला अभिप्रेत आहे. त्याचबरोबर सेक्युलॅरिझम म्हणजे निरीश्वरवाद हे समीकरणही मंडळाला मान्य नाही. व्यक्तिस्वातंत्र्याचा भाग म्हणून एखादी व्यक्ती निरीश्वरवादी होऊ शकते. त्याला कुणाचा विरोध असण्याचे कारण नाही. मात्र निरीश्वरवादाचे समर्थन वा पुरस्कार करणे ही मंडळाची भूमिका नाही. मरहूम हमीद दलवाईंनी त्यांच्या निरीश्वरवादी विचारांशी सुसंगत राहून मरणोत्तर दहन करून घेतले, ही त्यांची वैयक्तिक भूमिका होती. तिचा मंडळाच्या वैचारिक अधिष्ठानाशी किंवा ध्येय-धोरणाशी काहीही संबंध नाही, हेही मंडळ इथे स्पष्ट करू इच्छिते.

५) भारतीय मुसलमानांचे विकासाचे प्रश्न

स्वातंत्र्योत्तर काळात सर्वच राजकीय पक्षांनी भारतीय मुसलमानांचा केवळ 'व्होट बँक' म्हणून विचार केला; त्यामुळे मुस्लीम समाजाचे रोजी-रोटीचे व आर्थिक विकासाचे प्रश्न सतत दुर्लक्षित राहिले. आतापर्यंत प्रसिद्ध झालेल्या अनेक आयोगांच्या व सर्वेक्षणांच्या अहवालातून हे विदारक सत्य बाहेर आले आहे. सुदैवाने केंद्र शासनाने अलीकडेच या वास्तवाची दखल घेऊन मुस्लीम समाजातील आर्थिकदृष्ट्या दुर्बल घटकांच्या विकासासाठी काही ठोस पावले उचलण्याची घोषणा केली आहे. मुस्लीम सत्यशोधक मंडळ या नव्या शासकीय धोरणाचे स्वागत करत आहे. तसेच एकीकडे मुस्लीम समाजांतर्गत विकासाच्या प्रेरणा निर्माण करण्याचा प्रयत्न करताना दुसरीकडे मुस्लीम समाजाच्या विकासाचे प्रश्न देशासमोर प्रभावीपणे मांडण्याचा मंडळ प्रयत्न करील. त्याचबरोबर मागासवर्गीयांच्या विकासासाठी ज्या शासकीय सवलती, सुविधा मिळतात त्या मुस्लीम समाजातील दुर्बल घटकांना मिळाव्यात म्हणून मंडळ आग्रही प्रयत्न करील.

६) संवेदनशील प्रश्न आणि मुस्लीम सत्यशोधक मंडळ

राम जन्मभूमी - बाबरी मशीद, काश्मीर प्रश्न, दहशतवाद यांसारख्या देशासमोरील गंभीर व संवेदनशील प्रश्नांबाबत भारतीय संविधान, राष्ट्रीय एकात्मता, विविध समाज घटकांतील सामंजस्य या आधारे मंडळ वेळोवेळी भूमिका घेईल.

काश्मीर हा भारताचा अविभाज्य घटक आहे यावर मुस्लीम सत्यशोधक मंडळाची अविचल निष्ठा आहे, पण त्याचबरोबर या प्रश्नाची सोडवणूक करण्याचे प्रयत्न काश्मिरी लोकांच्या आशा-अपेक्षा, त्यांचे विकासाचे प्रश्न आणि काश्मिरीयत किंवा काश्मिरी संस्कृती यांची यथायोग्य दखल घेतली जावी, असे मंडळाला वाटते. काश्मीर म्हणजे केवळ काश्मीरची भूमी नव्हे, तर काश्मिरी जनता ही व्यापक भारतीय समाजाचा घटक आहे आणि काश्मीरचा प्रश्न सोडविताना भारतीय जनता काश्मिरी आपले देशबांधव आहेत असा विश्वास काश्मिरी जनतेत निर्माण करण्याचे प्रामाणिक व राजकारणातील प्रयत्न झाले पाहिजे, असे मुस्लीम सत्यशोधक मंडळाचे स्पष्ट मत आहे.

दहशतवाद ही गंभीर समस्या केवळ भारतासमोरच नव्हे तर जगातील अनेक राष्ट्रांसमोर उभी आहे. दहशतवादाने कुठलेही प्रश्न सुटत नाहीत. उलट भौतिक विकासात दहशतवादामुळे अडथळे निर्माण होतात आणि त्यात निरपराध लोकांची प्राणहानी व वित्तहानी होत असते. तेव्हा दहशतवादाचा सर्व शक्तिनिशी मुकाबला केला पाहिजे. 'जिहाद'सारख्या संकल्पनांचा संकुचित अर्थ लावून दहशतवाद वाढविण्यासाठी लष्करे तोयबा, तालिबान, अल जिहाद, जैश-ए-मोहम्मद यांसारख्या संघटना हे प्रयत्न करतात त्याचा मंडळ तीव्र धिक्कार करते. परंतु त्याचबरोबर जगाला केवळ इस्लामी दहशतवादाचा धोका आहे असे मंडळाला वाटत नाही. कारण या दहशतवादाबरोबरच, श्रीलंकेतील एल.टी.टी.ई.चा दहशतवाद, पूर्वेकडील राज्यांतील बोडोंचे हिंसक आंदोलन, काही राज्यांतील नक्षलवाद्यांचा हिंसाचार, काही वर्षांपूर्वी गुजरातमध्ये संघपरिवाराने घडवून आणलेल्या दंगली हे सर्व प्रकार दहशतवादाचे आविष्कार आहेत. तसेच आंतरराष्ट्रीय पातळीवरील अँग्लो-अमेरिकनांचा हिंसक नवसाम्राज्यवाद याचाही अंतर्भाव दहशतवादात होतो आणि ओसामा बिन लादेन, तालिबान हे अमेरिकेने स्वत:च्या गलिच्छ साम्राज्यशाहीवादी राजकारणासाठी निर्माण केलेले भस्मासूर आहेत, असे मंडळाचे स्पष्ट मत आहे. म्हणून दहशतवादाचे हे देशांतर्गत व आंतरराष्ट्रीय संदर्भ विचारात घेतल्याशिवाय दहशतवादाचा यशस्वी मुकाबला करता येणार नाही, अशी दहशतवादाबाबतची मंडळाची भूमिका आहे.

रामजन्मभूमी - बाबरी मशीद वाद हा सरळसरळ भारतीय मुस्लिमांच्या विरोधातील

जातीयवादी राजकारणाचा आविष्कार आहे, हे गेल्या अनेक वर्षांतील घटनांनी व दंगलींनी सिद्ध झाले आहे. आतापर्यंत त्यात बरीच जीवित व वित्तहानी झाली आहे; तेव्हा हा प्रश्न आता कायमचा सोडविला जाणे देशाच्या आणि एकूण भारतीय जनतेच्या हिताचे आहे. मात्र, तो सोडविण्याचे दोन मार्ग आहेत. एकतर न्यायालयाच्या निर्णयानुसार तो सोडविला जावा किंवा संबंधित दोन्ही पक्षांनी एकत्रित येऊन परस्पर विचार-विनिमय, सामंजस्य आणि या प्रश्नाचे ऐतिहासिक वास्तव आणि दोन्ही समाजाची संवेदनशीलता व प्रतिष्ठा यांच्या आधारे तो सोडविला जावा अशी मंडळाची या प्रश्नाबाबतची भूमिका आहे व राहील.

भूमीपुत्र मुसलमान

भारतीय मुसलमान धर्मांतरित आहेत ही वस्तुस्थिती आहे. त्याचप्रमाणे ते या देशाचे भूमीपुत्र आहेत हीसुद्धा वस्तुस्थिती आहे. तेव्हा धर्मांतर म्हणजे देशांतर यांसारखे तर्कविसंगत सिद्धान्त मांडून भारतीय मुसलमानांचा भूमीपुत्र असण्याचा हक्क नाकारण्याचे जाणीवपूर्वक जे प्रयत्न होत आहेत त्याला मुस्लीम सत्यशोधक मंडळाचा विरोध आहे. भूमीवरचा अधिकार स्वातंत्र्याच्या हक्कासारखाच स्वयंसिद्ध हक्क आहे. भारतीय संविधानाने अधिकृतपणे स्वीकारलेल्या धर्मनिरपेक्षता, सामाजिक न्याय, समता व बंधुत्व या मानवी मूल्यांवर आधारित सर्वसमावेशक भारतीय राष्ट्रवादाची संकल्पना बळकट करण्यासाठी मंडळ कटिबद्ध आहे. हा जाहीरनामा तयार होणे म्हणजे...

या सर्व गोष्टी जिहादला नोबेल पुरस्कार मिळण्याच्या दृष्टीने अल्लाच घडवतो आहे असे माझ्या मनात येते.

औरंगाबादचे प्रा. भूमकर भेटले; त्यांना जिहाद भावले आणि ते त्याचे इंग्रजीत भाषांतर करत आहेत.

जिहाद इंग्रजीत जाणे जरुरीचे आहे.

अलीकडे पहाटे ३ वाजता जाग येते. मग वाचन-लेखन करतो. २०१५ साल माझ्यासाठी उत्साहाचं ठरलं आहे. एक म्हणजे गेली दोन वर्षे मी मानसोपचार तज्ज्ञाकडे उपचार घेत होतो. नर्व्हस ब्रेकडाउनवर औषध घेत होतो. एकदा चौगुले डॉक्टरांना भेटायला गेलो तर त्यांचा मुलगा तिथं बसला होता; तो मला पाहून उभा राहिला. म्हणाला, सर तुम्ही? मला हायस्कूलमधले माझे विद्यार्थी ओळखता येत नाहीत. डॉ. निखिल चौगुले त्याचे नाव. वडिलांची गादी पुढे चालवत होता. माझी पंचाईत झाली. पण तो म्हणाला, किती काळापासून हा त्रास आहे? मी रिटायर झाल्यावर एक वर्षभराने मोकळा वेळ मला खायला उठला. जगण्याचा आधारच वाटेना. मला भीती वाटू लागली. जगणं अधांतरी वाटत होतं. माझा

दोन नंबरचा मुलगा सुहेल फार हुशार. त्याने सुचवलं, मानसोपचार तज्ज्ञाला दाखवा. मग आयेशा व सुहेलसह डॉ. चौगुले यांच्या स्वस्तिक हॉस्पिटलमध्ये गेलो. त्यांनी औषधे दिली. बराच इतिहास (माझ्या विषयीचा) लिहून घेतला होता. साधारणपणे वर्षभर औषध घेतल्यावर मला बरे वाटू लागले. तिथे येणाऱ्या पेशंटना मी पाहात होतो. काहीजण चार-चार वर्षे येत होते. माझी वर्ष-दीड वर्षात सुटका झाली होती.

नंतर दोन-तीन वर्षांनी पुन्हा या आजारानं उचल खाल्ली. पुन्हा दोन वर्षे औषधे घेतली. आत्महत्या करायचे विचार सारखे डोक्यात येत होते. त्याला खास काही कारण नव्हतं पण आत्महत्या कराविशी वाटत होती. डॉक्टरांनी सांगितलेली औषधे सुरूच होती. पण ते वाढत गेलं. आत्महत्या कशी करावी याचे विचार डोक्यात चालू असायचे; फास लावून घ्यावा? की रंकाळ्यात जाऊन जीव द्यावा? असे विचार मनात यायचे. फास लावण्यासाठी एक ओढणी घेऊन, स्लॅबच्या छताला असलेल्या हुकात ओढणी अडकवून जीव देण्याची नक्की तयारी केली. तिकडे रंकाळा तलाव साद घालत होता. पण मी नोकरीतून निवृत्त झाल्यावर कबीर सुहेलचा मुलगा या माझ्या नातवाला स्विमिंग शिकविण्यासाठी बडस् स्कूलमध्ये जाऊ लागलो. मला पोहायला शिकायची मोठी हौस होती. मी अनेक वेळा तसा प्रयत्न करत होतो. पण दोन महिने सलग पोहायला जात असल्याने मलाही पोहायला जमू लागले आणि मग मी पोहायला जात होतो; तेव्हा रंकाळ्यात जीव देण्याचा विचार मागे पडत होता हे मी डॉ. निखिलला सांगितल्यावर त्यान RTMS उपचार पद्धतीचे (मेंदूवर मॅग्नेटिक सिम्यूलेशन उपचार) नवीन मशीन आणले होते. त्याला एक आकडा होता ते मशीन अर्धा तास डोक्याला लावून बसायचे त्याचा आकडा डोक्यावर आपटायचा असे पंचवीस वेळा झाले की, त्या दिवसाचा उपचार संपायचा. रोज त्यासाठी ७०० रुपये खर्च असायचा. पण निखिल मला ५०० रुपयांत - सवलतीत उपचार देत होता. त्या उपचारामुळे माझा आत्महत्या करण्याचा निर्णय रद्द झाला होता.

माझ्या जीवनात असा प्रसंग का घडला असावा असा विचार केला तेव्हा माझ्या लक्षात आले की, मुस्लीम सत्यशोधक मंडळात सय्यदभाई सर्वेसर्वा होते. पण त्यांनी 'तलाक एके तलाक' असे चळवळीचे स्वरूप करून टाकले होते. त्यांना आपल्यापेक्षा कोणी वरचढ आहे असे दिसले की, ते त्याचे खच्चीकरण करायचे, त्याला काम करणे अवघड करून सोडायचे. ते दीर्घकाळ सरचिटणीस होते. पण आम्ही विरोध केल्यावर त्यांनी सरचिटणीसपद सोडले. संघटक हे नवीन पद निर्माण करून आपण संघटक झाले. अन्वर राजन हा एक उमदा कार्यकर्ता सरचिटणीस झाला. त्याला त्यांनी काम करू दिले नाही.

प्रत्येक ठिकाणी त्याची अडवणूक केली आणि त्याच्याकडे सरचिटणीसपद देताना निधीचा खडखडाट केला; त्यामुळे कार्यक्रमही फारसे झाले नाहीत. त्याने सरळ सरचिटणीसपदाचा राजीनामा दिला आणि तो मोहन धारियांकडे वनराईत काम करू लागला. तेव्हा सरचिटणीसपद माझ्याकडे आले. मी काय नवीन करणार होतो? पण मी सरचिटणीसपदावर दीर्घकाळ काम न करताच राहिलो. सय्यदभाई पुणे शाखेचे म्हणून ते पुण्यापुरते कार्यक्रम करत राहिले. मंडळ निद्रित अवस्थेत होते. मध्यंतरी दलवाई भाभी मंडळाच्या अध्यक्षा झाल्या. खरे पाहता भाभींना चळवळीशी काही देणं-घेणं नव्हतं; दलवाईंना हे काम करण्यासाठी मोकळे सोडले आहे आणि मी नोकरी करून घर चालवते असे त्या सांगायच्या. दलवाईंना चांगली प्रसिद्धी मिळाली त्यावर ए. बी. शहानी दलवाईंच्या मृत्युनंतर भाभींना मंडळात आणले ते पूर्वीचे सरचिटणीस अ. का. मुकादम यांना शह देण्यासाठी. एम. ए. झालेला हा माणूस फार चांगले विचार मांडणारा, लिहिणारा होता पण शहानी त्यांचे काही चालू दिले नाही. सय्यदभाईंना मुकादम नकोच होते; त्यामुळे मुकादमना जावे लागले.

शाहबानो केसचा निकाल १९८५ साली लागला; यावर कोल्हापूर ते नागपूर असा तलाक मुक्ती मोर्चा मी संघटित केला. त्या कामी महंमद दलवाई यांच्या मदतीने दलवाई भाभींनी मुंबईतून विशेषांकाला जाहिराती मिळवून दिल्या. एस. टी. बसला ३० हजार रुपये डिपॉझिट भरायचे होते. तो निधी यातून उभा राहिला. मुंबईची लैला पटेल व दलवाई भाभी अशा दोघीच मोर्च्यात होत्या. पुणेकरांनी, सय्यदभाईनी तलाक मुक्ती मोर्च्यात भाग घेतला नाही. पुणेकर फार भित्रे. रेल्वेने दिल्लीला जायचे म्हटल्यावर विरोधकांनी रेल्वे अडवली तर काय करायचे? असा प्रश्न ते काढायचे आणि हॉलमध्ये फक्त मीटिंगा घेत बसायचे. सुरेश शिपूरकरांचा एकदा फोन आला. त्यांनी मला भेटायला घरी बोलावले. म्हणाले, अहो, पुण्याला सुट्टीत होतो. वर्तमानपत्रात मुस्लीम सत्यशोधक मंडळाचा कार्यक्रम आहे म्हटल्यावर आम्ही मी, प्रा. रमेश शिपूरकरांच्या पत्नी, मुलगा समीर असे सर्वजण गेलो तर हॉलमध्ये मोजून ४ माणसे होती. त्यात भाई वैद्य, सय्यदभाई आणि त्यांचे दोन कार्यकर्ते यांच्यात चर्चा चालू होती. मंडळाला इतकी वाईट अवस्था आली आहे का? असे मला ते विचारत होते. अशा पुणेकरांच्या वृत्तीमुळे ते तलाक मुक्ती मोर्च्यात आले नाहीत. आम्ही कोल्हापूर - निपाणी भागातील कार्यकर्ते, मी, माझी पत्नी आयेशा, मुलगा सुहेल; नाईक, त्यांची पत्नी शहिदा भाभी, त्यांचा मुलगा नवाज; बेग, त्यांची पत्नी सफुरा, मुलगा रिजवान, मुलगी शब्बो; गुलाब मुल्ला, त्यांची पत्नी हमीदा आणि ११ महिन्यांचा मुलगा मुद्स्सर सांगलीच्या दोन तलाकपीडित अत्तार भगिनी. बशीर तांबोळी होता. मेहबूब

सोमजाळ B.Sc च्या शेवटच्या वर्षात शिकणारा, सहा महिने आमच्या वसतिगृहात राहत होता. निजाम मुल्लाणी होता, त्याचा भाचा पण होता. सोलापूरपर्यंत प्रा. आशा अपराध आल्या होत्या. प्रा. ऐनूल अत्तार व आप्पासाहेब इनामदार, त्यांच्या पत्नी, मुलगी असे सर्वजण होतो. एस. टी. बस घेऊन मोर्चा काढण्याची माझी कल्पना फर्मास ठरली. बसचा निर्णय एस. टी. महामंडळ लवकर देईना. त्यावेळी मंत्री थोपटे यांच्याकडे एस. टी.चा कार्यभार होता. दलवाई भाभींनी त्यांना भेटून मंजुरी आणली होती. आम्ही रोज कोल्हापूर एस. टी.च्या ऑफिसात जाऊन मंजुरी आली का? अशी चौकशी करणार तर तिथले अधिकारी सांगायचे, हे बघा, आम्ही नवी गाडी तयार ठेवली आहे; वरून मंजुरी मिळताच एस. टी. देऊ.

आणि एस. टी. नाही मिळाली तर आपण कोल्हापुरातच धरणे आंदोलन करू असे सर्व संघटनांच्या बैठकीत कॉ. गोविंद पानसरेनी जाहीर केले. अहो, मी दोन वेळा नागपूरपर्यंत दौरा करून आलोय. ठिकठिकाणी स्वागत समित्या बनविल्या आहेत. मोर्चेकऱ्यांची राहण्याची, जेवणाची व्यवस्था केली आहे व आपण म्हणता इथेच धरणे धरू? मला काय करावे कळेना. पण शेवटी एस. टी. मिळाली. प्रा. मुमताज रहिमतपुरे शेवटच्या दिवशी मोर्च्यात सहभागी झाली आणि मोर्चा मार्गी लागला. मेहरुन्निसा दलवाईना या मोर्च्यामुळे रोज १५ दिवस बोलावे लागल्याने भाषण करण्याची सवय झाली. त्या उर्दूतून भाषण लिहून घ्यायच्या व मराठीत वाचायच्या. पण हमीद दलवाईंची पत्नी म्हणून त्यांना मान होता. मोर्च्याच्या आधीच्याच वर्षी कोल्हापुरात राजर्षी शाहू पुरस्कार सुरू झाला होता. पहिला पुरस्कार सत्यशोधक भाई माधवराव बागल यांना देण्यात आला होता. दुसऱ्या पुरस्कारसाठी तलाक मुक्ती मोर्चाची दखल घेण्यात आली. म्हणून मेहरुन्निसा दलवाईंच्या नावे तो पुरस्कार जाहीर झाला. मी मुंबईस भाभींना फोन केला, अभिनंदन केले व तुम्हाला राजर्षी शाहू पुरस्कार जाहीर झाला असल्याचे सांगितले. त्या म्हणाल्या, अरे हुसेन, आता दोन महिने तर मी विश्रांती घेणार आहे. मोर्चाने मी बरीच दमले आहे. तरी त्या म्हणाल्या, 'मी येते आहे.'

त्या पुरस्कारासाठी आल्या तेव्हा आम्ही, काय भाषण करणार आहात? असे विचारले. कारण त्यांचे भाषण मराठीत पण उर्दू लिपीत लिहिलेले असायचे. हा पुरस्कार म्हणजे हमीद दलवाईंच्या कार्याचा व मुस्लीम सत्यशोधक मंडळाच्या कार्याचा गौरव आहे असे वाक्य त्यात घाला असे मी सांगत होतो. त्या म्हणाल्या, नाही, मला महंमदानी भाषण तयार करून दिले आहे. त्यात मी काही बदल करणार नाही; पण आम्ही म्हणत होतो तो आशय त्यात आला होता. या तलाक मुक्ती मोर्चात मंडळाचे अध्यक्ष बाबूमियाँ बँडवाले होते. त्यांनी आपली नात वहिदाला

बरोबर आणले होते. बसेच ड्रायव्हर सय्यद होते. त्यांनीही आपली पत्नी व दोन्ही मुलींना बरोबर घेतले होते. नाव तलाक मुक्ती मोर्चा. पण या मोर्च्याच्या काळात दोन लग्ने ठरली. बशीर तांबोळी व वहिदा बँडवाले तसेच मेहबूब सोमजाळ यांचे सय्यद यांच्या मुलीबरोबर पुढे लग्न झाले.

अलीकडेच सय्यदभाईंना शमुनच्या कार्याचे महत्त्व कळले आणि त्याला जनरल सेक्रेटरी करावे असा प्रस्ताव माझ्यासमोर त्यांनी मांडला. मी म्हणालो, ठीक आहे; मग नवीन टीम घेऊन सातार्‍यात मंडळाची बैठक घेऊन त्याला जनरल सेक्रेटरी केले. मी अर्थात मंडळाचा उपाध्यक्ष झालो. शमुनने नव्या टीमसह तरुण गट व महिला मंच स्थापन करून गेल्या वर्षभरात अनेक कार्यक्रम घेतले. डॉ. बाबा आढाव, भाई वैद्य यांच्या गळ्यातील तो ताईत बनला. मंडळालाही त्याच्या नेतृत्वाचा फायदा झाला. मंडळाकडे नवीन तरुण मंडळी गोळा झाली. आताच्या आमच्या कार्यकारिणीत ५/६ प्राध्यापक आहेत.

गेल्या वर्षाच्या अखेरीस सय्यदभाईंनी पुणे जनता सहकारी बँकेचे संस्थापकाच्या नावे असलेला आर.एस.एस.चा रुपये १ लाखाचा पुरस्कार स्वीकारला.

हा पुरस्कार ते घेणार हे कळल्यावर मंडळाने आर.एस.एस.चा पुरस्कार सय्यदभाईंनी स्वीकारू नये असा ठराव कार्यकारिणीत केला होता. सय्यदभाई दोन महिने गप्प बसले पण पुरस्कार स्वीकारला. तेव्हा त्यांना वगळून मंडळाची मीटिंग घेतली आणि त्यांना अध्यक्षपदाचा व कार्यकारिणी सदस्यत्वाचा राजीनामा द्यावा असे पत्र दिले. त्याला उत्तर म्हणून सय्यदभाईंनी आईच्या नावाने मंडळाला एक लाखाची देणगी दिली. ही देणगी मंडळाने स्वीकारू नये. कारण तो पैसा आर.एस.एस.ने दिलेला आहे असे ठरविले. हा पैसा आर.एस.एस.चा मानू नये; सय्यदभाईंनी आईच्या नावे देणगी दिली आहे आणि मंडळाला निधीची आवश्यकता आहे तेव्हा देणगी नाकारू नये असे उपाध्यक्ष आय. एन. बेग यांनी सुचविले मग बैठकीचा नूर बदलला आणि ही देणगी स्वीकारली गेली. सय्यदभाईंनी राजीनामा दिल्यावर उपाध्यक्षपदी असलेल्या माझ्याकडे मंडळाचे अध्यक्षपद आले. शमुनला कार्याध्यक्ष व्हायचे होते. आम्ही मान्यता दिली व तो कार्याध्यक्ष झाला.

अलीकडेच मंडळाच्या कार्यकारिणीची बैठक पुण्यात झाली. माझ्या भाच्याच्या मुलाची आरिफची किडनी रोपणाची शस्त्रक्रिया पुण्यातील आदित्य बिर्ला हॉस्पिटलमध्ये झाली होती. त्याला पाहायला जायचे होते म्हणून मी मीटिंगनंतर कोल्हापूरला परत न जाता कार्याध्यक्ष प्रा. शमशुद्दीन तांबोळी यांच्याकडे मुक्कामास राहिलो.

सायंकाळी आम्ही पंचवटीला त्यांच्या घरी गेलो असता पंजाबात होणाऱ्या ८८ व्या अखिल भारतीय मराठी साहित्य संमेलनास जाता येईल का? असे मी तांबोळी

यांना विचारले, तांबोळी म्हणाले, 'संत शेख महंमद यांच्या नावे साहित्य दिंडी नेता येईल'.

जरूर नेऊ या! मी लगेच उत्तरलो.

प्रा. बेनझीर शमशुद्दीन तांबोळीला म्हणाली, तुमच्या रजेचे जमत असेल तर आपण पण घुमानला जाऊ. रजेचे जमत नसल्यास परत येताना विमानाने येऊ म्हणजे प्रवासात दोन दिवस घालवावे लागणार नाहीत. शमशुद्दीन म्हणाला, पाहू या रजा मिळते का? पण हा काळ परीक्षेचा असल्याने अवघड दिसते. मग शमशुद्दीनने सय्यदभाईंना फोन केला. ते कारखाना सोडून जाणे शक्य नाही म्हणाले. पुणेरी स्वभाव. मग शमशुद्दीनने साहित्य संमेलनाचे अध्यक्ष डॉ. सदानंद मोरे यांना फोन केला आणि दिंडीची कल्पना सांगितली. मोरे यांनी फार चांगली कल्पना आहे. अवश्य या; हिंदू-मुस्लीम-शीख एकतेचा संदेश जाईल पण रिझर्व्हेशन संपलेली आहेत; तुम्हाला बायरोड यावे लागेल, असे सांगितले. तोपर्यंत माझ्या मनाने दिंडीची कल्पना पक्की केली होती.

मारुती अवगुंटवार डॉ. मोरेंचा Ph.D.चा विद्यार्थी, तो १०० कार्यकर्ते, कॉलेजचे विद्यार्थी घुमानला नेणार होता. त्याला शमशुद्दीनने फोन लावला. तो म्हणाला, रिझर्व्हेशनचे पाहू. उद्या मी तुमच्या कॉलेजमध्ये येतो.

मी सकाळी आरिफला पाहायला गेलो व दुपारी शमशुद्दीनच्या कॉलेजवर आलो. मारुती येणार होता. त्याची भेट मला घ्यायची होती. बरीच वाट पाहिल्यावर, दोनदा मोबाईल केल्यावर तो आला. म्हणाला, चला, कॉम्प्युटर रूम कोठे आहे व त्याने कॉम्प्युटरमधून संमेलनाचे फॉर्म काढले. मी माझा फॉर्म तिथे भरून दिला. महंमदगौस नाईक नेहमी माझ्याबरोबर दौऱ्यावर येतात. त्यांना फोन केला, ते शेतात होते. म्हणाले, ठीक आहे; जाऊ या घुमानला आणि त्यांनी ई-मेलवर आधारकार्ड पाठविले. त्यांचाही फॉर्म भरून मारुतीकडे दिला. मारुती म्हणाला, प्रत्येकी तीन हजारप्रमाणे ६ हजार द्या. माझ्याकडे साडेचार हजार होते. शमशुद्दीनने १५०० रुपये दिले. मी मग शमशुद्दीनला सांगितले, तुझा व बेनझीरचा फॉर्म भर. तो रजेचे विचारून पाहातो म्हणाला. मी कोल्हापूरला आलो. मंडळाचे सरचिटणीस प्रा. जमीर शेख यांना फोन केला. ते म्हणाले, रजेचे जमणार नाही. कारण परीक्षा आहेत. प्रा. अझरुद्दीनला शमशुद्दीनने फोन केला होता. मी कोल्हापूरच्या प्रा. सायरा मुल्लाणी यांना फोन केला; त्या म्हणाल्या, प्राचार्यांना विचारते. ते देतील परवानगी; मग जाऊ या घुमानला. पण नंतर त्यांचा फोन आला की रजा मिळू शकत नाही. कारण परीक्षा. मी येऊ शकत नाही. कोल्हापुरातून कोण येईल घुमानला? कारण बॅनर व दिंडी पकडायला चार लोक तरी पाहिजेत. मग बेगला विचारले. त्याचे वडील वयाच्या ९८ व्या वर्षी नुकतेच

वारले होते. दुखवट्यात होता; म्हणाला, मला शक्य नाही. दिलावर जमादारला विचारले. तो म्हणाला, येतो. मुलाच्या किडनीच्या ऑपरेशनसाठी मुंबई, पुणे, कोल्हापुरात चकरा मारून निधी गोळा करण्याच्या कामाने कंटाळलोय. चला, जाऊ या घुमानला. मरियम माझी लहान बहिण, शिक्षिका म्हणून दोन वर्षांपूर्वी रिटायर झाली. तिला विचारले. ती एका पायावर तयार झाली. साहित्यिक प्रा. फ. म. शहाजिंदेना फोन केला. ते म्हणाले, निमंत्रणाशिवाय मी जात नाही. मला काही निमंत्रण आलेले नाही. मी म्हणालो, दिंडीच्या कार्यक्रमाला मी निमंत्रण देतो आहे ना? मंडळाचा अध्यक्ष; मग म्हणाले, ठीक आहे, मी येतो. विजय दिवाण, गागोदा (जि. रायगड) येथे विनोबा आश्रमात राहतात. त्यांना म्हटले, दिंडी न्यायची आहे; तुम्ही अवश्य आले पाहिजे. त्यांनी होकार भरला; म्हणाले, मला त्या बामणी साहित्य संमेलनात इंटरेस्ट नाही. पण सरवरपूरमध्ये जरूर इंटरेस्ट आहे. त्यासाठी येणार. गुलाब इमाम वळसंगळकर शिक्षक म्हणून रिटायर झाले. त्यांना फोनवर कल्पना सांगितली, तो तयार झाला. विजय पाटील आमच्या मुस्लीम समाज प्रबोधन संस्थेच्या एच.आय.व्ही. एड्स प्रोजेक्टमध्ये काम करतो. तो उत्साही तरुण आहे. त्याला सामाजिक उपक्रमांत भाग घेण्यास आवडते. त्याचे नुकतेच महिनाभरापूर्वी लग्न झाले आहे. त्याला विचारले, तो म्हणाला, मी बायकोला घेऊन येतो. ये, मी म्हणालो. तो आला. पंजाबात त्याने अशी बातमी सांगितली की, माझे एक महिन्यापूर्वी लग्न झाले आहे. ती बातमी चित्रलेखामधील घुमान संमेलनाच्या लेखात आली आहे. नवीन लग्न झालेली जोडी पंजाबमध्ये आली आहे म्हणून एका शीख कुटुंबाने त्या दोघांना घरी नेले, जेवू घातले व कपडेसाडीचा आहेर केला.

मंडळाचे २० वर्षांचे प्रोसिडिंग बुक लिहायचे काम अपूर्ण होते. मंडळाचे ऑफिस मुंबईहून पुण्यात आणण्यासाठी ते प्रोसिडिंग पूर्ण करणे गरजेचे होते. त्यातील काही काळ मी सरचिटणीस असल्याने ते सर्व रेकॉर्ड तयार करण्याची जबाबदारी माझ्यावर सोपवण्यात आली. प्रत्येक वर्षाच्या किमान पाच सभा म्हणजे १०० सभांचे रेकॉर्ड पूर्ण करावे असे ठरले. मी ते लिहिण्याची जबाबदारी घेतली. वीस वर्षांत झालेल्या कार्यक्रमांचे रेकॉर्ड वर्तमानपत्रांत आलेल्या बातम्या वापरून लिहावे असे मी ठरविले व सय्यदभाई यांच्याकडे रेकॉर्डची, पेपरच्या कात्रणांची मागणी केली. त्यांनी टोलवाटोलवी केली; त्यामुळे माझ्या संग्रहातील वर्तमानपत्रांच्या कात्रणांवरून मीटिंगा लिहिण्याचे मी ठरविले आणि मागची सगळी कात्रणे शोधू लागलो. भराभर मीटिंगा लिहू लागलो. लोकसत्तेचे एक कात्रण माझ्या हाती आले. कुमार केतकर यांचा बाबरी मशिदीवरचा लेख आहे म्हणून मी ते कात्रण बाजूला काढून ठेवले होते. त्याच्या खाली खुशवंतसिंग यांचा लेख होता. 'सेक्युलॅरिझमची

पुनर्बांधणी' मी तो काळजीपूर्वक वाचला. १९४७ साली पाडण्यात आलेली मशीद शीख बांधवांनी बांधून दिली याचा तो वृत्तान्त होता.

धर्मनिरपेक्षतेची पुनर्बांधणी

लेखक : खुशवंत सिंग

सय्यद शहाबुद्दीन यांच्या व मिल्ली गॅझेट या साप्ताहिकाच्या पहिल्याच पानावर त्यांचे संपादक जफरुल इस्लाम खान यांनी एक बातमी दिली होती. माझ्या मते, ही बातमी भारतातल्या प्रत्येक महत्त्वाच्या वृत्तपत्राची, टीव्ही चॅनेलची हेडलाइन व्हायला हवी होती. मात्र 'द मिल्ली गॅझेट' वगळता ही बातमी इतरत्र कुठेही प्रसिद्ध न झाल्याचे पाहून आपली प्रसारमाध्यमे त्यांच्या कर्तव्यापासून दूर जात असल्याच्या भावनेने मला वाईट वाटले. या बातमीचे शीर्षक होते - '१९४७ साली पाडण्यात आलेली मशीद शीख बांधवांनी बांधून दिली'! या बातमीचा गोषवारा मी येथे देतो.

पंजाबातील समराला या छोट्या शहरापासून सुमारे १० किलोमीटर अंतरावर असलेल्या सरवरपूर या खेड्यात स्वातंत्र्यापूर्वी मोठ्या प्रमाणावर मुस्लिमांची वस्ती होती. फाळणीच्या पार्श्वभूमीवर झालेल्या दंग्यात येथील बहुतांश मुस्लीम लोक गाव सोडून पाकिस्तानातील पंजाबात पळून गेले. गावातील एक मशीद हिंदू आणि शीख दंगलखोरांनी उद्ध्वस्त केली. गेल्याच वर्षी गावातील शिखांनी ही मशीद पुन्हा बांधून देण्याचा निर्णय घेतला.

शिरोमणी गुरुद्वारा प्रबंधक समितीचे जथेदार किरपाल सिंग, स्थानिक आमदार जगजीवन सिंग आणि सर्व गावकऱ्यांनी नव्याने बांधलेल्या या मशिदीचा शानदार हस्तांतर सोहळा २२ मे रोजी केला. मौलाना हबीबूर रहेमान सानी लुधियानवी यांचे खास स्वागत केले. गावकऱ्यांनी टाळ्यांचा कडकडाट केला. गावातील सर्वात ज्येष्ठ मुस्लीम नागरिक, दादा मोहम्मद तुफैल यांच्या हातात नव्याने बांधलेल्या मशिदीच्या चाव्या दिल्या, तेव्हा तेथे उपस्थित समुदायाने 'अल्ला हू अकबर'च्या घोषणा दिल्या.

ही बातमी वाचल्यानंतर माझी छाती अभिमानाने फुलून आली. माझ्या धर्माचे, पंथाचे लोक गुरू नानकांच्या खऱ्या शिकवणीचे पालन करीत असल्याचे पाहून मन भरून आले. गुरू नानकांचे पहिले शिष्य भाई मर्दाना हे शेवटच्या श्वासापर्यंत मुस्लीमच राहिले आणि त्यांना त्यांच्या धर्माचे पालन करण्याची पूर्ण मुभा होती. पाचवे गुरू अर्जून ज्यांनी आदी ग्रंथाचे संकलन केले आणि हरमिंदर साहिब (आजचे सुवर्णमंदिर) बांधले त्याचा शिलान्यास लाहोरचे सुफी संत हजरत मियाँ मीर यांच्याकडून करवून घेण्यात आला होता. महाराजा रणजित सिंहांच्या पत्नीने दाता

गंज बक्ष यांचा संगमरवरी दर्गा बांधला. आज तो लाहोरमधील सर्वात प्रसिद्ध सुफी दर्गा आहे. या सर्व महात्म्यांचे आत्मे या घटनेने किती सुखावले असतील, असे मला वाटते.

अजूनही ही घटना जुनी किंवा शिळी झाली आहे, असे प्रसारमाध्यमांनी समजू नये. वर्तमानपत्रांच्या प्रतिनिधींनी समजू नये. वर्तमानपत्रांच्या प्रतिनिधी आणि टी.व्ही. चॅनेल्सनी सरवरपूरला जाऊन या घटनेला प्रसिद्धी द्यायला हवी. नव्याने बांधलेल्या मशिदीची छायाचित्रे प्रसिद्ध करायला हवीत. मुख्य म्हणजे बाबरी मशीद पाडणाऱ्या एल. के. अडवानी, मुरली मनोहर जोशी, उमा भारती, साध्वी ॠतंभरा, कल्याण सिंग, हिंदू महासभावाले, शिवसैनिक, बजरंग दल आणि धार्मिक विद्वेषाची गरळ ओकणाऱ्या प्रत्येकाला त्या ठिकाणी नेऊन हे दाखवायला हवे की, हा देश एक ठेवण्यासाठी कशा प्रकारच्या आंदोलनांची गरज आहे. असे झाल्यास याचे परिणाम खरोखरच वेगळे होतील आणि मला खात्री आहे की, स्वर्गातून गांधीजी सरवरपूरमधील गावकऱ्यांवर आशीर्वादाचा वर्षाव करतील.

ही बातमी अजूनही शिळी झाली असे समजू नका. देशासमोर राष्ट्रीय एकतेचे प्रतीक उभे केलेल्या सरवरपूरला अजूनही लोकांनी जावे आणि या घटनेला प्रसिद्धी द्यावी. हा खुशवंत सिंगांचा सल्ला... मी हाच मुद्दा पकडला आणि संत शेख महंमद साहित्य ऐक्य दिंडी घुमानला घेऊन जाण्याची कल्पना तांबोळी यांना सांगितली व त्यांनीही वेळ काढावा. आपण घुमानला जाऊ असे सुचविले आणि कार्यक्रम सिद्धीस नेण्याच्या कामाला लागलो.

१९ मार्चला कोल्हापुरात पत्रकार बैठक घेऊन घुमानला मुस्लीम सत्यशोधक मंडळातर्फे शेख महंमद साहित्य ऐक्य दिंडी नेण्याचे जाहीर केले. फार वेळ नव्हता, कारण १ एप्रिलला पहाटे घुमानकडे प्रवास सुरू व्हायचा होता.

संत शेख महंमद श्रीगोंद्याचे. श्रीगोंद्याला आम्ही अनेक वेळा जाऊन आलो आहे. तिथले स्वातंत्र्यसैनिक बाबूमियाँ बँडवाले मुस्लीम सत्यशोधक मंडळाचे संस्थापक अध्यक्ष होते. त्यांच्या नातवाला हमीद सय्यद यास फोन लावला. दिंडी श्रीगोंद्याहून सुरू करण्याचे ठरले.

२१, २२ मार्चला मंडळाचा ४५ व्या वर्धापन दिनाचा कार्यक्रम पुण्यात होता. तेव्हा त्या सभागृहात मी प्रवेश केला व पहिल्या रांगेतल्या खुर्चीवर बसलो तर समोर हमीद दलवाईंचे सुंदर चित्र छापलेले बॅनर पाहिले व मला दलवाईंचा चेहरा पाहून वाटू लागले, जे काम मी करणार होतो ते तुम्ही हिरावून नेलेत व चुकीच्या दिशेने नेऊन मोठ्या कामाचे धनी झालात, असे सारखे मनात येत होते. नंतर मनात आले की, इस्लाम धर्मातील कायदे कसे बदलले पाहिजेत याचे मी व जहाँगीर जमादारने काढलेल्या पत्रकाची आठवण आली. मी कोणाला तसे

बोललो नाही. आता शमशुद्दीनने असे छापले की, दिंडीचा कार्यक्रम कोल्हापूर शाखेचा होता व शमशुद्दीनचा त्याला पाठिंबा होता. मी मंडळाचा अध्यक्ष आहे आणि हा निर्णय घेताना कार्याध्यक्ष शमशुद्दीन तांबोळी, उपाध्यक्ष आय. अेन. बेग, माजी अध्यक्ष महंमदगौस नाईक, प्रा. बेनझीर तांबोळी, सदस्य या सर्वांशी चर्चा करूनच निर्णय घेतला आहे. मग तो कार्यक्रम कोल्हापूर शाखेचा कसा? अध्यक्षाला काही निर्णय घेण्याचा अधिकार आहे की नाही? की कार्यकारिणीने मंजुरी दिल्याशिवाय कार्यक्रम करायचेच नाहीत?

तसे असेल तर नको मला अध्यक्षपद आणि नको मला मुस्लीम सत्यशोधक मंडळ. ३ मे रोजी हमीद दलवाईंचा स्मृतीदिन होता. सय्यदभाईंचा फोन आला, हमीद दलवाईंच्या स्मृतीदिनाचा कार्यक्रम कोल्हापुरात घ्या. हमीद दलवाईंच्या नास्तिकतेच्या कारणाने चळवळीला व आम्हा कार्यकर्त्यांना भरपूर त्रास झाला आहे. कोल्हापुरात १९८६ मध्ये मंडळाची आघाडीची कार्यकर्ती प्रा. मुमताज रहिमतपुरे यांचे टँकरने तिची टू व्हीलर उडवल्याने निधन झाले तर कोल्हापुरातील कबरस्थानाचे फाटक बंद केले गेले व मुमताजचे प्रेत इथे दफन करता येणार नाही. कारण तुम्ही आयुष्यभर इस्लामविरोधी बोलत राहिला आहात. तुम्ही नास्तिक आहात असे आरोप करण्यात आले. ज्येष्ठ नेते एन. डी. पाटील व इतर सामाजिक कार्यकर्त्यांनी समेट घडवून आणल्यावर दफनाला परवानगी दिली पण मौलाना 'नमाजे-जनाजा' (मृत्यूनंतरची नमाज) पढवायला आले नाहीत. तेव्हा ती नमाज मी पढवली होती. असा आम्हाला दलवाईंच्या नास्तिकतेच्या भूमिकेचा विरोध सहन करावा लागला होता. माझा मुलगा सुहेलचे लग्न झाले तेव्हा मुस्लीम बोर्डिंगच्या ताब्यात असलेल्या विक्रमनगरच्या जमातीचे अध्यक्ष वंटमुरेनी लग्न लावण्यासाठी मौलाना पाठविण्यास विरोध केला होता. माझ्याबरोबर निवृत शिक्षणाधिकारी नूरमहंमद उमर मणेर वंटमुरेंकडे आले होते. तेव्हा आम्ही निपाणीहून मौलानांना बोलावले होते. ते लग्न त्याच वेळी रजिस्टर पद्धतीनेही झाले होते. पण समाजातील परंपरा म्हणून मौलानांकडूनही लग्न लावले होते. दलवाईंप्रमाणे आम्ही नास्तिक नव्हतो. तेव्हा मला कोल्हापुरात हमीद दलवाई स्मृतीदिन साजरा करायचा नव्हता. पण मंडळाची बैठक ३ मे रोजी घेतली होती. आताची पिढी दलवाईंना ओळखत नाही. म्हणून मुस्लीम समाजाचा मुस्लीम सत्यशोधक मंडळाला विरोध कमी झाल्याचे जाणवते. तर दलवाईंच्या पिच्छा सोडवण्याची ही चांगली संधी चालून आली आहे. आता माघार न घेता दिंडीचा कार्यक्रम हा मंडळाच्या अध्यक्षांनी घेऊनसुद्धा तो कोल्हापूर शाखेचा कार्यक्रम ठरवत असतील तर नको मला ते मंडळ! असा माझा विचार पक्का झाला.

१० मे रोजी मंडळाच्या कार्यकारिणीच्या बैठकीत जायचे आणि मंडळाला

रामराम करून यायचे असा विचार पक्का झाला. अखिल भारतीय सलोखा भाईचारा मंच ही नवी संघटना स्थापन करायची हा निर्णय मनाने ठामपणे घेतला व मनाची तगमग शांत झाली.

आता हे माझे सहकारी महंमदगौस, आय. अेन. बेग, जी. एन. सलाती, बशीर तांबोळी, मरियम जमादार, दिलावर जमादार, अब्दुलमजीद नगारजी, समीर जमादार, आयेशा जमादार, अब्दुल कासिम नेसरीकर, गुलाब वळसंगकर, हमीदा वळसंगकर, शमशाद सलाती, शाहिदा नाईक, सफुरा बेग आणि इतर यांना पटवून द्यायची शक्ती अल्ला मला देवो! आमिन!

हे सर्व अल्ला माझ्याकडून करवून घेतोय, यावर माझा विश्वास आहे.

आमीन!

४५ व्या वर्धापन दिनाचा कार्यक्रम होता. उद्घाटन सत्राचा मी अध्यक्ष होतो. मी माझ्या भाषणात पंजाबात सरवरपूर येथे १९४७ साली पाडण्यात आलेली मशीद शीख बांधवांनी २००९ मध्ये बांधून दिली. या खुशवंत सिंगांच्या लेखाचा उल्लेख केला आणि मुस्लीम सत्यशोधक मंडळाच्या वतीने ८८ व्या अखिल भारतीय मराठी साहित्य संमेलनाच्या निमित्ताने संत शेख महंमद साहित्य ऐक्य दिंडी घुमानला नेत आहोत. पुढे ही दिंडी सरवरपूरला जाईल असे जाहीर केले.

मंडळाचे सरचिटणीस, चिटणीस, खजिनदार व इतरांनाही दिंडीचा प्रारंभ श्रीगोंद्याहून करायचा आहे. तुम्ही एक दिवसासाठी श्रीगोंद्यास या अशी विनंती केली. पण नोकरीचे कारण सांगून सर्वांनी नकार दर्शवला. मी, समीर मुजावर, दिलावर जमादार, एम. ए. नाईक, मरियम जमादार श्रीगोंद्याला गेलो.

हमीद सय्यद हे बाबूमियाँचे नातू. त्यांनी पत्रकार बैठकीचे आयोजन केले होते. रात्री राहिलो. श्रीगोंदा नगरपरिषदेचे उपाध्यक्ष अख्तर शेख यांचा मुलगा आतिक यांच्या सहकार्याने श्रीगोंद्यातील कार्यक्रम आखला.

बाबूमियाँ बँडवाले हे मंडळाच्या स्थापनेपासूनचे अध्यक्ष होते. ते स्वातंत्र्यसेनानी होते. स्वातंत्र्य चळवळीत त्यांना साडेतीन वर्षांची शिक्षा झाली होती. या स्वातंत्र्यसैनिकांना रेल्वेचा फ्री पास व पेन्शन मिळते; यापैकी कोणतीही सवलत त्यांनी स्वीकारली नाही. त्या संदर्भात ते म्हणायचे, 'मातृभूमीच्या स्वातंत्र्यासाठी मी तुरुंगात गेलो, त्याचा मोबदला मी घेणार नाही' त्यांना ताम्रपट देण्यात आला होता. इंदिरा गांधींच्या हस्ते तो कार्यक्रम झाला. त्या कार्यक्रमासाठी ते दिल्लीत गेले होते. तो ताम्रपट त्यांनी घेतला, डोक्याला लावला आणि इंदिरा गांधींना सुपूर्त केला होता.

या बाबूमियाँचे मित्र मुरलीधर होनराव यांनी शारदा विद्यानिकेतन नावाची शिक्षण संस्था स्थापन केली आहे. त्या संस्थेतील एक हजार मुले, त्यांचे शिक्षक, लेझीम,

पथक अशी वाजतगाजत संत शेख महंमद साहित्य ऐक्य दिंडी शेख महंमदांच्या दर्ग्यावर गेली. संत शेख महंमद हे श्रीगोंद्याचे ग्रामदैवत आहेत. यात्रा कमिटीच्या पाटील यांनी दिंडीचे स्वागत केले. भव्य सभा घेतली.

संत शेख महंमदांचा इतिहास असा आहे,

बाबा शेख महंमद - हे श्रीगोंदा, जि. अहमदनगर येथील मुसलमान मराठी संत आहेत. त्यांचा कालखंड १५६० ते १६६० असा दिलेला आहे. मुसलमान मराठी संतकवींपैकी सर्वात जास्त लेखन त्यांच्यावरच केले गेले आहे. डॉ. रा. चिं. ढेरे यांनी त्यांच्यावर सविस्तर लिहिले आहे. डॉ. यू. म. पठाण यांनीही त्यांच्यावर अभ्यासपूर्ण लिहिले आहे. याशिवाय संत काव्यावरील अनेक ग्रंथांत त्यांची माहिती आढळते. बाबा शेख महंमद हे कादरी संप्रदायातील होते. राजे महंमद यांनी आपल्या मुलाला म्हणजे शेख महंमदाला चाँद बोधले यांच्याकडून दीक्षा दिली.

शेख महंमदाचे वडील 'धारूर' येथे होते. बीड जिल्ह्यातील धारूर हे शेख महंमदाचे जन्मगाव. वयाच्या ३६ व्या वर्षी त्यांची आध्यात्मिक कीर्ती वाढू लागली. शिवाजी महाराचांचे आजोबा मालोजीराजे यांच्यावरही त्यांचा प्रभाव पडलेला होता. ते अहमदनगर जिल्ह्यातील श्रीगोंदे येथे राहिले. तेथेच त्यांची समाधी आहे. शेख महंमद यांनी मराठी, दख्खनी, उर्दू, पारसी इतक्या विविध भाषांत लिहिले आहे. त्यांचे मराठीतील काव्य - योगसंग्राम, पवनविजय, निष्कलंक प्रबोध, रूपके, भारुड, अभंग यांचे संपादन झालेले आहे.

शेख महंमद हे परमेश्वराच्या निर्गुण-निराकार स्वरूपाचे उपासक आहेत. तरी परमेश्वर भक्तांसाठी सगुण साकार होतो अशी त्यांची धारणा होती. ते म्हणतात,

'ज्यांसी रूप नाही रेखा । तो अव्यक्त माझा सखा ।
भावभक्तीची या सुखा । साकारला ।।'

'निष्कलंक प्रबोध' या रचनेत त्यांनी धर्माच्या नावावर चाललेल्या बाह्य अवडंबरावर प्रहार केले आहेत.

'पवनविजय' हा शेख महंमदांचा ग्रंथ म्हणजे 'शिव-कार्तिक' संवादात्मक संस्कृत शिवस्वरोद याचा अनुवाद आहे. त्यातील एकूण ग्रंथ ओवी संख्या ४८२ आहे. 'योगसंग्राम' हा शेख महंमदांचा महत्त्वाचा ग्रंथ आहे. त्याची एकूण ओवी संख्या २३१९ असून त्याची रचना इ. स. १६४५ मध्ये झाली आहे. गीता जशी १८ अध्यायांत मांडलेली आहे त्याप्रमाणे योगसंग्रामही १८ प्रसंगांत विभागलेला आहे. ज्ञानेश्वरीचा थोडाफार प्रभाव योगसंग्रामातील विवेचनावर पडलेला आहे.

शेख महंमद यांची देवळे पाडणाऱ्या जातीचा म्हणून त्यांची निंदा झाली आहे. आपले हे दुःख त्यांनी पुढील ओळींत सांगितले आहे,

'एक म्हणती हा जातीचा मलवंश ।

म्हणोनी निखंदितो आमच्या देवतांस ।
याचा मानू ना आम्ही विश्वास... ।'

या टीकेला उत्तर देताना म्हणतात,

'अविंध यातीस निपजलो । कुरण-पुरण बोलो लागलो ।
वल्ली साधू सिद्धास मानलो । स्वहित परहितो गुणे ।।
ज्याला नावाजिता ईश्वर । त्याचा शोधू नये कुळाचार ।
पाहा दुर्गंधा केली सुंदर । व्यास निपजले तेथे ।।'

'ईश्वरस्तवन' लिहीत असताना त्यांनी निर्गुण-निराकार ईश्वरासाठी एक विलक्षण सुंदर शब्द वापरला आहे. 'श्री अव्यक्त राम' त्यांनी दखखनीत केलेल्या काही रचना बेंद्रे यांनी 'कवितासंग्रहात' दिल्या आहेत. त्यात म्हटले आहे...

'इन तत्त्व सिधा । चराचर पैदा ।
हिंदू मुसलमान । किस कहुं जुदा ।।
जाहीर बातीनमे । कुदरतमे खुदा संगमे अल्लाह ।
तैसा मजुदा ।।'

हिंदू आणि मुसलमान हे चराचरांतील निर्मिती आहेत. त्यांना वेगळे कसे म्हणू? फक्त शब्दांनी वरून वेगळे वाटतात. निसर्गात परमेश्वर असतो, दगडात आग असते; तसे हे आहे.

त्यांनी अनेक कूटकवनेही लिहिली आहेत.

शेख महंमद बोले बानी । अंदर घडा बाहर पानी ।
हरनीने चिता पकड लाया । गौस्तक देखकर कुत्ता भागा ।
मर्द भया जोरु का बेटा ।

शेख महंमदांनी म्हटले आहे की,

सच्चा पीर मुसलमान । मरहाटे म्हणती सद्‌गुरु पूर्ण ।
परी दोहिते नाही भिन्नपण । आंखे खोल देखो भाई ।।

महाराष्ट्रात बाबा शेख महंमदांना कबीराचा अवतार मानतात.

दि. २८ रोजी दिंडी मिरजेस सुफीसंत मिरासाहेब यांच्या दर्ग्यात घेऊन गेलो. तिचे स्वागत करताना हाजी जैनुल आबेदुन काश्मी यांनी काव्यरचना केली होती.

हिंदू मुसलमान का मददगार बन तू ।
शीख ईसाह - का तरफदार बन तू ।
हिंद के चाहे कौनसे कोने में रहे तू ।
मगर शर्त है की वतन का वफादार बन तू ।।
वतन की आबरु का पाक दामन हमे थाम लेना है ।
यह वक्त हमारा है । हौसलों से काम लेना है ।

हिंदू हो या मुसलमान एक ही हमारा नारा है ।
यो ना कहे हम नाझसे यह हिंदुस्थान हमारा है ॥

दि. ३० रोजी राजर्षी छत्रपती शाहू महाराजांच्या पदस्पर्शाने पुनित झालेल्या त्यांच्या हिंदू-मुस्लीम एकतेच्या कार्याचा डंका महाराष्ट्रात सर्वदूर पसरलेला आहे. त्या कोल्हापुरात संत शेख महंमद साहित्य ऐक्य दिंडी आली.

मिरजेतील दर्गा चौकात अब्दुलकरीम खाँ यांचा पुतळा बसवलेला आहे. मिरासाहेब यांच्या उरुसाच्या वेळी मिरजेत चार दिवस देशातील शास्त्रीय गायकांचा मेळावा भरतो. अनेक गायक इथे हजेरी लावतात. आपली कला सादर करतात. ही परंपरा अनेक वर्षापासून सुरू आहे.

कोल्हापुरात दसरा चौकातून राजर्षी छत्रपती शाहूंच्या पुतळ्यास पुष्पहार घालून दिंडीची स्टेशनपर्यंत मिरवणूक काढावी असे ठरविले. दिंडीची सुरुवात करताना माझे कॉलेजमेट व उद्योगपती एम. बी. शेख यांच्या हस्ते हिरवा झेंडा दाखवावा असे मी ठरविले होते. शेखना भेटलो. ते चाणाक्ष आहेत. ते म्हणाले, अहो, माझ्या हस्ते कशाला? इतिहास संशोधक प्रा. डॉ. जयसिंगराव पवार येतात का ते पाहा, त्यांच्या हस्ते सुरुवात करू या.

मी सुरेश शिपूरकरांकडे गेलो. डॉ. पवारांना फोन लावला. त्यांनी कार्यक्रमास येण्याचे मान्य केले. म्हणाले, शाहूंच्या पुतळ्याजवळ सभा घेता येणार नाही. मुस्लीम बोर्डिंगमध्ये सभा घ्या, मी ठीक म्हणालो. मुस्लीम बोर्डिंगच्या अध्यक्षांच्या नावे अर्ज लिहिला व पाठविला. आदिल फरास हे कोल्हापूर महानगरपालिकेच्या स्थायी समितीचे सभापती आहेत. त्यांना बोलवावे म्हणून भेटलो आणि मुस्लीम बोर्डिंगमध्ये कार्यक्रम घेऊ; तुम्ही बोर्डिंगमध्ये फोन करा असे फरासना म्हणालो. ते म्हणाले, बोर्डिंगमध्ये सभा घ्या, मी फोन करून सांगतो. बोर्डिंगमध्ये विजय पाटील अर्ज घेऊन गेला होता. तो सांगत आला बोर्डिंगचा हॉल उपलब्ध नाही व संध्याकाळी तिथे असरची नमाज असते. तेव्हा तुम्हाला हॉल मिळणार नाही.

राजर्षी शाहू महाराजांनी मुस्लिमांचे शिक्षण व्हावे म्हणून मुस्लीम बोर्डिंग बांधून दिले. ते बोर्डिंग आता तबलीगवाल्यांचा अड्डा बनले आहे. तिथे शाळा-कॉलेज चालावयाचे थांबून मशीद निर्माण करण्यात आली आहे व तिथे दिवसातून पाच वेळची नमाज होते. तसेच महिलांना इस्लामची माहिती व्हावी म्हणून ४० दिवसांचे अभ्यास शिबिर घेतले जाते. पहिल्या दिवशी स्त्रियांना बुरखा दिला जातो. मग ती ५० वर्षांची बाई असली तरी तिलाही सांगितले जाते, उद्यापासून हा बुरखा घालून यायचे. ४० दिवस बुरखा घालून शिबिरात ती महिला आली की ती मग कायमच बुरखा घालू लागते; त्यामुळे कोल्हापुरात बुरखेवाल्यांची वाढ होत आहे.

राजर्षी शाहू महाराजांच्या आत्म्याला किती दुःख होत असेल?

तोवर कार्यक्रमपत्रिका छापून आली होती. त्यात मुस्लीम बोर्डिंग इथून दिंडी निघेल असे छापले होते. आरिफ म्हणाला, असू दे आता. आपण दसरा चौकातील शाहूंच्या पुतळ्याला वंदन करून दिंडी सुरू करणार आहोत म्हणजे मुस्लीम बोर्डिंगजवळूनच.

संध्याकाळी मुस्लीम बार्डिंगजवळ पोहोचलो तर ५०/६० वारांगना जमल्या होत्या. मुस्लीम समाज प्रबोधन संस्थेचा स्टाफ ७० आहे. ते सर्व आले होते. प्रा. राजेखान शानेदिवाण आले होते. कॉ. अनिल चव्हाण, कॉ. उदय नारकर, प्रा. माया पंडित, निवृत्त न्यायमूर्ती अविनाश महाडिक आदी मंडळी आली होती. मुस्लीम बोर्डींगचे फाटक बंद असल्याने आम्ही सर्वजण फूटपाथवर उभे होतो.

मला अंदाज होताच मुस्लीम बोर्डिंगच्या फूटपाथवरच दिंडी ठेवली. संत शेख महंमद महाराज साहित्य ऐक्य दिंडीचे बॅनर फडकवले व इतिहास संशोधक प्रा. डॉ. जयसिंगराव पवार यांची वाट पाहात थांबलो. जमाव वाढतच होता.

प्रा. डॉ. जयसिंगराव पवार दिंडीस शुभेच्छा देताना म्हणाले, राजर्षी छत्रपती शाहू महाराजांनी मुस्लीम समाजाच्या शिक्षणासाठी मोठे काम केले आहे. मुस्लीम बोर्डिंग तर स्थापन करून दिलेच. कोल्हापुरात २२ जातीची बोर्डिंग स्थापन केली परंतु फक्त मुस्लीम बोर्डिंगचे त्यांनी पदसिद्ध अध्यक्षस्थान भूषविले. ते सर्वधर्म समान मानत असत. ते म्हणत, आपला धर्म उंबऱ्याच्या आत ठेवा; बाहेर राष्ट्रधर्म माना. यावेळी उद्योगपती एम. बी. शेख यांनी दिंडीस मार्गस्थ केले. एम. बी. शेख शाहू कॉलेजमध्ये वसतिगृहात राहून ते शिकले. आज त्यांचा उद्योग भरभराटीस आला आहे.

३१ ला सकाळी दिंडी घेऊन आम्ही कराड-सातारा करून पुण्याकडे जाणार होतो. तोवर कॉ. अस्लम तडसरकरचा फोन आला. म्हणाला, तुम्ही कराडला न थांबता सरळ साताऱ्याला या. कारण तुमचा सचिव अझरुद्दीन एक नंबरचा बामण निघाला; त्याने सांगितले, मला वेळच नसतो.

अझरुद्दीन मंडळाचा सचिव, मी अध्यक्ष दिंडी घेऊन येतोय आणि तो कार्यक्रम रद्द झाल्याचेही मला कळवत नाही. मला मनात काहीतरी शंका आली पण मी म्हणालो, ठीक आहे; आम्ही साताऱ्यास येतो. कराड येथे मी व सातारचे कॉ. अस्लम तडसरकरने ठरवलेल्या दिंडीच्या कार्यक्रमाबद्दल अझरुद्दीन पटेलने उदासिनता का दाखवली याचा खुलासा आता होतो आहे. कॉ. अस्लम तडसरकरने कराडात मा. पंजाबराव चव्हाण (महाराष्ट्राचे माजी मुख्यमंत्री पृथ्वीराज चव्हाण यांचे बंधू) यांची भेट घेतली आणि ३१ मार्च रोजी कराडमध्ये संत शेख महंमद साहित्य ऐक्य दिंडीच्या स्वागताचा कार्यक्रम घेण्याचे निश्चित झाले होते.

रयत शिक्षण संस्थेच्या मौलाना आझाद कॉलेज ऑफ एज्युकेशनच्या आवारात

दिंडीचे स्वागत झाले. बी.एड्.च्या मुलांसमोर अस्लम व मी बोललो.

चौकात छोट्या व्यापाऱ्यांनी कार्यक्रम घेतला. ते करून आम्ही पुण्यात पोहोचलो व राष्ट्र सेवा दलाच्या कार्यालयात राहिलो.

मंडळाचे मुख्य कार्यालय पुण्यात. मंडळाची दिंडी निघते पण तिथे स्वागताचा कार्यक्रम वगैरे कार्याध्यक्ष शमशुद्दीन तांबोळीनी ठेवला नाही. आम्हाला भेटायलाही कोणी आले नाही. मध्यरात्री २ वाजता आम्ही स्टेशनला गेलो. गाडी पाच तास लेट असल्याचे कळले. आम्ही स्टेशनवर दिंडीचा पसारा मांडला. टी.व्ही. चॅनेलवाले आले. त्यांनी शूटिंग केले. अनेक चॅनेलवाल्यांनी शूटिंग केले. सातच्या आय.बी.एन. लोकमतवरील बातमीत आमच्या दिंडीची बातमी आली. महंमदगौस नाईक आणि माझा बाईट दाखवण्यात आल्याचे सांगणारा शमशुद्दीनचा फोन आला. १० वाजता गाडी निघाली घुमानकडे.

घुमानमध्ये दिंडीच्या स्वागत कार्यक्रमानंतर ४ वाजता उद्घाटन सोहळा झाला. पंजाबचे मुख्यमंत्री श्री. प्रकाशसिंग बादल यांनी हा कार्यक्रम स्टेटचा कार्यक्रम म्हणून जाहीर केला व आर्थिक मदतही दिली. उद्घाटन कार्यक्रमात मा. बादल यांनी संत नामदेव यांच्या नावे महाविद्यालय स्थापण्याची घोषणा केली आणि त्यासाठी १० एकर जागा व १२ कोटी रुपये जाहीर केले. फक्त घोषणा नव्हे तर मा. खा. शरद पवार व ना. गडकरी यांच्या हस्ते कॉलेजचा पायाभरणी समारंभही पार पाडला. बादल सरकारने साहित्य संमेलनात सर्वतोपरी सहाय्य केले.

शीख जनता अतिशय आतिथ्यशील, सर्वांना उसाचा रस व लस्सी पाजत होते. संत शिरोमणी नामदेव महाराज म्हणून उल्लेख करीत होते. घुमान येथे संत नामदेवांचे सुंदर मंदिर आहे. तिथे मंदिर, मशीद व गुरुद्वारा एकत्र आहेत.

समारोपाच्या कार्यक्रमास महाराष्ट्राचे मुख्यमंत्री फडणवीस व मंत्री विनोद तावडे उपस्थित होते. तावडे यांनी महाराष्ट्रातील प्रत्येक नगरपालिकेच्या गाळ्यात मराठी पुस्तकांसाठी एक तरी गाळा असेलच अशी घोषणा केली. तर पुस्तकांचे गाव बनविण्याचे आश्वासन दिले.

अध्यक्ष मोरे यांनी संत वाङ्मयाचा इतिहास सांगून त्यांच्या कार्याचा आढावा घेतला. कवी अशोक नायगावकर व नवोदित कवींनी कविता उत्सव साजरा केला. लावणी, भांगड्याने सभागृह दणाणून सोडले. स्वागताध्यक्ष देसडला भारावून गेले होते. महाराष्ट्रातून आलेल्या साहित्यप्रेमींची रेल्वेत आणि संमेलनाच्या ठिकाणी खास बडदास्त ठेवण्यात आली होती.

आम्ही सरवरपूरची माहिती इंटरनेटवरून आधीच काढून घेतली होती. २५० किमीचा प्रवास करायचा होता म्हणून दि. ४ रोजी सकाळीच टॅक्सी घेऊन मी, एम. ए. नाईक, प्रा. फ. म. शहाजिंदे, दिलावर जमादार, गुलाब इमाम वळसंगकर,

श्रीमती मरियम जमादार असे आम्ही सहाजण सरवरपूरला गेलो.

समरालापासून ८-९ कि.मी.वर असलेल्या खेड्यात निघालो, रस्ता सुंदर होता. बोलेरो, स्कार्पिओ यांसारख्या गाड्यांची ये-जा दिसत होती. रस्त्याच्या कडेने गव्हाचे पीक डोलत होते.

ड्रायव्हर मायकलने गाडी सरवरपूरमध्ये उभी केली. गावात जाऊन एका सरदारजींना विचारले व आम्ही कशासाठी आलो आहोत हे सांगितले. त्यांनी पाणी देऊन स्वागत केले. जवळच असलेली मशीद दाखवली व या कामी सर्वात जास्त तन-धन-मन लावून काम केलेले मा. जोगासिंग यांना बोलावणे पाठविले. अनेक मंडळी जमली. फोटो सेशन झाले. मशीद आतून पाहिली. १५-२० लोक नमाज पडू शकतील अशी छोटीशीच पण टुमदार मशीद बांधली आहे.

बाबरी मशीद उद्ध्वस्त केलेल्या या देशात हे धार्मिक एकात्मतेचे एक ज्वलंत उदाहरण आहे.

बाबरी मशीद शहीद झाल्यानंतर मुस्लीम सत्यशोधक मंडळाने एक तोडगा जाहीर केला होता की, हिंदूंची मानसिकता बाबरी मशीद येथे राम मंदिर होते तर राम मंदिर बांधण्यासाठी मुस्लीम समाजाने त्या जागेवरचा हक्क सोडावा व राम मंदिर बांधण्यासाठी ती जागा हिंदू समाजाला सुपुर्द करावी. दुसरीकडे बाबरी मशीदही बांधून द्यावी आणि दुसऱ्या मंदिर-मशिदीचा प्रश्न उपस्थित न करता १९४७ ची 'जैसे थे' स्थिती मान्य करावी. मंदिर असेल ते मंदिर आणि मशीद असेल ती मशीद.

हा तोडगा घेऊन मंडळ महाराष्ट्रातील ३० जिल्ह्यांतून दौरा करणार होते. मुस्लिमांना समजावून सांगत प्रबोधन करावे असा दौऱ्याचा उद्देश होता. आम्ही पुण्यात पत्रकार बैठक घेऊन तोडग्याचा कार्यक्रम जाहीर केला. तिसऱ्या दिवशी प्रवीण तोगडिया तिथे आले व त्यांनी पत्रकार बैठक घेऊन जाहीर केले की, ए अच्छा है, वह राम मंदिर बनाने के लिए जमीन देते हैं तो ले लेंगे मगर काशी और मथुरा के लिए फिर लडेंगे।

त्यांचा तीनशे मशिदी पाडून मंदिरे बनविण्याचा अजेंडा आहे म्हणे.

आम्ही सलोखा निर्माण करण्यासाठी मुस्लीम समाजाचे प्रबोधन करणार होतो. परंतु तोगडियांच्या या वक्तव्याने व असहिष्णू वृत्तीने आम्हास खेद वाटला आणि आम्ही आमचा सद्भावना दौरा रद्द केला होता. काय तोंड घेऊन मुस्लीम समाजाकडे जाणार होतो?

या पार्श्वभूमीवर सरवरपूरची मशीद बांधणारे शीख बांधव आम्हाला जवळचे वाटले. देशासमोर हे एक आदर्श उदाहरण ठेवले आहे. त्याचा प्रसार करावा, प्रचार करावा म्हणून आम्ही साहित्य ऐक्य दिंडी घेऊन पंजाबात आलो होतो.

रजा मिळत नाही म्हणणारा शमशुद्दीन साहित्य संमेलनाच्या अभिजात

स्मरणिकेचे संपादक सदा डुंबरे यांच्या आग्रहावरून त्यांच्या बरोबर विमानाने दिल्लीस व तेथून पुढे घुमानला आला होता. तो घुमानमध्ये असून आम्हाला दोन दिवस भेटला नव्हता. फोनही नाही. प्रा. फ. म. शहाजिंदे यांनी शमशुद्दीनला फोन करून आम्ही दि. ४ रोजी सरवरपूरला जात आहोत. तुम्ही पण आमच्याबरोबर या असे सांगितले असता म्हणाला, तुम्ही जाऊन या. म्हणजे त्याच्या मनातही हा कार्यक्रम कोल्हापूर शाखेचा आहे असे होते तर. पण मी म्हणतो, असेल कोल्हापूर शाखेचा कार्यक्रम; तू मंडळाचा कार्याध्यक्ष आहेस व अझरुद्दीन सचिव आहे. त्यांनी कोल्हापूर शाखेच्या कार्यक्रमात सहभागी व्हायचे नाही हा कुठला ॲटिट्यूड? मला त्यांच्या बुद्धीची कीव कराविशी वाटते. असो; आम्ही दि. ४ रोजी टॅक्सी करून सरवरपूरकडे गेलो.

सरवरपूरचे उदाहरण म्हणजे आम्हाला अलीबाबाला सापडलेल्या गुहेसारखे वाटले. कारण बाबरी मशीद पाडल्यावर देशभराच्या लंगोटी पेपरात पण बातमी झळकली? आणि पाडलेली मशीद ६३ वर्षांनंतर बांधून देणे या घटनेत किती क्षमता आहे हे मलाच माहीत म्हणून मी घुमानहून परत येताना ठरवून टाकले की, खुशवंत सिंगांची जी खंत आहे की, खुशवंत सिंगांनी हिंदुस्थान टाइम्समध्ये लेख लिहिला होता त्याचा अनुवाद. १०-१०-२०१० च्या लोकसत्तामध्ये आला होता. त्यात खुशवंत सिंग म्हणतात, ही बातमी देशातल्या सर्व वर्तमानपत्रांच्या पहिल्या पानावर यायला हवी आणि टी.व्ही. चॅनेलवरही ब्रेकिंग न्यूज व्हायला हवी होती. तसे झाले नाही, ठीक आहे. आज पाच वर्षांनीसुद्धा ही बातमी शिळी झाली आहे असे पत्रकारांनी समजू नये. अजूनही सरवरपूरला जाऊन मशिदीचे फोटो आणावेत आणि त्याला प्रसिद्धी द्यावी.

तो धागा पकडूनच आम्ही सरवरपुरात आलो होतो. साहित्य संमेलनात वाटण्यासाठी त्या लेखाच्या ५००० प्रती काढून आणल्या होत्या; त्या वाटल्या. टी.व्ही. चॅनेलसमोरही कहाणी मांडली व आता प्रत्यक्ष ज्या माणसाने पुढाकार घेऊन हे काम केले त्या एस. जोगासिंग यांना भेटायला निघालो.

जोगासिंग भेटले; म्हणाले, माझी ३० एकर जमीन आहे. गहू उत्तम पिकतो. माझे दोन ट्रॅक्टर आहेत. एक ट्रॅक्टर तर मी अमेरिकेतून मागवला आहे. मला त्याचा शौक आहे. दहा जनावरे आहेत. चांगली धष्टपुष्ट जनावरे-गाई, म्हशी दिसत होत्या. इथल्या शाळेला मी दोन लाखांची मदत दिली आहे. गुरुद्वारासाठी दोन लाख दिले; पण मशीद उभी केल्याने मोठ्या बातम्या आल्या. अनेक लोक भेटायला आले. पंजाबचे शाही ईमाम आपल्या काफिल्यासह आले.

शीख-मुस्लीम एकतेचे पर्यायाने राष्ट्रीय एकात्मतेचे महान कार्य शीख बांधवांनी केले आहे. त्यांच्या कृतीतून राष्ट्रीय ऐक्याचा संदेश देशभर पोहोचवत आहे.

नामदेवांनी तब्बल सातशे वर्षांपूर्वी पंजाबात व उत्तर भारतात केलेले काम प्रचंड आहे. त्यांना मानणाऱ्या लोकांमध्ये हिंदू आणि मुसलमान असे दोन्ही धर्मांचे लोक होते. शीख धर्म तोपर्यंत स्थापन झालेला नव्हता आणि राष्ट्रीय ऐक्याचे प्रवर्तक होते. नामदेवांचे समाधीस्थळ हेही देशातील एकमेव असे स्थान आहे. जिथे मंदिर, मशीद आणि गुरुद्वारा एकाच ठिकाणी आहेत. या तिन्ही समाजांमध्ये नामदेवांचे स्थान किती उच्च आहे हेच यातून दिसून येते.

घुमानहून आल्यावर मी या विषयावर दहा लेख लिहिण्याचे ठरविले होते. ते लिहिले; पण माझी लिहिण्याची ऊर्मी संपेना म्हणून आणखी लिहीत गेलो आणि आजपर्यंत २२ लेख मी पाठविले आहेत. त्यातील पंधरा लेख आतापर्यंत प्रसिद्ध झाले. मुस्लीम सत्यशोधक मंडळाचा कार्यक्रम म्हणून मी सर्वत्र लिहिले आहे. पण शमशुद्दीनने दिंडीचा तो कार्यक्रम कोल्हापूर शाखेचा आहे असे लिहिल्यावर माझ्या अंगाची लाही लाही झाली. माझ्याशी चर्चा नाही केली. फक्त हा कार्यक्रम कार्यकारिणीच्या बैठकीत ठरला नाही म्हणून तो कार्यक्रम कोल्हापूर शाखेचा? २१ व २२ मे रोजी पुण्यात एस. एम. जोशी सभागृहात झालेल्या कार्यक्रम प्रसंगी अध्यक्ष म्हणून साहित्य ऐक्य दिंडीचा कार्यक्रम मी जाहीर केला होता.

मंडळाचा अध्यक्ष झाल्यावर मी वर्ध्याला सेवाग्राम आश्रमात जाऊन महात्मा गांधींचा आशीर्वाद घेऊन यावा म्हणून वर्ध्यास निघालो. आता सेवाग्राम आश्रमाचे अध्यक्ष जयवंतराव मठकर आहेत. तर मंत्री प्रा. डॉ. श्रीराम जाधव आहेत. त्यांना भेटणे तसेच त्याच आश्रमाच्या परिसरात माझे जवळचे मित्र ७५ साली मी कार्यकर्ता म्हणून पक्का कसा होईन यासाठी ज्यांनी प्रयत्न केले ते डॉ. सुगन बरंठ हे नई तालीमचा प्रकल्प घेऊन बसलेत. यांना भेटणे हाही उद्देश होता.

बरोबर नाईक होते. मठकरांना भेटलो. पंजाबचा सर्व रिपोर्ट दिला. त्यांनी नागपूर लोकमतसाठी माझ्याकडून लेख मागून घेतला.

डॉ. बरंठनी देशपांडेना आणले आहे. त्यांचे इंग्रजी चांगले आहे. म्हटल्यावर मी माझ्या लेखाची प्रत त्यांना दिली आणि इंग्रजीत भाषांतर करून द्या असे सांगितले. त्यांनी ते मान्य केले.

काल रात्री दोन लेख लिहून पूर्ण केले. सकाळी पायात गोळा आला, लिहायला पाठकोरी पाने शोधत होतो. माझ्या हातात कागद आले. मीच लिहिलेले ७ जून २००९ चे.

सुरुवात होती अल्लाचे आभार मानत आता लिहीत आहे आणि नोबेल पुरस्काराबद्दल हे सर्व अल्ला घडवतो आहे ही प्रामाणिक भावना मनात आहे, असा शेवट आहे. हे वाचताना मी सिरीयस झालो. मग दुःखाचा कढ आला; माझ्या डोळ्यांतून पाणी येऊ लागले. नामदेवांबद्दल वाचताना कोणतेही कर्मकांड न करता,

घरातील प्रत्येक घटकाच्या चलनवलनावर, वागण्या-बोलण्यावर तो देव देव्हाऱ्यातून लक्ष ठेवत असतो. नव्हे ते त्याने ठेवलेच पाहिजे. ही जाणीव, हा अभंग आपल्या मनावर बिंबतो. असे जर झाले तर कोणाच्याच हातून अनैतिक आणि अनुचित काम घडणार नाही हा बोध या अंभगात दडलेला आहे. भागवत धर्माला अभिप्रेत असलेल्या भक्तीला नीतीची जी अविलग जोड आहे तिथेच हे एकरूप, ही दृष्टी प्रदान करणे हे नामदेवांच्या भक्तीविचारांचे अलौकित्व आहे.

मला माझे ते लिखाण आठवून पुन्हा डोळ्यांतून पाणी आले आणि मी मनसोक्त रडून घेतले, तेव्हा दुःखाचा कड कमी झाला आणि आपण हे जे बावीस लेख लिहिलेत हे काम म्हणजे हिंदू-मुस्लीम एकतेचे काम आपणाकडून परमेश्वरच करून घेत आहे असे वाटले. 'तुझ्या हातून हिंदू-मुस्लीम एकतेचे महान कार्य होणार आहे' असं कोणीतरी म्हणतंय असा मला भास झाला. 'फरिश्ते' आपल्या जवळ आले आहेत असे मला वाटू लागले. तेव्हाच चार्ली आत आला. चार्ली आमचा पामेरियन कुत्रा. 'फरिश्ते' जवळ असताना कुत्रा जवळ नको असे मनात वाटत असतानाच चार्ली माझ्या पायाजवळच बसला. मी अद्याप भारावलेल्या अवस्थेत होतो की, तुझ्या जिहादला नोबेल पुरस्कार मिळणार आहे. तुझ्या हातून हिंदू-मुस्लीम एकतेचे महान काम होणार असे सारखे मनात येत राहिले. हे लिहायचे म्हणून मी म्हणत असतानाच असिम - माझा नातू - मुलाचा मुलगा जवळ आला म्हणाला, आज स्वीमिंग को जानेका है। तू दूर फिरने जाऊ नको।

मी ठीक म्हणालो, पिंढरी दुखण्याचे कमी झाले होते; फिरायला गेलो. नेहमीप्रमाणे एक तास फिरून आलो. मी फिरत असताना भारलेली ती अवस्था होतीच. आता हे सर्व शब्दबद्ध करायचे म्हणत होतो तोपर्यंत कबीर - माझ्या दुसऱ्या मुलाचा मुलगा - आला होता; त्यामुळे त्यांच्याबरोबर पोहायला गेलो. हे पोहणे झाल्यावर लिहायचे म्हणत होतो. पोहण्याच्या ठिकाणी एक तबलिगी ड्रेसवाला, दाढी असलेला टोपीवाला मुसलमान आपल्या मुलाला पोहण्याचे तिकीट काढून देत होता. पाहून बरे वाटले आणि मनात आले, याचा मुलगा मदरशात शिकत असेल तर... पोहायला जसे पैसे खर्च करतो तसे आधुनिक शिक्षणासाठी खर्च करत असल्यास बरे असे मनात आले. पोहून परत येताना असिम व कबीरमध्ये स्पर्धा लागली होती. ते दोघे माझ्यामागे स्कूटरवर बसले होते. असिम म्हणाला, मैं डायनॉसॉर हूँ, कबीर म्हणाला, मी ड्रॅगन आहे. मैं अजगर, तो म्हणाला, मैं किंग कोबरा, मैं वेल, दुसरा म्हणाला, मी शार्क आहे. आपण सर्वश्रेष्ठ आहोत असे सर्वांना का वाटत असावे? मला त्यांनी विचारले, वेल क्या शार्क भारी है? मी म्हणालो, दोनो सेम हैं। दोघे एकमेकांशी लढू नयेत; कोणी कमी कोणी मोठा असे ठरू नये म्हणून मी दोन्ही सारखेच आहेत असे सांगितले. अजून लिहिण्याचे

डोक्यातून गेले नव्हते. घरी आल्यावर मी आयेशाला म्हणालो, मला आज साक्षात्कार झाला. आयेशा म्हणाली कसला? 'मी हिंदू-मुस्लीम एकतेचे महान काम करणार आहे असा साक्षात्कार झाला.'

मी अनेक वेळा रडलो आहे. कारण परमेश्वर माझ्याकडून मोठं काम करून घेणार आहे असे मला प्रकर्षाने जाणवते. त्यासाठी जिहादला नोबेल मिळणार आणि मग देशात माझ्या शब्दाला किंमत प्राप्त होईल व मुस्लीम समाजाचं मी भलं करू शकेन असं मला वाटतं. जिहादमधले अनेक प्रसंग वाचताना माझ्या डोळ्यांतून अश्रू आले. मी पंजाबला गेलो तेव्हा लुधियानामध्ये असताना मोठा पाऊस आला. आम्ही एका हॉटेलात लस्सी प्यायला थांबलो असता सुरेश शहा म्हणून डोंबिवलीला राहणाऱ्यांचा फोन आला. त्यांनी जिहाद वाचले होते व फार भारावून गेले होते. म्हणाले, अत्यंत सुंदर पुस्तक; सर्वांनी ते वाचावं म्हणून मी वाचनालयात बोर्ड लावला आहे. आपण कष्ट सहन केले आहेत. आपले अनुभव समाजाला मार्गदर्शक आहेत; असे काय काय ती व्यक्ती बोलत होती.

तर जिहादची आता पारायणे होतील. अनेक भाषांत आवृत्त्या निघतील असे मला वाटू लागले. मराठी भाषेला नोबेल मिळवून देणारे हे पुस्तक महान होणार आहे व परमेश्वर माझ्याकडून मोठे काम करून घेणार आहे अशी माझी भावना आहे.

'सलोखा संवाद' हे दोन शब्द माझ्या कागदावर कशाचा बादरायण संबंध नसताना माझ्या हातून लिहिले गेले. कदाचित माझ्या डोक्यात असेल की, देशाच्या पातळीवर आता आपल्याला काम करावे लागेल आणि त्यासाठी अखिल भारतीय स्तरावर अशी एखादी संघटना काढावी लागेल. त्याचे नाव असेल 'सलोखा संवाद'. संपूर्ण कागदावर दुसरे काही लिहिलेले नाही, परंतु सलोखा संवाद हे दोन शब्द लिहिले गेले होते. असू दे ते. मुस्लीम सत्यशोधक मंडळ हे नाव घेऊन आपल्याला पुढे जाता येणार नाही. म्हणून सलोखा संवाद हे नाव घेऊन काम करावे लागेल असे माझ्या मनात आले. आज मात्र 'सलोखा भाईचारा मंच इंटरनॅशनल' असे नाव निश्चित झाले आहे.

दि. ६ रोजी प्रा. शमशुद्दीन तांबोळी यांचे मिरज वसंत व्याख्यानमालेत व्याखान होते. मी मिरजेला येतो असे त्याला सांगितले होते. पण माझ्या लेख लिहिण्याच्या वाढलेल्या कामामुळे मला मिरजेला जाता आले नाही. पण आमच्या मुस्लीम समाज प्रबोधन संस्थेच्या वतीने चालवल्या जाणाऱ्या एच.आय.व्ही. एड्स प्रोजेक्टमध्ये काम करणारा विजय पाटील हा मिरजेला राहतो; तो त्या व्याख्यानास गेला होता. तो तांबोळीस भेटला आणि माझ्या संस्थेत काम करतो म्हणून सांगितले. ते दोघेही पंजाबला आले होते. तीही माहिती त्याने दिली तेव्हा शमशुद्दीनने मुस्लीम सत्यशोधक

पत्रिकेचे एप्रिल-मे-जूनचे दहा अंक मला देण्यासाठी त्याच्याकडे दिले.

मनाला एक समाधान वाटत होते की, सरवरपूरची मोहीम-कार्यक्रम मुस्लीम समाजाला भावला होता. ज्या कोल्हापुरात १९८६ साली आमची कार्यकर्ती प्रा. मुमताज रहिमतपुरे वारली असता, इथल्या कबरस्थानात दफन करू देणार नाही; कारण तुम्ही आयुष्यभर इस्लामच्या विरोधी बोलत होतात. आमच्या शरियतचे कायदे बदला म्हणता व तुमची चळवळ ही नास्तिकवादाची चळवळ आहे, असे आरोप झाले होते. त्याच कोल्हापुरातील मुस्लिमांनी या कामासाठी फक्त आठ दिवसांत रु. ४७ हजारांची मदत दिली होती. लिबर्टी डेकोरेटर्सचे श्री. जमादार यांच्याकडे मदत मागायला गेलो तर त्यांनी सरवरपूरचे एक जादा निवेदन मागून घेतले व म्हणाले, हे पत्रक झेरॉक्स करून मी शहरातल्या सर्व मशिदींत लावतो. त्यांची मुले माझे विद्यार्थी होते. आसिफकडे गेलो. त्याला सांगितले, या कामासाठी जातो आहोत. तू एका माणसाचा खर्च रु. ३०००/- दे. त्याने पाच मिनिटांत वरून पैसे मागवून घेतले व दिले. असा प्रतिसाद मिळत गेला आणि मी कधी न वापरलेले आर्थिक सोर्स वापरायचे ठरवले. माझ्या सर्व नातेवाइकांकडून मदत घेतली. मी राहतो त्या अरुणोदय हाउसिंग सोसायटीतील मित्रांनी सढळ हस्ते मदत दिली.

सरवरपूर मोहिमेचा एकूण खर्च ९० हजारांपर्यंत गेला. मी मंडळाच्या कार्यकारिणीच्या सभेत हिशोब सादर केला. ५० हजार आम्ही जमवले होतेच, ते वजा जाता रु. ४० हजार द्यायला हवे होते. कार्याध्यक्ष शमशुद्दीन तांबोळी यांनी त्यास खो घातला. म्हणाला, सर्व हिशोब सादर करा, तो योग्य आहे का पाहू; मग पैसे देऊ. कारण हा कार्यक्रम कार्यकारिणीच्या मान्यतेने झालेला नाही.

मी म्हणालो, अध्यक्ष, कार्याध्यक्ष, उपाध्यक्ष, माजी अध्यक्ष यांनी मिळून ठरवलेला कार्यक्रम मंडळाचा अधिकृत कार्यक्रम नव्हे काय? तो कार्यक्रम कार्यकारिणीत मंजूर झाला पाहिजे, या मागणीला काही अर्थ नाही.

त्याने अलीकडेच मंडळाला नवीन कार्यकर्ते मिळवून दिले आहेत. म्हणून त्याचा मंडळावर जास्त अधिकार आहे. त्याच्या शब्दाला मान दिला गेला पाहिजे. अशी भूमिका घेऊन तो वागत असतो. तरी अध्यक्षांना काही अधिकार आहेत. मंडळाच्या ध्येय-धोरणाच्या विरोधी कार्यक्रम नसेल तर इतका विरोध करू नये असे मला वाटते. पण त्याने ताकास तूर लागू दिली नाही. तरी माझ्या आग्रहामुळे कार्यकारिणीत असा ठराव करण्यात आला की, हिशोब तपासून अध्यक्षांनी खर्च केलेले पैसे द्यावेत.

याच कार्यकारिणीच्या बैठकीत मी मंडळातर्फे देण्यात येणारा पुरस्कार जोगासिंग घुमान यांना द्यावा, अशीही सूचना मांडली.

शमशुद्दीन म्हणाला, तो पुरस्कार आपण मार्चमध्ये देतो. मार्चमध्ये पाहू. मी मीटिंग आटोपून कोल्हापूरला आलो. जोगासिंगांना मुस्लीम समाज प्रबोधन संस्थेतर्फे पुरस्कार द्यावा असे माझ्या मनात आले. मी नाईक, बेगशी बोललो आणि जोगासिंगांना फोन केला. ते म्हणाले, इतना क्यूं कर रहे हो?

आपने वैसा काम जो किया है...

थँक्यू म्हणाले, पण मी कधी येऊ शकेन ते दोन दिवसांनी कळवतो म्हणाले. तिसऱ्या दिवशी त्यांना फोन केला; ते म्हणाले, २५ मे तारीख ठीक होगी।

मी पत्रकार बैठक घेऊन मुस्लीम समाज प्रबोधन संस्थेच्या वतीने रु. २१०००/- चा प्रबोधन पुरस्कार जोगासिंग घुमान यांना जाहीर केला.

जोगासिंग पंजाबहून कोल्हापूरला दोन हजार किलोमीटवर कसे येतील? रेल्वे प्रवासखर्चाची आम्ही तयारी ठेवली. जोगासिंगांचा फोन आला; म्हणाले, मैं मॅनेज कर के आ जाऊंगा, आप फिक्र न करे; फ्लाइट बुक किया है। पूना से टॅक्सी बुक कर के आऊं। मी म्हणालो, पूना एअरपोर्टपे हमारे आदमी आपके स्वागत के लिए आ जायेंगे; कोई फिक्र न करे।

शिवाजी डोणे सलीम जमादारची मांजा गाडी घेऊन पुण्यास गेले व जोगासिंगांना घेऊन आले. आम्ही हर्षभरित झालो. उत्साहाचा जिवंत झराच इथे हजर झाला होता. त्यांच्यासोबत गुरुदास आले होते. ओपल हॉटेलचा सूट त्यांना आवडला. कोल्हापुरातील काही मंडळींना मी त्यांना भेटण्यासाठी बोलावले होते. त्यांना शाहू महाराजांची माहिती दिली. जोगासिंग शाहूंच्या तसबिरीसमोर नतमस्तक झाले. कॉ. अस्लम तडसरकर जातीने दोन दिवस त्यांच्यासोबत ओपलवर राहिले. नांदेडच्या प्रा. तसनीम पटेल आपल्या दोन्ही मुलांसह मुद्दाम आल्या होत्या.

मी सरवरपूरला जाऊन आल्यापासून मला कणेरीमधील मशिदीचा प्रश्न सतावत होता. आमचे मित्र हुमायुन मुरसलनी बाबरी ते कणेरी पुस्तक लिहून त्या मशिदीचा इतिहास सादर केला आहे.

अहो, महाराष्ट्रातील संत शिरोमणी नामदेव पंजाबात जातात; तिथे वीस वर्षे राहून त्यांनी निर्माण केलेल्या हिंदू-मुस्लीम एकतेच्या कामाचा प्रभाव शीख धर्म संस्थापक नानकदेवांवर पडतो आणि शीख धर्माच्या आदी ग्रंथात ग्रंथसाहिबमध्ये नामदेवांच्या ६१ रचनांचा समावेश करतात व त्याचा परिणाम म्हणून १९४७ च्या दंगलीत पाडलेली मशीद शीख बांधव बांधून देतात आणि जगासमोर मोठा राष्ट्रीय एकात्मतेचा आदर्श निर्माण करतात. त्या नामदेवांच्या महाराष्ट्रातले आम्ही करंटे कसे? तेव्हा सरपंचसाहेब, तुम्ही व कणेरीच्या गावकऱ्यांनी यातून धडा घ्यावा आणि कणेरीची मशीद हिंदू-मुस्लिमांनी एकत्र येऊन उभी करावी. त्यासाठी हिंदू-मुस्लिमांकडे झोळी फिरवून आम्ही एक लाखांची मदत मिळवून देऊन या राष्ट्रीय एकात्मतेच्या

कार्यास हातभार लावू.

चला, तर मग घोषणा देऊ या...

हिंदू-मुस्लीम, बौद्ध, जैन, शीख, पारशी ईसाई
हम सब हैं भाई भाई
इन्सान से इन्सान का भाईचारा, यही पैगाम हमारा!

जय भारत!

'कणेरीच्या सरपंचांना अनावृत पत्र' असा छोटा लेख लिहून वर्तमानपत्राकडे पाठवला. हे आंदोलन छेडणारे हुमायुन मुरसल यांच्याकडून अधिक माहिती घ्यावी म्हणून त्यांना फोन केला; ते म्हणाले, मी बाहेरगावी आहे. कोल्हापूरला आल्यावर फोन करतो. पण त्यांचा फोन आला नाही. त्यावेळी मला मागील प्रसंग आठवला.

अखिल भारतीय सर्वोदयाच्या अधिवेशनासाठी मी लखनौला गेलो असताना शाहिस्ता अंबरना भेटून आलो होतो. शाहिस्ता अंबरनी अखिल भारतीय मुस्लीम महिला पर्सनल लॉ बोर्ड स्थापन केले होते व त्यांनी एक निकाहनामा जाहीर करून त्यात तोंडी तलाक देता येणार नाही. दुसरे लग्न करायचे असेल तर पहिल्या पत्नीची परवानगी आवश्यक केली होती आणि तलाक झालाच तर तलाकपीडितेला पोटगी द्यावी लागेल अशा अटी आपल्या निकाहनाम्यात घातल्या होत्या. 'हलाला' या प्रथेविरुद्ध त्यांनी आवाज उठवला होता. 'हलाला' ही अमानुष प्रथा इस्लाममध्ये आली आहे. जर एखाद्याने आपल्या बायकोला तोंडी तलाक दिला व नंतर त्याला त्याचा पश्चात्ताप झाला की, आपण चूक केली आहे. आता आपण नवरा-बायको एकत्र राहू या असे तो म्हणत असेल तर लखनौमधील मौलाना त्यास विरोध करत होते. एकदा पत्नीला तलाक दिल्यावर तिच्याबरोबर पुन्हा एकत्र राहता येत नाही, त्यासाठी 'हलाला' करावा लागतो. हलाला म्हणजे त्या स्त्रीचा दुसऱ्या पुरुषाबरोबर विवाह झाला पाहिजे आणि त्या दोघांत लैंगिक संबंध निर्माण झाल्यावर त्याने तिला तलाक दिला पाहिजे. मग ती महिला आपल्या पहिल्या पतीबरोबर लग्न करू शकते. याला म्हणायचे हलाला.

हा कायदा अशासाठी आला असेल की, तुम्ही तोंडी तलाकचा गैरवापर करत असाल तर तुम्हाला तुमची पत्नी तशीच मिळणार नाही तर तिचा दुसऱ्या पुरुषाशी विवाह होऊन व त्यांच्यात शारीरिक संबंध निर्माण झाल्यावरच तुम्हाला तुमच्या पहिल्या पत्नीबरोबर लग्न करता येईल. ही शिक्षा तलाक देणाऱ्या पुरुषाला मिळेल, पण त्यासाठी त्याच्या पत्नीच्या देहाचे धिंडवडे निघतील.

मुल्ला-मौलवी अशी प्रकरणे शोधत असतात किंवा त्या छोट्या कालावधीसाठी लग्न करणारा माणूस हे मुल्ला-मौलवी पुरवतात. त्यासाठी त्याला पैसा मोजावा लागतो. जर असे लग्न केले व त्याने बायकोला तलाकच दिला नाही तर त्या स्त्रीचे

पहिल्या पतीबरोबर लग्न होऊ शकणार नाही. प्रसिद्ध अभिनेत्री मीनाकुमारी व कमाल अमरोही यांच्यात तलाक झाल्यावर असा 'हलाला' करून ते दोघे पुन्हा एकत्र येऊ इच्छित होते. पण तात्पुरते लग्न केलेल्या माणसाने मीनाकुमारीला तलाक न देताच तो परागंदा झाला होता; त्यामुळे मीनाकुमारी व कमाल अमरोहींचा पुन्हा विवाह होऊ शकला नव्हता अशी दर्दभरी कहाणी मी ऐकली होती.

या प्रथेविरुद्ध शाहिस्ता अंबर यांनी लढा पुकारला होता व असे मौलाना तयार केले होते की, हलालाशिवाय बिछडलेले पती-पत्नी पुन्हा एकत्र राहू शकतील.

इतकेच नव्हे तर त्यांनी लखनौत अंबर मशीद बांधली आहे. त्या मशिदीचे वैशिष्ट्य हे की, स्त्री व पुरुष दोघे एकत्र नमाज पढू शकतात. खरे पाहता मुस्लीम लोक हज करण्यासाठी मक्का-मदिनेस जातात; तिथे स्त्री-पुरुष एकत्रच नमाज पढतात, परंतु इतरत्र सर्वच मुस्लीम राष्ट्रांत व भारतातही मशिदीत स्त्रियांना प्रवेश नसतो. तर अशा शाहिस्ता अंबर यांनी कोल्हापुरात येऊन येथील राजर्षी शाहू स्मारक भवन येथे २००९ मध्ये 'तोंडी तलाक बंद करा' परिषद घेतली होती. तेव्हा आमचे मित्र उद्योगपती एम. बी. शेख हे या परिषदेचे प्रमुख अतिथी होते. त्यांनी शाहिस्ता अंबर यांच्याशी काही मुस्लीम कार्यकर्त्यांची चर्चा घडवून आणली होती. त्यात हुमायुन मुरसलही होते. या मुरसलनी अशी अट घातली होती की, शाहिस्ता अंबरबरोबर चर्चेला हुसेन जमादारनी येऊ नये. आम्ही फक्त शाहिस्ता अंबरशीच बोलू. म्हणजे हुमायुन मुरसल यांच्या मनात माझ्याबद्दल आकस होता, का तर मी हमीद दलवाईंनी स्थापन केलेल्या मुस्लीम सत्यशोधक मंडळाचा सरचिटणीस होतो. सबब मुरसलनी मला फोन केला नव्हता.

जोगासिंगजी पैशाने श्रीमंत आहेतच पण ते मनानेही श्रीमंत आहेत. आम्ही दिलेली पुरस्काराची रक्कम रु. २१,०००/- त्यांनी आमच्याकडे सुपुर्द केली आणि म्हणाले, तुम्ही वारांगनाबरोबर काम करता; त्यांच्या मुलांसाठी सात हजार, एच.आय.व्ही.बाधित मुलांसाठी सात हजार आणि हॉस्पिटल खर्चासाठी सात हजार द्या. मला फक्त मोकळा लखोटा द्या.

आम्ही ती रक्कम जोगासिंग घुमान पुरस्कार म्हणून दि. ३-६-२०१५ रोजी वारागनांना व एच.आय.व्ही.बाधित मुलांच्या 'करुणालय' या संस्थेस वाटली आहे.

जोगासिंगांच्या पुरस्कार वितरणाच्या वेळी मी अध्यक्ष असल्याने भाषण लिहून काढले होते. त्यात अनपेक्षितपणे आलेले मुद्दे मला महत्त्वाचे वाटले. ते भाषण ऐतिहासिक ठरेल असे वाटल्याने मी ते छापून घेतले; ते असे आहे.

सत्कारमूर्ती मा. जोगासिंगजी, सुप्रसिद्ध पत्रकार मा. हेमंत देसाई तसेच आमचे सहकारी व उपस्थित भावांनो आणि बहिणींनो,

काही योगायोगाच्या घटना परमेश्वर घडवून आणतो. यावर माझा विश्वास

आहे. आता हेच पाहा ना, धर्मनिरपेक्षतेची पुनर्बांधणी हा पत्रकार मरहूम खुशवंत सिंग यांचा लेख माझ्या कात्रणांच्या संग्रहात पाच वर्षे पडून होता.

खुशवंत सिंगांचा तो लेख अचानकपणे माझ्या निदर्शनास आला. दै. लोकसत्ताचे ते पान कुमार केतकर यांचा बाबरी मशिदीवरील लेख म्हणून मी बाजूला काढून ठेवले होते. त्या लेखाच्या खाली खुशवंत सिंगांचा छोटासा लेख होता. नेमके तेव्हा घुमानच्या साहित्य संमेलनाचे पडघम वाजत होते. खुशवंत सिंगांनी पंजाबातील सरवरपूर येथे १९४७ साली उद्भवलेल्या दंगलीत पाडण्यात आलेल्या मशिदीचा वृत्तान्त त्यात दिला होता.

हा लेख वाचल्यावर त्यात खुशवंत सिंगांनी एक परिच्छेद लिहिला आहे की, ही बातमी जुनी किंवा शिळी झाली आहे असे प्रसारमाध्यमांनी समजू नये. अजूनही सरवरपूरला जावे आणि त्या मशिदीचे फोटो छापावेत तसेच या घटनेला प्रसिद्धी द्यायला हवी.

खुशवंत सिंगांचा तो सल्ला मला पंजाबात जायला प्रवृत्त करत होता आणि नेमके तेव्हा घुमानला अखिल भारतीय मराठी साहित्य संमेलन भरत होते.

माझ्या डोक्यात अनेक कल्पना उठत असतात. अशीच एक कल्पना १९८५ मध्ये शहाबानोच्या केसचा निकाल आला तेव्हा सुप्रीम कोर्टाने तलाकपीडित स्त्रीस पोटगी दिली पाहिजे असा ऐतिहासिक निकाल दिल्यानंतर, मुस्लीम पर्सनल लॉ बोर्डाने मुस्लिमांचे लाखांचे मार्चे काढले होते की, हा निकाल म्हणजे इस्लाम धर्मात हस्तक्षेप आहे म्हणून हा निकाल रद्द करण्यात यावा. तेव्हा या निकालाच्या समर्थनार्थ तलाक मुक्ती मोर्चा काढण्याची कल्पना मला सुचली होती. एस. टी. बसमधून हा मोर्चा कोल्हापूर ते नागपूर काढण्यात आला होता. त्यात २२ मुस्लीम स्त्रिया, २० पुरुष व ९ मुले होती.

परभणीपासून आमच्या बसवर दगडफेक सुरू झाली. नांदेड, जळगाव येथे सभा उधळण्यात आल्या. औरंगाबादमध्ये तलाक मुक्ती मोर्चाला प्रवेशबंदीचा आदेश औरंगाबादच्या कलेक्टरनी बजावला होता. अहमदनगर येथे आमचा मोर्चा गेला असता तीन हजार मुस्लिमांचा मोर्चा आमच्या गाडीवर चालून आला. पहारीने बसचा पत्रा कापण्यात आला व आमची गाडी पेटवून देण्याचा प्रयत्न झाला. तेव्हा पोलिसांनी आमच्या संरक्षणासाठी आम्हा मोर्चेकरांना अटक केली आणि पोलिस संरक्षणात आम्हाला आपापल्या घरी पोहोचवले होते. हा मोर्चा पुढे दिल्लीत पंतप्रधान राजीव गांधी यांना भेटण्यास गेला, कारण ते शहाबानो केसचा निकाल रद्द करणारे विधेयक संसदेत आणणार होते.

अशीच एक कल्पना तलाकपीडितांच्या मुलांसाठी वसतिगृह सुरू करण्याची सुचली व माझी पत्नी आयेशाने त्याला पाठिंबा दिल्याने ते वसतिगृह मी विक्रमनगरला

स्थापन केले. १९८३ मध्ये त्यात वर्षभरात १७ मुले प्रवेशकर्ती झाली. याची नोंद वाईतून निघणाऱ्या मराठी विश्वकोश खंड १३ मध्ये झाली आहे. पुढे तलाकपीडित महिला उद्योगाची कल्पना सुचली व मुंबईच्या आयडीबीआय बँकेने मदत दिल्याने महिला उद्योग सुरू झाला. भाजी-भाकरी केंद्रेही सुरू झाली. शासकीय अनुदान न मिळाल्याने आणि नगरपालिकेने दिलेले बूथ मास्टर प्लॅनमध्ये उचलले गेल्याने दोन्ही प्रकल्प बंद पडले. परंतु आता आम्हाला इचलकरंजीत जागा मिळाली आहे. तिथे हे दोन्ही प्रकल्प पुन्हा सुरू करणार आहोत.

सरवरपूरला जाण्यासाठी संत शेख महंमद साहित्य ऐक्य दिंडीची कल्पना मला सुचली. अहो, महाराष्ट्रात ४९ मुस्लीम संत होऊन गेले. त्यांचा उल्लेख इतिहासात नाही. काही मुस्लिमांनी या कामात आपल्याला गाडून घेतले पाहिजे. म्हणजे हा इतिहास लिहिला जाईल. मुस्लिमांनी डल्ल्या खायचे कमी करून, हे काम केले पाहिजे. आता गोवंशहत्या बंदीचा कायदा आल्याने मुस्लिमांच्या डल्ल्या खाण्याच्या सवयीवर बंधने आली आहेतच म्हणा.

३ एप्रिल रोजी संमेलनाचे उद्घाटन झाल्यावर आम्ही सरवरपूरला पोहोचलो. तोवर जोगासिंगजी आले. ज्यांनी ही मशीद उभी करण्यासाठी पुढाकार घेतला. आम्ही मुद्दाम त्यांच्या घरी गेलो. महंमदगौसांनी जोगासिंगांना विचारले, तुम्ही कसा काय या कामी पुढाकार घेतलात? जोगासिंगजी म्हणाले, 'माझ्या दोन मुली लंडनला डॉक्टरकी शिकत आहेत. मी चार-सहा महिन्यांतून लंडनला जातो. एकदा बर्मिंगहॅम शहरातून फिरत असताना मला एक मशीद दिसली. ती सद्दाम हुसेन यांच्या नावाने ओळखली जाते. तिथे काही बोर्ड लावलेला नाही. पण ती मशीद सद्दाम हुसेन यांनी पैसा घालून बांधून दिली असल्याने त्यांच्या नावे ती मशीद ओळखली जाते. तेव्हा माझ्या मनात तरंग उठले की, आपल्या गावातील पाडलेली मशीद आपण बांधली तर...!

मग मी सरवरपूरला आल्यावर आमदार जगजीवनसिंग यांना भेटलो आणि गावकऱ्यांची बैठक घेऊन मशीद उभी करण्याचा प्रस्ताव मांडला आणि गावाने मशीद बांधून देण्याचा निर्णय घेतला. माझ्या संपत्तीतला काही हिस्सा समाजकार्यात खर्च व्हावा असा माझा विचार असल्याने मी गावातील शाळेला रु. दोन लाखाची मदत दिली आहे. गुरुद्वारालाही रु. दोन लाख दिले. तसेच मशिदीसाठी दिले; मग गाववाल्यांनी आपला हिस्सा उचलला आणि ही मशीद उभी राहिली. गुरुनानक देवांच्या व बाबा नामदेवांच्या आशीर्वादाने मी हे काम करू शकलो असे जोगासिंगजी सांगतात. ते सहज सांगतात, पण त्यांनी हे काम करून देशासमोर राष्ट्रीय एकात्मतेचे महान कार्य उभे केले आहे, त्यांना माझा प्रणाम!

माझा हा लेख वाचून मुंबईच्या दामजीभाईंनी सुचवले हा लेख पाकिस्तानात

प्रसिद्ध झाला पाहिजे. मी म्हणालो, पाकिस्तानात माझ्या माहितीचे कोणी नाही. दामजीभाई म्हणाले, आमचे मित्र जतीन देसाईंना सांगतो. त्याचा संदर्भ असा की, पाकिस्तानात मुस्लीम लोक हनुमानाचे मंदिर बांधत आहेत म्हणे. त्यामुळे शिख बांधवाने बांधलेली मस्जिद हा लेख तिथे प्रसिद्ध करायचा आहे. उस्मानाबादचे डॉ. बशारत अहमद यांनी ऊर्दू भाषांतर केले आहे.

पंजाबात मराठी साहित्य संमेलन होण्याचे कारण म्हणजे बाबा नामदेवजी. नामदेवांचे मोठे कार्य पंजाब मध्ये आहे. नामदेवांनी विठोबा किंवा पांडुरंगाला केंद्रस्थानी ठेवून कीर्तनाच्या माध्यमातून समतेची व एकतेची बीजे समाजात रोवली. विषमतेविरुद्ध प्रचार करताना मानवता हाच खरा धर्म आहे, असे त्यांनी सांगितले. कर्मकांड कसे चुकीचे आहे हे सांगताना नामदेव आपल्या अभंगात म्हणतात,

भजन चालले उफराटे । कोण जाणे खरे खोटे ।
सजिवांशी हाणी लाथा । निर्जीव पायी ठेवी माथा ।
नामा म्हणे अवघे खोटे । एक हरिनाम गोमटे ।।

महाराष्ट्रात पंढरपुरात वर्णव्यवस्थेच्या विरुद्ध वारकरी चळवळीची स्थापना झाली. खऱ्या अर्थाने १३ व्या शतकात चंद्रभागेतीरी आध्यात्मिक लोकशाही उदयाला आली. वर्णाश्रम धर्माच्या विरुद्ध उभारलेल्या क्रांतीविरुद्ध प्रतिक्रांती अधिक तीव्र झाली; याचा परिणाम असा झाला की, नामदेवांना तर मंदिरात कीर्तन करण्यास मज्जाव झाला. चालू कीर्तने बंद पाडली गेली.

'राऊळी म्हणती कैसे हे भणंग । जन तव अंग चुकवीत ।।' जेवणाच्या पंक्तीतून उठविण्यात आले.

'याती नाही त्यासी कायसी पंगती । म्हणूनी एकांती बैसविले ।।'

नामदेवांना त्या काळी बसलेली ही झळ त्या काळाचे वास्तव होते आणि सामाजिक संघर्षाला त्यांनी सुरुवात केली. समाज संघटित करून त्यांना वारकरी चळवळीत परिवर्तन केले. मोकळ्या पटांगणात नामदेवांची कीर्तने होऊ लागली. हजारोंचा जनसुमदाय त्यांच्या कीर्तनाने प्रभावित झाला. नामदेवांचे परिवर्तनवादी विचार बरसू लागले.

पाषाणाचा देव बोलिला का कधी? हरिभव व व्याधी केंवी घडे?।
दगडाची मूर्ती मानीला ईश्वर ।। परि तो साचार देव भिन्न ।
दगडाचा देव इच्छा पुरवीत । तरी का भंगत आघाताने?।।
पाषाण देवाची करिती ते भक्ती । सर्वस्वा मुकती मूढपणे ।।

ते म्हणतात, दगडाच्या मूर्तीत देव नसून ईश्वर माणसात आहे. दगडाचा देव कधी बोलत नाही. बोलत असता तर तो आघात केल्यावर का भंगतो? तो कोणाची इच्छा पुरवत नाही व जे निर्जिवावर विश्वास ठेवतात ते खऱ्या भक्तीला मुकतात.

दगडांचा देव बोलत नाही आणि इच्छाही पुरवत नाही, असे नामदेव ठासून सांगतात.

एका ब्राह्मण पुजाऱ्याला हलक्या जातीत जन्मलेल्या नामदेवांचे कीर्तन कसे पचेल? नामदेवांचे कीर्तन बंद पाडले तेव्हा नामदेवांनी देवळाच्या पाठीमागे जाऊन कीर्तन करण्याचा निर्णय घेतला. त्यांच्या कीर्तनाने प्रभावित झालेले सर्व भाविक मंदिराच्या मागच्या बाजूस त्यांचे कीर्तन ऐकण्यासाठी जाऊन बसले. वारकरी धर्माचा वास्तव पाया असलेल्या नामदेवांनी पंजाबात २० वर्षे वास्तव्य केले. शीख बांधवांच्या गुरुग्रंथसाहेबात नामदेवांचा उल्लेख आहे. त्यात नामदेवांच्या ६१ पदांचा समावेश आहे.

नामदेवांच्या वास्तव्यामुळे गाव वसलेल्या घुमानमध्ये मंदिर, मशीद व गुरुद्वारा एकत्र आहेत. पंजाबात विविध जिल्ह्यांत नामदेवांची अनेक मंदिरे आहेत. त्यांना मानणारे हिंदू व मुस्लीम होते. अशा नामदेवांना पंड्यांनी रागावून शुद्र शुद्र म्हणून बदडून काढले व बेदम मार दिला आणि देवळातून बाहेर हाकलले. तेव्हा नामदेव देवावर रागावून पंढरपूर सोडून जाण्याचे आंदोलनही त्यांच्या एका अंभगात आहे.

ऐसे मी करीन जाण विठोराया । पंढरीचे ठाया मोडवीन ।।
राहीना मी आता जाईन दूर देशा । भक्तीची हे आशा सोडुनिया ।।
जाईन भिवरा जाईल पुंडलिक । जाईल सकळिक महिमा तुझा ।।
आपुल्या सांगाते नेईन पंढरी । नेईन संतनगरी भिवरा जना ।।
नेईन सांगाते महिमा येथीचा । मागे हेत हाची धरूनि राहे ।।
चलतीर्थ आणि पद्माळे हे जाण । सर्वही करीन आपणाशी।
आपणचि तीर्थ आपणचि व्रत । आपण दीनानाथ होईन मी ।।

नामदेवांनी समाधी घेतल्यानंतर १२० वर्षांनी गुरुनानकांचा जन्म झाला आणि पुढे ८० वर्षांनी शीख धर्माची स्थापना झाली. परंतु नानकदेवांवर नामदेवांच्या प्रचाराचा प्रभाव होता. म्हणून त्यांनी आपल्या भक्तांना सांगितले,

'संगत में और पंगत में भेदभाव न करो। कीरत करो, सब मिल बाँटकर खावो।'

कीरत म्हणजे कष्ट. म्हणून शीख लोक ट्रक ड्रायव्हर का असेनात कष्ट करतात. व्यापारात आहेत. परदेशात आहेत. अमृतसरमध्ये लाखो लोक रोज सुवर्णमंदिराच्या दर्शनाला जातात. तिथे एकही भिकारी आढळत नाही; कारण कीरत करो हा नानक देवांचा संदेश.

तर मंडळाच्या कार्यकारिणीची बैठक मला (अध्यक्षाला) न विचारता ठरविली व मला शमुनने तसा मेसेज पाठवला. दि. १३ मला सोयीची नव्हती. मी शमुनला फोन केला आणि मला न विचारता मीटिंग कशी ठेवता? असे विचारले. ते म्हणाले, सरचिटणीसांनी मेसेज पाठवला आहे. ठीक; पण सभा कुणाच्या अध्यक्षतेखाली

होईल हे लिहिण्याची मंडळाची प्रथा आहे ते का लिहिले नाही. तर सरचिटणीस म्हणाला, अध्यक्षांच्या अध्यक्षतेखाली होईल हे गृहीतच असते. हाच प्रश्न मी शमुनला विचारला; तर म्हणाला, तुमच्या हिशोबाची चर्चा होणार आहे, तेव्हा सभेचे अध्यक्ष तुम्ही असणार नाही; कोण ते सभेत ठरवू. मी ठीक आहे म्हणालो. सभेस जाताना आपणही येणार असे अनेकांनी सांगितले. गाझीउद्दिन सलाती, जहाँगीर जमादार, वळसंगकर, दिलावर जमादार, बेग व मरियम जमादार, आयेशा जमादार, संध्या इनामदार हे सर्व आले.

पुण्यात झालेल्या बैठकीचे अध्यक्षस्थान सिनिअर उपाध्यक्ष असलेल्या आय. एन. बेगना अध्यक्ष न करता, प्रा. सायरा मुल्लाणीला बहाल केले. मी म्हणालो, ठीक आहे.

पहिलाच विषय सरवरपूरचा हिशोब होता. शमुनने भाषण लिहून आणले होते. म्हणाला, घुमानला जायला प्रत्येकी रु. ३००० मंडळाने का भरावेत? ज्याला शक्य असेल ते आले असते. मी म्हणालो, मंडळ कार्यक्रम घेते तेव्हा मंडळच खर्च करते; अशी परंपरा आहे. सय्यदभाईंनी मला पाठिंबा दिला. तर म्हणाला, जेवणाचे पैसे लावलेत, बँडचे पैसे लावलेत; हाराचे पैसे लावलेत.

मी खुलासा केला. कार्यकर्ते घेऊन फिरत असताना चहाच्या वेळी चहा, जेवणाच्या वेळी जेवण द्यावे लागते; तो खर्च मंडळच करते. दिंडीच्या मिरवणुकीस बँड लावला, तो खर्चही येणार.

यावर बरेच वादंग झाले. पैसे नसताना इतका खर्च करावा का? असा प्रश्न त्याने उपस्थित केला. मी म्हणालो, मी याच कार्यक्रमासाठी ३० हजार रुपये मंडळाच्या पावती पुस्तकावर जमवले आहेत. तेव्हा तुम्हाला जे मान्य नसेल ते पैसे कमी करा आणि हिशोब संपवा.

पण खजिनदार म्हणाला, तुमच्या हिशोबात पारदर्शकता नाही. मंडळाच्या पावती पुस्तकावर जमवलेली रक्कम आधी मंडळाच्या बँकेत जमा केली पाहिजे आणि कार्यकारिणीत चर्चा होऊन, चेक काढल्यावर खर्च करायचा असतो. मला वेळ नव्हता कारण आठ दिवसांत लगेच पंजाबला जायला निघायचे होते तसेच आजपर्यंत याचप्रमाणे निधी गोळा केला जातो व कार्यक्रमात खर्चही केला जातो. त्याचा हिशोब दिला की, प्रश्न संपला. पण गोंधळ अधिकच वाढल्याने मी जाहीर केले की, राहिलेले पैसे मला नकोत. आता हिशोबाचा मुद्दा संपवा आणि पुढचे मुद्दे घ्या. आय. एन. बेगनी मुद्दा काढला की, हमीद दलवाई नास्तिक होते. त्यांच्या नास्तिकतेचा मंडळाला फार त्रास झाला. पण आजचे कार्याध्यक्षही मी नास्तिक आहे आणि मीही दलवाईंप्रमाणे मेल्यानंतर जाळून घेणार आहे असे म्हणतात. तेव्हा नास्तिकतेवर चर्चा व्हावी, आम्हाला या नास्तिकतेचा फार त्रास झालेला आहे. तेव्हा कार्याध्यक्षांनी आपली भूमिका स्पष्ट करावी.

त्याआधीच मी म्हणालो, असे असेल तर आम्हाला ही चळवळच नको व मंडळही नको. दलवाईंच्या नास्तिकतेचा आम्हाला ४५ वर्षे फार त्रास झालेला आहे. म्हणून आम्ही दलवाईंची नास्तिकता नाकारतो आणि मुस्लीम सत्यशोधक मंडळाला रामराम करतो. त्यावर कोणीच काही बोलेना. तेव्हा मी पुन्हा त्याचा उच्चार केला व सभात्याग करून बाहेर पडलो. आमचे निम्मे शाखाप्रमुख या सभेला आले होते आणि इतरांशी बोलून आम्ही सर्व दलवाईंची नास्तिकवादी भूमिका नाकारतो व मंडळ सोडून देतो असे जाहीर करण्याचे ठरले.

सलोखा भाईचारा मंचाची स्थापना करू या, असे दोन दिवसांनी ठरले आणि सर्व भूमिका मांडणारी नोट तयार करून ते वर्तमानपत्राकडे प्रसिद्धीस दिले.

हुसेन जमादार व सहकारी यांची
मुस्लीम सत्यशोधक मंडळाला सोडचिठ्ठी!

२० शाखा पदाधिकारी मंडळातून बाहेर : 'अखिल भारतीय सलोखा भाईचारा मंच'ची स्थापना –

हमीद दलवाईंच्या नास्तिकवादी व मुस्लीम धर्मविरोधी विचारधारेला नाकारत गेली चार दशके मुस्लीम सत्यशोधक मंडळाच्या माध्यमातून मुस्लीम समाज प्रबोधनाचे कार्य अविरतपणे करत राहिलेले मंडळाचे विद्यमान अध्यक्ष हुसेन जमादार यांनी मंडळाच्या राज्यातील सुमारे वीस शाखांच्या पदाधिकाऱ्यांसह संघटनेला सोडचिठ्ठी दिली. दरम्यान, मुस्लीम समाजासह अन्य अल्पसंख्याक समाजाला बरोबर घेऊन 'अखिल भारतीय भाईचारा मंच'ची स्थापना लवकरच करून राष्ट्रीय एकात्मतेचा कार्यक्रम देशभर राबविणार असल्याची घोषणाही जमादार यांनी केली.

मुस्लीम समाजातील अबला, परित्यक्ता, विधवा महिलांना न्याय देऊन त्यांना समाजाच्या मुख्य प्रवाहात आणण्याबरोबरच जुबानी तलाक पद्धत बंद झाली पाहिजे. समान नागरी कायदा अस्तित्वात आला पाहिजे, यासाठी हमीद दलवाई यांनी १९७० मध्ये मुस्लीम सत्यशोधक मंडळाची स्थापना केली. त्यांच्या पश्चात १९७७ पासून बाबूमियाँ बँडवाले (श्रीगोंदा), सय्यदभाई (पुणे) यांच्या नेतृत्वाखाली पुरोगामी विचारांच्या मंडळींना सोबत घेऊन गेली ४४ वर्षे संघटनेचे आम्ही काम केले. कोल्हापूर ते नागपूर तलाक मुक्ती मोर्चा काढला. शहाबानो प्रकरणाच्या समर्थनार्थ मुंबई, दिल्ली वाऱ्या करीत तत्कालीन पंतप्रधान राजीव गांधी यांनाही भेटून संघटनेची विचारधारा पटवून दिली. हमीद दलवाई स्वत: नास्तिकवादी होते. स्वत: मुस्लीम असूनही मृत्यूनंतर दलवाईंनी विद्युतदाहिनीमध्ये दहन करून घेतले. हमीद दलवाईंच्या अशा मुस्लीम धर्मविरोधी विचारधारेचा फटका संघटनेचे काम करीत असताना माझ्यासह संघटनेच्या बहुतांश कार्यकर्त्यांना बसला. आम्हा सर्वांना

कट्टर मुस्लीम समाजाच्या रोषाला वेळोवेळी सामोरे जावे लागले. प्रसंगी दगड-धोंडेही खाल्ले. मुस्लीम समाजाने आम्हाला कित्येकदा बहिष्कृतही केले. १९८७ मध्ये संघटनेच्या कार्यकर्त्या प्रा. मुमताज रहिमतपुरे यांचे अपघाती निधन झाल्यानंतर कोल्हापूरच्या बागल चौकातील दफनभूमीत त्यांचा अंत्यविधी करण्यास मुस्लीम बांधवांनी त्यावेळी आम्हास विरोधही केला. ज्या मुस्लीम समाजाच्या सर्वांगीण विकासाचा मुद्दा घेऊन आम्ही संघटना चालवीत आहोत, तो मुस्लीम समाजच आमच्याबरोबर नसेल तर या संघटनेत राहण्यात तथ्य नाही. संघटनेच्या मुस्लीमविरोधी विचारधारेमुळे गेल्या पंचेचाळीस वर्षांत संघटनेची चळवळ म्हणावी तशी पुढे गेलेली नाही. मुस्लीम सत्यशोधक मंडळाच्या राज्यातील माझे सहकारी, पदाधिकाऱ्यांशी सांगोपांग विचारविनिमय केल्यानंतर या संघटनेतून बाहेर पडण्याचा सामूहिक निर्णय आम्ही घेतला आहे.

नियोजित 'सलोखा भाईचारा मंच इंटरनॅशनल' या संघटनेची माहिती देताना जमादार पुढे म्हणाले, 'छत्रपती शिवाजी महाराज, महात्मा गांधी, राजर्षी शाहू महाराज, महात्मा फुले, डॉ. बाबासाहेब आंबेडकर, गौतम बुद्ध, प्रभू येशू, भगवान महावीर, महात्मा बसवेश्वर, मोहम्मद पैगंबर, गुरुनानक, टिपू सुलतान, संत कबीर, स्वामी विवेकानंद, बाबा नामदेव, स्त्री शिक्षणाचा पाया रचणाऱ्या सावित्रीबाई फुले, फातिमा शेख यांचा आदर्श, आचार-विचार डोळ्यांसमोर ठेवून हा 'सलोखा भाईचारा मंच' देशपातळीवर कार्य करण्यासाठी स्थापन करण्यात येत आहे. हिंदूंसह मुस्लीम, बौद्ध, ख्रिश्चन, शीख, जैन, पारशी, लिंगायत अशा विविध समाजांना शांतता, सलोखा, भाईचारा व राष्ट्रीय एकात्मतेची गरज भासू लागली आहे. या समाजाला बरोबर घेऊन संपूर्ण देशात या नवीन संघटनेच्या माध्यमातून राष्ट्रीय एकात्मता निर्माण करण्याचा आमचा प्रयत्न असेल. मुस्लिमांसह अल्पसंख्याक समाजातील तरुण सध्याच्या मोदी सरकारच्या काळात स्वत:ला सुरक्षित समजत नाहीत. त्यांना संघटित करून डॉ. बाबासाहेब आंबेडकर यांनी भारताला दिलेली धर्मनिरपेक्ष घटना अबाधित ठेवण्याचा आमचा जाणीवपूर्वक प्रयत्न राहील. मुस्लीम सत्यशोधक मंडळ सोडण्याच्या आम्ही घेतलेल्या निर्णयाचे राज्यातील मुस्लीम समाज स्वागत करेल, भारतातील मुस्लीम समाजासह अल्पसंख्याक समाज नव्या संघटनेच्या कार्यात सहकार्य करेल, अशी अपेक्षाही जमादार यांनी यावेळी व्यक्त केली.

यावेळी मुस्लीम सत्यशोधक मंडळाचे उपाध्यक्ष आय. एन. बेग, रत्नागिरी जिल्हा शाखाप्रमुख करीमभाई वणू, सांगली जिल्हाप्रमुख बशीर तांबोळी, राधानगरी तालुकाप्रमुख मरियमबी जमादार, अंधेरी-मुंबई शाखाप्रमुख शाहजहान पटेल, कोल्हापूर शहरप्रमुख आयेशा जमादार आदी उपस्थित होते.

सलोखा भाईचारा मंच - संभाव्य कार्यकारिणी

संस्थापक अध्यक्ष : हुसेन जमादार (कोल्हापूर), उपाध्यक्ष : श्रीमती प्रा. डॉ. तसनीम पटेल, जोगासिंग घुमान (सरवरपूर, पंजाब), श्रीमती शाहिस्ता अंबर (लखनौ), डॉ. सुगन बरंठ (मालेगाव), सरचिटणीस : प्रा. डॉ. बी. टी. काझी (मुंबई), रत्नागिरी जिल्हाप्रमुख करीमभाई वणू, विजय दिवाण (गागोदे, जि. रायगड), जयंत दिवाण (मुंबई), हाजी एम. ए. नाईक, आय. एन. बेग, प्रा. प. म. शहाजिंदे, जी. एन. सलाती.

याशिवाय या मंचाच्या कार्यकारिणीमध्ये प्रत्येक राज्यातील एक सदस्य असेल.

याविषयी पुण्याच्या वर्तमानपत्रांत बातम्या आल्या नाहीत. सातारा येथील दै. ऐक्यने आठ कॉलम हेडिंग टाकून अर्धे पान बातमी लावली. साताऱ्याच्या सर्वच वर्तमानपत्रांनी त्याचे अनुकरण केले.

हमीद दलवाईंची व कार्याध्यक्ष शमशोद्दिन तांबोळींची नास्तिकता नाकारत आम्ही मंडळ सोडले हे आता महाराष्ट्राला सांगण्याची गरज होती म्हणून मी सोलापूरपासून अहमदनगरपर्यंत २० जिल्ह्यांत पत्रकार बैठका घेण्याचा कार्यक्रम आखला आणि बाहेर पडलो.

डॉ. बाबासाहेब काझी टाटा सामाजिक विज्ञान संस्था, तुळजापूर येथे प्राध्यापक म्हणून काम करतो. मला भेटायला आला. म्हणाला, माझ्या पीएच.डी.च्या थिसिसमध्ये मी हमीद दलवाईंचे नाव सोडल्याशिवाय मुस्लीम सत्यशोधक चळवळ वाढणार नाही असे नमूद केले आहे. तुम्ही मंडळ सोडले. मीही तुमच्याबरोबर आहे. त्याने सलोखा भाईचारा मंचाच्या सरचिटणीसपदाची जबाबदारी स्वीकारली. पंजाबमधील सरवरपूरचे जोगासिंग घुमान यांना फोन करून सांगितले की, अशी संघटना स्थापन करतोय; तुम्ही त्या कार्यकारिणीत आहात. ते म्हणाले, आपके नेतृत्व में काम करेंगे।

'जिहाद'चा शेवट लिहून पूर्ण केला आणि फजरच्या नमाजची अजान ऐकू आली. मी परमेश्वराला म्हणालो, जिहादचा नवीन भाग लिहून पूर्ण झाला आहे; त्याला नोबेल मिळवून देण्याची जबाबदारी तुझीच आहे. मनात आले, आज आपण नमाजला जाऊ या. मी वजू करून राजेंद्रनगरच्या मशिदीत दाखल झालो. म्हणालो,

'अस्सलामू अलैकूम!'

◆

परिशिष्ट

अपरिचित शब्दांचे अर्थ

१.	जचकी	बाळंतपण
२.	पेडसू	गरोदर
३.	न्हाटको जाना	पळून जाणे
४.	आरोस	नवरी
५.	मुटना	शिवणे
६.	मजार	समाधी
७.	बेनमाजी	विटाळशी
८.	न्हियाल	कुराण ठेवण्यासाठी बनवलेले लाकडी स्टॅन्ड.
९.	फजर	सकाळ / पहाट
१०.	ईशा	रात्र
११.	सुरे	कुराणातील श्लोक
१२.	इज्तेमा	धार्मिक शिबिर
१३.	तक्रीर	प्रवचन
१४.	जोहर	दुपार
१५.	मशवरा	विचारविनिमय
१६.	अमिर	गटाचा प्रमुख
१७.	दुवा करना	शुभ चिंतणे
१८.	असर	तिसरा प्रहर
१९.	बयान	प्रवचन
२०.	गिजा	अन्न
२१.	कायनात	जग
२२.	फर्ज	कर्तव्य
२३.	गिडगिडाकर	अत्यंत नम्र होऊन
२४.	सुन्नत	इस्लामने घालून दिलेले आदर्श
२५.	खिदमत	सेवा
२६.	इल्म	ज्ञान
२७.	मुसाफा	हातात हात मिळवणे
२८.	जिक्र	नामस्मरण
२९.	सुकून	शांती
३०.	शिजदा	प्रार्थनेसाठी जमिनीवर डोके टेकणे
३१.	मेहेर	स्त्रीधन जे लग्नाच्या वेळी ठरवितात. पतीने पत्नीस

अस्मिता

सूर्यकांत जाधव

अस्मिता फुरसुंगीकर, भारतीय लष्करातील कर्नलच्या मुलीचे अपहरण झाले. शोध घेण्याची जबाबदारी संजय पाटील या पोलीस अधिकाऱ्यांवर सोपविण्यात आली.मालाड नदी, जहागीरदार अहवाल, मुशी कट्यार, मृत्युंजय यज्ञ, घारापुरी बेट, इराडी देवी, अलिबाग किल्ल्यातील तळघर यातील गूढरहस्य, मुंबईपासून अलिबागपर्यंतच्या शोध मोहिमेत संजयची गाठ पडली आहे अघोर पंथातील सिद्धीपुरुष सर्पराजमहाराजांशी, त्याला तोंड देण्यासाठी मदत घ्यावी लागली ती अध्यात्म जगातील श्री गुरुमणी यांची आणि सुरू झाला जीवघेणा संघर्ष. सर्पराजमहाराज कोण? श्री गुरुमणी कोण? आणि या सर्व प्रकरणाची सुरुवात करणारे माणगावकर वकील कोण? रक्तरंजित थरारक प्रकरणात संजय अस्मिताची सुटका करण्यात यशस्वी होतो का?

रोमहर्षक, नाट्यमय, वेगवान साहित्यकृती.